AF517601

गाभुळलेल्या चंद्रबनात

विश्वास पाटील

मेहता पब्लिशिंग हाऊस

All rights reserved along with e-books & layout. No part of this publication may be reproduced, stored in a retrieval system or transmitted, in any form or by any means, without the prior written consent of the Publisher and the licence holder.
Please contact us at **Mehta Publishing House,** Pune 411030.
✆ +91 020-24476924 / 24460313 / Mob. No. 9545000513
Email : production@mehtapublishinghouse.com
Website : www.mehtapublishinghouse.com

◆ *या पुस्तकातील लेखकाची मते, घटना, वर्णने ही त्या लेखकाची असून त्याच्याशी प्रकाशक सहमत असतीलच असे नाही.*

GABHULALELYA CHANDRABANAT by VISHWAS PATIL

गाभुळलेल्या चंद्रबनात / कादंबरी

विश्वास पाटील
७०१, बीच अपार्टमेंट, पटेलवाडी, हॉटेल नोवाटेलजवळ,
जुहू, विलेपार्ले (प.) मुंबई – ४०००४९.
E-mail : authorvishwaspatil@gmail.com

© विश्वास पाटील

प्रकाशक : सुनील अनिल मेहता, मेहता पब्लिशिंग हाऊस,
१९४१, सदाशिव पेठ, माडीवाले कॉलनी, पुणे – ३०.

मुद्रक : ट्रिनिटी ॲकॅडमी फॉर कॉर्पोरेट ट्रेनिंग लिमिटेड

मुखपृष्ठ व
आतील चित्रे : चेतन चौगले

प्रकाशनकाल : एप्रिल, २०२० / जानेवारी, २०२१ /
पुनर्मुद्रण : ऑक्टोबर, २०२१

किंमत : ₹ ३९५

P Book ISBN 9789353174385

E Book ISBN 9789353174392

E Books available on: amazonkindle Apple Books Google Play Books

---

* पायरेटेड पुस्तकांची खरेदी-विक्री हा कायद्याने गुन्हा आहे आणि अशा गुन्ह्याविरोधात कायदेशीर कारवाई होऊ शकते.

नौशाद आणि राम कदम यांना

एक भारतीय चित्रपट संगीताचे महर्षी
तर दुसरे मराठी लोकसंगीताचे जादूगार!
या दोघांच्या सहवासातील ती तीन वर्षं
म्हणजे जीवनातील एक अपूर्व ठेवा!

चांदणसड

एका वेळी संगीत, नाट्य, अभिनय आणि साहित्य असे चौरंगी दर्शन घडविणारी ती वगनाट्ये आता काळाच्या पोटात जवळपास अदृश्य होऊ लागली आहेत.

मराठी संगीत नाटकासारखाच गावखेड्याच्या जत्रायात्रांतून अख्खी रात्र जागवणारा हा एकेकाळचा लोकरंजनाचा धमाल प्रकार. बाहेर तंबू-कनातीवर पडलेल्या चांदण्यापेक्षाही आतले फडातले चांदणे लाजवाब असायचे. लावण्यांचे विद्यापीठ समजल्या जाणाऱ्या पठ्ठे बापूरावांच्या गणापासून या प्रकाराची सुरुवात व्हायची आणि आभाळाच्या कडेवर चंद्र चढावा तशी रात्र उत्तरोत्तर रंगतच जायची. पुढे ब्रॉडवेला शेक्सपिअरच्या शोकांतिका पाहण्याचा योग आला; पण पोरसवदा वयात काळू-बाळूने सादर केलेल्या भाऊ फक्कडच्या 'राजा हरिश्चंद्र' या दुःखांत वगाची मनावरची जादू काकणभर श्रेष्ठच वाटली होती.

पठ्ठे बापूरावांचा 'मिठाराणी', सावळजकरांचा 'बटाऊ-मोहना' तसेच पुढे 'सावळ्या कुंभार' तथा 'गाढवाचे लग्न', 'मुंबईची केळेवाली', 'सारंगपूरची होळी', 'इष्कपाखरू', 'रायगडचा राजबंदी', 'पाच तोफांची सलामी' 'कोर्टादारी फुटला चुडा' अशी अनेक वगनाट्ये गाजली. ती लिहिणाऱ्या लेखक-कवींनी चालू घडामोडींचाही वेध घेतलेला असायचा. १९७२मध्ये दत्ता महाडिक-चंद्रकांत ढवळपुरीकर तमाशा मंडळाने चक्क बांगला देशच्या निर्मितीवर सादर केलेला 'सोनार बांगला' आठवतो. तसेच अगदी अलीकडे रघुवीर खेडकरांनी पेश केलेले राजीव गांधी यांच्या हत्येवरील वगनाट्यही खूप गाजले होते. त्यात कांताबाईंच्या अलका या लेकीने चक्क सोनिया गांधी आणि मंदाराणी हिने राजीव गांधी स्टेजवर जसेच्या तसे उभे केले होते.

ही वगनाट्ये लिहिणाऱ्या वेचक लेखकांची एक फळीही निर्माण झाली होती. सुमारे सत्तरभर सामाजिक आणि ऐतिहासिक वग लिहिणारे ते नाथा मास्तर आणि

भांडे सरकार, बाबूराव पुणेकर, बी.के. मोमीन-कवठेकर, सुभाष माने अशी कितीतरी मंडळी आठवतात. आपल्या मंत्रालयातील सुखाच्या सरकारी नोकरीवर तुळशीपत्र ठेवून रानोमाळ भटकणारे, एकापाठोपाठ एक अशी सुंदर चाळीसभर वगनाट्ये लिहिणारे आणि स्वतः कलाकार या नात्याने सादर करणारे ते गणपत व्ही. माने-चिंचणीकर, या जिद्दी कलावंत-लेखकांचा अखेरचा काळ हृदय हेलावून टाकणारा होता.

मराठी संगीत नाटकांतील नटांच्या परंपरेप्रमाणेच या अशा लोकनाट्यांतून लाजवाब अभिनय करणाऱ्या या नटांचाही गावखेड्यात खूप बोलबाला असायचा. काळू-बाळू आपल्या 'जहरी प्याला'सारख्या वगातून चार तास हास्याचे अक्षरशः आपटबारच फोडायचे. सरदारी वळणाच्या ऐतिहासिक भूमिका रंगवण्यात तुकाराम खेडकर, दत्तोबा तांबे, बापूसाहेब नारायणगांवकर, पांडुरंग मुळे-मांजरवाडीकर, जगताप पाटील-पिंपळेकर, शंकरराव कोकाटे, महादेव खुडे, नारायण पाथर्डीकर ही मंडळी अग्रेसर असायची. चंद्रकांत ढवळपुरीकरांचा खंदा खलनायक नेहमीच उजवा असायचा. आपल्या घुंगुरपट्ट्यांनी फडात रंगबहार उडविणाऱ्या आणि त्याचवेळी आपल्या जोरकस अभिनयाची चमक दाखविणाऱ्या कांताबाई सातारकर, विठाबाई नारायणगांवकर, शांताबाई काटे, कौसल्या पुणेकर, आक्काताई कऱ्हाडकर, रेणुका खुडे, शशिकला शुक्रे, कांताबाई महाडीक, पुढच्या पिढीतल्या मंगला बनसोडे, संगीता महाडीक, सुरेखा पुणेकर पासून ते सांगोल्याची आफ्रिका राणी, महाराष्ट्र-कर्नाटकाच्या हद्दीवरील कलाबाई आणि भिंगरी या शुक्राच्या चांदण्यांनी कैक वर्षं रसिक मनाला भुरळच घातली होती. गावखेड्यात सिनेमातील नटांप्रमाणेच ही मंडळी खूप लोकप्रिय असायची. अभिनयवीर माधवराव गायकवाडांनी आपल्या फडात नव्या सीझनला काम करावे म्हणून नारायणगावला त्यांच्यावर चक्क बोली लावली जायची.

झाडाखालच्या छोट्या तमाशात लोककलेचा मोठा साज सादर करणारा तो छोटेखान, आपल्या घराण्यातील चार चार पिढ्यांचा अस्सल तमाशाकलेचा देव्हारा डोक्यावर घेऊन अभिमानाने मिरवणारे आतांबर शिरढोणकर, संयुक्त

महाराष्ट्रासाठी डफ वाजवत रणगर्जना करणारे ते शाहीर अमरशेख, रंगमंचावर बतावणीचं हुकमी चांदणं फुलविणारे शाहीर दादा कोंडके आणि वसंत सबनीस, 'गाढवाच्या लग्नात' विनोदी चिमट्यांनी अधिकच गोंधळ उडविणारे दादू इंदुरीकर आणि वसंत अवसरीकर अशी ही एकापेक्षा एक बहाद्दर मंडळी होती. हिरामण बडे, फकीरभाई केस्टनकर, काशिनाथ डफळापूरकर आणि गुलाबराव बोरगांवकर यांनी नेहमी विनोदाच्या श्रावणसरींची बरसात केली.

तमाशाच्या बोर्डावर गीत-संगीताने, नवनव्या चाली बांधून बहार आणणारे तुकाराम शिंदे, गेनूभाऊ आंबेठाणकर, साहेबराव नांदवळकर, केशरबाई नारायणगांवकर या लोककलावंतांचा रागदारीचा अभ्यासही तितकाच सखोल आणि अव्वल असायचा. एकदा साहेबरावांना आणि पाठोपाठ नृत्यांगना शकुंतला नगरकरांना आपली कला सादर करण्यासाठी चक्क ज्येष्ठ भारतीय संगीतकार आणि ए. आर. रेहमान यांचे गुरू इलिया राजा यांच्यासमोर उभे करायचा मला योग आला. तेव्हा साहेबरावांच्या अवीट चालीने आणि शकूताईच्या नृत्यझंकाराने राजासाहेबांसारखा श्रेष्ठ संगीतकारही खूप प्रभावित झाला होता. त्यावर त्यांनी चेन्नईला परतल्यावर तिकडच्या 'आनंदविकटन' या साप्ताहिकात चक्क एक लेखही लिहिला होता.

मराठी लोकसंगीताचा गौरव ठरणाऱ्या या परंपरेच्या ओझरत्या वर्षांचेच मला दर्शन घडले. त्यातील बऱ्याच मंडळींना गाठायचा मी यशस्वी प्रयत्न केला. त्यातलाच विनोदाचा एक बादशाह म्हणजे जयवंता सावळजकर. हा आर. आर. पाटील यांच्या गावाजवळचा. त्याच्याशी गप्पागोष्टींचा फड रंगवायचे मी आणि आबांनी ठरवले होते. एके दिवशी मुंबईहून मिरज मार्गे रेल्वेने भल्या सकाळी आबांच्या गावात पोचलो, तेव्हा दारात मला बघून आर. आर. पाटलांचा कंठ भरून आला. ते बोलले, "अहो, ज्या जयवंताला तुम्ही एवढ्या लांबून भेटायला आलात, त्याचे रात्रीच नदीकाठी दहन करून मी पहाटे परतलो आहे हो."

वीस वर्षांमागे सलग तीन दिवस अशीच विठाबाईंच्या सोबत गप्पांची मेहफिल कुकडी प्रकल्पाच्या गेस्ट हाऊसवर रंगवली होती. त्यावेळी सोबतीला

सन्मित्र वामन होवाळ, सुहास सोनावणे आणि मिलिंद कसबे होते. पुण्यातल्या एका जुनाट चाळीत एक काळ गाजवणाऱ्या सरस्वतीबाई कोल्हापूरकर भेटल्या. तर येरवड्याच्या झोपडपट्टीत नामा धुलवडकर भेटले. राधाकृष्ण राहुरीकर आणि प्रकाश इनामदार तर माझे बालमित्र असल्यासारखेच होते.

मराठी संस्कृतीच्या या अमूल्य धनाचा लाभ रसिक वाचकांनी विविध प्रकारे घ्यायला हवा. प्रस्तुत कादंबरीतील अनेक पद्यरचना पारंपरिक असल्या तरी अनेक रचना स्वयंरचित आहेत. त्यामुळे त्यांचा अन्य कारणांसाठी वापर करण्यापूर्वी प्रस्तुत लेखकाची लेखी परवानगी घेणे आवश्यक आहे.

ही बहुतांशी सर्वच कलावंत मंडळी गावकुसाबाहेरची, दलित आणि भटक्या समाजातून पुढे आलेली. रूढार्थाने शाळेत न जाता लोककलेचे मळे फुलविणारे हे अभिजात बागवानच. त्यांचे सारसंग्रह फारसे कोणी टिपून ठेवले नाहीत. त्यांच्या काही चित्रफितीही अगदीच मोजक्या आणि तुटपुंज्या. अनेक सहजसुंदर आणि वाङ्मयीनदृष्ट्याही उत्तम असणाऱ्या त्यांच्या वगनाट्यांच्या चोपड्या वाळवीने फस्त केल्या. ती अवीट गाणी आणि सहजसुंदर चालीही वाऱ्यावर विरून गेल्या.

कधी तरी त्या जमान्याची याद देणारे पंढरीनाथ शेवाळे , संतोष खेडलेकर, प्रकाश खांडगे, मुकुंद कुळे, विश्वनाथ शिंदे, सूर्यभान गोडसे, गणेश चंदनशिवे, प्रभाकर होवाळ आणि सोपान खुडे सारखे मित्र भेटतात. बाकी आता या पारंपरिक कलेबद्दल आस्था दाखविणारे वणीचे डी. प्रभाकर, तसेच हनुमान थियटरचे मधुकर नेराळे यांच्यासारखी मंडळीही नव्या पिढीत फारशी दिसत नाहीत; मात्र दत्ता महाडिकांच्या पुणे जिल्ह्यातील बेल्हे गावात दरसाल तमाशा महोत्सव मोठ्या उत्साहाने भरवला जातो. ज्यात चेअरमन वसंतराव जगताप आणि मित्रमंडळी आपल्या स्थानिक पतसंस्थेमार्फत हा योग जुळवून आणतात.

अलीकडे व्याख्याने व लिटररी फेस्टिवलच्या निमित्ताने भारतभ्रमण करताना एका वेगळ्याच गोष्टीची अनुभूती आली. रात्र जागवणारा तमाशातील वगनाट्यांसारखा हा प्रकार फक्त मायमराठी पुरता मर्यादित नसून, तो देशाच्या अनेक भागांत वेगवेगळ्या नावाने रूढ आहे. विशेषत: आसामच्या खेड्यापाड्यांत, विशाल

ब्रह्मपुत्रेच्या काठावर त्याला 'भावनानाट्य' असे म्हणतात. तर ओरियामध्ये त्याला 'गणनाट्य' असे संबोधले जाते.

महाराष्ट्राबाहेरच्या या अशा जननाट्यातील नटमंडळींनाही भेटायचा योग आला. तिकडेही हे खेड्यापाड्यांतील, विशेषत: गावकुसाबाहेरील, संख्येने छोट्या वर्गजातीतील हे सारे लोककलावंत आहेत. दारिद्र्याच्या लक्तरांचं चांदणं अंगावर पांघरून ते आपआपल्या मातीतील जननाट्याची ही परंपरागत कला जिवापाड जपण्यासाठी अजूनही झुंज देताहेत. वेगवेगळ्या जिल्ह्यांतून, गावांतून दौरे करण्यासाठी महागड्या मोटारी आणि तंबूसामान खरेदी करायचे. त्यासाठी कर्जबाजारीपणाचे ओझे पाठीवर घ्यायचे. बँकांची कर्जे आणि आपल्या मातीचे ऋण फेडण्यासाठी जन्मभर फिरत्या चाकांवरचे बिनभरवशाचे जिणे जगायचे; मात्र आपली भाषा आणि संस्कृतीची जपणूक करण्यासाठी हाडे उगळायची, असा हा आतबट्ट्याच्या धंद्याचा अविरत प्रकार भारतभर सर्वत्रच आढळतो.

प्रसिद्धी माध्यमांची किरणे त्यांच्यापर्यंत अगदी अभावानेच पोचलेली आहेत; मात्र आधुनिक मालिका, चॅनेल्स, उच्च तंत्रज्ञानाने इतर कलांचा होणारा फाजील गौरव, धमाल प्रसिद्धी आणि प्रचंड धन या गोष्टी या गरिबांच्या वाट्याला येत नाहीतच. उलट तंत्रज्ञानाच्या झपाट्याचे तडाखे मात्र या अशा गावोगाव फिरणाऱ्या जननाट्यांच्या वर्मी बसताहेत. सर्वत्र तीच सापत्नभावाची मिळणारी वागणूक, तशीच राज्य सरकारे, एकाच चेहऱ्याचे पुढारी आणि अधिकारी; परंतु तरीही या गरीब यक्ष-किन्नरांची हिंमत आणि जिंदगी जगायची जिगरही सर्वत्रच सलाम करावी अशी आढळून येते.

गेल्या साडेचार दशकांत मला भेटलेली ही अस्सल मराठमोळी माणसे. या कादंबरीच्या निमित्ताने बहुजनांचे रंगपीठ गाजवणाऱ्या त्या थोर अभिनेत्री आणि अभिनयवीरांचा धांडोळा घ्यायचा मी प्रामुख्याने प्रयत्न केला आहे. विशेषत: त्यातील स्त्री कलावंतांचे योगदान खूपच वरच्या दर्जाचे होते. दुर्दैवाने ते अज्ञात आणि प्रसिद्धीपासून पोरकेच राहिले.

चार दशकांमागे गावाकडे आजच्या सारखी ना वाहनांची वर्दळ होती, ना

नीटस रस्ते. चरणच्या उरुसात एका चढ एक असे लोकनाट्य तमाशाचे फड लागायचे, तेव्हा लांबचा रस्ता टाळण्यासाठी रात्री वारणा नदीकाठच्या चिखलमातीतून चुलत्यांच्या सोबत जत्रेच्या ओढीने दोन दोन तासांची ती अंधारातली पायपीट. अनवाणी पायात घुसणारे बाभळीचे ते टोकदार ओले काटे. जत्रेस जाताना ते खूप कळावेदना द्यायचे. सरत्या पहाटेला मात्र माघारी फिरताना नृत्य-संगीत आणि नाट्याचे ते गुलाबी काटे मनात लसत राहायचे. आधीच्या पायातल्या वेदना विसरायला लावायचे.

अजून आठवतात त्या अवीट चाली. वाऱ्याच्या पाठीवर स्वार होणारे त्यांच्या शिलकारातले ते अव्वल शब्द. प्रीतीने आणि वात्सल्याने भरलेल्या, कळवळून मारलेल्या उंच स्वरातल्या त्या गोड ताना. रात्र रंगवणारी ती दीर्घ पल्ल्याची फडातली नाट्यपुष्पे, तीन तीन हजारांच्या गर्दीला आपल्या अजब कलेने रोखून धरणारे ते लोकअभिनेते आणि पोटातल्या काट्यांची पर्वा न करता आपल्या सद्‌गुणांची पखरण करणाऱ्या, जनामनावर गारूड घालणाऱ्या त्या थोर स्त्री कलावंत.

पाठीवरच्या घोंगडी आणि चादरींना न आवरणारी ती कडाक्याची थंडी.
त्या मधाळ रात्री आणि ते धुंदावलेले दिवस.
ते उरूस, त्या जत्रा.
गेले ते दिवस. संपल्या त्या जत्रा.
आता सगळ्याचाच बाजार झाला आहे.

– विश्वास पाटील

१

मावळ खोऱ्यातल्या लिंबारे गावची चैती जत्रा. गावाच्या मधोमध वाहणारी नदी उन्हाळ्यात कोरडी पडलेली. नदीच्या काठावर वड, पिंपळ, चाफा आणि लिंबाची मोठी दाटी. त्या बनातच मधोमध विठ्ठलाचं दीडशे वर्षं पुराणं मंदिर. तिथेच आता विठोबाची जत्रा खच्चून भरली होती. रात्रीची वेळ. वडालिंबाऱ्याच्या फांद्यांतून अंधाराचा पडदा फाडत भगभगीत प्रकाश बाहेर फाकलेला. त्यात मधूनच पेरलेल्या रंगीबेरंगी दिव्यांच्या माळा चमचमत होत्या.

त्या छोटेखानी गावात गावकरी, मुंबयवाले आणि पावणेरावळे धरून पंधरा हजारांची गर्दी झालेली. रेवड्या-बत्ताशांची दुकानं, बच्चे लोकांच्या कपड्यांची हारीनं मांडलेली दुकानं, स्त्रियांचे सोन्याचं पाणी दिलेले बारीक घडणावळीचे नकली दागिने, खऱ्या चमक्या, बिंदल्या अशा नाना तऱ्हेच्या दुकानांनी आणि ठेल्यांनी जत्रेतला बाजार भरून गेला होता.

नदीकाठच्या टेकाडावर विठ्ठल मंदिराच्या गाभाऱ्यात जाण्यासाठी भाविक स्त्री-पुरुषांची मोठी रांगच लागली होती. मंदिराला एकशे वीस पायऱ्यांचा उभा जिना होता. दीडशे सालामागं काळ्या पाषाणातून कोरून काढलेल्या फरसबंद पायऱ्यांची ती मांडणावळ. तिकडे सरकणारी गर्दी काही कमी होत नव्हती. तो सारा परिसरच अबीरबुक्क्यानं भरून गेलेला.

पलीकडे खंडाळ्याच्या घाटाखाली एकेकाळी तुकाराम महाराज अनेकदा घाट उतारावर साजगावला जाऊन राहायचे. अहोरात्र विठ्ठल नामसंकीर्तनामध्ये गुंग असायचे. त्यामुळे त्यांना शोधत पंढरीहून विठूमाउली थेट साजगावी यायची. देव तिथे काही काळ राहिला. मग त्या छोट्या गावाचं रूपांतर तीर्थक्षेत्रात झालं. तिथं दरसाल मोठी जत्रा भरू लागली. त्या निमित्तानं तेथे कोकणातल्या खाऱ्या माशांचा मोठा बाजार भरायचा. सुके बांगडे, सुरमया, बारीक-मोठे खुसखुसे झिंगे यांनी बाजार नुसता मोडून पडायचा. घट्ट कासटी पातळं नेसलेल्या, हारेच्या हारे खारे मासे घेऊन आलेल्या कोळणी आणि शेलक्या मालावर तुटून पडणारं

घाटावरचं गिऱ्हाईक यांची जत्रेत तोबा गर्दी उडायची. विशेषत: इथे रुचकर सुकवलेले बोंबील खूप मिळायचे. त्याच्या नावावरूनच देवाला 'बोंबल्या विठोबा' असं पडनाव मिळालं होतं.

पूर्वी एकदा घाटाखालून मूळ रूपातला पांडुरंग अदृश्य होऊन थाटात पंढरीकडे निघालेला. सोबत पालख्या, अबदागिऱ्या आणि संतांचा मेळा चाललेला. दिवसा लिंबारे गावाजवळची गर्द आमराई दिसली, तेव्हा देवासोबत चाललेलं ते सारं वऱ्हाड सावलीसाठी तिथं टेकलं. त्या गारेगार सावलीत देवाचा कधी डोळा लागला ते त्यालाही समजलं नाही. नदीच्या पलीकडच्या तटाला किल्ल्याच्या आकाराची इनामदारांची एक जुनाट गढी होती. तिच्या पडक्या बुरुजाजवळ इनामदारांची धाकटी बहीण मंगलाक्का उभी होती. खरं म्हणजे ती जन्मांध; पण आमराईतल्या विठूरायाचं तेज असं झगझगीत होतं की, आंधळ्या मंगलाक्कालासुद्धा त्याचं सगुणसाजरं रूप पाहायला मिळालं. तेव्हा तिनं जागेवरूनच देवाला कळकळीचं साकडं घातलं, "रे माझ्या पांडुरंगा, ऽ ऽ या मातीत तुझं येणं हे या गावपांढरीच्या जन्माचं सोनं. आता इथं गार सावलीत टेकलाच आहेस, तर कृपा कर. या गरीब गावाला वनवासी टाकून तू इथून जाऊ नको रे राजा."

आंधळ्या मंगलाक्काच्या काळजातल्या हाकेपुढं देव पाघळला. त्या काळापासून विठोबा जो इथे रमला आहे, तो कायमचाच.

चैत्र महिन्यात दरसाल इथं विठूरायाचीच यात्रा भरते. जशी पंढरपुरात पांडुरंगाकडे एका बाजूला वारी आणि पंचमीच्या वेळेला रुक्मिणीच्या मंदिराकडे उत्पात मंडळींची लावण्यांची बारी! तसाच लिंबारे गावचा विठोबाही मोठा रसिक होता. त्याला सोनंनाणं, हिरेजवाहर असा श्रीमंती नजराणा चालायचा नाही. देव बिचारा गावासारखा साधा राहिला. जत्रेवेळी गळ्यामध्ये एकवीस नारळांच्या तोरणांची माळ हवी. शिवाय कोणत्याही परिस्थितीत दरसाल जत्रेवेळी कानावर तमाशातल्या हलगी-ढोलकीचा कडकडाट पडला पाहिजे. तसंच डोळ्यांना फडकत्या पदराच्या पैठणी नेसून नाचणाऱ्या कोल्हाटणींच्या नृत्याचं सुख बघायला मिळालं पाहिजे. थोडक्यात, गावच्या भाषेत विठूरायाच्या पायरीजवळ तमासगिरांची 'हजेरी' लागायलाच हवी. त्यात खंड पडला आणि गावावर एखादं संकट आलं तर मात्र देव त्याची जबाबदारी घ्यायचा नाही.

चालू वर्षी लिंबाऱ्याच्या जत्रेत बाकेराव बागणीकरसह गगनराव कवठेकर तमाशा मंडळाची हजेरी चालू होती. गाव तसं भोळं आणि देवाच्याच आदेशानुसार चालणारं. या जत्रेत तमाशा कोणाचा आणायचा? दत्ता महाडिक, विठाबाई नारायणगावकर की बाकेराव बागणीकरसह गगनराव कवठेकर, यावर गावात बऱ्यापैकी झगडा झाला. शेवटी गावकऱ्यांनी एकमतानं ते काम देवावर सोपवलं.

सक्या गुरवाने विठूरायाच्या कपाळाच्या उजव्या बाजूला तांदळाचे कण चिकटवले. तीन वेळा कौल लावला. तिन्ही वेळा देवानं बाकेरावच्या तमाशासाठीच उजवा कौल देऊन टाकला.

संध्याकाळी सातच्या दरम्यानच पेट्रोमॅक्सच्या बत्त्या पेटल्या. जनरेटरचं इंजिन मोठ्यानं कोकलायला लागलं. ढोलकी आणि हलगीचा मोहरा रंगला. झाडापानांच्या आडून गणाचे सूर ऐकू येऊ लागले.

गण संपला. गवळणी नट्टापट्टा करून ठुमकत ठुमकत मथुरेच्या बाजारी निघाल्या. सुरुवातीला त्यांना मथुरेच्या नाक्यावर पेंद्यानं रोखलं. मग कृष्णदेव आला. देवाच्या मनोरंजनासाठी जुन्या अवीट चालीच्या गौळणी गायल्या गेल्या. मध्येच हास्याचे आपटबार फुटू लागले. समोर बसलेल्या चार हजार रसिकांनी थोड्या वेळातच बाकेराव आणि गगनरावच्या अस्सल मराठमोळ्या ढोलकी फडाच्या तमाशाला डोक्यावर घेतलं.

तीन गल्ल्या टाकून पलीकडच्या बाजूला मारुतीचं जुनाट मंदिर होतं. त्याच्या आवारात गावातल्या तीनचारशे स्त्रियापोरींनी गर्दी केली होती. कशाची तरी वाट पाहत त्या मोठ्या औत्सुक्यानं तिथे अर्धवट अंधारात खोळंबून उभ्या होत्या. पलीकडून दोघं यात्रेकरू चाललेले. पैकी परगावच्या एका पाहुण्यानं डोळं बावरं करत विचारलं, ''इथं आडबाजूला तुमच्या गावच्या इतक्या पोरी कशाला गोळा झाल्यात?''

''त्यांना तमाशा बघायला जायचंय.''

तो पाहुणा खो खो करून हसत बोलला, ''च्यायला, चांगलंच 'वळणाचं' दिसतंय तुमचं गाव?''

''का? काय झालं?''

''कसली रे तुम्ही माणसं? तमाशा म्हणजे अचकट पाचकट विनोद, चेष्टामस्करी आणि लावणीच्या नावावर पुरुषांना भुलवणाऱ्या, तोंडाला रंग लावलेल्या बायांचा आडवातिडवा नाच!''

''तुमच्या गावकऱ्यांनी काय साधूसंन्याशांच्या माळा घातल्यात काय?'' स्थानिक गावकरी उखडला.

''आमच्या गावात स्त्रियाच काय पण पुरुषसुद्धा तमाशाच्या वाटेला जात नाहीत.''

''तमाशाच्या नावाखाली तुम्ही उडत्या चालीच्या पाचकळ लावण्याच बघण्यात जन्म घालवला असंल. अख्खी रात्र जागवणाऱ्या ढोलकी फडातला 'वग' बघितलाय का तुम्ही कधी?''

''वग म्हणजे?''

''चला की दाखवतो तुम्हाला, बाकेरावचा वग 'तुका चालला वैकुंठाला'.''

''आता तमाशाच्या फडात कुठून आला तुकाराम?''

''तेच दाखवतो, चला माझ्यासंगं.''

रात्रीचा अकराचा सुमार झालेला. वर विठूरायाच्या गाभाऱ्यात भक्तांची प्रचंड दाटी झालेली. माणसावर माणूस पडत होतं. देवासमोर उघड्याबंब अंगानं सक्या गुरव सकाळपासून बसून होता. आतली प्रचंड गर्दी, धूप आणि उदबत्त्यांचा धूर, गर्दीचा न आटणारा पूर आणि त्या साऱ्यामुळं कोंडणारा श्वास. या सर्वांचा त्याला वैताग आला होता. मंदिराच्या खालच्या अंगाच्या मैदानातला तमाशाचा ढोलकी आणि हलगीचा कडकडाट अखंड सुरू होता. तिथली खडी गायकी आणि घुंगरांचा छनछनाट वर गाभाऱ्यातही ऐकू येत होता. जसे ढोलकीचे ठेके चढणीला लागायचे तसा त्याचा ध्वनी मंदिराच्या फरसबंद भिंतीवरून परावर्तीत व्हायचा.

सक्या गुरवाचे पुतणे, नातेवाईक आणि त्याच्या दोन बायका सारेच दिवसभर देवाच्या सेवेत राबत होते. देवाला आलेल्या नारळाने भरलेल्या गोण्या, ते जरीकाठाचे पोषाख, रुक्मिणीदेवीसाठी गोळा झालेल्या साड्या आणि चोळीचे खण अशा त्या भेटवस्तूंनी गाभारा भरून गेलेला. बाहेरही अंगणात सामान ठेवायला जागा नव्हती. त्यात उद्या सकाळपासून ते उद्या मध्यरात्रीपर्यंत मुख्य मानकरी आणि सेवेकरी या नात्यानं सक्याच्या सर्व कुटुंबाला राबायचं होतं. त्याच्या धाकट्या बायकोकडे देवाच्या अंगावर पडलेली रोकड गोळा करायचं काम होतं. तीही चवल्यापावल्या आणि पन्नासशंभराच्या नोटा दिवसभर मोजून

कंटाळून गेली होती. सारं कुटुंबच जत्रेच्या त्या जिकीरीच्या दिवसानं आंबून गेलं होतं.

रात्रीचे साडेअकरा झाले आणि खालून तमाशाच्या तंबूतून 'तुका चालला वैकुंठाला'चा शिलकार कानावर पडू लागला.

"ऐका ऽ ऽ देहुगावची सांगतो हकिगत,
तुकाराम कुणबी होता तिथं राहत
नित्य गढला असे पांडुरंगी हरिभजनात
मंबाजी म्हणे तुंबाजीला, चला देहू गावाला
त्या तुकारामाची खोड मोडायला ऽ ऽ
हा जी रं दाजी जी जी जी"

खाली फडात ढोलकी आणि मांगहलगी जोरात घुमायला लागली. सुरत्यांनी शिलकाराची रिघाटी "है रं दाजी रं जी जी जी" अशा आपल्या पातळ लंब्या आवाजात ओढायला सुरुवात केली. चढ्यानं वाजणाऱ्या हलगी आणि ढोलकीचे तोडे मंदिराच्या भिंतीवर आपटू लागले. वातावरण धुंद झालं. त्याबरोबर चमत्कार घडला. अचानक सक्या गुरव 'हुंम हुंम' करून मोठ्यानं घुमू लागला. सारे हडबडले. एकाएकी कधी नव्हे ते जत्रेच्याच दिवशी सक्याच्या अंगात देव आला. तसे बाहेरच्या पडवीला बसलेले सरपंच आणि इतर मानकरी आत पळत आले. तिथे अचानक संचारलेला देव पाहून त्यांची घाबरगुंडी उडाली. आपणा कोणाकडून देवाचा एखादा अपराध घडला किंवा कोणी त्याची उगाच कळ काढली का? नाहीतर जत्रे दिवशी पंचक्रोशीला दर्शन द्यायचं सोडून देव असा मध्येच घुमायला का लागला? पाटील, मानकरी आणि बलुत्यातल्या पंचांनीही देवाच्या पायावर सपशेल लोटांगणं घातली. गावचा पाटील मोठ्या काळजीनं कळवळला, "देवाऽ काय चुकलं गावपांढरीचं? चुकी पदरात घाल देवा."

"हुंम हुंमऽ हुंमऽऽ" गुरवाच्या अंगातला देव घुमत बोलला, "सोन्याचं मणी, रत्नाच्या खाणी, गावाचं भविष्य जाणावं कुणी?"

"देवा, इतकं का रागावलात?"

"अरे मूर्खांनो ऽ आभाळातला देव पृथ्वीवर येतो, तेव्हा मानवाचंच रूप घेतो. गधड्यांनो, माणसाला कंटाळा येतो, अन् देवाला नाय का रे?"

"हुकूम करा, देवा. नैवेद्य सांगा, तोड सांगा." गावकऱ्यांनी गाऱ्हाणं घातलं.

"पयला माझा दरवाजा बाहेरच्या अंगानं बंद करून घ्या. रेट झालं दर्शन. मला आता उकडायला लागलंय. दरवाजा बंद. एकदम कटाप."

"म्हणजे दर्शन बंद?"

"पहाटेच्या पाराला उद्या पुन्हा सुरू करा."

सक्या गुरवाने तारवटलेल्या तांबूस डोळ्यांनी गावकरी आणि मानकऱ्यांच्या डोळ्यांत बघितलं. देव मोठ्याने खिंकाळला. गरजला, "दहा नद्या आणि शंभर गावं ओलांडून बाकेराव नावाचं माझं लेकरू माझ्या हजरीला आलंय. बघा की तिथं खाली फडात किती सुरात गातंय! माझ्या तुकोबाला, चोखोबाला, सर्व्या संतमेळ्याला जागं करतंय. चलाऽऽ उठा."

"कुठं जायचं देवा?"

"पायऱ्या उतरून माझ्यासंगं चला. त्या बाळाची कला बघताना माझ्या डोळ्यांना सुख मिळू दे. तहानलेल्या जिवाची भूक पळू दे."

तातडीनं मंदिर बंद झालं. मानकरी, ताशावाले, शिंगवाले उठून सज्ज झाले. विठोबारायासमोरची शोभेची छोटी मूर्ती सन्मानानं पालखीत ठेवली गेली. शिंगं वाजली. ढोल वाजले. खेळगडी मावळी ठेक्यात लेझीम खेळू लागले. वाजत-गाजत सुरातालात देवाची पालखी निघाली. दीडशे पायऱ्या उतरून खाली तमाशाच्या तंबूत आली. प्रेक्षकांत समोरच्याच बाजूला बडी खुर्ची ठेवली गेली. त्यावर विठूरायाची मूर्ती स्थानापन्न झाली. वगनाट्य आधीच सुरू झालेलं. वग बघण्यासाठी कनातीत घुसलेल्या स्त्रियामुलींनी जोराने टाळ्या वाजवल्या. त्या आपसात बोलल्या, "इकडं तुकोबाराय आल्याचं कळालं म्हणून तर साक्षात देव गड उतरून खाली आला."

आपल्या लोककलेचा आनंद लुटायला खुद्द देवच आल्याचं बघून तमाशा मंडळातले सारे कलाकार खूप भारावून गेले. सर्वांत पुढे तुकाराम बनलेले बाकेराव आणि तुंबाजी झालेला गगनराव धावले. त्यांनी देवाला लोटांगण घातलं. काही चुकलंमाकलं असेल तर क्षमा करावी म्हणून स्वत:चे कान पकडले. माफी मागितली. देवाच्या समोर जागरणाचा एक तोडा वाजवून पुन्हा कलाकार बोर्डाकडे धावले. जोराने ढोलकी वाजू लागली. मृदंगाने ताल धरला. तसे त्या गीत, संगीत आणि नाट्यामध्ये समोरच्या प्रेक्षकांबरोबरच आजूबाजूच्या झाडावरचे पक्षीसुद्धा दंग झाले.

'प्रभात' फिल्म कंपनीच्या सिनेमात तुकारामाला छळणारा एक सालोमालो होता. पटकथाकारानी त्या विक्षिप्त विनोदी ब्राह्मणाची व्यक्तिरेखा उभी केली होती, जो देहूत राहून तुकोबाला अखंड छळ छळ छळत राहतो. त्या संघर्षाच्या धारेतून कथानकाचा ओघ पुढे वाहतो. तशीच या वगाची बांधणी करताना दिवेकर मास्तरांनी आणि माधवराव नगरकरांनी मूळच्या तुकोबाच्या चरित्रातल्या मंबाजी बरोबर तुंबाजीला पुढे आणलं होतं. ही मंबाजी-तुंबाजीची जोडगोळी जिथे तिथे तुकोबाला आडवी येते. अशा छोट्या-मोठ्या संघर्षातून तुकारामांचं जीवननाट्य

पुढं सरकत राहतं.

शिलकार संपताच एकीकडून मंबाजी झालेला रामकृष्ण आणि तुंबाजी झालेले गगनआप्पा स्टेजवर आले. त्यांच्या डोक्यावरच्या भल्यादांडग्या पुणेरी पगड्या, अंगातल्या ढगळ लांब बाराबंदी, कमरेची घोळदार धोतरं आणि पायामध्ये पुणेरी जोडे असा बेंगरूळी वेष पाहून प्रेक्षकांत खसखस पिकली. आपल्या ओठावरच्या छपरी मिशा हलवत तुंबाजी झालेल्या गगनआप्पाने नाकातून लंबा सूर काढला, "रें ऽ ऽ तुक्या, ये ढोंगी तुक्या, तू कुठे आहेस?"

एका हातात चिपळ्या आणि दुसऱ्या हातात वीणा घेऊन बाकेरावरूपी संत तुकाराम मंचावर येतात. तुकोबाने वीणा छेडली. ते विठ्ठलभक्तीत कायावाचामने तल्लीन झाले. उंच आणि मधाळ आवाजात त्यांनी गायला सुरुवात केली. बाकेरावनी आपल्या फडात गावाकडच्या अस्सल भजनी मंडळाला नोकरीस ठेवलं होतं. ते उत्तम वादक, वारकरी झालेले सुरते, ती रसाळ अभंगवाणी यामुळे साऱ्या वातावरणाला रामनामाची वेगळीच धुंदी चढली होती. नामसंकीर्तनात अतिशय मग्न झालेल्या तुकोबांना पाहून मंबाजी भयंकर चिडतो. आपल्या गेंगाण्या आवाजात विचारू लागतो, "काय रे ढोंगी तुक्या ऽ संस्कृत म्हणजे साक्षात देववाणी! त्यातली रहस्ये तू मराठीतून कसा सांगतोस? गावंढळा, हा भलता अधिकार तुला दिलाच कोणी? लोकांना का फसवतोस?" तेव्हा परमेश्वर-भक्तीत धुंद झालेले तुकोबा गाऊ लागले,

"नामदेवे केले जागे,
स्वप्नामध्ये सवे पांडुरंगे येऊनिया,
सांगितले काम, करावे कवित्व
वेगळे निमित्त सांगू नये."

उत्तरोत्तर तुकारामाचा वग रंगतच गेला. ट्रिक सीन हे बाकेरावसह गगनआप्पा तमाशा मंडळाचं खास वैशिष्ट्य होतं. त्यासाठी ते मुबलक पैसा खर्च करायचे. आताही त्यांनी बोर्डावर प्रकाश योजनेच्या बळावर देहू गावचा आणि इंद्रायणीच्या थडीचा मूर्तिमंत देखावा उभा केला होता. नदीतल्या पाण्याच्या झुळझुळत्या लाटाही प्रेक्षकांना बघायला मिळत होत्या. गावातले समाजकंटक तुकोबांना आपली अभंगाची बाडं इंद्रायणीत कसे फेकायला भाग पाडतात, मग सलग तेरा दिवस तुकाराम महाराज नदीतीरी बसून कसे अभंगातून देवाला आळवतात, ते करुण दृश्य सुरू होतं. बाकेरावच्या आर्त सुरातल्या अभंग गायनाने तंबूतल्या प्रेक्षकवर्गावर अक्षरश: गारूड घातलं होतं.

सक्या गुरव मूळचा वारकरी. त्यामुळे त्याचंही मांदं रिंव रिंव करू लागलं.

त्याने एका पोराला तमाशाच्या विंगेत धाडलं. तो पोर आतून टाळ घेऊन पळत आला. जेव्हा बोर्डावर तुकोबाचे अवीट अभंग रंगायचे, तेव्हा प्रेक्षकांतील स्त्री-पुरुष आपल्या हातांचे टाळ करून अभंगात स्वत: बुडून जायचे. सक्या मध्येच उठायचा अन् पंढरीच्या वाटेवर रिंगणात नाचणाऱ्या वारकऱ्यासारखा सभोवती फेर धरायचा. नाचायचा. बाकेरावने सर्वांनाच आपल्या नादी लावलं होतं.

वग सुरू होऊन बराच वेळ झाला होता. दीड-दोन तास उलटले. दिवसभर गाभाऱ्यातल्या उदबत्ती आणि धुपाने, तसेच सोळा-सतरा तास आत बसून सक्याचे अंग खांडकासारखे दुखू लागलेले. त्याला झोप आवरेना. त्याने आपल्या दोन पोरसवदा वयाच्या शिष्यांना देवाकडे लक्ष द्यायचं फर्मान सोडलं. तो तिथेच धूळमातीत खाली पडला. त्याने बाकीच्यांना सांगितलं, "मी झोपलो तरी माझं 'मनलक्षू' जागंच राहणार."

"म्हाराज, आपणाला 'मन:चक्षू' म्हणायचं असेल?" शेजाऱ्याचा भाबडा प्रश्न.

"हां, तेच ते गाढवा. कोणी विठ्ठल म्हणतात तर कोणी पांडुरंग."

बाकेराव बागणीकराने आपल्या गायन आणि अभिनयाच्या बळावर समोरच्या हजारो प्रेक्षकांवर कबजा केला होता. आधीच त्याचा सावळा रंग, किडकिडं शरीर, अंगात बाराबंदी, कमरेला कुणबाऊ धाटणीचं धोतर आणि डोक्यावर साधंसुधं मुंडासं. खडे गायन आणि मुखातली मृदू, रांगडी भाषा त्यामुळे तिथल्या प्रत्येकाला तो आपल्या शेताबांधातला माणूस वाटायचा. त्याचा आवाज जसा गोड तसाच भात्यातून सुटलेल्या बाणासारखा भेदकही. वीणा वाजवत 'रे ऽ ऽ विठ्ठला' अशी आर्त हाक त्याने दिली की, ती शेजारचा डोंगर भेदून पलीकडे जाते की काय असं वाटायचं.

काही वर्षांपूर्वी बाकेराव आणि गगनराव या अत्यंत गरीब व गुणी कलाकारांनी स्वतःचा फड उभा करायचं दारिद्र्यात स्वप्न बघितलं. त्यासाठी ते तडक शिर्डीला गेले. तिथे गोंदकरांच्या खळ्यात मुक्कामाला राहिले. दुसऱ्या दिवशी पहाटे त्यांनी साईबाबांच्या दरबारातच अवीट चालीतला गण सादर करून हजेरी लावली. तेव्हापासून मात्र ते फक्त यशाच्याच मार्गावर दौडत राहिले.

मुळात बाकेरावच्या जिभेवर पेशवाईपासून ते आतापर्यंतच्या लावण्यांचं आणि शाहिरी रचनांचं भांडार होतं; पण त्यापेक्षाही तो भक्तिरसात अगदी आरपार घुसलेला. एकदा देहूच्या जत्रेत त्याने आपल्या जिभेवर असणारे शंभर अभंग एका भक्तिपीठापुढे गाऊन दाखवले. शिवाय वेगवेगळ्या रागदारीत तुकोबा, चोखोबा आणि बहिणाबाईंच्या असंख्य रचनाही गावकरी आणि वारकऱ्यांसमोर सादर केल्या. तेव्हा देहूच्या जत्रेत तमाशाचा फड सादर करायला परवानगी

मिळालेला तो पहिला लोककलाकार ठरला. त्याच्या तुकोबाच्या आणि राजा हरिश्चंद्राच्या वगासाठी बायाबापड्यासुद्धा तमाशाच्या तंबूत गर्दी करतात, हे लिंबाऱ्यातल्या लोकांच्याही कानावर आलं होतं.

तुकारामांची भोळीभाबडी पण तरीही जहांबाज वाटणारी, विठ्ठलभक्तीच्या नादाने वेड्या झालेल्या पतीला धारेवर धरणारी, परंतु त्याचवेळी आपल्या भर्तारावर अपार माया करणारी जिजाऊ. ती समोरच्या गर्दीतल्या प्रत्येक स्त्री-पुरुषाला आपल्या घरातील कोणी ताई, माई आणि आक्का वाटत होती. तुकोबांचं जीवनचरित्र, त्यांच्या जीवनातले चढ-उतार, हास्यखेद रसिकांना आपलेच वाटत होते. बुडणाऱ्या जनांना पाहून हळहळणारे, समाजातल्या ढोंगी वृत्तीवर प्रहार करणारे, वृक्षवल्लरीच्या संवर्धनासाठी कळवळणारे, हळवे, मानवप्रेमी विष्णुदास बाकेरावांनी आपल्या तगड्या अभिनयाच्या आणि गायनाच्या ताकदीवर उभे केले होते.

रात्रभर 'तुका चालला वैकुंठाला' खूपच रंगला होता. तहान-भूक, निद्रा सर्व काही विसरून हजारो प्रेक्षक जणू कैवल्याचा आनंदच लुटत होते. पहाट व्हायला आली. तुकोबा वैकुंठी निघाले. त्यांना देवलोकात नेण्यासाठी पाठीमागे गरुडाच्या आकाराचं पुष्पक विमान तयारच होतं. ते चाकपट्ट्यावरून सरकत समोर रंगमंचावर आले. तुकोबाराय त्यात बसले, वैकुंठी चालले. तुकोबांच्या दोन्ही अंगठ्यांत खेचपट्टीच्या दोरीच्या गाठी बांधलेल्या. एकीकडे तुकोबा एका हाताने वीणावादन आणि दुसऱ्या हाताने चिपळ्या वाजवत होते. विमानात बसल्या बसल्या ते आपल्या अंगठ्याने खेचपट्टीची दोरी ओढत होते. त्यामुळे आपोआप गरुडाचे दोन्ही लंबे, झोकदार पंख हलू लागायचे. त्यामुळे पाणीदार डोळ्यांचा तो पक्षी जिवंत असल्याचं भासायचं.

तुकोबा चालले. हे जग, ही मिथ्यामाया, लागेबांधे सारं सोडून दूर निघाले. तेव्हा त्यांना निरोप देण्यासाठी तंबूतले आणि तंबूपल्याड गर्दी केलेले हजारो रसिक उठून उभे राहिले.

"आम्ही जातो आमुच्या गावा
आमुचा रामराम घ्यावा"

समूहाच्या त्या आवाज लहरीने सक्या गुरवाला जाग आली. त्याला मध्येच मिळालेली दोन-अडीच तासांची झोप दुसऱ्या दिवशीच्या विठ्ठलसेवेसाठी पुरेशी होती. अतिशय प्रसन्न चित्ताने त्याने पुन्हा टाळ हाती घेतले. आर्त स्वरातला तो अवीट अभंग सर्वांच्या हृदयाला चाटून जात होता. उठलेले प्रेक्षक आपल्या हातांचे टाळ करून त्या अभंगाची री ओढू लागले होते. बघता बघता विमान वर

जाऊ लागलं. झटकन तंबू, राहुटी, नव्हे तमाशाच्या तळावरील सर्व दिवे बंद झाले. प्रकाशाचा एक मोठा तेजाळ लोळ दिसू लागला. अगदी दिव्यत्वाच्या झोतासारखा. त्याच्या उजेडातच पुष्पक विमान आभाळाकडे सरकत असल्याचं दिसलं. कंपनीने छोटी चक्रं, वायरी आणि यारींच्या साहाय्याने ते विमान तंबूच्या वरच्या टोकापर्यंत खेचून न्यायचं नियोजन केलं होतं. तो प्रकाशाचा लोळ आणि मध्येच फॉग मशीनच्या साहाय्याने तयार केला गेलेला धूर यामुळे पुष्पक साक्षात स्वर्गगंगेच्या किनाऱ्याकडे सरकत असल्याचा भास झाला.

भक्तिभावाने सद्‌गदित झालेली ती जनता, अवीट गोडीचा अभंग, टाळमृदंगाची ती वेगवान लगबग आणि ते ढगाच्या पोटात जाणारं पुष्पक विमान. सारे रसिक एवढे भारावून आणि वेडावून गेले होते. सर्वजण जसं काही शतकांचा पडदा फाडून देहू गावाच्या वेशीवर जाऊन उभे ठाकले होते. डोळ्यांतील गरम अश्रू पुसत तुकोबांना निरोप देत सकाळचा वारा भैरवीचा सूर धरून रामनामात गडबडा लोळत होता.

"माझ्या वैकुंठीच्या रायाऽऽ
हां, हां विठ्ठल सखया हां हां ऽ ऽ
हरि नारायणा, नारायणा, वासुदेव नंदना
हरि पुंडलिका वर दे
विष्णू तू गोविंदा ऽ ऽ"

तंबूतले दिवे लागले. प्रेक्षक झुंडीने बाहेर पडू लागले. यारीवर चढलेलं गरुड विमान पलीकडच्या बाजूला खाली उतरलं. विमानाच्या पोटातून बाहेर आलेले बाकेराव बाजूच्या शिडीच्या आधाराने जमिनीवर आले. तिथेच विंगेजवळ एका पोराने त्यांना बसण्यासाठी खुर्ची पुढे सरकवली.

बाकेराव तीन तास वग रंगवून अक्षरश: थकून गेले होते. चायवाल्या भैयाने त्यांच्यासमोर काचेचा गरम प्याला धरला. बाकेराव त्याचे घोट घेऊ लागले. हसऱ्या चेहऱ्याने उभ्या असलेल्या भैयाकडे त्यांनी रागानेच बघितलं; कारण कालपासून त्यांना सक्तीचा उपवास घडला होता. त्यांनी स्वत:साठी आणि फडासाठी एक कायमचा नियम बांधून घेतला होता. ज्या दिवशी तुकारामाचा वग असेल त्या दिवशी कंपनीतल्या कुणीही अगदी फुकट मिळाली तरी दारू प्यायची नाही. मांसमटण खायचं नाही. आपल्या रक्तात त्या विषाचा अंश घेऊन स्टेजवर चढायचं नाही.

तोंडाला चहाचा गरम घोट लावताना बाकेरावांना लगेच बोलायचं होतं, "गाढवा, या नव्हे, 'त्या' चहाची पयली सोय कर." परंतु तोवर 'माउली माउली' करून समोरून शे-दोनशे रसिकांचा तांडाच आत धावत आला. बायाबापड्या, पोरंसोरं नव्हे तर बाकेरावच्या कलेने कृतकृत्य पावलेले ज्येष्ठ पुरुषही त्याच्या पायावर डोकं ठेवू लागले. ज्या बायाबापड्यांच्या अंगाखांद्यावर लेकरं होती, ती त्यांनी कौतुकाने बाकेरावच्या हातावर, पायावर ठेवायला सुरुवात केली. तर काहीजणांनी आपल्या बरोबर तुळशीच्या माळा आणल्या होत्या, त्या बाकेरावांच्या हस्ते आपल्या गळ्यात घालून घेतल्या.

पलीकडे पाटील, चौगले आणि मानमानकरी तेथून निघायच्या तयारीत होते. तोवर सक्या गुरव पुन्हा घुमायला लागला. पुन्हा रामाधर्माच्या पारी त्याच्या अंगात देव आला. गावची कर्ती मंडळी पुन्हा बुचकळ्यात पडली. एका मानकऱ्यानं सक्यापुढे लोटांगण घालत विचारलं, "देवा, अजून काय चुकलं?"

तेव्हा अंगात आलेला देव सरळ गायलासुद्धा लागला,

"जत्रेमाजी तुम्हारूपे तुकोबाच आला
मेलेला गाव भक्तिरसे जागा केला ऽ ऽ"
"अरं पण देवा, तुझी इच्छा तरी काय आहे?"
"हरिमुखे म्हणा, हरिमुखे म्हणा
चार बैलजोड्यांचा रथ सत्त्वरी आणा ऽ ऽ"

"पण देवा परमेश्वरा, आता उजाडता उजाडता बैलं आन रथाचं करायचं काय?"

"जो रामतुकयाची गोडी वाढवी
तयाची जंगी मिरवणूक गावातून काढावी"

देवाच्या त्या फर्मानाबरोबर काही मोजक्या मंडळींची तोंडं रंजीस झाली. बाकीचे मात्र लागलीच मिरवणुकीसाठी तयार झाले. ज्यांनी तोंडं वाकडी केली होती, ते धिटाव्याने देवापुढे गेले. त्यांनी स्पष्ट तक्रार केली, "देवा भगवंता, बाकी कायबी सांग; पण ही मिरवणूक नको."

"वत्सा! चांगल्या कामात आडवा बांबू का घालतोस?"

"अरे देवा, तो बाकेराव आणि त्याच्या बरोबरीची बहुतेक माणसं गावकुसाबाहेरची आहेत. दलित आहेत. भटके डोंबारी, कोल्हाटी आहेत. त्यांना डोस्क्यावर घेऊन कसं नाचायचं?"

चिडलेल्या देवाने सरळ गावकऱ्यांना शिवी हासडली, "अरे, सुकाळीच्यांनो ऽ रातभर रामायण ऐकून सकाळच्या पारी रामाची सीता कोण म्हणून मलाच उफराटा सवाल करता?"

देवाचा काळसर चेहरा घामाने थबथबून गेला होता. आपले इंगळासारखे लाल डोळे गावावरून गरागरा फिरवत देव कडाडला, "तुम्ही माणसांनीच माणुसकीची माती केलीत. देव बाटवले. धर्म दांडीवर वाळत घातला. अन् आता थेट विठ्ठलाला विचारायचं धाडस करता? माझा सेना न्हावी कोण? सावता माळी कोण? सोनाराचा नरहरी कोण? नामदेव शिंपी कोण? डोळे असून तुम्ही आंधळ्यासारखं वागायला निघाला तर सांभाळा तुमचा गाव. मी चाललो रे माझ्या पंढरीला. कायमचा."

गावकरी बावरले. सक्या गुरवाचं तोंड हुप्या माकडासारखं लालेलाल दिसायला लागलं. देवाचा तो राग बघून गावकऱ्यांच्या पोटात काळीज राहिलं नाही. पळापळ झाली. आठ बैल आणून त्याच्या चार जोड्या सज्ज केल्या. देवळाजवळ उभ्या असलेल्या रथाला जोडल्या गेल्या. तुकोबाच्या वेषातला बाकेराव रथामध्ये चढू लागला, तेव्हा निवडणुकीत निवडून आलेल्या उमेदवारासारखा गावकऱ्यांनी त्याचा जयजयकार केला. रात्रभराच्या त्याच्या सादरीकरणामुळे म्हातारीकोतारी-सुद्धा इतकी भारावून गेली होती की, अनेकांनी "फाकड्या ऽ, तुझ्यामुळं मूळ रूपातली तुकोबा मावली बघायला घावली," म्हणत त्याला आलिंगन दिलं. गळ्यात पाच-सहा मोठे हार घालून बाकेरावला रथाच्या मखरात बसवलं गेलं. समोर शिंगे, ताशा वाजू लागला. मिरवणूक रंगू लागली.

खरं तर खेळ सुटल्यावर लगेच जेवायला बसायचं हा तमाशा फडाचा रिवाज. आतासुद्धा तमाशा कलावंत आणि बिगाऱ्यांना कडकडून भूक लागली

होती; परंतु आताचा बाकेरावचा होत असलेला गौरव बघून त्यांचाही ऊर अभिमानानं भरून आलेला. इतर वेळी 'अडाण्यांची फालतू कला' म्हणून तमाशा मंडळाची जिथे तिथे छी: थू: व्हायची. तमाशात काम करणाऱ्या कलाकारांना त्यांचे सोयरे लग्न अगर वास्तुशांतीसारख्या समारंभांना आमंत्रणसुद्धा देत नाहीत. आपला पाहुणा तमाशात आहे हे इतरांना कळलं तर अब्रूचं खोबरं होईल अशी त्यांना भीती वाटते. असा आपल्या कलेला हाडतुड करणारा समाज. त्या पार्श्वभूमीवर आपल्या बाकेरावासारख्या कलावंताचा देवासारखा गौरव होतो आहे. त्याच्या सन्मानासाठी आख्खा गाव जंगी मिरवणूक काढतो आहे, या कल्पनेनेच सर्वांच्या पोटातली भूक दूर पळून गेली होती.

गावच्या वाद्यांच्या जोडीला तमाशातली वाद्यंही धावून आली. ताड ताड ताशा वाजला. घुम घुम घुमकं घुमलं. गुरवानं आपल्या गालफडात हवा भरून अगदी बेंबीच्या देठाला ओढ देत शिंग फुंकायला सुरुवात केली. मिरवणुकीतल्या धडाकेबाज संगीताला भलताच सूर सापडला. मखरात बाकेराव नव्या नवऱ्यासारखा हरखून बसला होता. त्यानं मोठ्या कौतुकानं गगनआप्पा, रामकृष्ण अशा साथीदारांनाही आपल्या जोडीला बसवलं होतं. रात्रभर आपल्या गायकी आणि अभिनयाच्या सामर्थ्यावर बाकेरावनं गाव खुळा केलेला. गावपांढरीतल्या आयामाया तर अगदी कृतकृत्य झाल्या होत्या. दारावरून जेव्हा नवरदेवाची वरात जाते, तेव्हा गावातल्या बाया त्याच्यावरून नारळ आणि मीठमोहऱ्या ओवाळतात. त्याच कौतुकानं घराघरातल्या स्त्रिया 'तुकोबा'ला औक्षण करायला बाहेर धावत होत्या.

रथावर फुलांचा आणि गुलालाचा वर्षाव होत होता. बाकेरावचं मन भरून आलं होतं. जीवनातले आरंभीचे ते उपासमारीचे आणि हेळसांडीचे दिवस त्याला आठवत होते. म्हसोबाच्या माळावर बेवारस होऊन मरणासन्न अवस्थेत पडलेली त्याची माय, त्याला वाटेत मागे टाकून पुढे गेलेला फड, ती जन्माची रड, सारं काही चित्रासारखं डोळ्यांसमोर उभं राहत होतं. जुनी शाहिरी गाणी, त्या बतावण्या, ते सांधे, त्या टाकण्या सारं सारं सभोवतीनं गरगर फिरत होतं. आपल्याबरोबर आपल्या माळामुरडाच्या रानवट कलेचा होणारा गौरव पाहून त्याच्या डोळ्यांत पाणी उभं राहत होतं. मागे-पुढे चाललेल्या दोन हजाराच्या त्या मिरवणुकीकडे तो निरखून बघत होता. त्या गर्दीत आपल्या अंगावरचं रेशमी उपरणं सावरत आणि करवतकाठी धोतरातले, गुडघ्यापर्यंतच्या लंब्या कोटातले झपाट्यानं पुढं चालणारे शाहीर पठ्ठे बापूराव त्याला दिसत होते. बाजूनेच चालणारे एक म्हातारबा फोटोतल्या भाऊ फक्कडसारखे दिसत होते. ते लंब्या निमुळत्या दाढीतले शाहीर लहरी हैदर, हातात रणहलगी घेऊन चाललेले अमर शेख, झुंजार शाहीर आणाभाऊ सारा लढाउंचा मेळा दिसत होता. बायाबापड्यांच्या गर्दीत ती बाई सुंदराबाई

पुणेकर, विठाबाई, राधाबाई, ती पवळा हिवरगावकरीण कितीजणींना तरी तो वेड्यासारखा धुंडाळत होता.

अश्रू पुसता पुसता त्याच्या डोळ्यांसमोर डिलाईल रोडवरची ती कामगार वस्ती, गिरणीच्या भोंग्यावर जागी होणारी ती जुनी मुंबई, ते पिलाहाउस, ते हनुमान थियटर आणि ते डबडा टॉकीज सारं काही जसंच्या तसं दिसत होतं.

२

गणेश उत्सवातल्या नाट्यप्रयोगाचं मुंबईच्या लालबाग नावाच्या कामगार वस्तीमध्ये धमाल आकर्षण असायचं. त्या वर्षी तर दिग्दर्शक परब मास्तर जिद्दीला पेटलेले. त्यांनी 'राणी रूपमती' या ऐतिहासिक नाटकाचा प्रयोग बसवलेला. त्यातला रूपमतीचा रोल तर एकदम ढासू आणि काळीजफाडू होता. अशी जबरदस्त भूमिका आपल्या वाट्याला आल्यामुळे बाकेराव भलताच खूश होता. गेले तीन महिने तो नीट जेवला नव्हता की झोपला नव्हता. डबडा टॉकीजच्या मागच्या बोळात बसून त्याने अगदी रात्री बेरात्रीसुद्धा डायलॉग पाठ केले होते. त्यासाठी पूर्वी गंधर्व कंपनीत काम केलेल्या एका बुढ्ढ्या नटाकडून रीतसर तालीमही घेतली होती.

गणेश उत्सवातली विविध देखाव्यांची ती प्रचंड आरास. आजूबाजूचा कामगारांचा आणि चाळकऱ्यांचा प्रचंड उत्साह, त्यामुळे गणपतीचा सण हे वर्षातलं मोठं आकर्षण ठरायचं. डिलाईल रोडचं नाटक बघायला तर चेंबूर आणि बांद्र्यापासून पब्लिक धाव घ्यायचं. राणी रूपमतीची भूमिका ही तर परब मास्तरांच्या भाषेत 'नाटकाचा कलेजा होता.' ती खास स्त्रीपार्टी भूमिका मिळाल्यानं बाकेरावच्या रक्तात खुशीची कारंजी उसळत होती.

जमके तैयारी झाली. नाटकाच्या सादरीकरणाचा दिवस उजाडला. अंधार पडला. रंगीबेरंगी दिव्यांचा चमचमाट सुरू झाला. नाटकाची वेळ भरत आली. कोवळ्या ओठांना गुलाबी लिपस्टीक लावून झालं. लांब रेशमासारख्या मुलायम केसांचा तयार टोप बाकेरावनं डोक्यावर गच्च बसवला. मेकअपमनच्या साहाय्यानं लांबसडक वेणीला पीळ घालायचं सुरू होतं. तेवढ्यात विंगेच्या बाजूला दुसरी घंटा घणघणली. कलाकार आणि बॅकस्टेजवाल्यांची गडबड उडाली. समोरच्या आरशात आपला रंगवलेला चेहरा पाहत बाकेरावनं एक लाडिक मुरका मारला. सोबतच्या शऱ्याला तो बोलला, "बाप रे, शरद, मला भीती वाटतेय रे -"

"का रे? काय झालं?"

"आमच्या बाबांना नाटकबिटक बिलकूल आवडत नाय. चुकून इथे कुठून आले तर? तुडवून काढतील रे मला. आधीच पोलिसाची जात."

"असं घाबरून कसं चालायचं? तुला तर रंगभूमीवरचा बडा 'नटसम्राट' बनायच्या गुदगुल्या होतात ना रे?"

बाकेरावचा तो चिंतेनं काळवंडलेला चेहरा खुलायचं नाव घेईना. तसं शऱ्यानं विचारलं, "इतका का रे तुझ्या बापाचा नाटकाला विरोध?"

"आहेच रे."

"का? काय व्हावंस तू असं वाटतं त्यांना?"

"त्यांच्यासारखंच कडक आणि रुबाबदार ऑफिसर. त्यासाठी तर त्यांनी भरमसाठ खर्च करून मला शिरोडकर शाळेत घातलंय. तुमच्यासारखा मी म्युन्सिपाल्टीच्या आंडुगुंडू शाळेत नाही जात."

आपल्या बापाच्या कडक शिस्तीची बाकेरावला आठवण झाली. त्यांनी त्याच्यासाठी गणिताची खासगी ट्यूशन लावलेली. ड्यूटीवरून परतल्यावर अंगावरची वर्दी काढायच्या आधीच ते स्वत:च त्याच्यावर प्रश्नांची सरबत्तीही करत. अशा टोकाच्या शिस्तीच्या वातावरणात तो वाढत होता. अशा वेळी चोरून नाटकात घुसून ॲक्टिंग करणं म्हणजे क्रांतिकारक बनून रेल्वेपुलाच्या खाली सुतळी बॉम्ब पेरण्यासारखं धोक्याचं होतं.

तेवढ्यात शरद लगबगीनं बाहेर गेला. तिथल्या मैदानावर नाटक पाहण्यासाठी उसळलेली आजूबाजूच्या चाळकऱ्यांची उसळलेली गर्दी त्याने बघितली. समोरची रांग बघताना त्याने भीतीने गपकन डोळे मिटले. तो तसाच पळत आत आला आणि कानाशी लागला, "बाक्या, बघ रे बाबा. समोरच्या लायनीला काही पोलीस अधिकारीसुद्धा येऊन बसलेत."

"असू दे म्हणा. बाबांचं पोस्टिंग इथं नाय, तिकडं भायखळ्याकडं आहे." बाकेराव बोलला खरा; पण उगाचच थंडगार भीतीचा गोळा त्याच्या पाठीच्या मणक्यातून खाली-वर सरकत असल्याचं त्याला जाणवलं.

दिग्दर्शक परब मास्तर म्हणजेसुद्धा एक जंग्शन प्रकरण होतं. ते तालमीत आपल्या सर्व कलाकार शिष्यांना ठणकावून सांगायचे, "आपला गणपतीतला प्रयोग कसा गोळीबंद झाला पाहिजे. अन् बाकेराव लेका, भाग्य तुझं! राणी रूपमतीसारखी अशी अव्वल, लंबीचौडी आणि अफलातून भूमिका एखाद्या नटाच्या म्हातारपणापर्यंतसुद्धा त्याच्या वाट्याला येतेच असं नाही. तुझा पार्ट म्हणजे तुझ्यासाठी आपल्या नानांसारखंच मोठं चॅलेंज."

"कोण नाना?"

"गधड्या, आपले बालगंधर्व! नाना अनेकदा साडीचोळी नेसून, नट्टापट्टा

करून हळदीकुंकवाला जायचे; पण शेकडो बायकांच्या घोळक्यात ते कोणालाच ओळखू यायचे नाहीत. तसेच तू फेक डायलॉग आज खटाखट! तशीच तुझी ॲक्टिंग बघून पब्लिकच्या डोळ्यांना भूल अन् काळजाला पीळ पडला पाहिजे.''

बाकेराव गुरूमंत्रानुसार कामाला लागला होता. पट्टीचा स्त्रीपार्टी बनण्यासाठी त्याने मुलीबाळींचं नटणं, मुरडणं, त्यांचं लाडिक हास्य, डोळे मोडणं, ठुमकत चालणं अशा किती तरी बारीक लकबी शिकून घेतल्या होत्या. त्याची उमर अवघी सोळा वर्षांची होती. रंग सावळा, मात्र बांधा अगदी सडपातळ चिंचेच्या फोकेसारखा. त्याच्या चपळ शरीरावर आणि अटकर बांध्यावर साडी मोठी खुलून दिसायची.

प्रेक्षकांची तोबा गर्दी उडाली होती. नाकाला धुपाचा वास लागला. आता तिसरी घंटा होऊन पडदा वर सरकणार, तेव्हा खूप गडबड उडाली. बाकेरावनं आपल्या गुलाबी गालावर रोझब्रशची आणखी एक ताजी छटा ठेवून दिली. राणी रूपमतीची भरजरी साडी, पिवळ्याधमक सोन्यापेक्षा अव्वल दिसणारे अंगावरचे नकली दागिने. एकूणच रूपमती बनलेल्या बाकेवचं ते अत्यंत मादक दिसणारं रूप कोणीही पाहात राहावं असंच होतं. मेकअप रुमच्या पडद्याच्या सांध्यातून आत चोरटी नजर टाकणारा बाहेरचा एकजण आपल्या मित्राच्या कानात सांगत होता, ''साला, या बुढ्ढ्या परब मास्तराची नजर मात्र भलतीच सेक्साट आहे राव -''

''का रे, काय झालं?''

''बघ ना ती नटी! थेरड्यानं कुठल्या माडीवरनं, कुठल्या मोहल्ल्यातनं हे गुलजार पाखरू काढून आणलंय कोणास ठाऊक?''

''लेका, ही तर कंडी जिलेबी, जिलेबी कसली, त्या गुज्जु लोकांचा मालपोवाच म्हणायचा राव.''

तिसरी घंटा झाली. नमन झालं. अन् पहिला अंक उत्तरोत्तर चढत्या भाजणीने रंगतच गेला. सर्वांचं पाठांतर चोख होतं. त्यामुळे ऐतिहासिक संवाद तव्यावरच्या लाहीसारखे उडालेच; परंतु राणी रूपमती इतकी मादक, सुंदर अन् हवीहवीशी वाटत होती की, बहुतांशी सर्व प्रेक्षक स्वत: बाजबहाद्दर बनून तिच्या प्रेमात बुडाले होते. रूपमतीचं नाजूक बोलणं, वावरणं, तो राजेशाही थाट पाहून ती भूमिका कोणी 'नाच्या पोऱ्या' किंवा 'स्त्रीपार्टी' वठवतो आहे, अशी शंका कोणाला येणंच शक्य नव्हतं. उलट परब मास्तरांनी प्रयोगापुरती दामदुप्पट पैसे मोजून कोणी फाकडी व्यावसायिक नटीच आणली असावी, असा सर्वांचा ग्रह झाला.

एकतर अभ्यास सोडून बाकेराव बाहेर कुठेही हिंडताना दिसायचा नाही. त्यामुळे तो रूपमतीच्या लिबासात कोणाला अजिबात ओळखू आला नाही. उलट

प्रवेश संपल्यावर तो जेव्हा विंगेत आला, तेव्हा ती तरणीज्वान पोर आहे असं समजून बाहेरचे लोक हावऱ्या नजरेनं आपल्याभोवती घोटाळत आहेत, हे जेव्हा त्याच्या लक्षात आलं, तेव्हा तो अधिकच लाजून चूर झाला.

दुसऱ्या अंकाची घंटा आणि पळापळ सुरू झाली. आपल्या प्रवेशाची वाट बघत पडद्याजवळ बाकेराव येऊन उभा राहिला. तेवढ्यात आडव्या अंगाचा एक जाडजूड आणि कुर्रेबाज हवालदारमामा आपल्या हातातलं दंडुकं नाचवत तिथे गडबडीने घुसला.

"कुठं, कुठं हाय रे तो परब मास्तर?"

"मीच तो," शाबासकीच्या अपेक्षेने परब मास्तर छाती काढून समोर उभे ठाकले.

"तू होय? मानलं गड्या तुला," खवचटपणे हसत आणि मास्तरांच्या कानाजवळ आपलं तोंड नेत तो बुड्ढा हवालदार बोलला, "ही रूपमती, हा कंडा माल कोठून उचलून आणलास रे?"

"साहेब, अहो ती पोरगी नव्हे, पोरगा आहे."

"ये मास्तरा ऽ ऽ, डिपार्टमेंटमंधी काम करता करता काळ्याचे पांढरे झाले आमचे. आमच्या या वयात तू आम्हाला बाई आणि बाबातल्या फरकाची इद्या शिकवायला निघालास काय रे पेनसुऱ्या?"

परब मास्तर गोंधळले. हवालदार गरम झाल्याचं पाहून त्यांनी काळजीपोटी विचारलं, "काय हो साहेब, आम्हा नाटकवाल्यांकडून काय मिस्टेकबिस्टेक घडली का?"

"च्यायला, मिस्टेकच म्हणायची. ते तिथं पुढच्या अंगाला बसलेले आमचे वरिष्ठ हाफिसर बघ. सहज गंमत म्हणून पाच-दहा मिनिटांच्या बोलीनं नाटक बघायला बुड टेकून बसले होते लेकाचे. अन् तुझी ही चिकनी भिंगरी उतारली की त्यांच्या कवटीत. आता बघ बघ आमच्या त्या वरिष्ठांपैकी एक तरी गब्रू जागेवरनं उठायला तयार आहे का?"

"म्हणजे?"

"कळंल सारं मागनं; पण पडदा पडल्यावर लगेच पळायची गडबड करू नका रे."

"म्हणजे हो साहेब?"

"आमच्या साहेबलोकानला सत्कार करायचाय तुम्हा कलावंत मंडळींचा."

मध्येच समोरच्या खाकी वर्दीतल्या खास रांगेकडे बाकेरावची चळती नजर गेली, तसा त्याने चटकन आपला मुखडा दुसरीकडे वळवला. न जाणो, त्या अधिकाऱ्यांपैकी कोणी आपल्या बापाचा मित्रबित्र निघाला तर आपली पुरती वाट

लागायची. त्याचे वडील भुजंगराव भोसले यांचा दराराच तसा होता. कडक शिस्तीचा आणि धाडसी वृत्तीचा प्रसिद्ध अधिकारी. बाबांसमोर बाकेरावने आपल्या रुक्मिणी आईला फक्त मुक्यानंच वावरताना बघितलं होतं. ती सतत भुजंगरावच्या दबावाखाली घाबरत जगायची. ती एकांतात बाकेरावला सतत इशारा देत राहायची, ''एकवेळ यमाच्या रेड्याबरोबर टक्कर घेणं परवडलं; पण तुझा बाप म्हणजे भारी ताप आहे. कडक आणि तिरसट.''

''पण माय, अशी रोज किती घाबरशील गं त्याला?''

''नाय रे पोरा. एखादी छेर तुझ्या बापाच्या डोक्यात बसली की, मरेस्तोवर ती बाहेर पडायची नाही. अभ्यास कर. मोठा ऑफिसर बन, नाहीतर तुझा बाप तुलाही आणि मलाही नीट जगू द्यायचा नाही.''

बाकेरावला खात्रीच होती. आपल्या बापाला आपल्या या स्त्रीपार्टी सोंगाचा सुगावा लागला तर मोठा अनर्थ होईल; कारण नाटक, सिनेमा आणि नाचगाणं ही भुजंगरावांच्या शब्दांत ''केवळ भिकार लक्षणं. 'उठवळ लोकांचा नालायक उद्योग.' 'खालच्या पातळीवरचं घाणेरडं काम.''' मात्र बाकेरावच्या अंगातलं कलावंताचं रक्त त्याला गप बसू देत नव्हतं. एकेकाळी उत्तम नर्तिका म्हणून त्याच्या आईच्या, रुक्मिणीच्या पायातला झंकार त्याच्या रक्तात नुसती कारंजी पेरायचा. आईसारखीच त्यालाही गोड गळ्याची देणगी होती; पण घरात नाचगाणंच नव्हे तर साध्या गुणगुणण्यावरही बंदी हुकूम लागू होता.

जेव्हा गणपतीसाठी मंडळाचं नाटक बसू लागलं, तेव्हा हार्मोनियमचे सूर ऐकताना बाकेरावचं मन हिरव्या कुरणात चरणाऱ्या हरणासारखं बागडू लागायचं. नाटकातलं एक पद गायला तो एकदा तालमीत उभा राहिला, अन् तो परब मास्तरांच्या मेंदूत जाऊन घट्ट बसला. त्यांनी बाकेरावच्या बरोबर त्याचं घर गाठलं. त्याच्या आईला खडसावून विचारलं, ''इतकं चमचमतं माणिक डालपाटी-खाली झाकून ठेवायचा तुम्हाला काय अधिकार?''

स्वत: जातिवंत कलाकार असलेल्या बाकेरावच्या आईने मास्तरांच्या शब्दांतली तळमळ लगेच ओळखली. एक वेळ जनावराच्या नाकात वेसण बांधता येते; परंतु वादळाला खोलीत कोंडून ठेवता येत नाही. आपला पोर कलेशिवाय जगणार नाही हेही त्या माउलीला माहीत होतं. त्यामुळे तिने बाकेरावला नाटकात काम करायची परवानगी दिली. घाबरून परब मास्तरांना इशाराही दिला, ''जे करायचं ते चोरून करा. याचा दूमपता पोराच्या बापाला लागता कामा नये. नाहीतर त्याचा एखादा हातपाय मोडल्याशिवाय राहणार नाय. माझा संसारबी वाऱ्याला लागंल.''

रंगमंचावरून वावरताना बाकेराव आज भलताच खूश होता. मेहनत आणि

कडक पाठांतराच्या जोरावर त्याने रूपमतीचं स्त्रीरूप झकास वठवलं होतं. या भूमिकेतून बाकेरावला अभिनयाच्या अनेक संधी पुढे उपलब्ध होतील, असं चहापानाच्या वेळी भेटणारे रसिकच उघड बोलत होते. त्या आनंदाच्या कैफात मात्र बाकेरावच्या मनात एकाच दु:खाचा गलबला दाटत होता. आपली कला बघायला आज प्रेक्षकांत आपली गरीब आई यायला हवी होती.

एकदाचं नाटक संपलं. रंग लावलेली पोरं तोंड पुसण्यासाठी आत धावू लागली. तेवढ्यात पाठीमागून परब मास्तर कडाडले, "थांबा रे कार्ट्यांनो, गडबड करू नका. मेकअप उतरवू नका."

"का हो, काय झालं?"

"आमच्या वरीष्ठांची तुमच्या कलेवर खूप मर्जी बसलीय. त्यांना तुम्हा कलाकारांबरोबर पेशल फोटू काढायचे आहेत." मघाचा तो हवालदारमामा येऊन तिथे गरजला.

आपल्या जाड्याभरड्या आवाजात हवालदारानं सांगितलं, "चला रे ऽऽ फोटूला चला. हे बघा, थांबा ऽ तिकडं सगळीच जत्रा जायला पायजेल असं नाही. निवडक आर्टिस्ट तेवढे चला बाबांनो. सगळ्यांच्या आधी पोरींना पुढं घ्या, म्हणजे लगेच फोटूचं काम मस्त सुराला लागंल." निवडक नटसंच बाजूच्या सरस्वती लॉजमध्ये गेला. पहिल्या मजल्यावरच्या झिरो बल्बच्या मंद प्रकाशात ते खोळंबून उभे राहिले. बाजूच्या खोलीतून अधिकाऱ्यांचं गडगडाटी हास्य आणि खुशीच्या आरोळ्या बाहेर ऐकू येत होत्या. सर्वत्र दारूचा दर्प आणि सिगारेटचा धूर भरलेला. ते वातावरण पाहून परब मास्तर चांगलेच गडबडून गेले. पचपचीत घामानं भिजले. एक-दोन अधिकारी बाहेर आले. फोटो काढायचा देखावा झाला. बाहेरच्या त्या खोलीतली गर्दी हटवली गेली. म्हणजे शेवटी फक्त परब मास्तर आणि रूपमती बनलेला बाकेराव असे दोघंच उरले.

हवालदाराने आपल्या घामेजल्या हातात काही नोटा पकडल्या होत्या. त्या जुलमाने परब मास्तरांच्या हाती कोंबत हवालदार बरळला, "घ्या मास्तर. चालून आलेल्या लक्ष्मीला नाही म्हणू नये."

"अहो, पण हे कशासाठी?"

"त्या पल्याडच्या खोलीत आमच्या बड्या साहेबाला तुमच्या या रूपमतीसंगं गुलुगुलु गप्पागोष्टी करायच्या आहेत."

कोणीतरी उंच पाण्याच्या टाकीवरून खाली फेकून दिल्यासारखं मास्तरांना गरगरून आलं. त्यांना धीर देत हवालदार हळू आवाजात बोलला, "पोरीचं भाग्य समजा. असं कंधी होत नाय, मास्तर. अशा किरकोळ नाटकवालीच्या पिरमात एवढा बडा हाफिसर गटांगळ्या नाय खात."

"अहो मिस्टर, मी काय तुम्हाला चमडी दलालबिलाल वाटलो काय?" मास्तरांना घाम फुटला.

"उगाच टेन्शन कशाला वाढवून घेता, राव?"

"अहो मी—मी वरेरकर मास्तरांचा शिष्य आहे. पाच तपांची नाट्यसेवा केलीय."

"कशाला नाराज हुतोस, राजा? हवी तर तुझी अमाउंट वाढवून घे. मंग तर झालं?"

"अगदीच भंपक दिसताहात आपण. जातीचे नव्हे वर्दीचे गुंड!"

"फकस्त दोन तासांची गम्मत हो. तुझ्या पोरीला कायमची घसटायला आमचा साहेब बिनाकामाचा वाटला काय हो, मास्तर?"

तेवढ्यात आतून, "कोण रे, कोण तो बाहेर कोकलतोय?" अशा पिऊन तर्र झालेल्या स्थितीतल्या त्या अंमलदाराच्या हाका बाहेर ऐकू येऊ लागल्या. आतला साहेब कातावल्याचं बघून वर्दीतल्या त्या हवालदारमामाचाही संयम सुटला. त्याने परब मास्तरांची गचोरी पकडली. तसे किडकिडे मास्तर कोंबडीसारखे अंतराळी फडफडू लागले. ते किंचाळले, "सोडा, माझा श्वास कोंडलाय. देवा शपथ मी चमडी दलाल नाही, मी नाट्यदिग्दर्शक आहे!"

"अरं, तेच सांगतोय बाबा. एवढ्या बड्या हाफिसरला एक साधी लौंडी पुरवायची अक्कल नसंल, तर तुला नाटकाचा डायरेक्टर केलाच कुणी?"

३

ती ओली पहाट. त्या कोंदट सरस्वती लॉजच्या माळ्यावरचा तो अंधूक प्रकाश. आत रुममध्ये पिऊन पडलेला बडा साहेब हट्टाला पेटलेला. काही करून त्याला ती नाटकवाली कोवळी पोर आपल्या अंथरुणात चुरडायची होती. कॉरीडॉरमध्ये उभा असलेला हवालदार आणि सबइन्स्पेक्टर या दोघांचीही गाळण उडाली होती. त्यातच रूपमतीचं सोंग घेतलेला पोरगेलासा बाकेराव जागीच भीतीने थरथर उडत होता.

बड्या साहेबाची दंडुकेशाही बघून परब मास्तर जाम वैतागले. ते हवालदाराकडे गयावया करत किंचाळलेच, "अहो, कशी अक्कल नाही तुमच्या साहेबाला? ही पोरगी नव्हे, हा पोरगा आहे आमचा."

हवालदाराने मिटक्या मारत रूपमतीच्या कमरेकडं बघितलं. तिथली अर्धउघडी जवान चमडी बघून तो अविश्वासाने खदाखदा हसला. त्याच्या अंड्याएवढ्या

डोळ्यांनी परबला विचारलं, "मास्तर, आमाला चुत्या बनविता काय?" त्या वर्दीवाल्यांपुढे आपली अक्कल चालत नाही, हे लक्षात येताच परब मास्तर जाम वैतागले. त्यांनी झटकन पुढे होऊन रूपमतीची भिंगाची चोळी इतक्या जोराने खाली खेचली की, तिची बटणं खळकन तुटली. बाकेरावने छातीवर बांधलेल्या नारळाच्या करवंट्यांची दोन भकलं, आतले बनपावाचे तुकडे हा सारा ऐवज खाली गळून पडला. त्याबरोबर हवालदार मोठमोठ्याने खो खो करून हसू लागला.

इन्स्पेक्टरने मात्र हवालदाराचा कान पिरगाळला. त्याला दटावून सांगितलं, "गाढवा, हसतोस काय? वेळ किती भंपक आणि प्रसंग कसला बाका आहे. साहेबाला आत जाऊन स्पष्ट विचार. तुला पुरुषाशी संग करायला आवडेल का? कन्फर्म कर. नायतर मधल्या मध्ये फुकटच्या फाकट तुझी-माझी नोकरी जायची." हवालदार धाडसाने आत गेला. बाकीचे बाहेरच्या दाराजवळ कान लावून उभे राहिले. हवालदार साहेबाला बोलला, "साहेब, ती लवंडी नव्हे. ते एका रांडोळ्या पोरानं घेतलेलं बाईचं सोंग आहे."

"बाई असू दे, नाहीतर बाबा. तिचं रूप बघितल्यापासून माझ्या रक्तात आग भडकलीय. चल खेच तिला आत."

"अवो पण, साहेब?"

साहेबाच्या कपाळावर काटेरी शिंगाचं रान उगवलेलं दिसलं, तसा हवालदार झटकन बाहेर आला. त्याने बाकेरावची मुंडी पकडली. त्याच्या पाठीला आपल्या गुडघ्याचा एक दणका देऊन त्याला आत ढकललं आणि बाहेरून दार ओढून घेतलं. आतून बाकेरावचा ओरडा ऐकू येऊ लागला. अचानक फुरशाने चावा घेतल्यासारखं झालं. दुखावलेल्या बड्या साहेबाने किंचाळणाऱ्या बाकेरावच्या झणझणीत थोबाडात लगावली. पटकन बाजूचा दिवा लावला. त्याबरोबर घामाने डबडबून गेलेल्या बाकेरावने साहेबाकडे बघितलं आणि त्याने मोठ्याने किंकाळी फोडली, "बाबा ऽऽ" सीनिअर इन्स्पेक्टर भुजंगराव भोसलेंची बुबुळं झटकन कपाळात गेली. ते गडबडले. दोन पावलं मागं सरले. तेवढ्यात मदनज्वराने पेटलेल्या आपल्या बापाचं थोबाड बघून बाकेरावला चक्कर आली. तो तसाच लादीवर खाली सप्पय कोसळला.

४

"रुक्मिणी, शेवटी रस्त्यावर नाचून पोटं जाळणाऱ्या तुम्ही बाया! तुम्हाला सुखात महालात ठेवा, दिलात ठेवा—तुम्ही आपल्या भिकार जातीवर जाणारच." बाजूच्या मोठ्या लाकडी पेटाऱ्यावर बसलेले भुजंगराव स्टोव्हजवळ अंग आकसून बसलेल्या रुक्मिणीकडे रागाने बघत होते.

पाच वर्षांमागे हा दोन खोल्यांचा ब्लॉक भुजंगरावनेच रुक्मिणीला दिला होता, तेव्हा बांगडीवाला थियटरमध्ये नाचणाऱ्या रुक्मिणीला भुजंगाने कुंकू लावलं होतं. त्या दोघांचं राशनपाणी, कपडालत्ता सारं काही भुजंगरावच बघत होते. नाटकात स्त्रीपार्टी करणाऱ्या बाकेरावला त्यानी रंगेहाथ पकडलं, त्या साऱ्या खबरा रुक्मिणीच्या कानी आल्या होत्या. त्यामुळेच हुंदका देत आणि पदर पसरत ती कळवळ्याने बोलली, "धनी, चुकलं हो लेकरू. मन मोठं करा अन् चूक पदरात घाला."

"चूक नव्हे, ही घोडचूक आहे."

"दया करा धनी."

"कसली दयेची भीक मागतेस? अगं, या गधड्याच्या अंगावर आयपीएस अधिकाऱ्याची वर्दी चढवून त्याच्यासकट तुझंही कोटकल्याण करायचं माझं केवढं मोठं स्वप्नं होतं. पोरगाही हुशार होता; पण काय करायचं? शेवटी वळणाचं पाणी वळणालाच जाऊन मिळणार."

"माफी करा मालक, पाय धरते तुमचे."

"किती, किती जीव लावायचा गं तुमच्यावर रुक्मिणी! तुझ्या मोहापायी मी चार वर्षं इथंच तुझा बंदीवान झालो. अडकून पडलो. माझ्या लग्नाच्या बायकोच्या जवळपासही फिरकलो नाही गं."

"करा हो माफी करा," ती जोराने हुंदके देत रडू लागली.

"म्हटलं, तुलाही आधार नाही. केवळ तुझ्यासाठी नागपूर टाकलं. लग्नाची बायको विसरलो; पण, पण तुम्ही माझ्या साऱ्या आशाआकांक्षांची पूर्ण माती करून टाकलीत रे."

गणेश उत्सवातल्या त्या नाटकाने रुक्मिणीच्या इवल्याशा संसारावर गंडांतर आलं. भुजंगरावनी त्या मायलेकरांना खरंच जिवापाड माया लावली होती. त्याचं नेहमीसारखं आताही खोलीवर येणं-जाणं सुरू होतं; पण ते गप्पगप्प राहायचे. त्यांनी रुक्मिणीकडे मुक्कामी राहणं सोडून दिलं. ते भायखळ्याच्या पोलीस क्लबात जाऊन पथारी पसरायचे. ते खोलीवर आले की, बाकेराव नेहमीसारखाच त्यांना गरम तेल फासून त्यांचा झकास मसाज करायचा. तो मसाज म्हणजे

भुजंगनानांसाठी एक टॉनिकच होतं.

पूर्वीसारखं बाप आणि लेकामध्ये अजिबात बोलणं उरलं नव्हतं. ब्रेक तुटलेल्या मोटारीसारखी घरातली बोलाचाल भलतंच वळण घ्यायची. त्या प्रसंगाने वैतागलेले भुजंगराव कुरकुरायचे, ''खूप खूप त्रास होतो तुमची तोंडं बघताना. जशी माय तसा लेक. गंदी नाली के किडे! कितीही खर्च करा, जीव लावा; पण सुधारणार नाही तुमची औलाद-''

''अहो, आम्ही कलाकार -''

''अरे, कशाचे कलाकार? साले तमासगीर, नाचे, फालतू. अरे, हा पोरगा बाकेराव इतका हुशार - शाळेतलं ते जबरदस्त पाठांतर, उत्तम हस्ताक्षर-वाटलं तुझं नाव वाढवेल. अरे, याच्यासाठी लागेल तितका पैसा खर्चायची माझी तयारी होती. हा मात्र नटरंग्या ऽऽ शेवटी लुगडी नेसून लागला रंडीसारखा नाचायला.''

मात्र भुजंगरावच्या मनाला एक गोष्ट चांगलीच पटली होती. ती म्हणजे बाकेराव नावाचा हा पोरगा पट्टीचा कलावंत आहे हे खरं. भुजंगरावांनी त्या दिवशी त्याचं आख्खं नाटक बघितलं होतं, तेव्हा बाकेरावने वठवलेलं रूपमतीचं ते सोंग अप्रतिम होतंच, परंतु त्याने आवाजाचा काढलेला तो बायकी हेल इतका वेगळा होता की, ते आपल्या रोजच्या सहवासातल्या त्या पोराला अजिबात ओळखू शकले नाहीत. रुक्मिणी ही कृष्णाची भक्त. 'बाकेबिहारी' हे म्हणे कृष्णकन्हैयाचं नाव. शिवाय बाकेराव याच नावाचा तमाशातला पहिला सोंगाड्या पेशवे काळात होऊन गेल्याचं भुजंगरावांना कोणीतरी सांगितलं. मुळात त्यांना बाकेराव हे नावच थिल्लर वाटायचं.

धरणीकंपाचा तडाखा येऊन गेला की, गाव आणि रानं जशी उदास होतात, मोडून जातात, तशीच भुजंगरावांची गत झाली. ते आपल्या कुटुंबापासून जाणीवपूर्वक फटकून दूर राहतात, हे रुक्मिणीच्या लक्षात आलं. त्यातच रिटायरमेंटच्या वेळेस त्यांची बदली नागपुराकडं होणार असंही तिच्या कानावर आलं होतं. त्या साऱ्या परिस्थितीचा विचार करता बाकेरावचं शिक्षण अर्धवट राहणार. कुटुंबाचं दाणापाणी बंद होणार. कुठं राहायचं आणि कसं जगायचं, या विवंचनेने रुक्मिणी हादरून गेली होती. त्यात ती नकळत खरंच भुजंगरावांच्या प्रेमात अडकलेली; मात्र अलीकडच्या त्या दुर्दैवी घटनेने त्यांच्या नातेसंबंधाला तडा गेलेला. भविष्याच्या चिंतेने तिच्या डोळ्यांतून एकसारखी आसवं गळायची. आईचं ते दुःख बाकेरावला पाहवेना. एके दिवशी दुपारी त्याने रुक्मिणीला खडसावलं, ''कशाला तू रामाची सीता बनायचा आव आणतेस?''

''अरे, हळू बोल, बाकेराव.'' आईनं त्याला रोखायचा प्रयत्न केला.

''तू समजतेस तेवढा तो माणूस स्वच्छ किंवा चारित्र्यवान नाही.''

"पहिलं तुझं थोबाड बंद कर, बाक्या. शपथ आहे तुला. तू विसरू नकोस तो तुझा अन्नदाता आणि जन्मदाता बाप आहे."

"शरीरातली आग विझवण्यासाठी नाटकात काम करणाऱ्या कोवळ्या पोराला अंथरुणात ओढणारी ही घाणेरडी, आंबटशौकी अवलाद."

"अरे, काय सांगतोस, पोरा?" आई किंचाळली.

"तेच सांगतोय गं. कसला आलाय तुझा कुंकवाचा धनी? बाया कमी पडतात म्हणून कोवळ्या पोरांच्या मांसाला चटावलेला हा लांडगाच."

रुक्मिणीने बाकेरावच्या खाडकन मुस्काटात मारली. त्याला स्पष्ट सांगून टाकलं "तुला तुझी ही माय हवी असेल तर नानांबद्दल एकही वावगा शब्द बोललेलं मला खपायचं नाही."

५

"तुम्ही कोणाशी बोलताहात? काय बोलताहात? माझी पोर रंगकली म्हणजे कोण वाटली हो तुम्हाला? जिच्यासमोर शुक्राच्या चांदणीचा दिमाखसुद्धा फिका पडेल अशी ती रूपयौवना! माझ्या काळजाची कळ!! लेक कसली, एक सुंदर, सद्‌गुणी देवताच पोटी आलीय माझ्या," रंगबाजीतला तो शाहीर स्वत:च्या लेकीचं कौतुकानं गुणगान करत होता.

"अहो, पण दादा?"

"तिच्याबद्दल वाकडी जीभ उचलायचं धाडस तुम्ही करताच कसं?"

ढंगदार लेहरी फेट्यातला वगसम्राट अर्जुनराव पवाराचा देखणा, रुबाबदार चेहरा रागाने लालबुंद झाला होता.' त्यांचं साठीतलं पीळदार शरीर, खडा आवाज आणि उठावदार गरुडी नाकसरीसोबत टपोरे भेदक डोळे, त्यांचा एकूण नूरच कमालीचा आक्रमक बनलेला. त्यांच्या रंगकली नावाच्या पोरीबद्दल कागाळी आल्याने ते भलतेच गरम झालेले.

समोरची मंडळी स्प्रिंग तुटल्यासारखी घाबरून, आकसून गेली होती.

"आहे का काही ठोस पुरावा माझ्या पोरीच्या बदचलनाबद्दल तुमच्याकडे? असेल तर द्या."

"पण?"

"पण नसेल तर मात्र तिच्याबद्दल वाईट शब्द बोलणाऱ्यांची तोंडं मी फोडल्याशिवाय राहणार नाही."

कोकिळेच्या कंठातलं गोड गुंजन लपून राहत नाही. वेड लावणारा कस्तुरीचा

सुगंध कोणाला रोखता येत नाही. ढगांचा झिरझिरीत पडदा फाडून पुनवेचा चांद आभाळाच्या माथ्यावर येतो. आपल्या तेजस्वी रूपाचा पिसारा घेऊन उगवतोच, तसंच शाहिरांनी कोणा चंद्रावळीचं वर्णन केल्याप्रमाणे —

"राहीची धाकुटी बहीण होती चंद्रावळ
मृगनयना एक एक डोळा दिसे चंचळ
अंगी वीर्य जसे कुपीतील जल निर्मळ
हृदयावर जोबन दोन्ही हलती कमळं
वेणीत केवडा सुगंध परिमळ
गोरी भुरकी गालावरती हिरवा तीळ
नासिका चोच राव्याची देह कोमळ
मंजुळ शब्द जशी टाहो करिती कोयळ

असं रंगकलीचं देखुणपण आणि तिचे स्फटिकासारखे सद्‌गुण लपणारे नव्हते. त्यामुळे तिच्याबद्दल कोणी एखादा वेडावाकडा शब्द काढायचा अवकाश. अर्जुनराव त्याच्या कानाखाली बेधडक लाफा द्यायला कमी करायचे नाहीत.

अर्जुनरावांच्या तमाशाचा कॅम्प कोकरूडच्या माळावर पडू लागला होता. समोरून वाहणाऱ्या वारणा नदीनं अर्धचंद्राकार असा झोकदार वळसा घेतला होता. माळावर सपाट जागा बघून बिगारी पोरांनी खुणेच्या तीन पहारी मधोमध ठोकल्या होत्या. काही जणांनी गुंडाळलेल्या मोठ्या तंबूच्या पाकळ्या खोलून त्या जमिनीवर पसरून ठेवायला सुरुवात केली होती. बाजूला कंपनीचे दोन ट्रक, कलाकारांना बसावयाच्या दोन बस, टेम्पो अशी वाहने उभी होती. ट्रकातलं सामान खाली उतरवलं जात होतं. तंबू आणि कनातीसह सारा साज उभा करायला किमान तीन तास लागणार होते. समोर स्टेजबांधणी चालू होती. त्यासाठी काही पोरं ट्रकातल्या जाडजूड लोखंडी कैच्या आणि लाकडी फळ्या डोक्यावरून वाहून नेत होती. कनातीचा पडदा लावण्यासाठी चिवारीच्या बल्ल्या पसरून ठेवायचंही काम सुरू होतं.

बिगारी पोरांनी पुरुष कलाकारांच्या विसाव्यासाठी एक मोठी चौकोनी आकाराची राहुटी उभी केली होती. सभोवती पांढरा पडदा तणगून बांधला होता. आत धूळमातीत जाजम अंथरून तात्पुरत्या बैठकीची व्यवस्था केली होती. तिथेच मेढीला टेकून अर्जुनराव बसलेले. त्यांच्या समोरच तो तक्रारीचा तीर घेऊन आलेली मंडळी खाली माना घालून बसली होती.

रंगकलीला कोणी उणंवंगाळ बोलला की, अर्जुनरावांना तो आपल्या स्वतःवरचाच हमला वाटायचा. त्यांच्या गड्यानं गांज्यानं भरलेली चिलीम त्यांच्या हाती दिली.

अर्जुनानं तिचा लंबा झुरका ओढला, तेव्हा त्यांच्या झुपकेदार मिशा थरथरल्या. जळत्या निखाऱ्यामुळे चिलमीचं तोंड लालेलाल दिसू लागलं. त्यांनी आपली नजर राहुटीबाहेर टाकली. तिथं राबणारी बिगारी पोरं मराठवाड्याच्या दुष्काळी भागातून आलेली गरिबाघरची लेकरं. ती बहुतांशी पोरं विशीच्या उबंरठ्यावरची, किडकिड्या अंगाची, झिपऱ्या वाढवलेली होती.

बिगारी, कारागीर आणि कलाकार मिळून दीडशे लोकांचा तो ढोलकी फडाचा बहुरंगी तमाशा. ते एका गावाहून दुसऱ्या गावाला किंवा लांबची सुपारी असेल, तर एका मुलखातून दुसऱ्या मुलखाकडे रोज धावणारं एक लग्नाचं वऱ्हाडच होतं. त्या धावत्या सर्कशीचे स्वच्छतेचे हाल मात्र बघवत नव्हते. वाटेतच एखाद्या मोठ्या ओढ्यावर किंवा भरल्या नदीत गडबडीनं अंघोळ उरकायची. काल रात्रीच्या तमाशातल्या तरण्याबांड गवळणी दह्यादुधाचे माठ घेऊन मथुरेच्या बाजाराला गेल्या होत्या, तेव्हा रसिकांच्या डोळ्यांसमोर त्यांनी रंगसंगीताची एक दुसरी इंद्रपुरीच उभी केली होती. सोळा शृंगार आणि बत्तीस अलंकार घालून आपल्या नृत्य-संगीताच्या जोरावर कृष्णकन्हैयाचे डोळे भुलवले होते. आता त्याच गौळणी पारोशा अंगानं हातात टमरेल घेऊन संडासासाठी आडवाटेला जागा शोधत होत्या. त्यांचा थवा लाजत, कोणी बघेलबिघेल अशा धाकधुकीनं पलीकडचा बांध उतरून उसाच्या शेतात घुसला. उसाच्या लांब करवती पानांनी अंग कापू नये, अशा बेतानं त्या बिचाऱ्या आडोशाला गेल्या.

समोरची मंडळी अर्जुनाच्या धाकानं काही बोलेनात. तसे अर्जुन पवार उठून राहुटीच्या बाहेर आले. तोवर त्यांचा घोड्यांची वाहतूक करणारा टेम्पो येऊन समोर उभा राहिला. एका बिगारी पोरानं मागचा फाळका पाडला, तशी टेम्पोतली दोन्ही घोडी अंगाला झटका देत खाली उतरली. त्यातला रुंदाड पाठीच्या ढवळ्या घोड्यावर अर्जुनराव उडी ठोकून बसले. नव्या मुक्कामाच्या जागी पोचल्यावर तासभर न चुकता घोड्यावरून रपेट मारायची, हा अर्जुनरावचा रोजचा खाक्या होता.

तमाशाच्या वेड्या नादापायी पवारांनी आपल्या साठ एकराच्या बागायती जमिनीला बाजार दाखवला होता. त्याच्या विक्रीतून ढोलकी, पायपेटी अशी संगीताची हत्यारं, ट्रक, मोठा शिडाचा तंबू, कनात असं बारदान गोळा केलं. कलाकार जमवले. संच बांधला. जगाच्या दृष्टीनं उनाड असलेल्या या वेड्या छंदापायी त्यांनी बार्शीच्या आपल्या पुरातन, खानदानी वाड्याला रामराम घातलेला.

अर्जुनरावाचं कुटुंब म्हणजे परांडेकर-देशमुखांची देखणी पोर सरूताई. लग्नात एकतीस बैलगाड्यांचं मोठं वऱ्हाड आलेलं. पंधरा वर्षांचा नेटका संसार आणि सरूताईसारखी नांदती कस्तुरी सोडून अर्जुनानं रंगबाजीचा बदनाम रस्ता पकडलेला.

गेली चौदा वर्षं बार्शीच्या वाड्यात सरूताई सुकल्या तुळशीच्या रोपासारख्या वाळून गेलेल्या. इकडे पट्ठे बापूरावांसारखी तमाशाची मशाल हाती धरून अर्जुनराव पवार लोककलेच्या प्रांगणात तळपत राहिलेले.

नातलग आणि मित्रपरिवाराला दुसऱ्या एका गोष्टीचा धक्का बसला होता. अर्जुनराव फक्त तालेवार पाटील नव्हते, तर रंगबाजीच्या डोहात उडी घेण्यापूर्वी इंदापूरच्या तहसील कचेरीत नायब तहसीलदार म्हणून काम करत होते, तेव्हा मामलेदाराच्या दारावर पट्टेवाला म्हणून उभा असणारा त्यांचा दुलारी शिपाई. तोही तमाशाचा आणि लोककलेचा मोठा नादी. आपण मामलेदारांच्या बेलच्या हुकुमाचे ताबेदार आहोत. त्यासाठीच त्यांच्या केबिनबाहेर मुख्य नाईक शिपाई म्हणून आपली नेमणूक झाली आहे, याचाच त्याला अनेकदा विसर पडायचा. त्याऐवजी दह्यादुधाचे माठ घेऊन गौळणी मथुरेच्या बाजाराला निघाल्या आहेत. त्यांचा रस्ता रोखण्यासाठी नाक्यावर उभा राहिलेला नटखट पेंद्या म्हणजे आपणच आहोत, अशा धुंदीत आणि टेचात तो त्या कचेरीबाहेर उभा राहायचा.

अर्जुनराव लेखणीत तरबेज, कामकाजात हुशार आणि लोकांसोबतच वरिष्ठ अधिकाऱ्यांच्या नजरेत लाडके होते. ते महसूल खात्यामध्ये अजून काही वर्षं राहिले असते तर बढतीने प्रांतसाहेबांच्या खुर्चीपर्यंत नक्कीच पोचले असते, अशी सर्वांनाच खात्री होती. जेव्हा तमाशाची बदनामीची चाकोरी पकडायचं त्यांनी ठरवलं होतं, तेव्हा नातलगांनी ओरड केलेली, ''एवढी चांगली नोकरी सोडताय तर किमान आमदार नाही तर खासदार व्हा, हे बोंबलभिक्यासारखं हातामध्ये डफ, तुणंतुणं कसलं

पकडता?'' पण लोककलेच्या फणफणत्या तापाची अर्जुनरावांना बाधा झालेली. ते नातलगांच्या दबावापुढे झुकले नाहीत.

जमीनदारी आणि सरकारी नोकरीवर पवारांनी पाणी सोडलं. त्यांच्या पाठोपाठ दुलारीही सावलीसारखा बाहेर पडला. दोस्ताना असलेल्या आपल्या वरिष्ठाबरोबर त्यानेही तमाशाकलेच्या अंधाऱ्या डोहात उडी घेतली. अर्जुनाने कचेरी सोडली, पण आपला रुबाब काही कमी केला नाही. उंच झोकदार लेहरी फेटा, गळ्यात सोन्याची दुहेरी पिळाची माळ, अंगात मलमलचा कोट आणि कमरेला कळीदार दुटांगी धोतर. पंधरा-वीस फुटांवरूनच त्यांच्या कुरकुरत्या चामडी चपलांचा आवाज कानावर पडायचा.

तमाशाच्या संचाबरोबरच त्यांचा मोठा देव्हारा आणि घोड्यांनी भरलेला एक टेम्पो सतत प्रवास करायचा. आता रोजच्यासारखे अर्जुनराव घोड्यावरच्या रपेटीला निघाले. बाजूला कनात आणि तंबूचे खांब रोवले जात होते. प्रवेशद्वारावरचा 'वगसम्राट अर्जुनराव पवार-बार्शीकर' हा बोर्ड उभा राहिलेला.

नदीच्या काठावरून घोडा उडवताना अर्जुनरावांचं चित्त थाऱ्यावर नव्हतं. ते रोजच्यापेक्षा जोरात टाच मारत होते. मध्येच त्याचा लगाम खेचत होते. त्यामुळे घोड्याच्या नाकपुड्या लाल झाल्या होत्या. त्या मुक्या जनावरालासुद्धा कळून चुकलं होतं की, आज मालकांचं चित्त थाऱ्यावर नाही. अर्जुनराव कमालीचे बेचैन होते. आता भेटलेल्या मंडळींनी शपथेवर धूर दिसल्याचं सांगितलं. याचा अर्थ कुठे तरी आगीनं पेट घेतला आहे हे नक्की; मात्र त्याचा वणवा पसरण्यापूर्वी तो विझवणं खूप महत्त्वाचं होतं.

वडिलांनी कलेसाठी केललं बंड. आईपासून त्यांची झालेली दुर्दैवी फारकत, या गोष्टी रंगू जाणून होती. शिवाय बोर्डावरच्या वगनाट्यांच्या निमित्तानं रोज घडणारा संवाद किंवा विवादही. त्या बाप आणि लेकीमध्ये परस्परामधील समज, स्नेह आणि मैत्रीही इतकी खोल होती. त्यामुळे अर्जुनाच्या मनाला ही गोष्ट पटतच नव्हती की, त्यांच्या सल्ल्याशिवाय त्यांची हुशार पोर, नृत्यसमशेर रंगकली अन्य कोणाच्या प्रेमात पडेल.

काहीसं आठवून अर्जुनराव स्वत:वरच वैतागल्यासारखे हसले. वगातला त्यांचा डायलॉग त्यांच्याच ओठावर आला, ''पंचांगातला मुहूर्त बघून कोणी प्रेमात पडत नसतं! प्रेम म्हणजे असतो एक अटळ अपघात! ज्याची सुरुवात मुलखावेगळ्या सुखांच्या स्वप्नांत आणि ज्याचा शेवट बहुतांशी दु:खाच्या गाळात होतो.'' त्याचवेळी त्यांना एका प्रश्नानं खूप भंडावून सोडलं होतं. कोण असेल रंगकलीच्या स्वप्नातला राजकुमार? जाऊ दे.... पोरीनं नाही विचारलं तरी ठीक, पण तिच्या जन्माचा जोडीदार, तिचा चॉईस म्हणजे लाखात एक असणार!

वगनाट्यामध्ये दिल्लीच्या बटाऊच्या प्रीतीसाठी वेडीपिशी होणारी ती अहमदानगरीची अल्लड मोहना, वाटेतल्या अन्य कोणा काजव्याची पाठ धरेलच कशाला?

रंगकली बारा-तेरा वर्षांची असताना शाळेतली परीक्षा देऊन जेव्हा अर्जुनरावांच्या तमाशाच्या बोर्डावर आली, सहज हौस म्हणून स्टेजवर चढली, तेव्हापासून पवार फडाचे दिवसच पालटले. अर्जुन कमी लोकप्रिय होता असं नाही; परंतु रंगकलीच्या येण्यानं त्या तमाशा मंडळाला चार चांद लागले. नेहमीपेक्षा जवळपास दुपटीनं प्रेक्षकांची गर्दी वाढली. विशेषत: तरुण पोरांच्या शिट्ट्या अणि टाळ्यांनी फडाला बरकत आणली. एखाद्या जत्रा किंवा उरसाच्या ठिकाणी या तमाशाची तारीख मिळणार असेल तर गावोगावचे गावकरी आणि देवसुद्धा त्या बेतानं त्यांच्या तारखा ॲडजेस्ट करू लागले.

साठीतले लालबुंद अर्जुनराव मुळात दिसायचेच पंचेचाळिशीचे. बाप प्रेमवीराच्या भूमिकेत आणि मुलगी प्रेयसीच्या रोलमध्ये. दोघांचा स्टेजवरचा जोडा प्रेक्षकांना धमाल आवडायचा. अर्जुनराव बटाऊ तर रंगकली मोहना, अर्जुनराव मजनू तर रंगकली लैला. दोघं परस्परातील नातं, वय विसरून आपल्या नाट्य भूमिकेशी कमालीचे एकरूप होत.

रंगकलीनं आताशी कुठे अठरा वर्षं ओलांडली असावीत. तमाशा कलेवरची अपार श्रद्धा पाहता ती एवढ्यात कोणाच्या मोहात पडणार किंवा प्रीतीच्या रेशीम गाठीत जखडून जाईल असं वाटलं नव्हतं. वर्षामागे तिच्या जीवनात एक हलकं वादळ येऊन गेलं होतं, ते जालिंदर मोरेच्या निमित्तानं. सोलापूरच्या बाजार मैदानावर रंगकली बतावणीमध्ये एका ढंगदार लावणी नृत्यामध्ये रंगून गेली होती.

"चंदनाच्या पलंगी
दोन उशा रेशमी शाल,
पर झोप नाही आली,
जागरण झालं काल
रंगमहाली उभा असून का ऽ ऽ
काटा फुलतोय नवा
गं बाई बाई झोंबतो गारवा"

तेव्हा समोर बसलेल्या तीन हजार रसिकांच्या गर्दीमध्ये रंगमंचाच्या डाव्या बाजूला पुढे व्ही.आय.पीं.साठी काही खास खुर्च्या टाकल्या होत्या. त्यामध्ये खाकी पेहरावातला एक पारवा रंगकलीच्या बेफाम अदांवर फिदा झाला होता. तिच्या सौंदर्यानं पागल बनलेला, तो चवथीचा चांदवा म्हणजे सोलापूरचा डी.वाय.एस.पी. जालिंदर मोरे. त्यानंतर त्यानं रंगूचा पाठलागच सुरू केला. पार

तुळजापूर, भूमपर्यंत रात्रीच्या वेळी कनातीच्या बाहेर अचानक त्याची जीप येऊन धडकायची. जेव्हा रंगकली तथा रंगू छान नट्टापट्टा करून भरजरी नऊवारीमध्ये तयार होऊन ठुमकत मथुरेच्या बाजाराकडे निघायची, तेव्हा तिच्याकडे पाहून हळूच गुपचूप खाणाखुणा करत जालिंदर समोर येऊन बसायचा. रोज रात्री घिरट्या घालणारा हा पोलिसी साहेब, तमाशाचीच ड्यूटी करतो की काय, असा अनेकांना प्रश्न पडायचा.

मनामध्ये पाप ठेवून एखाद्या सौंदर्यवतीची पाठ धरणारा जालिंदर हा कोणी गुलछबू ऑफिसर नव्हता. त्याने सरळ तिच्या बापालाच गाठलं आणि सांगून टाकलं, ''अर्जुनमामा, तुमची पोर माझ्या मनात भरलीय. मी लग्न करेन तर हिच्याशीच!''

''याबाबत माझ्यापेक्षा रंगूचा निर्णय महत्त्वाचा,'' अर्जुनराव बोलले.

चार-दोन वर्षांत डीएसपीच्या बढतीवर जाणाऱ्या आपल्या तरुण पोराचं काळीज एखाद्या तमाशावालीनं चोरावं, पोरानंही तिच्यासाठी ठार वेडं व्हावं, ही गोष्ट ऐकून जालिंदरचं सारं खानदान हादरून गेलं होतं; परंतु रंगकलीच्या आसक्तीसाठी वेड्यापिशा झालेल्या जालिंदरनं घरातल्या सर्वांचा आवाज बंद पाडला. लग्न करेन तर हिच्याशीच, या निर्धाराशी तो ठाम राहिला. त्याचा मनमिळाऊ चांगला स्वभाव रंगूलाही भावला होता. जालिंदरनं तिचा उबदार हात पकडून तिला स्पष्ट सांगितलं, ''तुझ्याशिवाय मी माझ्या सुखी संसाराचं चित्र पाहूच शकत नाही!''

''बाई गं ऽ''

''पण तुलाही माझ्यासाठी थोडंफार सॅक्रीफाईस करावं लागेल.''

''काय?''

''एकदा अंगावर अक्षता पडल्या की फक्त संसार.''

''म्हणजे वो?''

''नो डान्स, नो नखरा-फक्त आपला दोघांचा राजा-राणीचा संसार! आपल्या दोघांचीच दुनिया!''

रंगकलीनं भिरभिरत्या नजरेनं जालिंदर मोरेकडं बघितलं. ती चमकली, ''अगं बाई. आपलं होणारं लग्न म्हणजे एक ऑपरेशनच

म्हणा की. माझी कला म्हणजे सडून गेलेला पाय समजायचा आन कापून टाकायचा का?''

''अगदी तसं नाही; पण ते डान्स, ते नाचणं आणि मुरडणं सारं सोडून द्यावं लागेल.''

''म्हणजे करवतीनं कापून माझे नाचते पाय दूर फेकून द्यायचे. अन् लगीन नावाच्या कुबडीवर उरलेलं आयुष्य काढायचं?'' ती उपहासानं हसत विचारू लागली, ''खरंच का हो मी तुम्हाला आवडते?''

''माझ्या प्राणापलीकडे ऽ!'' जालिंदर भारावून छातीवर हात ठेवत बोलला.

''मग तुम्ही एक करा ना...''

''काय?''

''द्या ते सोडून तुमचं युनिफार्म, ते डिपारमेंट अन् तुमचा लाल दिवा. अन् चला खाऊ आमच्या तमाशाची गुलाबी हवा! तुमचा चांगला मानपान ठेवू.''

''कसला?''

''तुमच्या रूपाला साजेसं चांगलं हिरोचं, सरदाराचं काम देऊ आमच्या वगनाट्यात.''

रंगकलीनं जालिंदरला थेट नकार दिला. तरीही तिच्या प्रेमाचं भूत पुढे अनेक दिवस जालिंदरच्या डोक्यावर हडळीसारखं ठाण मांडून बसलं होतं. 'रंगकलीशी माझं लग्न लावून देणार नसाल, तर मी माझं सर्व्हिस रिव्हॉल्वर माझ्या छातीत मोकळं करून स्वत:च्या चिंधड्या उडवून देईन' अशी धमकीही जालिंदरनं त्याच्या खानदानी आईवडिलांना दिली होती.

रंगूच्या त्या अदा आणि तिच्या पायातल्या घुंगराच्या झंकारासाठी तिच्यावर फिदा झालेला जालिंदर, तिच्याकरता आपल्या खाकी वर्दीच्या चिंध्या करायला निघाला. त्याची ती अवस्था पाहून उच्च पदावर काम करणाऱ्या त्याच्या मित्रांनी महिन्यामहिन्याच्या रजा टाकल्या. त्याच्याभोवती कडं केलं. त्याला अहोरात्र समजावलं, ''तिची दुनिया वेगळी, तुझं जग वेगळं. उद्या तिच्या प्रेमापोटी एक वेळ तू ढोलकीवाला होशीलही; पण बोर्डावर काय ती फक्त तुझ्या एकट्यासाठी नाचणार आहे? असली अव्वल नृत्यांगना म्हणजे पब्लिक प्रॉपर्टी!''

''अरे पण?''

''शहाणा हो मित्रा! दूर आभाळात चमचम करणारी चांदणी जवळ आली की तिची गारगोटी होते! फक्त दगड!! तिचं फसवं आभाळ विसरून जा.''

अखेर दोन महिन्यांची बिनपगारी रजा, मुलखाचा मनस्ताप आणि नातेवाइकांमध्ये झालेली बदनामी एवढी किंमत मोजून जालिंदर मोरे कसाबसा पुन्हा माणसात आला. रंगकलीच्या मैत्रिणीही तिला खिजवायच्या, ''बये! त्याला होकार दिला

असतास, तर लाल दिव्याच्या मोटारीतनं फिरली असतीस.''

"लाल दिव्यापेक्षा माझ्या लालचुटूक ओठांची नजाकत लय भारी आहे!''

"अगं, एवढा बडा खाकी युनिफार्मवाला होता, त्याच्या दंडाच्या फितीवरच्या त्या चांदण्या. तो रुबाब—''

रंगकलीनं आपल्या अज्ञानी मैत्रिणींकडे पाहत डोळे मोडले, "अगं, काळाच्या ओघात अशा अनेक खजिन्यांचा कोळसा झाला. असे लई युनिफार्मवाले आले आणि रिटायर होऊन गेले; पण अजिंठ्याच्या भिंतीवरच्या त्या रेखीव देखण्या तिलोत्तमा बघितल्यात का गं तुम्ही कधी? असं अनेक उन्हाळं-पावसाळं सोसून अजून त्या बघा की कशा ताज्या टवटवीत दिसतात. मीही तशीच रंगबाजीच्या नभातली चमचमती चांदणी आहे. एक दिवस बोर्डावर नाचता नाचता मरेन, पण कीर्तीरूपानं उरेन!''

दुडक्या चालीनं रपेट मारत अर्जुनरावाचा घोडा तमाशाच्या कॅम्पजवळ माघारी आला. अर्जुनाच्या डोक्यातून काही केल्या रंगूचा विचार जात नव्हता. ती पोर जन्मतःच हुशार आणि चुणचुणीत होती. शाळेच्या अभ्यासात अग्रेसर. सातवीच्या परीक्षेत तर तिचा जिल्ह्यामध्ये पहिला क्रमांक आला होता. ती जेव्हा चार दिवसांची सुट्टी घालवायला मे महिन्यात बापाच्या फडात आली होती तेव्हा तमाशाच्या तंबूकडं फिरकू द्यायलाही तिची खानदानी आई तयार नव्हती. फडाच्या त्या रंगसंगीताच्या दुनियेनं रंगकलीला झपाटून टाकलं. पायपेटीतून बाहेर पडणारे रागदारीचे मंजूळ स्वर, घुंगरांचा छनछनाट, ढोलकीचा ढंगदार तोडा आणि नृत्याचे मोरपंखी पदर. विशेषतः शोकांत लोकनाट्यातील मोहना, लैला आणि हरिश्चंद्राची तारामती सारख्या पात्रांच्या अभिनयाची अपूर्व अदाकारी. त्या साऱ्या मोहपाशात ती गुंगून गेली आणि फडामध्ये कायमची रुतून बसली.

सरूताईंना जन्माचा फटका बसला. तमाशाच्या वाटेवर आपल्या कुंकवाचा टिळा विस्कटला. नव्हे कलेच्या नावावर वेड्या झालेल्या आपल्या नवऱ्याने तो क्रूरपणे तुडवला. मानी सरूताई सुखाच्या संसारातून आणि घरंदाज नातलगांमधून उठली. आपल्या संसाराचं भजं झालं. निदान आपल्या लाडक्या रंगकलीला वाढवावी. तिला एक दिवस बडी पोलीस किंवा फौजी अधिकारी बनवावी, हेच सरूताईंच्या जगण्याचा आधार बनलेलं वेडं स्वप्न उरलेलं; पण त्या स्वप्नाचा बिलोरी आयना फोडून ही मैना पायात चाळ बांधून तमाशाच्या फडात घुसली होती. सरूताईंच्या स्वप्नांचा पुरता चुराडा झाला होता.

अर्जुनाचा घोडा फडाजवळ एका दगडाला ठेचकाळला. त्याच वेळी दुसऱ्या एका विचित्र विचाराचा तडाखा त्याच्या मनात बसला. रंगूबाबत तक्रार म्हणा, कागाळी म्हणा करायला आलेली मंडळी डोळ्यांसमोर उभी राहिली. ते कोणी

त्याचे विरोधक किंवा मत्सरी माणसं नव्हती. उलट अर्जुनरावची प्रगती पाहून आनंदानं सुखावणारी, त्याला वरचेवर भेटणारी त्याची जिवाभावाची रसिक मंडळी होती. अर्जुनाला आठवलं. रंगूचा विषय काढताच अर्जुनानं त्यांना पुरेसं बोलूसुद्धा दिलं नव्हतं; कारण रंगकली म्हणजे त्याचा श्वास होता. धगधगता ध्यास होता.

अर्जुनाला आपल्या त्या चाहत्यांचे घाबरेघुबरे आणि गोंधळलेले चेहरे नव्यानं आठवले. तसं कोणाच्या प्रेमात पडणं किंवा त्याच्यासाठी पागल होणं ही पहिल्यासारखी आजकाल तेवढी धक्कादायक गोष्ट उरली नव्हती; पण त्या मंडळींना प्रेमाच्या पल्याड कसलीतरी मोठी अडचण, भानगड किंवा अजून अशुभ असं काहीतरी सांगायचं होतं; पण आपण त्यांना पुढचा एक शब्दही उच्चारू दिला नाही. जसे त्यांचे चेहरे अर्जुनरावला नव्यानं आठवत होते, तशी एका अनामिक भीतीनं त्यांच्या काळजाची चाळण होत होती. नेमकी कोणत्या चक्रात, दशेत वा चिखलात अडकून गेली असावी आपली लाडकी पोर?

६

"का बोलवलंत अर्जुनराव?"

"मघाशी मी तुमचा अपमान केला, तुमच्यावर वैतागलो. उखडलो; पण काय करणार? माझी पोर रंगकली म्हणजे काळजात घुसलेलं बर्चीचं पातं. तिच्याबद्दल कोणी वाईटवंगाळ बोलायला गेलं की, काळीजच पोटात उरत नाही बघा माझ्या."

समोर मान खाली घालून बसलेल्या पाहुण्यांनी डोकं वर काढलं. अर्जुनाच्या डोळ्यांकडे बघितलं. एक जोराचा श्वास सोडत अर्जुना बोलला, "ठीक आहे. तुम्ही माझ्या भावासारखे आहात. जसं घडलं असेल ते सारं खरं खरं सांगून मोकळे व्हा."

"तुमची लाडकी रंगू एका परपुरुषाच्या प्रेमात पडलीय. अक्षरश: येडीखुळी झालीय. त्याच्याबिगार ती जगूच शकत नाय-" ते घाबरत घाबरत बोलले.

"अरे देवा!"

"त्यात तो पुरुष कोणी तरुण फाकडा असता तर बरं होतं," त्या सांगणाऱ्याचा श्वास थांबल्यासारखा झाला.

"मग हो?" अर्जुनाच्या कपाळावर आठ्यांचं जंगल माजलं.

"एक जूनजरबाट चांगला 'अनुभवी' गृहस्थ आहे."

अर्जुनाला कमरेखाली पॅरॅलिसिसचा झटका बसतोय, आपले पाय लुळे पडताहेत की काय असं वाटलं. त्याचा आवाज टिपेला पोचला. "कोण आहे तो बांबलीचा?"

"बाकेराव बागणीकर."

"बाकेराव होय? त्यांचा कोणी मुलगा आहे का लग्नाच्या वयाचा?"

"मुलगा नव्हे, खुद्द बाकेरावच!"

अर्जुनाची बसल्या जागी दातखिळी बसल्यासारखं झालं. शरीराचा पुतळा बनला. काही क्षण तो तसाच कोलमडून पडल्यासारखा बसला. पुन्हा हात जोडून काकुळतीला येत तो बोलला, "म्हातारी उमर लक्षात घेऊन तरी तुम्ही माझी अशी राक्षसी चेष्टामस्करी करू नका."

"माफ करा, मामा. त्या जरठ पुरुषासाठीच तुमची लेक येडीखुळी झालीय ही गोष्ट खरीच आहे."

अर्जुनरावाची बोबडीच वळली. त्यांनी आधारासाठी राहुटीतला खांब पकडला. त्यांचा चेहरा घामानं पाझरला. आपल्या घोगऱ्या आवाजात ते बोलले, "माउली, कसं शक्य आहे ते? तो केवढा? ही केवढी? तो बाकेराव तर जवळपास माझ्याच वयाचा."

"तशी ही घटना धक्कादायक; पण ती तुमच्या कानावर कोणीतरी घालणं आवश्यक होतं"

"दुर्दैव माझं. दुसरं काय."

"पण जसं घडलंय तसंच सांगितलंय. तुम्ही आमच्यासारख्या रसिकांचे वगसम्राट! तुमचे आमच्यावर लय उपकार. बघा, अजून आपल्या पोरीला सावरता आलं, कोसळणारं घर आवरता आलं तर!"

वादळाच्या तडाख्यात सापडलेलं जहाज काही क्षणांतच बुडणार याची जाणीव जेव्हा कॅप्टनला होते, तेव्हा त्याची कशी अवस्था होत असेल. तसाच अर्जुना थंडगार पडला होता. त्याच्या ओठांतून शब्दसुद्धा बाहेर पडायला राजी नव्हते.

जातिवंत कलाकार असलेली आपली लाडकी लेक, इतकी हुशार, बिचारी, ढगापेक्षा उंच मोठी स्वप्नं बाळगणारी! आपल्या काळजाची कळ आणि भविष्याचा श्वास! तिच्या हातून असा विचित्र गुन्हा घडूच कसा शकतो. बरं, ज्याच्या प्रेमासाठी ती पागल झालीय म्हणतात तो बाकेराव बागणीकर कोणी किरकोळ असामी नव्हता. बाकेराव म्हणजे बोर्डावरचा एक बडा हजरजाबाबी विनोदसम्राट, कोकिळकंठी लोकप्रिय गायक आणि आजचा एक आघाडीचा यशस्वी फडमालक.

बाकेरावचं कर्तृत्व इतकं प्रचंड की, तो तरुण, अविवाहित असता तर त्याच्यासारखं दुसरं स्थळ नाही; पण आताचं त्याचं वय आणि बाकीची

छंदीफंदी —! आताच्या बाकेरावमध्ये पौर्णिमेची कला आणि अमावस्येची अवकळा, अशा दोन्ही गोष्टी ठासून भरलेल्या. त्यात अनेक नटखट, रानटी मैनांनी इश्कबाजीच्या खेळात रक्तबंबाळ करून टाकलेला तो एक लबाड राहूच. या आधी त्याची दोन लग्नं झाली होती. शिवाय अजूनही त्याच्या आजूबाजूने फिरणाऱ्या भुरड्यांची संख्याही काही कमी नाही म्हणत्यात. त्याचं बदचलन, उडाणटप्पूपणा डोळ्यांआड करण्यासारखा नव्हता. त्या सर्वापेक्षाही बाकेरावचं वय पन्नाशीच्या घरात आणि रंगकलीची उमर सतराअठराच्या उंबरठ्यावरची! कोणाही बापासाठी हा उद्ध्वस्त करून सोडणारा प्रकार होता.

अर्जुनरावांच्या अंगाची नुसती तगमग होत होती. अर्जुना एकीकडे कापरासारखा झटकन पेटायचा. त्याच गतीने विझूनही जायचा; कारण त्याची रंगकली म्हणजे कोणी सामान्य युवती नव्हती. आपल्याभोवती चमचमतं वलय असणारी ती एक बडी कलावंत होती. तिच्या एका ढंगदार नृत्यासाठी चार चार हजार प्रेक्षक तमाशाचा तंबू गर्जून सोडायचे. तिच्यामुळे बुकिंगचा आकडा फुगत होता. गेल्या अडीच-तीन वर्षांत तिने आपल्या कलागुणांच्या कर्तबगारीने अर्जुनरावचा फड एक आघाडीचा तमाशा फड बनवला होता.

बाकेरावच्या आणि रंगकलीच्या प्रीतीची ती विपरीत गोष्ट ऐकून अर्जुनाचं डोकं गरगरत होतं.

अर्जुनाला आठवलं. शासनाच्या सांस्कृतिक विभागामार्फत अलीकडेच मुंबईत रंगभवनाला तमाशाच्या स्पर्धा झाल्या होत्या. त्यासाठी महाराष्ट्रातील सारे नावाजिक फड एकत्र गोळा झालेले. तिथेच बाकेराव आणि रंगकलीचा सवाल-जबाब खूप रंगला होता. खड्या आवाजात प्रीतीची मनाला हुरहूर लावणारी कवनं सादर करणं ही तर बाकेरावची खासियत. समोर एखादी बाजिंदी फटाकडी दिसली, तर त्याच्या गायनातले शब्द भलतेच मधाळ, लडिवाळ आणि वेल्हाळ होत असत. रंगूला पाहताच त्यानं जुन्यातला वानवळा बाहेर काढ़त तिची छेडाछेडी सुरू केली.

"तुमची न् आमची संगत जडली
बोल मनात येतं का नाही?"

तेव्हा तिने आपल्या गोऱ्या नाकाचा शेंडा उडवला. आपला गुलाबी ओठ चिमण्या दाताखाली दाबत आपल्या मैत्रिणींची साक्ष काढत रंगकलीनं जबाब दिला.

"नाही ओळखीचा गं, नाही देखीचा
काय पत लावतो गं बाई?"

त्या ढंगदार सवाल-जवाबानं आणि त्याची प्रेमोत्सुक पेशकश करणाऱ्या त्या दोघा कलावंतांनी रसिकांना खुळं केलं. त्यात प्रेम, प्रीतीमधील क्षणभंगुरता आणि

तिच्या दुराव्यातील दु:ख अशा तरल भावनांचा गोफ होता.

बाकेराव रंगकलीकडे थेट समोरून पाहत शब्दांचे अचूक बाण मारत होता. तेव्हा त्याच्या सवालांवर पापण्यांचा पिसारा उडवत, भावभऱ्या डोळ्यांनी रंगकली सडेतोड जबाब देत होती. समोर बसलेल्या, धुंदावलेल्या युवकांच्या मैफलीकडे नजर टाकत, कव्वालीसारखी दीर्घ तान घेत बाकेरावनी तरुणांच्या काळजात कालवाकालव उडवून दिली...

'काय करावे समजत नाही
प्रेम म्हणे चल प्रेमापाशी,
तर बुद्धी सांगे लागेल फाशी,
प्रेम म्हणे का जगास भ्यावे,
तर बुद्धी सांगे जपून चालावे,
प्रेम म्हणे सुख आहे प्रीतीत,
तर बुद्धी म्हणे मिळशील मातीत,
सांग सांग सखये मी काय करावे?''

बाकेरावच्या त्या जटिल नीरगाठीनं रंगकली मात्र अजिबात गडबडून गेली नाही. आपली नाजूक, मेंदीभरली लालभडक बोटं हवेत नाचवत तिनं जबाब देताना एक अवीट अशी हरकत घेतली, अन् शब्दांना गिरकी देत बाकेरावचीच फिरकी घेतली.

''प्रेम-बुद्धीविना आयुष्य नाही,
जर हे नाही, तर ते नाही!
निखाऱ्यासमीप लोणी वितळे ठायी ठायी,
सांग वेड्या तुला कसे हे समजत नाही?''

७

वयाची, जातीची आणि रंगारूपाची पर्वा न करता दोन वेगळ्या धारांचा संगम झाला कसा आणि आपण एकत्र आलो कसे याच गोष्टीचं रंगकलीला अनेकदा आश्चर्य वाटायचं. मग तिच्या डोळ्यांपुढेसुद्धा उभी राहायची मुंबईतील तमाशा स्पर्धेची तीच ती अनोखी रात्र.

त्या प्रयोगानंतर भायखळ्याच्या मार्केटातील काही तरुण, रसिक व्यापाऱ्यांची एक चौकडी बाकेरावला मेजवानीसाठी घेऊन गेली होती. ताजमहाल हॉटेलच्या मागच्या बाजूला असलेलं बडे मियाँचं ते छोटेखानी, पण चवीच्या खवय्यांनी खचाखच भरलेलं प्रसिद्ध रेस्टॉरंट. खाऊगिरीच्या त्या जान्यामान्या अड्ड्यावर त्याआधीच योगायोगानं रंगकली आपल्या मैत्रीणींसह पोचली होती. ते दोघेही रंगबाजीच्या पंढरीचे वारकरी. त्यामुळे रात्री अडीचपर्यंत खूप गप्पा रंगल्या. तेथून मंडळी पान आणि गप्पागोष्टी चघळत बाजूच्या गेटवे ऑफ इंडियाच्या दगडी कमानीजवळ जाऊन पोचले.

पहाटे थंड वारा सुटलेला. समोरच्या सागरलाटांचा वेग वाढलेला. त्या थाड थाड अन् धाड धाड करत बाजूच्या किनाऱ्याच्या काळ्या भिंतीवर शिंतोड्यांची पखरण करू लागलेल्या. तिथे पाण्यात नांगरलेल्या छोट्या छोट्या बोटीही पाण्याच्या पृष्ठावर नाचू लागल्या होत्या. पायपेटीतून मंजूळ स्वर पाझरावेत आणि क्लॅरोनेटच्या सुरांनी त्यात बहार आणावी, तसा तिथे गप्पांचा फड रंगला होता. बाजूची ताजमहाल हॉटेलची भव्य पुराणी बादशाही इमारत आणि तिच्यावरची दिव्यांची रोषणाई या साऱ्याचं प्रतिबिंब पाण्यात उतरलेलं. बाकेरावच्या बाजूला रंगकली अगदी लगटूनच बसली होती. त्याचं तोंडभरून कौतुक करत ती बोलली, "बाकेसाहेब, तुमच्या 'तुका चालला वैकुंठाला' या लोकनाट्यात भांगेच्या रानात तुळस पेरावी तसा तमाशाच्या शृंगाररसात भक्तीचा कसा काय मळा फुलवून दाखवलात तुम्ही? गावाकडच्या रसिकांना तुम्ही पार वेडंखुळं केलं होतं, असं माझ्या वडिलांसकट सर्वांनी सांगितलंय मला. कसं जमलं ते तुम्हाला?"

रंगकलीकडून होणाऱ्या अकल्पित कौतुकानं बाकेराव बावरला. तो बोलला, "माझ्यासाठी तुकोबामाउली म्हणजे माझ्या दुःखावरची दवा आहे!"

तिथं हजर असलेला संगमनेरचा रसिक संतोष खेडलेकर बोलला, "बाई, बाकेभाऊंच्या तुकारामानं पंधरा वर्षांत ग्रामीण महाराष्ट्र पिंजून काढला. अक्षरशः त्याचे हजारो खेळ झाले. अजून कोण्या एका बड्या व्यक्तीनं बाकेभाऊंचा तुकाराम बघितलाय, ते ठाऊक आहे का तुम्हाला?"

"कोणी?"

"खुद्द विष्णुपंत पागनिसांनी."

"म्हणजे ते सिनेमाच्या पडद्यावर अगळनिगळ देवासारखे दिसलेले तुकाराम?"

"हो, तेच ते."

ती गोष्ट ऐकून रंगकलीसह तिथे बसलेले सर्वजण प्रभावित झाले. एकेकाळी प्रभात फिल्म कंपनीच्या 'तुकारामाने' महाराष्ट्राला अक्षरशः तृप्त करून सोडलं होतं. अनेक ठिकाणी तुकारामांच्या तसबिरी जागी पागनिसांचे फोटो देव्हाऱ्यापर्यंत जाऊन पोचले होते. त्यामुळे रंगूने बाकेरावला औत्सुक्याने सांगितलं, "काय घडलं होतं ते आम्हालाही कळू द्या."

"एकदा असेच पागनीस तुळजापुराहून मोटारीने पुण्याकडे निघाले होते. रात्री मोहोळजवळ त्यांची मोटार बंद पडली, तेव्हा रस्त्याच्या पल्याड प्रेक्षकांनी तुडुंब भरलेली तमाशाची कनात त्यांना दिसली. एखादा उडत्या लावणीवरचा गावठी नाच तिथे चालला असावा, असं त्यांना वाटलं; मात्र तिथे सादर होत असलेला संत तुकाराम आणि कनातीत शृंगाररसाऐवजी भक्तिरसात गुंग होऊन गेलेले प्रेक्षक पाहून त्यांना आश्चर्य वाटलं. ते मोठ्या उत्सुकतेनं पुढच्या रांगेला, ढेकूळमातीत टाकलेल्या फाटक्या चटईवर आमचा खेळ बघायला बसले."

"बाई गं ऽऽ त्यांच्या पुढं तुकोबामाउली सादर करताना जाम प्रेशर आलं असेल नाही तुमच्यावर?"

"प्रेशर? अगदी भारावून गेलो होतो मी. एकदाचं आम्ही आमच्या खेळासाठी तयार केलेलं ते गरुडविमान विंगेच्या मागच्या बाजूला जाऊन थांबलं. मी कसाबसा शिडीवरनं खाली उतरलो. जाऊन त्यांचे पाय धरले. म्हटलं, आमचं काही चुकलं असेल तर अपराध पोटात घालून घ्या माउली."

"बरं पुढं?"

"पुढं काय? मला कडकडून मिठी मारत ते बोलले, "गड्या, आमचा सिनेमा म्हणजे शॉटला शॉट जोडून केलेली तुकड्यातुकड्यांची कला. मात्र तुमची ही खुल्या मैदानातली खऱ्या अर्थी फाकड्यांची कला! मस्त रंगवलास तू तुकाराम. भागवत धर्माची पताका तमाशाच्या बोर्डावर नाचवायचं हे तुझं काम खूप कौतुकाचं. असाच वाढत राहा!"

तेवढ्यात कोणीतरी आठवण काढली, "अरे, तुम्ही 'नया दौर' मधला तो 'उडे जब जब जुल्फे तेरी' असं म्हणत नाचणारा दिलीपकुमार पाहिलाय का?"

"का रे, काय झालं त्याचं?"

"त्याला वरचढ अशी मैनाराणीची छक्कड बाकेराव गातात. गेलेल्या

मैनेच्या आठवणीनं ते कसे रुसतात, कोपऱ्यात फुरंगटून बसतात, आठवणींच्या झोपाळ्यावर कसं गडाबडा लोळतात ते बघून तरी घ्या. बाकेरावांनी आपल्या मैनाराणीची छक्कड गाऊन रसिकांच्या काळजांचे पतंग बनवलेत.''

समींदराला भरती आलेली. सागरलाटा किनाऱ्यावर जोराने आदळत होत्या. गेटवे ऑफ इंडियाच्या त्या ऐतिहासिक कमानीला साक्ष ठेवून बाकेराव ती छक्कड सादर करू लागला. तेव्हा कधी तो नागासारखा डोलायचा, तर कधी मोरासारख्या मुरक्या घ्यायचा. मैनाराणीची सय होऊन त्याच्या ओठांतून मधाळ शब्दांची सरच बाहेर पडत होती.

''नको ते गेलं घडून
डोळं माझं सुजलं रडून रडून
राघू झुरतो त्याची किती ही ऽऽऽ दैना
ये गं मैना ऽऽऽ माझे मैना ऽऽऽ
दुनिया ही आलो फिरून
गेली दिवाळी, गेला चैत्र सरून
आठवाने तुझ्या जातो झुरून मरून
वेड्या जिवाचे हाल माझे दुरून बघ ना
ये गं मैना ऽऽऽ माझे मैना ऽऽऽ''

त्या अवीट ताना, तो लाजवाब अभिनय, तो प्रेमपागल तरुण... बाकेरावचं ते झकास सादरीकरण सर्वांना धुंद करून गेलं. रंगकली तर त्याच्याकडे अवाक होऊन टकमक बघू लागली. एखाद्या कलाकाराच्या अंगामध्ये इतकी लटकमटक आणि प्रीतीसाठी अशी गोड चटक असू शकते, या गोष्टीवर तिचा विश्वासच बसेना. त्या गाण्याच्या शेवटी भारावलेली रंगूही उठून उभी राहिली. आपला मोरपंखी पदर पहाटवाऱ्यात फडकावत नाचायचा मोह तिला आवरता आला नाही.

मघापासून रंगू बेचैन होती. ती हळूच त्या रसिकमेळ्यातून उठली. चालत शेपाचशे फूट पुढे गेली. तेथून ''अहो मास्तर, थोडं या की इकडं. तुम्हाला एक निरोप द्यायचाय.'' असं म्हणून ती पाठमोरी पुढे झाली. चालताना तिच्या पायांना एक वेगळी ठुमक निर्माण झाली होती. बाकेराव उठून यांत्रिकपणे तिच्या पाठोपाठ चालू लागले. ते दोघं रमतगमत चालीने बरेच पुढे गेले. समुद्राकाठच्या कठड्याला लाडाने टेकून उभे राहिले.

त्या दोघांचं अचानक तिथून उठणं, चालू लागणं, त्यांच्या प्रत्येक हालचालीने बाकींच्याच्याही नजरा चाळवल्या गेल्या. ते सारेजण एकमेकांकडे बघत आणि

गालात फुगलेले हसू आवरत त्यांनी 'फुक् तिच्यामारी' असा उद्‌गार काढला. बाकेरावांशी बोलताना रंगूची धपापणारी छाती, बाकेरावचं तिच्यामागे जादूच्या कांडीसारखं ओढलं जाणं, ते सारे लबाड चाळे आणि नाजूक गुंतवळा सर्वांनी डोळ्यांनी टिपला होता. त्यामुळे 'दाल मे कुछ काला है,' 'कुछ तो खिचडी पक रही है, भाई' असे उद्‌गार त्या बैठकीत निघाले.

रंगूच्या पाठोपाठ बाकेराव कठड्याला टेकले आणि त्यांनी विचारलं, "हं सांग, कोणाचा निरोप आहे?"

रंगकली गांगरली. अडखळली. ती सपशेल माघार घेत बोलली, "माफ करा, मास्तर. काय जादू झाली बघा की! फुग्यातली हवा फुटून जावी तसं तुम्हाला काय विचारायचं होतं तेच डोस्क्यातनं निघून गेलं."

तो खुदकन हसत बोलला, "चल ऽ झकास योग हैय म्हणायचा. खूप ऐकून होतो तुझ्या खडीसाखरी स्वभावाबद्दल. त्यामुळंच केव्हापासून ओढ लागली होती तुझ्या भेटीची."

"अगो बयो गं ऽ," हास्याची मस्त लकेर सोडत रंगकली बोलली, "खरं सांगता की काय अन् असं काय ऐकलं तरी काय होतं म्हणते मी?"

पलीकडून समुद्रातून एक प्रचंड लाट चालून आली आणि धाडकन त्या कठड्यावर फुटली. तसे ते दोघंही अर्धवट ओले झाले. एकदा वर आभाळात भरून आलेल्या चांदण्यांच्या मंडपाकडं पाहत आणि पुन्हा रंगकलीकडे नजर लावत बाकेभाऊ हसले. त्यांनी आपल्या हाताची बोटं कानावर ठेवली आणि उंच खड्या गोड आवाजात ते गाऊ लागले,

"तनु सुकुमार आलाय बहार प्राजक्ताला
कोरीव भुवई चंद्राची कोर
बारीक पुतळी पट्टीची धार
'तुझ्या' रूपाचा आवाज गेला चोही दिशेला
घोर कैकाला ऽ ऽ जी जी जी ऽ ऽ"

"अगो बाई, माझ्या रूपाचा तुम्हाला एवढा घोर पडायचं काय कारण?"

"प्रेमकारण! म्हणजे, म्हणजे—मी सारं काव्याबद्धल बोलत होतो बरं का?"

"मीबी काव्याबद्दलच विचारत होते." सागरातल्या लाटांचा अवखळ खेळ अजून थांबला नव्हता. नकळत रंगकलीने बाकेरावांच्या हाताचा पंजा पकडला. त्यातलं एक बोट खेकड्यानं खेचावं तसं खेचत ती बोलली, "मास्तर ऽ तुम्ही आता गायलेलं कवन मी आमच्या फडात आमच्या बापूंकडून म्हणजे अर्जुनरावांकडून अनेकदा ऐकलंय."

“अगं, हा तुकडा म्हणजे बटाऊ आणि मोहनाची प्रेमकहाणी!”

“अरे देवा, अगदी बरोबर. सावळजच्या उमाबाबूंनी लिहिलेली नव्हं! आमच्या बापूंनी वर्धनगडच्या रामा कुंभाराकडनं त्याचं बाड आणलं होतं.”

बाकेभाऊनी पुन्हा सूर धरला,

“मोहनाराणीचं स्वरूप अनिवार

तिच्या रूपाचा आवाज गेला चोही बाजूला

घोर कैकाला ऽ ऽ”

“अरे वा!”

“त्या मोहनासारखाच तुझ्या रूपकीर्तीचा, तुझ्या कलागुणांचा सुगंध आज चोही दिशेला दरवळतोय.” बाकेराव भारावून बोलले.

“बर्र?”

“तुला माहीत हैय—त्या वगातली रूपवती यौवना मोहना अहमदाबादची राहणारी. तिच्या गुणांची आणि देखुणपणाची खबर जेव्हा दिल्लीकर बटाऊच्या कानी यमुनाकाठावर पोचली तेव्हा तो बटाऊ तिच्यासाठी इतका वेडापिसा झाला, तो कसा निघाला तिचं रूप पहायला, त्या मध्ययुगात—?”

“सांगा की.”

“अरे, पण तुला हे कवन पहिलंच माहिति आहे ना?”

“पण ते तुमच्या कंठातून ऐकायला लय भारी वाटंल. अवो, साखर तीच असते; पण कोण पाण्यात टाकून देतं, तर कोण मधात भिजवून देतं.”

“अगं दिल्ली हस्तिनापूरचं वाणी
शंभर बैलं सजवली गुणी
शेपाचशे संग घेऊनी लमाणी
तीनशे गायी, त्यांची वासरं तान्ही
मोठे मोठे सावकार द्रव्याचे धनी
कटिबद्ध घेऊनी गोफणी

मग चालले अहमदानगरीच्या बाजाराला
रूपाचा तो बहार मोहनाराणीला पाहण्याला ऽ ऽ जी जी''

पहाटेच्या थंड वाऱ्यात काठावर सागर लाटा गडाबडा लोळत होत्या. खरंतर ती रात्र कधी संपूच नये असं त्या दोघांनाही वाटत होतं. अंगात भरलेली थंडी त्या वाऱ्याची की प्रीतीची याचं कोडं सोडवत बसायची तिला गरज वाटली नाही. रंगूची धपापती काया बाकेरावांच्या उबेसाठी तिला नकळत केव्हाच गठ्ठ चिकटून उभी राहिली होती.

''एक बोलू का?'' तिचा प्रश्न.

''अगं, एक कशासाठी? दहा बोल.'' त्याचा भरवसा.

''लोक बाहेर काय बोलतात, आहे ठाऊक? महाभारतातल्या त्या अर्जुनाच्या भात्यातला अचूक सटकणारा बाण आणि बाकेरावांच्या मुखातनं बाहेर पडलेला नेमका आणि चपखल बोल या दोन्हीबी गोष्टी अशा धारदार असतात की, त्या सरळ आरपार घुसून निघून जातात; कारण कुठल्याबी गोष्टीचं वर्णन तुम्ही लयच भारी करता असं ऐकलंय.''

''बोल ना, आता कशाचं करू सही सही वर्णन?''

''आता ऽ एवढी खांद्याला खांदा लावून अशी रूपाची मोहना तुमच्या अंगाला अंग खुशाल चिकटून बसली असताना तुम्ही दुसऱ्या कुणाचं वर्णन का करावं?''

बाकेराव गोड हसला. त्याने उंच आभाळाकडे नजर टाकली. तिथे पहाटेची एक तेजाळ चांदणी उगवल्याचं त्याला दिसलं. तसा त्याने उंच सूर बाहेर काढला,

''रंगू राणी तुझ्या रूपाची गाणी किती गावी
तुझ्यासाठनं राजा होईल भिकारी अन बुद्धू बनेल कवी
ती आभाळीची चांदणी तेजाळ शुक्राची झाकावी
अन् इकडं माझ्या बिलोरी रंगूला देखावी!''

बराच वेळ झाला तरी दूरच्या कोपऱ्यातली ती उष्ण कुजबूज, ती लटकी

बोलाचाल, अन् हास्याच्या त्या दिलखेचक लहरी आणि प्रीतीच्या चिंब सरी, एकूण ते गूळपीठ लवकर आटोपतच नव्हतं. त्यामुळे अलीकडे बसलेली मित्रमंडळी आता वैतागून आवाज देऊ लागली, "अरे, या, परता मागं. आता उजाडायला आलं."

"तुम्हाला थांबायचं तर थांबा. आम्ही चाललो."

उपाशी मनुष्याला भरल्या ताटावरून उठवावं तसाच त्या दोघांना त्या हाका म्हणजे जुलूम वाटला. ते माघारा वळले खरे; परंतु अजून त्या दोघांची पावलात पावलं अडखळत होती. रंगकलीचा आवाज घोगरा झाला. कंठ भरून आला. ती हळहळत बोलली, "मास्तर, खरं सांगू, मला आता लई वाईट वाटतं."

"कशाबद्दल गं?" बाकेराव.

"का, का आपल्या नशिबानं एवढा उशीर करावा? आपण का भेटलो नाही याआधीच?"

"अरे बाप रे!" मोठा श्वास घेत बाक़ेरावने उभ्याउभ्याच स्वत:भोवती अर्धवट रिंगण काढलं. आणि तो धाप लागल्यासारखा खाली वाकून उभा राहिला.

"काय झालं हो?"

"अगं, जी नेमकी गोष्ट माझ्याच ओठांवर होती ती तू माझ्या आधीच सांगून कशी रिकामी झालीस?"

"मास्तर! थोडं फोडून, जरासं इस्कटून सांगा ना."

"पंचवीस वर्षामागेच मला का भेटली नाहीस माझ्या रंगू! किती गोष्टी सोप्या झाल्या असत्या—तुझ्यासाठी आणि माझ्यासाठीसुद्धा!"

ते दोघं अवाक होऊन एक दुसऱ्यांच्या डोळ्यांत टकमका बघत राहिले. त्यांचे कान, नाकाचा शेंडा लाल झालेला. दोघांच्या डोळ्यांत जसा काही बाजूचा समुद्रच फेसाळू लागला होता.

८

अर्जुनरावाला मुंबईत त्या घडल्या प्रेमाच्या अपघाताचा एक एक पदर उलगडू लागला. तिथले रंगभुवनचे कार्यक्रम पार पडल्यावर अर्जुना पवाराचं तमाशा मंडळ पश्चिम महाराष्ट्रात आलं. तेव्हा खरं म्हटलं तर रजिस्टरप्रमाणे त्यांनी पुणे जिल्ह्यातल्या जत्रांच्या ओळीनं सुपाऱ्या घेतलेल्या होत्या; पण त्यातल्या तीन तारखा अचानक रद्द झाल्या. नेमक्या त्या तारखा रंगूनं पालीच्या जत्रेसाठी

सातारा जिल्ह्यात वळवून घेतलेल्या. आपल्या वडिलांची मंजुरी न घेता तिनं हेड मॅनेजरच्या पातळीलाच हा निर्णय घेतला होता.

पालीच्या जत्रेत नेमके त्याचवेळी बाकेरावच्याही तमाशाचे खेळ लागलेले होते. पहाटे पहाटे दोन्ही तमाशांतील भैरवी आटोपली. जेव्हा थंडगार वाऱ्यात सारे कलावंत, कारागीर, बिगारी झोपेच्या कुशीत घोरू लागले, तेव्हा बाजूच्या तारळी नदीच्या वाळूमध्ये रंगकली आणि बाकेरावचा भूप राग सुरू झाला. तिथे दोघं उघड्या वाळूत बसल्या बसल्या हातात हात गुंफत होते, तेव्हा उबदार शब्दांचाही गुंतवळा वाढत गेला. बाकेरावनी विचारलं, ''यंदा तुला कितवं वर्ष लागलं गं?''

''कितवं सरत आलं असं विचारा.''

''हां, कितवं?''

''या चैत्रमासात माझं सतरावं संपलं की!''

''असशील तू सरत्या सतराची; पण तुझ्या तारुण्याने भरून आलेल्या कायेकडं बघून कोणीही तुला विशीच्या उंबरठ्यावरचीच तरुणी सहज म्हणेल.''

ती खूप अपूर्वाइनं, अगदी डोळेभरून बाकेरावांकडं बघत राहिली. तेव्हा तो हसत बोलला, ''आपली मुंबईची समींदराकाठची भेट. तेव्हाची आपली ती चर्चा. खर्रच राणी ऽ पंचवीस वर्षामागेच तू मला भेटायला हवी होतीस.''

''अं-मीबी अगदी खुल्लं बोलावं का?''

''हा, बेशक.''

''मलाबी वाटतं. मीबी थोडी दहावीस वर्षं आधी जन्माला यायला पाहिजे होती. तेव्हाच तुमच्यासंगं बोहल्यावर चढली असती. बेंडबाज्याच्या तालात आपणा दोघांची गावभर वरात घुमली असती.''

''काय करायचं राणी, आपलं नशीब काय किंवा आपलं वय काय? कुठं असतं ते माणसाच्या हाती?'' बाकेराव सरत्या पहाटे आभाळात उठलेल्या पांढुरक्या ढगांकडे बघत बोलला.

वाळूवर पडल्या पडल्या रंगकली पुढे सरकली. बाकेरावने झोपल्या झोपल्या मुडपलेला त्याचा दंड उशी समजून तिने डोक्याखाली घेतला. दोघांच्या उष्ण श्वासांची देवाणघेवाण सुरू झाली. त्याच्या कपाळावरून, नाकावरून नव्हे तर अवघ्या मुखावरून लाडिकपणे हात फिरवत ती बोलली, ''नसू दे हो वय आपल्या हातात; पण प्रेम करणं किंवा न करणं हे तरी माणसाच्या हाती असतं?''

''अरे अरे —''

''हो ना. मी माझ्या वेड्या प्रीतीपुढं तुमच्या त्या वयाला, रंगाला आणि

जातीपातींच्या सर्व्या कल्पनेला ठेंगा दाखवते.''

आता आभाळातले ढग काळेशार दिसू लागले होते. अंगाखालची वास्तवाची वाळू पाठाणाला टोचत होती. बाकेरावनं आपल्या अंगावरचं रंगूच्या अर्धवट कायेचं ते गोडं ओझं थोडं बाजूला सरकून ठेवलं. तो तसाच जागेवर उठून बसला. उदासपणे तिला बोलला, ''रंगकली, माझी अवस्था पट्टीच्या पोहणाऱ्यासारखी झालीय. हे गुढ नदीचं पात्र बघितलं की, काठावर उभं न राहता लागलीच उडी ठोकावीशी वाटते; पण त्याचवेळी नदीपात्राच्या पोटातल्या खोल डोहांची जाणीव होते, अन् माझं मन कचवचतं. पाण्याच्या खोलीचा नेमका अंदाजच लागत नाही गं!''

तिथेच उबदार भेटीगाठी, काळजातल्या गुजगोष्टीपासून सुरुवात होऊन शेवटी एकमेकांचे ओठ चावण्यापर्यंत त्यांनी प्रगती केली. पोरीच्या दगाबाजीच्या एकेक गोष्टी जशा आठवत होत्या, तसा अर्जुनाचा माथा भडकत होता.

बाकेराव जेवढा मोठा गायक आणि पट्टीचा विनोदवीर म्हणून मशहूर होता, तेवढाच बोल बोल म्हणता देखण्या, खूबसूरत पोरींना खाऊच्या गोड पानासारखा गट्टम करणारा रंगबाज अशी त्याची बदकीर्ती होती. अलीकडच्या भेटीगाठीच्या निमित्तानं त्या लुच्चानं हळूच टाका टाकून रंगूच्या दिलात प्रीतीचा गोफ बांधला असणार. तिच्या कोवळ्या, अल्लड वयाचा फायदा घेऊन तिला फशी पाडलं असणार.

दुसऱ्या एका रागानं अर्जुनाचं मस्तक भणाणलं. मनुष्यानं कृतज्ञता दाखवली नाही तरी चालेल; पण इतकं कृतघ्न कशासाठी व्हावं? अर्जुनाच्या डोळ्यांसमोर वीस वर्षांपूर्वीचे दोन हडकुळे, फाटके तरुण कलावंत उभे राहिले. तेव्हा सात-आठ वर्षं त्यांच्याच फडात काम करणारे, धडपडे, संगीत आणि नाट्याची नेमकी जाण असणारे, ज्यांच्या घरची गरिबी पळता पळत नव्हती; पण अंगच्या कलेच्या श्रीमंतीनं त्यांना जगण्याची दीक्षा दिली होती, त्यापैकी एक होता बाकेराव बागणीकर आणि दुसरा होता गगनराव कवठेकर.

त्या साऱ्या गोष्टी बाकेरावलाही आठवायच्या. जेव्हा गगनराव तमाशातला खलनायक रंगवायचा, तेव्हा रसिकांच्या अंगावर अनेकदा भीतीने काटा उभा राहायचा. तो ढोलकीही चांगली वाजवायचा. त्याचा चेहरा चौकोनी आणि डोळे कोल्ह्यासारखे. तो जात्याच धूर्त आणि मुत्सद्दी होता. गगन आपल्याकडे खूप लक्ष ठेवून असतो. विशेषत: प्रवासात नदीकाठी गाड्या थांबतात. आपण उघड्यावर अंघोळ करतो तेव्हा तो आपल्या नितळ कायेकडे पाहत राहतो. पिकल्या कणसावर रानातल्या राघूने नजर ठेवावी तशी. गगनच्या त्या मतवाल्या नजरेचं बाकेरावने तसं फारसं मनावर घेतलं नव्हतं.

एके दिवशी राहुटीच्या बाजूला बाकेराव कनातीच्या उरल्या कापडाच्या गुंडाळीवर झोपला होता. तेव्हा रात्री अचानक आपल्या मळक्या चादरीत कोणीतरी घुसल्याचं त्याला जाणवलं; मात्र बाकेराव झोपेच्या पूर्ण गुंगीत होता. तशातच आपल्या अंगाशी चिकटलेला पोरगा नागवा आहे. तो आपणाला खेचून घेतोय. एखाद्या स्त्रीसारखी त्याच्या अंगात थरथरती हुडहुडी भरलीय, या गोष्टी त्याला जाणवू लागल्या.

तरीही झोपेच्या कैफात बाकेराव तसाच पडून राहिला. जेव्हा त्या पोराने आपल्या दोन्ही टांगेच्या मध्ये हात घातल्याचे त्याला जाणवलं, तसा अंगात विजेचा झटका बसल्यासारखं झालं. तो पटकन अंथरुणात उठून बसला. त्याने त्या पोराच्या कानफटात जोराने ठेवून दिली. त्यामुळे तो पोर कळवळला. बाकेरावनं भीतीनं आणि आश्चर्यानं निरखून पाहिलं, तेव्हा तो गगन आहे आणि त्याच्या ओठांतून त्या फटक्याने रक्त गळत असल्याचं त्याला दिसलं. रुमालाने जखम पुसत गगन आपला चेहरा चोरू लागला, तेव्हा बाकेरावनं त्याला स्पष्ट शब्दांत ठणकावलं, "मी मर्दाचा बच्चा हैय! हे असले रांडोळ्यासारखे चाळंक चाळे माझ्यासंगं करायला जाशील तर मी तुझा जीव घेईन."

त्यानंतर मात्र बाकेजवळून जाताना गगन खजील व्हायचा. लाजेनं खाली मान घालायचा; मात्र काही महिन्यांनंतर गगन आपल्याकडे एकसारखा बघतो. आपल्या सहवासात रमायचा प्रयत्न करतो, त्याच्या नजरेत आपल्याबद्दल आपुलकी आहे. अपूर्वाईही आहे. त्याच्या नव्या दृष्टीमध्ये एक वेगळीच सृष्टी असल्याचं बाकेरावला जाणवलं. गगनलाही मुलखावेगळी हुन्नर असलेला बाकेराव नावाचा सोनेरी वर्खाचा पक्षी आपल्या बगलेत हवा होता.

अशाच एका गावाबाहेर तमाशाच्या राहुट्या उभारल्या गेल्या होत्या. त्या सायंकाळी गगन, बाकेला हट्टाने घेऊन बाहेर पडला. पलीकडे खळखळत्या पाण्याचा ओढा वाहत होता. त्या काठी दोघंजण जाऊन बसले.

"काय रे, कशासाठी मला इथवर घेऊन आलास?" बाकेरावनं विचारलं.

"आपुण दोघं 'स्वत:चा फड' काढू या," त्याचा स्वर एका नव्या जिद्दीने ओला झालेला.

"क-काय ऽऽ?" छातीत कळ भरल्यासारखा बाकेराव गडबडला, "तू काल रात्री ढोसलेली गावठी दारू अजून तुझ्या डोसक्यातनं उतरली नाय काय रे?"

"बाकेराव! माझा मेंदू तल्लख आहे, जागा आहे म्हणून तर मला साऱ्या गोष्टी दर्पणासारख्या लख्ख दिसतात. तू किती बडा कलावंत आहेस. तुझ्या रक्तात नांदणारा गमतीदार सोंगाड्या आन तुझ्या कंठातला लोकगायक या दोन्ही

गोष्टींच्या बळावर तू उद्या फड काय राज्यसुद्धा निर्माण करू शकतोस.''

बाकेराव थंडच. त्याला उत्तरच सापडेना. तो निरुत्साही, पडक्या शब्दांत बोलला, ''अरे, अशा उंच भराऱ्या मारण्यापूर्वी आपण स्वत:च्या फाटक्या अन् दरिद्री परिस्थितीकडं तरी बघू या. एखाद्या महिन्याचा आपला पगार थोडा लेट झाला तर आपल्या हातापायांच्या नाड्या आकसून आपणास हुडहुडी भरते. ही आपली दशा. तिथं एवढा मोठा फड, तंबू, कनातसामान, शेकडो कलाकारांची जुळणी या काय खायच्या गोष्टी आहेत?''

''अरे, पण मित्रा, कायम दुसऱ्यांच्या मोटारीचं टायर बनून आपली पुरी जिंदगी सडवण्यात तरी काय अर्थ हैय?''

''पटत नाय मेंदूला हा विचार.''

''मित्रा, तू चॅलेंजला नको घाबरू. फक्त मनावर घे.''

''अरे, पण ती फड उभारायची भानगड तुला तंबाखू-चुना मळण्याइतकी सोपी वाटते का?''

''सगळीच गणितं एका बैठकीत का सोडवायला निघालायस? थोडा धीर धर. अरे, तू रंगमंचावरचा हुकमी एक्का आहेसच! बाकी मॅनेजमेंटचं माझ्यावर सोड.''

स्वसामार्थ्याची जाणीव करून देणं हेच गगनरावचे बाकेराववर जन्मभराचे उपकार ठरले होते. त्यानेच त्याच्या हृदयात महत्त्वाकांक्षेचे निखारे फुलवले होते. ते दोघं तेव्हा अर्जुना पवाराच्या तमाशातच राबायचे. त्यांच्या नव्या फड काढायच्या गुप्त हालचाली जशा लक्षात आल्या, तशी तिकडच्या मॅनेजरनं अर्जुनरावाकडे कागाळी केली, ''मालक, या पोरांना नव्या फडाची शिंगं फुटताहेत! असे दोन हुशार कलावंत एकाच वेळी बाहेर पडले, तर त्यात आपलं नुकसान आहे!''

''पण आपण त्यांना कसं रोखणार?''

''मी जुन्या स्टॅम्प पेपरावर सह्या अन् अंगठे मॅनेज करतो. त्या दोघांच्याकडं जुन्या ॲडव्हान्सच्या येणे बाकीचा डोंगर दाखवू या. हिशोबात रडवून इथंच कायमचं बुडवू या.''

त्या कल्पनेवर दिलदार हृदयाच्या अर्जुनाने आपल्या मॅनेजरला हटकलं, ''धाडसाच्या दरीत उडी घ्यायची हिंमत है ना त्या पोरांच्या उरात? तर आपण उगाच कोलदांडा कशापायी घालायचा? आपण मोठं व्हावं ही साऱ्याच कलावंतांची स्वप्नं असतात.''

''पण मालक आपलं नुकसान?''

''होऊ दे जे व्हायचं ते. उद्या ते बडे कलावंत झालेच तर सारी दुनिया बोलेल, ही खोंडं अर्जुन पवाराच्या तालमीतली आहेत, तेवढं बस झालं.''

अर्जुनरावांनी गगन आणि बाकेरावचा हिसाब चुकता केला. शिवाय त्यांना आपल्याकडचा शिलकीतला जुना तंबू, स्टेजचं सामान, वापरात नसलेल्या ढोलक्या आणि एक जुनी अव्वल सूर असलेली पायपेटीही त्यांना भेट म्हणून देऊन टाकली. ती चीज एकेकाळी श्रेष्ठ तमासगीर पठ्ठे बापूरावांच्या मालकीची होती. त्या अकल्पित गुरुदक्षिणेनं आणि आशीर्वादानं तेव्हा गगनराव आणि बाकेरावलाही गहिवरून आलं होतं. ते दोघं अर्जुनाला सद्‌गदित होऊन बोलले होते, ''मालक! जेव्हा आम्हाला देव ताकद देईल, तेव्हा या उपकाराची परतफेड आम्ही जरूर करू.''

''तुम्ही पहिले सुराला लागा पोरांनो ऽ ऽ. माझी चिंता सोडा,'' अर्जुनाने खऱ्याअर्थी त्यांच्या पाठीवर हात ठेवला होता.

पण गेल्या काही दिवसांत रंगकली आणि बाकेरावच्या प्रेमप्रकरणाची तमाशा जगात बरीच ओरड झाली होती. त्यामुळेच बाकेराव मनातून हादरला होता. आपण आपल्या उपकारकर्त्या गुरूचं नाक कापलं, त्याच्या अब्रूलाच हात घातला, अशी रुखरुख त्याला बेचैन करत होती. आता कोणतं तोंड घेऊन आपण आपल्या गुरूसमोर जावं, अशी त्याला पंचाईत पडली होती.

तिकडे मानी अर्जुना मनातून खूपच दुखावला होता. तो आपल्या साथीदारांजवळ उसासे टाकत फणफणत होता, ''कमाल आहे दैवाची. कचऱ्यात कोळसा होऊन पडलेल्या ज्या बाकेरावला मी कळसावर नेला तोच आता माझ्या फडासकट माझं काळीज खुडायला निघालाय! बऱ्या बोलानं तो वठला नाय तर त्याला मी जन्माचा धडा शिकवेन.''

योगायोगाने लवकरच भिलवडी गावात बाकेरावचा खेळ लागलेला. तिथंच दुपारी मोरे इनामदाराच्या वाड्यात बैठक बसली. एक धीरगंभीर, विचारी आणि भला माणूस अशी अर्जुनाची ख्याती होती; पण जेव्हा त्याने समोर बाकेरावला बघितलं, तेव्हा ते विजेचा दिवा फुटावा तसे तडकले, ''अरे बाकेराव, एवढे नावागावाने बडे कलावंत म्हणून दुनियेत झेंडा नाचवता. अन् इकडं माझ्या-सारख्या गरीब तमासगिराच्या पालखीचा दांडा असलेली माझी गुणी पोर, तिला फितवून, मतवून पळवायचा डाव रचता?''

''तसं काय नाय हो, अर्जुनमामा.''

''सोडा हो ऽ एक कलाकार म्हणून तुम्ही ग्रेट असाल; पण माणूस म्हणून थर्ड ग्रेड आहात.''

''अहो, ऐका तरी खरं, अर्जुनमामा —''

''एक शब्द पुढं बोलू नकोस, बाकेराव. तूही तीन लेकींचा बाप आहेस. फार तर चारदोन वर्षानं लहान असतील तुझ्या पोरी. अन् माझ्या सतरा-अठरा वर्षाच्या

अजाण, नासमज पण गुणी लेकीला प्रेमाच्या खोट्या मतलबी जाळ्यात ओढतोस? लेका, किडे पडतील तुला.''

''ऐका ऽ ऐका, मामा. माझ्या भैरी देवाची आण घेऊन सांगतो, या साऱ्या प्रकारात माझा काडीचा दोष नाही.''

बाकेरावनं बैठकीतच खिशातून एक मोठी गुंडाळी काढली. अर्जुनाच्या हाती सरकवली. तिकडं तिरस्कारानं बघत अर्जुनरावानी विचारलं, ''काय रे, काय आहे हे?''

''खजिना ऽ! तुमच्या लेकीनं मला लिहिलेल्या प्रेमपत्रांचा.''

''काय ऽ ऽ?''

''एक, दोन नव्हे चांगली बावीस आहेत. प्रीतीची उतावळी, फाजील भाषा बघा, तिच्या खळाळत्या प्रेमाची चढाई बघा.''

तिथे जमलेले गावकरी मघापासून खूप अस्वस्थ होते. त्यापैकी काहीजण संतापानं ओरडले, ''अरे बाकेराव, बाकी काहीही असू दे; पण एवढी कोवळी, नासमज पोर, मग ती अर्जुनमामांची असू दे नाय तर आमच्या घरातली—तिच्या लाईफची नासाडी करायला तू कसा निघालास, बाकेराव?''

त्या बैठकीत सर्वांनी बाकेरावला मध्येच घेरलं होतं. त्याच्या गैरवर्तनाबद्दल सारेच त्याच्यावर तुटून पडले. ती तापलेली हवा पाहून बाकेराव बोलला, ''चला मंडळी, कोणत्याबी देवाची शपथ घेऊन सांगेन, मी स्वत:हून रंगकलीकडे कधीही गेलो नाही. उलट तिनेच गेले काही महिने माझी एकसारखी पाठ धरलीय. मी पुन्हा तुम्हा सर्वांसमोर हात जोडून सांगतो, आम्हावर उपकारकर्त्या अर्जुनमामाचं मन मला अजिबात दुखवायचं नाही; पण एक लक्षात असू द्या, टाळी एका हातानं वाजत नाय.''

''म्हणजे रे?''

''हे बघा, मी इथं तुमच्यासमोर अर्जुनमामांना साष्टांग दंडवत घालून सांगेन की, तुमची हरणी तेवढी तुमच्या ताब्यात ठेवा. चला, इत:पर हा विषय माझ्यासाठी संपला.''

त्या बैठकीतून बाकेराव मान खाली घालून निघून गेला. बाकेरावने सपशेल माघार घेतल्यानं अर्जुना मनातून सुखावला होता; परंतु रंगकलीच्या मस्तकातल्या भिरभिरत्या वाऱ्याला आटोक्यात कसं आणायचं हेच खरं संकट होतं; कारण तिने गेल्या तीन वर्षांत आपल्या नृत्याभिनयानं अर्जुनाचा फड लोकप्रियतेच्या शिखरावर नेऊन ठेवला होता. तीच खऱ्याअर्थी अर्जुनाच्या फडाची सम्राज्ञी बनली होती.

एके सायंकाळी रंगकलीच्या कलाकलानं घेत अर्जुनराव बोलले, ''रंगू, या

जगात पोरीच्या जातीला अनेक पुरुषांची वेगवेगळ्या कारणासाठी भुरळ पडू शकते; परंतु आवडलेल्या प्रत्येकाशी लग्न करायचं ठरवलं तर या दुनियेचे व्यवहारच कोलमडतील.''

''बापू! बाकेराव म्हणजे लोककलेच्या अंगणातले पहाड आहेत!''

''अगं, पण थोडं उघड्या डोळ्यानं त्याच्या वयाकडं, त्याच्या अंगापिंडाकडं बघशील? आधीच दोन लग्नं, भरमसाठ पोरं, लफडी, कुलंगडी अशा अनेक कारणानं बदनाम झालेला हा भानगडबाज माणूस. बापाच्या वयाच्या त्या डोंगरावर काय डोकं आपटून घेणार आहेस का तू?''

''कलेच्या वेडानं पछाडलेल्या त्या वाऱ्याला मी माझं मन कसं विकलं, अन् मी त्यांची मंजूळ पवरी कशी अन् केव्हा बनले तेच कळलं नाही बघा. सारं स्वप्नातच घडलं.'' रंगकली झोपेत जाबडल्यासारखी बोलली.

अर्जुना खूप चिडला. ढगात तरंगणाऱ्या आपल्या पोरीला वास्तवाच्या जमिनीवर खेचत त्यानं ठणकावून सांगितलं; ''हे बघ पोरी, ज्याला प्रेमपती म्हणून मिठी मारायला निघालीस त्या बाकेरावचं हृदय म्हणजे बस स्टेशनवरचं झिजलेलं बाकडं. तुझ्याआधी तिथं कितीजणींनी रिझर्वेशन केलंय तुला काय माहीत?''

''बापू पंख जळतात म्हणून जळता दिवा हळहळत असंलबी! पण त्याच्यावर झडप घेऊन स्वत:ला जाळून टाकायचा वेडा नाद पतंग कधी सोडून देत नाय.''

''अगं पोरी, तो बाकेराव म्हणजी पिकातलं बुजगावणं. त्याच्या खांद्यावर रानातल्या किती मैना, भटक्या भुरड्या बसून गेल्या. पांढऱ्या शिटा हागून गेल्या, तुला काय माहीत?''

''तुमच्यासारख्या एवढ्या मोठ्या वगसम्राटाने बाकेरावासांरख्या कलावंताचा हा असा अपमान करणं, शोभतं का तुम्हाला? अहो, बाकेराव म्हणजे गायकीतला हिरा अन् विनोदातला तुरा आहे! आजवर ऊठसूठ त्याचं तोंडभरून कौतुक करत कोण आलंय? तुम्ही की मी?''

आता रंगकलीही बोर्डावर उभी राहिल्यासारखी बापासमोर कुर्र्यात उभी होती. रंगमंचावरचे रोजचे संवाद, शेलके शब्द, म्हणी आणि वाक्प्रचार आपसूकच तिच्या रक्तपेशीचा भाग बनलेले. त्याच गुलाबी कैफात ती आपल्या बापाला समजावू लागली, ''बापू, मी नव्हे, तुम्हीच पब्लिकला बोर्डावरनं कितीदा सांगून टाकलंय, खरी प्रीत म्हणजे जिवंत उमाळा. त्या भळभळ भरून वाहणाऱ्या प्रवाहाला जातिधर्माचं, रूपारंगाचं आणि वयाचंबी बंधन नसतं.''

''म्हणून पन्नाशीच्या घोडनवऱ्याबरोबर लग्नगाठ मारायला निघालीस तू? पुढची काटेरी वाट तुला कुठं माहितेय पोरी? अगं, तू चाळिशीची होशील तेव्हा तो सत्तरीचा झक्क म्हातारा दिसेल. ते फुकटचं लोढणं घेऊन तू कुठल्या वाटेनं

ठेचकाळत कुठवर पळायचीस पोरी-तेव्हाची तुझी होणारी ती परवड, ती पळापळ आत्ताच डोळ्यांपुढं दिसती माझ्या. एक बाप म्हणून माझ्या काळजाची चाळण होते, छिद्र पडत्यात पोरी.''

''तुम्ही कायबी सांगू नका, बापू. मी बाकेरावचं एकदा पकडलेलं मनगट प्राण गेला तरी सोडायची नाय.''

आपल्या पोरीचा तो निर्वाणीचा निर्धार बघून अर्जुना गर्भगळीत झाला. डोळ्यांतून टिपं गाळत त्याने आपल्या लेकीचे पाय धरले, ''ऐक पोरी, या जगात तुझी आई जिवंत असताना तू बाळे बिनाआईच्या लेकरासारखं आधीच वनवासी जीवन जगतेहेस. तुझ्या या बाकेराव नावाच्या म्हातारड्याशी लग्न करायच्या मूर्खपणाच्या निर्णयानं एक दिवस तू आपल्या बापालाबी गमावून बसशील.''

''किती वाईट बोलता वो बापू तुम्ही?'' रंगू दु:खानं हलली.

''अगं सोने, तू तरी कशासाठी कळूनसवरून दु:खाच्या दरीत उडी घ्यायला निघालीस?''

''पण बापू, तुम्ही तरी असे जिद्दीला का पेटता हो?''

''वाईट वाटतं गं पोरी. एकवेळ ढासळलेला बुरूज नव्यानं बांधता येईल, पण एकदा चिमटीतून निसटलेली जवानी माणसाच्याच काय, पण देवाच्या बापालाबी पुन्हा सापडणार नाही. भानावर ये.''

त्या बाप आणि लेकीतली दरी अधिकच रुंदावत गेली. आपण किती महान कलाकार आहोत हे रंगकलीनं सिद्ध करून दाखवलं होतं. वगनाट्यातली तिची जिवंत अभिनयाची जादू, पसरट थाळीवर गुडघे टेकून अवघड थाळीनृत्याचं कसब साधणारी ती जादूगारीण! अलीकडे कितीतरी अंगांनी रसिकांना रंगकली आवडायची. तिच्या सहज येण्यानं जत्रा भरायच्या. अर्जुना पवाराचा तमाशा रंगूमुळेच वैभवाला पोचला होता. त्याचं वाढतं यश पाहून तमाशा धंद्यातले अनेकजण आतल्याआत जळत होते. अर्जुनाच्या गाड्याला खीळ बसावी म्हणून जादूतोटक्याचे आणि अघोरी विद्येचे रस्ते धुंडाळत होते. अशा परिस्थितीत आपली रंगकलीशी ताटातूट झाली तर आपले दुश्मन आनंदाने घुगऱ्या वाटतील, या भीतीने अर्जुनराव अधिकच सर्द झाला होता.

अशातच बार्शीहून तातडीचा निरोप आला. त्याचा परंपरागत वाडा आणि जुना देव्हारा, तो खानदानी सरंजाम सांभाळणाऱ्या त्याच्या आस्तुरीने, सरूताईने त्याला तातडीने भेटायचा जवळपास हुकूमच सोडला होता.

१

धावत्या मोटारीचा समोरचा टायर एक्सलच्या दांड्यातून निसटावा अन् भिंगरी होऊन डोळ्यांसमोरच तो गडगडत पुढे जावा. ताबा सुटलेलं मोटारीचं धूड एखाद्या झाडाच्या खोडावर जाऊन आदळावं, तशी अवस्था अर्जुनरावाची आणि त्याच्या फडाची झाली होती. त्यातच एका नव्या जाणिवेनं त्याच्या मनाचा थरकाप उडाला होता. रंगकली प्रेमभावनेनं इतकी हट्टाला पेटली आहे की, आपण लग्नाला नकार देऊ तर ती स्वत:ला जाळून घेईल. मग तिच्यासकट आपल्या फडाचा आणि जीवनस्वप्नांचा जळून पार कोळसा होईल.

आठवणींच्या लाल मुंग्या अर्जुनाच्या काळजाचे चावे घेऊ लागल्या. बार्शीच्या वाड्यातला गेली वीस वर्षं जळतकोळत राहिलेला, नवरा जिवंत असतानाही वैधव्याच्या निखाऱ्यात जळत राहणारा तो खानदानी मुखडा त्याच्या डोळ्यांसमोर उभा राहिला. ते कपाळावरचं लालभडक कुंकू, डोळ्यांतल्या त्या वेदनेच्या जळत्या वाती, गौरीच्या मुखवट्यासारखा तो नऊवारीच्या पदरातला अभिमानी मुखडा. अर्जुनाने आपणाला फसवल्याच्या दु:खी तडाख्यातून सरूताई केव्हाच सावरल्या नव्हत्या. उलट त्या अर्जुनावर उखडायच्या, "अहो, माझ्या डोक्यावर अक्षता पडण्यापूर्वी एक साधा उपकार करायचा होतात. आम्हाला स्पष्ट सांगून टाकायचं होतं की, एक दिवस डोईवर झिंज्यांचं जंजाळ वाढवून मला तमाशाच्या बोर्डावर नाचायचं आहे म्हणून. आमची किंवा आमच्या घरंदाज देशमुखांच्या घराण्याची फसगत तरी झाली नसती."

"हे बघ, आपल्या लग्नाआधी मी सासरेबुवांना स्पष्ट सांगितलं होतं - मला एक दिवस कलाप्रांतात मुशाफिरी करायची आहे."

"कलाप्रांत? त्यांना बिचाऱ्यांना कला म्हणजे वाटलं असेल रागदारीवरचं संगीत, फार तर नाट्यकला? जावई हा असा तमाशाच्या बोर्डावरचा सोंगाड्या निपजण्याइतके आपण दुर्दैवी निघू हे कसं समजणार होतं त्या बिचाऱ्यांना?"

"सोंगाड्या नव्हे, सरदार."

"तेच ते. तोंडाला पावडर नावाची राख लावायची अन् ढोलकी-पेटीच्या तालावर सोंगं काढून नाचायचं कोल्हाटणींच्या आणि डोंबारणींच्या ताफ्यात."

"खूपच कडू बोलतेस तू, सरू."

"काळीज आमचं जळतंय ना. फसगत आमची झालीय. तुमच्या धिप्पाड, लालबुंद, पाणीदार रूपाच्या प्रेमात मीच नव्हे आमचे पिताजीही फसले. नाहीतर अनेक तरुण आमदारांची, शुगर फॅक्टरींच्या चेअरमनांची स्थळं समोरून चालून आली होती हो; पण काय करणार, आमच्या नशिबात तमाशातलं हे

तुणतुणंच होतं.''

"अच्छा! आमदारीणबाई व्हायचं होतं का तुम्हाला? कशासाठी? तालुक्यातल्या गरिबांची कोंडी करायची अन् त्यांना दरवेशाच्या अस्वलासारखं दारात बांधायचं. सहकारी संस्था, बँका, साखर कारखाने साऱ्या आर्थिक नाड्या आपल्याच मुठीत ठेवायच्या अन् लोकशाहीच्या नावावर वतनदारीची नवी ठोकशाही निर्माण करायची? अगं, त्यापेक्षा आम्ही नाट्यसंगीताचे मळे फुलविले. मध्यम वर्गाच्या कक्षेबाहेरच्या आडरानातल्या बहुजन समाजाचं मनोरंजन करायची आम्हाला संधी मिळाली.''

"जाऊ दे हो. म्हणे तमाशाकला! अहो, अजून ज्या कलेचं नाव घेताना सत्शील समाजाची जीभही चाचरते —''

"तुला काय ठाऊक त्या लोककलेचे रेशीमधागे - ती सुंदर कला जपणाऱ्या दलित-पददलित-डोंबारी-कोल्हाटी यांच्या ताफ्यात घुसून लोककलेची दिमडी वाजवणाऱ्या माझ्यासारख्या शाहिरांचीच समाजाला गरज होती.''

"तुम्ही त्या कलेच्या अविचारी कैफात माझी वाट लावलीत. ते सोडून द्या; पण माझ्या पोरीच्या जन्माचंही वाटोळं करायचं? तुम्ही तिकडं झिंज्या वाढवून तमाशात गेलात. इकडं लेकरू जन्माला आलं. तिला तुम्ही वरचेवर भेटायला यायचे. मी म्हटलं, बापलेकीच्या मायेआड मी कशाला येऊ? पण तिथेही फसवलंत हो तुम्ही. तुमच्या खऱ्या नख्या बाहेर काढून तुम्ही केसानं गळा कापलात माझा.''

"सरू ऽ ऽ सरू ऽ ऽ अगं, कसा फसवेन मी पोटच्या पोरीला?''

"तुम्ही म्हणजे पंछी बटोरे!''

"म्हणजे?''

"जंगलाच्या पायथ्याला नन्हीमुन्नी पाखरं गोळा करून, त्यांना दाणे घालून वाढवणारी एक जमात असते. बिचारी पाखरं फसतात. ही जमात इवल्या पाखरांना प्रेमाने दाणे चारून वाढवते, पण कुठवर? त्यांच्या अंगात मांस भरेपर्यंत. एकदा मांसाने ती पाखरं लदबदली की त्यांना शहरांतल्या भटारखान्यात नेऊन विकतात—तंदुरीत भाजून खाण्यासाठी! तसेच तुम्ही जातीचे दुष्ट. आधी माझ्या पोरीला लळा लावलात. तिला चांगली तेरा-चौदा वर्षाची होऊ दिलीत. तिच्या अवयवांना गोलाई आली, रसरसत्या तारुण्याच्या खुणा तिच्या अंगावर दिसू लागल्या अन् तुम्ही त्या पंछी बटोऱ्याचा सुरा बाहेर काढलात -''

"सरू, हे सारं खूपच वाईट बोलतेस तू -''

"मे महिन्याच्या सुट्टीचं निमित्त झालं. मी नको नको म्हणत असताना तमाशाचा फड कसा असतो, हे दाखविण्यसाठी माझ्या लेकीला केवळ दोन दिवसांच्या बोलीनं घेऊन गेलात. त्या अजाण बाळीच्या पायात हळूच घुंगरू

बांधलेत. अन् तारुण्याच्या कैफात ती मूर्ख पोर ढोलकीच्या तालाला नादावली. घरंदाज घरातली पोर जत्रेत नाचू लागली.''

''जाऊ दे, सरू. मी काय बोलणार? जन्मजात कला, कलेची हाक, तिचं सत्त्व, तिची आराधना या साऱ्या गोष्टीच तुझ्या मेंदूपलीकडच्या आहेत.''

''तुमची ही कलाबिला, हे थोतांड मला काही सांगू नका. तुम्ही बाप नव्हे तर कसाईच होता. पिलाच्या अंगात मांस भरेपर्यंत थांबलात आणि नंतर तिच्या मुंडीवर तुम्ही सरळ सुरी चालवलीत.''

बार्शीच्या दिशेनं जीप धावत होती. ड्रायव्हिंगला नाना दुलारी बसलेला. तेव्हा आठवणींच्या त्या मुंग्यांनी अर्जुनाच्या मस्तकाचा पार भुगा करून टाकला होता. त्याचं मन कुरतडून गेले होतं. ना आपण सरूला सुख देऊ शकलो, नाही आपण आपल्या लेकीचं तिच्या आईच्या इच्छेनुसार भविष्य घडवू शकलो. सरूला आपल्या लेकीला बडं डॉक्टर बनवायची इच्छा होती. सहज सुट्टीला फडावर आलेली पोर तिथल्या नृत्यसंगीताने नादावली.

जेव्हा बोर्डावर फडातल्या नृत्यांगना जोराचं नृत्य करायच्या. नागिणीसारख्या डोलायच्या. धबधब्यासारख्या अवघ्या आनंदानं बेहोषीत भरून निघायच्या, तेव्हा पडद्यामागं उभी असलेली रंगकली, त्या नृत्यांगनांसारखेच हावभाव करायची. ठेका धरायची. पायपेटी आणि ढोलकीच्या पहाडीबाजाच्या त्या जल्लोषी नृत्यसंगीताचा जोरकस थाट रंगायचा. त्या आवाजाचा, त्या ठेक्याचा, त्या मुरक्यांचा फायदा घेऊन स्टेजच्या मागच्या बाजूने रंगकली अर्धवट अंधारात जोरात नाचत राहायची. तासन्‌तास घाम गाळायची. महिन्याभरातच ती हरणीसारखी नाचू लागली. दुपारी स्त्रियांच्या राहुटीत इतर बाया तिच्याकडे मुद्दाम जास्त लक्ष द्यायच्या. फडमालकाची पोर नृत्याचे धडे अगदी आवडीने गिरवतेय, याचा त्यांना खूप आनंद असायचा. मग त्याही पायात चाळ बांधून रंगूला नृत्याचे अवघड झंकार शिकवायच्या.

रंगकलीसाठी शाळा महत्त्वाची आहे म्हणून खरं तर खुद्द अर्जुनानेच तिला

मुस्काटात मारल्या होत्या. रडवेल्या सुरात बापाने पोरीला ऐकवलं होतं, "पोरी, या बदनाम कलेच्या नादापाई माझ्या आयुष्याचं मी किती वाटोळं करून घेतलं ते तुला दिसत नाही का? मग त्याच नरकात तू नाचायला कशाला निघालीस? काय सांगायचं आपल्या नातेवाइकांना आणि कसं तोंड दाखवू तुझ्या आईला?"

आपल्या बापाचं ते भयंकर रूप बघून रंगकली जाम घाबरली होती. तिच्या अंगात भरलेला ताप काही दिवस उतरलाच नाही. तिची अवस्था बघून बापही हडबडला; मात्र एके दिवशी दुपारी रंगकली आपल्या बापाजवळ आली. त्याच्या पायावर घुंगराच्या पट्ट्या ठेवून ती हमसून हमसून रडली. तिने दुखावलेल्या बापाला एकच प्रश्न केला, "बापू, तुम्ही तर गाजलेले वगसम्राट! तुमच्या शब्दांच्या खजिन्यापुढं माझी बोबडी शंका टिकायचीबी नाही. तुम्ही म्हणाल तसं ऐकायला मी तयार आहे. फकस्त या नटेश्वर देवाची शपथ घेऊन खर्र खर्र सांगा -"

"काय गं?"

"हा नटराज तुमच्यासाठी देव असंल तर माझ्यासाठी दानव कसा होईल हो?"

लेकीच्या त्या शेषप्रश्नापुढे अर्जुनसारखा वगसम्राटसुद्धा मुका झाला होता.

आपला खानदानी नवरा तमाशात गेला म्हणून गेली वीस वर्षं सरूताईंनी स्वत:ला करून घेतलेला तो कारावास. त्या स्वत:हून आपल्या माहेराकडे जाणारी वाट विसरून गेल्या होत्या. तरीही त्यांच्या बहीणभावांनी त्यांच्यावरचा मायालोभ अजिबात कमी होऊ दिला नव्हता. सरूताईंना एकीकडे तमाशाकलेचा कितीही तिरस्कार करू दे; परंतु गेली दोन दशकं रोजचा सूर्य उगवताना त्या तुळशीवृंदावना- जवळ जायच्या. नित्यनेमानं अर्जुनरावांच्याच नावचा कपाळावर कुंकवाचा टिळा लावायच्या.

पोरीने पायात चाळ बांधून वाटोळं केल्याची सरूच्या मनातली ती भळभळती जखम अजून बरी झाली नव्हती, तोवर या नव्या बातमीमुळे तिच्या काळजाची पार चाळण झाली असणार. कसं उभं राहायचं तिच्या डोळ्यांसमोर? शेवटी प्रेम, लग्न या साऱ्या न टळणाऱ्या गोष्टी. एकवेळ आपल्या पोरीने स्वत:ला साजेशा एखाद्या तरुण कलावंताचा, तरुण शाहिराचा हात पकडला असता, तरी अर्जुनानं लेकीची बाजू बार्शीच्या वाड्यात मांडली असती; पण आता त्या खानदानी चौकटीपुढे जाऊन कशी सांगायची, आपल्या लेकीची अजब निवड?

जेव्हा वाड्यात अर्जुनरावचं पायताण कुरकुरलं, तेव्हा आपल्या डोक्यावरचा टोपपदर सावरत सरूताईने त्यांच्या चरणाला स्पर्श केला, अन् लगेचच निखाऱ्यावर फुटणाऱ्या लाह्यांसारखे त्यांच्या मुखातून शब्दांचे गरम गोळे बाहेर पडले, "इकडची लाखमोलाची मामलेदारकी सोडलीत, जगभर आमची नाचक्की केलीत. माझं माहेर, बडी शेतीवाडी आणि घराण्याच्या अब्रूचा पुरा पंचनामा करून टाकलात.

जन्मभर अशीच वाकडी पावलं टाकून शेवटी काय मिळवलंत हो धनी?''

''सरू, तशी माझी काहीच चूक नव्हती.''

''जाऊ दे, माझ्या जिवंतपणी तुम्ही माझं प्रेत बनवलं होतत. निदान आपल्या एकुलत्या एक पोरीवर तरी दया दाखवायची होती.''

''खूप समजावलं गं तिला!''

''चलाऽ प्रेम आंधळं असतं, हेही एकवेळ मला कबूल; पण म्हणून काय बापाच्या वयाचा पन्नाशीतला धोंडा गळ्यात बांधून घ्यायचा? धनी, बघा, अजून आवरा स्वत:ला. नाही तर आपल्या पोरीच्या या एका चुकीची शिक्षा आपल्या अशी बोकांडी बसंल की, आपल्या साऱ्या भावी पिढ्या नरकातले किडे होऊन वळवळतील.''

१०

एखादा तमाशा ढंगदार गवळणींच्या सादरीकरणासाठी प्रसिद्ध असतो. कोणाची बतावणी अन् शिलकार अवीट असतो, तर कोणाची रंगबाजी वरच्या श्रेणीची असते; मात्र अर्जुनराव पवारांचा फड प्रसिद्ध होता तो त्यांच्या दु:खान्त वगनाट्यांसाठी. म्हणजेच श्रेष्ठ शोकान्तिकांच्या सादरीकरणासाठी. ''राजा हरिश्चंद्र'चा वग उभा करावा तो देखण्या, फाकड्या अर्जुनरावानंच!'' असं रसिक उघडपणे बोलून दाखवत. सत्यवचनी हरिश्चंद्राची ती भूमिका अर्जुनाच्या रक्तमांसाचा भाग झालेली. ''गेल्या जन्मात ह्यो अर्जुन्याच ओरिजनल हरिश्चंद्र असावा. म्हणून तर काळजाला छिद्र पाडणारं डायलॉग तो घडाघडा बोलून दाखवतो,'' अशा शब्दांत गावोगावचे भाबडे रसिक त्याची तारीफ करायचे.

आजकाल अर्जुनाच्या दैवाच्या रेषा अशा वाकड्यातिकड्या झाल्या होत्या की, त्याची अवस्था त्या दुर्भागी हरिश्चंद्रासारखीच झाली होती. त्याचं असं स्वत:चं त्याच्याजवळ उरलंच नव्हतं कोणी. सासुरवाडीचा दरवाजा बंद, लग्नाच्या बायकोनं बार्शीच्या वाड्यात स्वत:ला कोंडून घेतलेलं. अन् आता एकुलत्या एका लेकीचं नशीब हे असं. ती प्रेमाच्या मूर्खपणात महापुराच्या लोंढ्यात अडकून स्वत:भोवती गरगर फिरणाऱ्या ओंडक्यासारखी गटांगळ्या खात होती.

अर्जुना तमाशात आला, तेव्हा पहिली दोन वर्षं अशीच उन्हाळ्याची खर्चावारी गेली. त्यानंतर मात्र बानू नावाची यल्लमा देवीला सापडलेली जोगतीण त्याच्या नशिबात आली. दिसायला सुबक, गोरीपान आणि खूप टापटिपीची. तिचं शिक्षण इयत्ता तिसरीपर्यंत पार पडलेलं; पण तमाशाच्या वगातला तिचा अभिनय

खूप जबरदस्त होता. ती वगामध्ये राजा हरिश्चंद्राची तारामती बनली. खासगीत अर्जुनाच्या गोधडीमध्ये शिरून त्याची बाईल झाली. बिना लग्नाची. तिला त्यानं फड मालकिणीचा मानपानही दिला. वगनाट्य जोरात चाललं. संसारही सुराला लागला; पण काही वर्षांपूर्वी जतच्या जत्रेवरून अर्जुनाच्या वाहनांचा ताफा परतत होता तेव्हा मोटारीला मोठा ॲक्सिडेन्ट झाला. हरिश्चंद्राची तारामती हे जग सोडून निघून गेली. तिच्यानंतर मात्र त्या वगाच्या वह्या अर्जुनानं अंधाऱ्या कोनाड्यात टाकून दिल्या होत्या.

"बानूसारखी वग खेळणारी बया नसेल, तर हरिश्चंद्र करायचा तरी कशाला? तिच्या चढीची अशी नखरेबाज आणि कनवाळू हिरॉईन होणे नाही," असं अर्जुना सर्वांपुढे दुःखाने बोलून जायचा.

मात्र जेव्हा बोर्डावर रंगकली अवतरली. तिची शुद्ध वाणी, जलद गतीनं पाठांतर करायची खुबी, मंचावरचा बिनधास्त, हुकमी वावर अर्जुनानं बघितला, तसा तो चक्रावला. त्यानं आपल्या पोरीला पसंतीची दाद देण्यापूर्वीच त्याच्या फडातले सारे त्याच्या कानाशी लागले, "आण्णा, तुमच्या लेकीच्या रूपानं तुम्हाला नवी तारामती भेटलीय. होऊ दे तालमीला सुरुवात."

रंगकलीची तारामती दर्पणात दिसणाऱ्या चांदासारखी उजवी ठरली होती. दोघं बाप आणि लेक राजा-राणी बनून स्टेजवर आले की, काही क्षण अर्जुना वयानं थोडा मोठा वाटायचा; मात्र पुढच्या काही मिनिटांतच रंगकली आपल्या जबरदस्त शब्दफेकीच्या सामर्थ्यावर आणि उत्तम अभिनयाच्या बळावर दोघांच्या वयातल्या रेषा झटकन पुसून टाकायची. रामाला सीता शोभावी, तशी हरिश्चंद्र बनलेल्या अर्जुनाची तारामती व्हायची. गेली चार वर्षं बापलेकीची ही जोडी हरिश्चंद्र-तारामती वगाच्या निमित्तानं तमाशा रसिकांच्या हृदयावर राज्य करत होती; मात्र घडू नये ते घडलं. निरशा दुधात मिठाचा खडा पडला. अमृत नासून ढॅण झालं. मूळच्या पुराणकथेत झोपेच्या बेहोशीत गुंग होऊन पडलेल्या राजा हरिश्चंद्राची विश्वामित्र ऋषींनी भेट घेतली होती. तीही स्वप्नातच! त्या स्वप्नावस्थेत विश्वामित्रानं त्या सालस, भाबड्या राजाकडे श्रेष्ठ दानाची मागणी केली. तेव्हा राजा हरिश्चंद्रानं खुल्लं सांगून टाकलं, "जे हवं असेल, ते मागून घ्या ऋषिवर." जेव्हा विश्वामित्र हरिश्चंद्राकडे त्याचं संपूर्ण साम्राज्य दान मागतो, तेव्हा तो सत्यवचनी राजा स्वप्नातच आपल्या संपूर्ण राज्यावर पाणी सोडतो.

नेमके दुसऱ्या दिवशी विश्वामित्र हरिश्चंद्राच्या दरबारात अवतरतात. त्याच्याकडे राजमुकुटाची मागणी करतात. जेव्हा राजा स्वप्नात दिलेल्या वचनाला जागून आपला मुकुट काढतो, तो विश्वामित्रांच्या पायावर ठेवतो, तेव्हा विश्वामित्र छद्मीपणे हसत त्याला सांगतो, "या राजमुकुटाचं दान करण्याचा अधिकार तुला

आहेच कुठे, राजा?"

"समजलो नाही, मुनिवर?"

"अरे मूर्ख नरेशा! काल रात्री स्वप्नातच तू तुझं चौदा चौकड्यांचं राज्य माझ्या झोळीमध्ये स्वाहा करून रिकामा झाला आहेस. वर आता राजमुकुट दानाचं नाटक कशासाठी रंगवतोस?"

तेव्हा त्या पुण्यप्रतापी राजानं आपल्या पदप्रतिष्ठेचा अगर सुखचैनीचा अजिबात विचार केला नाही. अंगावरची राजवस्त्रंही काढून टाकली. नवऱ्यानं स्वप्नात दिलेल्या वचनाच्या पूर्तीसाठी तारामतीनं अंगावरचे सारे वस्त्रालंकार काढले. विश्वामित्रांच्या हाती दिले. आपलं राज्य, आपली प्रजा, भवितव्य सारं स्वाहा केलं. वचनासाठी हरिश्चंद्र आणि तारामती निष्कांचन बनले. भिकाऱ्यासारखी साधी वस्त्रं पांघरून त्यांनी आपल्या वैभवाचा त्याग केला. वनवासाचा रस्ता धरला. सोबत आपल्या रोहिदास बाळालाही घेतलं.

आता वगनाट्यातल्या प्रमाणे दुर्दैवरूपी विश्वामित्राने अर्जुनाची लक्तरं काढायला सुरुवात केली होती. विश्वामित्र दुष्टपणे अरण्याला आग लावतात, ज्यामध्ये आपला एकमात्र बाजिंदा राजकुमार रोहिदास जळून मेल्याची वार्ता दुर्दैवी हरिश्चंद्राला त्या वनवासातच समजते. तेव्हा दुःखाने वेडापिसा झालेला राजा हरिश्चंद्र तथा अर्जुनराव पंचम स्वरामध्ये चराचराला रडत, भेलकांडत हाका मारायचा, तारामतीसह करुण सुरात गात राहायचा -

"मायमाउली ऽ आम्हीच अभागी
करुणा आमची भंगली
वृद्धत्वाची काठी आमची
आज कोणी पळविली?"

धर्मपत्नी जिवंत असूनही नसल्यासारखी होती. आता अर्जुनाच्या वृद्धत्वाची खरीखुरी छडी म्हणजे रंगकली होती. ती त्याला सोडून जाणार या कल्पनेनं तो घायाळ नव्हे, तर अक्षरशः वेडापिसा बनला होता. राजा हरिश्चंद्रासारखीच प्रसंगी कर्जफेडीसाठी स्वतःची बाजारात बोली लावण्याची त्याची एका पायावर तयारी होती; पण जीवनाची एकमेव आशा आणि आकांक्षा सारं काही बनलेली त्याची पोटची पोरच त्याला सोडून चालली होती. त्याच्या दुर्दैवाचे दशावतार पाहून अनेक विश्वामित्र त्याच्याकडे कुचेष्टेने पाहत होते. खदाखदा हसत सुटले होते.

११

अर्जुना खूप हळवा बनलेला. सारं आयुष्यच आपल्या मुठीतून निसटल्याची त्याला भीती वाटत होती.

रंगकलीच्या गुणाची छक्कड बापाने गायची ती किती? बाहेर कुठे एखाद्या लोककलावंताचा सन्मान व्हायचा अवकाश. रंगकली पारिजातकासारखी मोहरून जायची. तिच्या सर्वांगावर चैतन्याच्या कळ्या फुलायच्या. घुंगरांचं चांदणं उचंबळून यायचं. मग ती बापाच्या बकोटीला बसायची. लोककलेच्या प्रांतात मला काय काय करायचं, ती सारी स्वप्नं रंगू घडाघडा बोलून रिकामी व्हायची. गंभीर वगनाट्याचे किती मोठाले वटवृक्ष माधवराव नगरकर, बाबूराव पुणेकर, सावळजकर बंधू यांनी लावून ठेवले आहेत. काळाच्या ओघात वटवृक्षांच्या त्या शीतल सावलीपासून खरा रसिकवर्ग दूर गेला आहे. 'छत्रीच्या दांड्या'भोवती उघडी-नागडी नाचणारी उथळ करमणूक म्हणजे लोककला नव्हे. तिकडे दूर पंजाबात भांगड्याला जी प्रतिष्ठा आहे, जसा गुजरातेत गर्ब्याचा गवागवा होतो, तशी उंची आणि वैभव कधी मिळणार आपल्या परंपरागत मराठी तमाशाकलेला?

रंगूचे ते बेसिक प्रश्न! तिच्या रक्तातलं औत्सुक्य, ती तारुण्यसुलभ सळसळ, तो खळाळता उत्साह बघून अर्जुना पवाराचं तारुण्य जागं व्हायचं. दिवसा मामलेदार कचेरीतील खर्डेघाशी आणि रात्र रात्र जागून बड्या तमाशाच्या फडातून नवी वगनाट्यं बघण्यासाठी दुलारीबरोबर केलेले ते धावते दौरे, त्या लावण्यांच्या शास्त्रीय परंपरागत चाली, श्रेष्ठ गायकांच्या मैफिली, ती अभिजात मराठी नाटकं आणि ते उत्तम चित्रपट पाहण्यासाठी टुरिंग टॉकीजचे झिजवलेले उंबरठे. तेव्हाचा तो सारा नजारा आता त्याला नव्यानं आठवू लागला होता.

एकीकडे रंगूच्या प्रीतीच्या अचाट, अव्यवहारी कल्पनेने अर्जुना वैतागला होता. त्याचवेळी त्याला रंगूची करुणाही वाटायची. बाकीच्या मुली मैत्रिणींच्या गराड्यात असायच्या; मात्र मायेची ऊब देणारी कोणी रंगूच्या शिणेची मैत्रीण तिला नव्हती. त्यामुळेच तिच्या त्या एकाकीपणाचा, हुरहुरत्या कोवळ्या मन:स्थितीचा फायदा बिलंदर बाकेरावनं उचलला असावा.

अनेकदा अर्जुना देव्हाऱ्यातील कवड्याची माळ घ्यायचा. राहुटीच्या मेढीला पाठ टेकून बसायचा. तेव्हा रंगू हळूच तिथे येऊन बापाला चिकटायची. तिच्या मुलायम अंगाचा स्पर्श होताच त्याच्यातला कठीण बाप बर्फासारखा वितळून जायचा.

रंगूच्याही मनाची कुतरओढ चालली होती. ती आतून भिजल्या कागदासारखी फाटत होती. चांगल काय नि वाईट काय? बाकेरावांच्या सोबत जावं की,

अर्जुनाच्याच सावलीत राहावं? प्रीत मोठी की पितृभक्ती मोठी? तिनं अर्जुनरावच्या मांडीवर आपलं डोकं ठेवलं, तेव्हा त्याची लडिवाळ बोटं आपोआप तिच्या दाट केसातून फिरू लागली. तो दाटल्या कंठानं बोलला, ''बाळ ऽ ऽ एखादा कुबेर असू दे, नाही तर भिकारी; पण कोणालाही मनुष्यजन्माच्या बालपण, जवानी आणि बुढापा या अवस्था चुकलेल्या नाहीत. जीवनचक्राचे काटे उलटे फिरवून तू काय मिळवणार आहेस?''

''बापू, मी तरी कोणाचं काय वाईट केलं आहे हो?''

''पोरी ऽ ऽ , एक वेळ मला तू तुझे पाय धरायला लाव. तुझ्या पायावर नाक घासताना मला कसलाही कमीपणा वाटायचा नाही; पण पोरी, हे उलटं गणित तू कसं सोडवणार?''

''कसलं?''

''तू जेव्हा चाळिशीच्या उंबरठ्यावर पोचशील, तेव्हा तो सत्तरीतला जख्ख म्हातारा दिसंल. डोक्यावर टक्कल, ओघळलेला चेहरा. एका म्हाताऱ्याची पांगुळगाड्याची ही न पेलवणारी धोंड घेऊन तू कोणत्या बनात जाणार आहेस माझ्या पोरी?''

रंगकली मंद हसली. ज्याला शास्त्रात शृंगार अन् आपल्या तमाशाच्या बोर्डावर 'शिणगार' म्हणतात, त्याच गोष्टीची चिंता वाटत असेल आपल्या जन्मदात्याला; पण तिनं आपल्या मनाची समजूत काढली. असं रोज शृंगाराचं गुलाम व्हायला जीवन म्हणजे काय कुत्रा-कुत्रीच्या समागमासारखा आचरट प्रकार आहे काय? त्या ऐवजी जे पदरी पडेल, ते गोड मानून धन्य व्हावं. भविष्याच्या चिंतेचं ओझं डोक्यावर घेऊन आतापासून कशासाठी फिरायचं?

बार्शीच्या फरसबंद वाड्यातून आलेला सांगावा भलता कडक होता, ''आताच काय तो पोरीच्या मनातल्या फालतू प्रेमकल्पनांना तुंबा घाला, नाही तर आपल्या जन्माचं हसं होईल.''

अर्जुना अनेकदा अंथरुणात माशासारखा तळमळत पडायचा. आपल्या मॅनेजर आणि दोस्त दुलारीला बोलावून घ्यायचा. डोळ्यांतून गरम आसवं गाळत विचारायचा, ''कसं रे, कसं रोखायचं या वेड्या पोरीला? एवढ्या जूनजरबाट पुरुषाशी लग्न करायचा मूर्खपणा करेल तर जन्माचं गुंडगुळं होईल.''

''कायद्याच्या कचाट्यातच कुठं तरी अडकवून टाका त्या बदमाष बाकेरावाला.''

''अरे, जिथं पोटची पोरच फितूर, तिथं गावापुढं अक्कल कशी चालवायची?''

प्रश्न पोरीच्या भवितव्याचा होता. चूप राहूनही भागणार नव्हतं. अर्जुनानं वकिली सल्लाही घेतला. तेव्हा ''बाकेरावला द्विभार्या प्रतिबंधक कायद्यात अडकवता येईल,'' वकिलांनी हमी दिली. लागलीच पुरावे गोळा करा, असं फर्मान सुटलं.

अर्जुनाने दुलारीला हळूच कामगिरीवर पाठवून दिला. लवकरच दुलारी बाकेच्याच मॅनेजरला चारूस्वामीला घेऊन माघारा आला. पक्क्या काळसर रंगाचा आणि लख्ख पांढऱ्या सदरा-विजारीतला तामिळी चारू तसा चालू आणि चाबरा होता; मात्र काट्याने काटा काढून एखाद्याला धडा शिकवायचा असेल तर अशीच माणसं उपयोगी पडतात. त्यामुळे अर्जुनाने चारूला विश्वासात घेत विचारलं, "काय रे, या आधी त्याची तीन लग्नं झालीत ना?"

"दोन झाली की वो! पण तिसरं अक्षता पडता पडता मोडलं बघा."

"त्या दोन लग्नांचे पुरावे?"

"कसले वो पुरावे?"

"अरे बाबा सबरजिस्ट्रारकडची नोंद, लग्नाची पत्रिका, लग्नावेळचं टिपण किंवा फोटो वैगेरे —?"

चारूस्वामी गूळपाणी पिल्यासारखा खुदूखुदू हसू लागला. तो दम खात बोलला, "आण्णा ऽऽ हे लग्नाच्या रजिस्टरचं नोंदीचं भिरकाट अलीकडचं. शिवाय तमासगिरांची लग्नं ही आपल्या स्टेजवरच्या लोकनाट्यातल्या सारखीच घाईनं होत्यात —पत्रिका छापायच्या आधी जिथं मंडळी पोरं काढून रिकामी होत्यात.— माफी चाहतो वो-पण दौऱ्यावर वाजणाऱ्या लग्नातसुद्धा वाजंत्री वगातलेच वापरतो आपण. विंचवाच्या बिऱ्हाडासारखं आठ-नऊ महिन्यांचं लॉरी आणि बसींच्या फिरत्या चाकावरचं वऱ्हाड आपलं-भटके आपण- रेशनकार्ड काढायला, ते वेळोवेळी नोंदवायला, मतदारयादीत नाव कोंबायला एकेजागी माणसात असल्यासारखा मुक्काम ठेवून राहतोच कोण हो?"

चारूस्वामीचं बोलणं सत्यच होतं. अर्जुनरावाने नेमका प्रश्न केला, "काय रे, आता बाकेरावच्या फडाबरोबर असते ती त्याची बायको - ती गायिका रे, काय बरं तिचं नाव?"

"हां - गंगा."

"मला सांग, उद्या बाकेराव माझ्या रंगूसोबत लग्नासाठी उभा राहिला तर ही गंगा पोलिसात तक्रार नोंदवायचं धाडस करेल का?"

"छे! छे! भलतंच सपान कशाला देखता वो ऽ!" चारूस्वामी खळखळून हसत बोलला, "तुमच्यासारख्या सिनेर माणसाला मी काय सांगावं? बाकेराव म्हणजे तुमच्याच फडात शिकून तयार झालेला सोंगाड्या. यह गहजब की बात है साला - बाकेरावासारख्या भानगडबाज पुरुषांनाच या बाया धार्जिण कशा असतात हो? म्हणजे बघा, गरीब गाय नेमकी खाटकाच्या दारात जाऊन, उभी राहून हंबरते बघा......"

"पण यात त्याच्या लग्नाच्या बायकोची फसवणूक नाय का? का गप्प

बसावं त्या गंगाबाईनं?''

''ती गंगा इतकी सोशीक आहे की, एकवेळ स्वत:चा जीव देईल बघा; पण नवऱ्याच्या विरोधात एक चकार शब्दसुद्धा काढायची नाय वो.''

अर्जुना कमालीचा निराश झाला. खूप डोकेफोड, पायपीट केली; पण ते अभद्र लग्न मोडणं त्याला जमत नव्हतं.

एखाद्या भूकंपाच्या धक्क्याआधी घराच्या भिंती आणि कोपरे हळूहळू हलू लागतात. आधी बारीक धूळमाती पडायला सुरुवात होते. तशा धरणीकंपाची पुरती जाणीव अर्जुनाला झाली होती. पोरीचं डोकं ठिकाणावर आणायचा एक शेवटचा प्रयत्न म्हणून शेवटी तो तिच्यावर कुरकुरला. डाफरला. संतापाने त्याचे शब्द तलवारीच्या पात्यासारखे धारदार बनले, ''ऐक पोरी, अजून भानावर ये. अगं, बाकेराव म्हणजे बाई आणि बाटलीच्या गटारीत अडकलेला एक व्यसनी पुरुष. अशा मनुष्याच्या जिंदगीचं मध्येच काहीही होऊ शकतं.''

''काय होऊ शकतं?''

''पोरी! बापाच्या तोंडी अशी वंगाळ शब्दकळा येणं चांगलं नव्हे; पण चल ऽ तूला खुल्लं खुल्लं सांगून टाकतो - तू केव्हाही विधवा होऊ शकतेस.''

''नाय घाबरत मी त्या गोष्टीला,'' अजिबात विचलित न होता रंगूने बापाच्या तोंडाला तोंड दिलं, ''बाकेरावांचा जेवढा आणि जितका सहवास माझ्या वाट्याला येईल ते सारं मी माझं पुण्य मानेन -''

''अगं, पण त्या मवाल्याभोवती आधीच अनेक वाटेकरणी गोळा होऊन बसल्यात —''

''असू दे ना बाबा, कृष्णसखा गोकुळात काय साऱ्याजणींच्या वाट्याला येतो? मात्र थोड्या वेळासाठी का होईना त्याच्या फाटक्या शेल्याची एखादी चिंधी जरी माझ्या वाट्याला आली तरी तो मी माझ्या भगवंताचा प्रसाद समजून उरलेलं आयुष्य काढेन.''

प्रेमाच्या कैफात ठार पागल झालेल्या पोरीकडे अचंबित होऊन अर्जुनराव फक्त बघतच राहिला. त्याच्यासारख्या वगसम्राटाकडेसुद्धा लेकीला उत्तर द्यायच्या ताकदीचे शब्द शिल्लक नव्हते. ''पोरी ऽ ऽ माझंच पुण्य कमी पडलं,'' असं काहीतरी तो स्वत:शी फणकारला आणि गप्प पडला.

१२

“रंगकलीसारख्या रूपयौवनेनं माझ्यासारख्या जरठ पुरुषावर एवढं फिदा व्हावं, अर्जुनासारख्या कर्तृत्ववान बापाला सोडून माझी पाठ धरावी, या साऱ्या रहस्यामागचं इंगीतच मला काही समजत नाही,” बाकेराव अभिमानानं गगनआप्पाला बोलला.

खरं तर भिलवडीला झालेल्या बैठकीत बाकेनं रंगकलीच्या साऱ्या प्रेमपत्रांचं बाड अर्जुनरावच्या हवाली केलं होतं. एक तर अर्जुनाचे त्याच्यावर पूर्वीचे उपकार होतेच. शिवाय कोवळ्या पोरीला फूस लावून बाकेभाऊसारखा मशहूर तमाशासम्राट रंगूच्या आयुष्याचं वाटोळं करायला उठला आहे, अशी बाकेची चौफेर बदनामी सुरू झाली होती. त्यामुळे या नस्त्या झेंगटात गुंतायला नको, म्हणून बाकेरावनं रंगकलीपासून फटकून राहायचं ठरवलं होतं; परंतु रंगू त्याच्या प्रेमात इतकी बुडाली होती की, ती त्याच्याशिवाय श्वास घेऊ शकणार नाही, असं लोक बोलत होते. त्यामुळे साहजिकच अशी कोवळी कुमारिका आपल्यावर फिदा व्हावी, याचा बाकेरावला नकळत आनंदही वाटत होता. त्याच्यातील पुरुषी अहंकार सुखावला होता.

बाकेराव बागणीकरसह गगनराव कवठेकर तमाशा मंडळात कलेची आवडती बाजू बाकेराव सांभाळायचा. तर व्यवहाराचं गणित गगनभाऊच्या मुठीत होतं. तो नको तितका व्यवहारी होता. त्यामुळेच तो बाकेला चुचकारत बोलला, “भाऊ, आपून प्रॅक्टिकलच राहिलेलं बरं. अर्जुनरावची पोरगी तुमच्यासाठी वेडीखुळी झालीय ना तर त्याच्यात एवढं शरमायला काय झालं? आली अंगावर तर ओढावी पलंगावर!”

“छे! छे!! दुनिया काय म्हणेल, आप्पा?”

“दुनिया गेली तेल लावत. आपल्या तमाशाचा गल्ला रोज वाढला पाहिजेल, हेच खरं. अन् रंगकलीसारखी तरणीज्वान पाखरं आपल्या फडाकडं धावली की गल्ला वाढणारच.”

“काहीतरीच काय बोलता, भाऊ?” बाकेभाऊ.

“अहो, गव्हाणीत ओलाकंच, कोवळा चारा बघितला की, मुकी जनावरंसुद्धा खुशीनं शेपट्या नाचवतात. तशीच पब्लिकची जात.”

“म्हणजे?”

“त्यांनाही डोळ्यांच्या सुखासाठी जवान कबुतरं लागत्यात. आता आपल्या फडातल्या अनेक गौळणी थोराड वयाच्या, म्हणजे माय आणि मावशीच्या लाईनीत गेल्यात. त्याचा उलटा इफेक्ट बुकिंगवर होतो ना.”

“खरं आहे हे?”

१३

त्या रात्री नातेपुते आणि फलटणच्या दरम्यान एका मोठ्या गावात शाळेच्या पटांगणावर अर्जुनरावाचा तमाशाचा फड उभा राहिला होता. अलीकडं फडातलं वातावरण तितकंसं चांगलं नव्हतं. अर्जुनासारखा तगडा घरंदाज वीर आतून पोखरून गेला होता. आत्मविश्वास नावाची गोष्टच त्याच्या ठायी आता शिल्लक उरली नव्हती.

सुट्टीचं निमित्त झालं. तीन वर्षामागं रंगू जेव्हा फडात आली होती, जेव्हा बोर्डावर नाचणाऱ्या नर्तकांची नक्कल करत ती मागे अंधाराच्या आडोशानं नाचत राहायची, त्या वयात तिची छाती सपाट होती. तेव्हा फडातल्या आयाबायांनी चिंध्यांचे चेंडू बनवले. ते ब्लाऊजच्या आत घालून रंगकलीला नटवली; कारण श्रृंगारिक काय, पण कोणतीही लावणी पेश करणारी सौंदर्यवती ही मुसमुशीत कायेची सुंदरी असावी अशी अपेक्षा असते.

पुढच्या चार-पाच वर्षांत वयाबरोबर तिचं शरीरही चांगलं भरून आलं. कायेला एक गोलाई आली. यौवनाचं चांदणं फुललं. तिच्या पायातल्या छुमछुमत्या चाळांनी तर नुसती धमाल उडवून दिली. जाहिरातीत तिचं नाव ठळक अक्षरात 'अर्जुनाची पोर आणि चंद्राची कोर' अशा मथळ्यानं गाजू लागलं. ती फडाचं हृदय आणि अर्जुनाच्या कीर्तीची पताका केव्हा बनली हे त्याच्याही ध्यानी आलं नाही. तिचा नाच आणि अभिनय पाहण्यासाठी प्रेक्षकांच्या उड्या पडू लागल्या.

सारं कसं सुराला लागावं. एखाद्या धावपटूनं मैदानामागे मैदानं जिंकत जावीत. ढाली-ट्रॉफींच्या मिळकतीनं सर्वांचे डोळे दिपवून टाकावेत. अन् त्याचवेळी नकळत त्याच्या टाचेत विषारी सर्पाचा काटा घुसावा. मग पाय सडतच जावा तशी अवस्था अर्जुनाची बनली होती. तो बाकेराव नावाचा सर्पाचा काटा उगवला. नेमकं घडलं तरी काय? तो काटा हुशारीनं स्वतः टाचेत घुसला की, त्याच्यावर रंगकलीनं मुद्दाम आपला नाजूक पाय ठेवून स्वतःचं नुकसान करून घेतलं, ते मात्र नीट कळत नव्हतं.

अर्जुना अनेकदा राहुटीत दुलारी नानाच्या खांद्यावर मान ठेवून रडायचा. पाहता पाहता डोळ्यांसमोरची आपली लाडकी पोर आपली राहिली नाही. ती प्रेमाच्या वेडापायी तिच्या आयुष्याचं पुढं मातेरं होणार या घोरानं तो कलावंत आतून कमजोर होऊ लागला.

आजच्या प्रयोगात त्या मानाने मोहनारूपी रंगकली चांगली रंगली होती. स्वतः अर्जुना बटाऊचं काम करायचा. स्टेजवर बापाचं नातं विसरून त्याला प्रियकराच्या कायेत घुसावं लागायचं. रंगू आज खूप खूश दिसत होती. अहमदानगरीच्या

मोहनाला दिल्लीहून बटाऊ खास भेटायला येतो, तेव्हा एवढ्या दुरून आलेल्या त्या पंचमुशाफिर अलबेल्याला भेटण्यासाठी मोहना पुढे झेप घेते. त्याला 'माझ्या बटाऊ ऽ' असं म्हणत आनंदानं मिठी मारते. हा देखावा आजतर पराकोटीचा रंगला; मात्र एक बाब त्या भावनाविवश प्रसंगात कोणाच्याही अगदी रंगकलीच्याही लक्षात आली नाही. रंगूने बटाऊला मिठी मारताना 'बटाऊ' ऐवजी 'बाकेरावऽ' असा उद्‌गार काढला होता. तो मात्र अर्जुनाच्या बरोबर लक्षात आला. पोटात सुरीचे लखलखते पाते रपकन घुसावे तसा तो मनातून व्याकुळला.

वग निम्म्याच्या पुढे आला होता. कलावंतांबरोबर रसिकही तल्लीन झाले होते; मात्र मधेच आभाळात विजांचा मोठा कडकडाट झाला. त्या प्रचंड आवाजाने प्रेक्षकांनी चमकून वर बघितलं, तर तिथे मेघांची मोठी दाटी झाली होती. पावसाळी ढगांसारखेच ते ढग काळवंडले होते. थोड्याच वेळात पावसाच्या आगमनाची चाहूल देणारा गार वारा वाहू लागला.

ढोलकीफडाच्या तमाशाचे प्रयोग गावोगाव असेच उघड्या मैदानात व्हायचे. आभाळाच्या छताखालीच रंगायचे. त्यामुळे अनेकदा अमनधपक्या पाऊस सुरू झाला तर निसर्गाच्या त्या तडाख्यापुढे तमासवाल्यांचं पेकाट मोडून जायचं. अनेकदा उभ्या पावसातही प्रयोग चालू ठेवावा लागायचा; कारण नृत्य, नाट्य आणि संगीताने भारावलेलं पब्लिक एकदा त्या गावरान अश्वाच्या पाठीवर स्वार झालेलं असलं की, रसिकांना पाऊसवाऱ्याचंसुद्धा भान राहायचं नाही. त्यामुळेच ते गरीब कलावंत अनेकदा मुसळधार पावसात, भिरभिरत्या वाऱ्यात प्रयोग रेटून चालूच ठेवायचे. अगदीच कोसळत्या जलधारांचा आवाज आणि वाऱ्याचा जोर वाढला, स्टेजवरचे संवाद आणि संगीताच्या लहरी कानापर्यंत नीट पोचेनाशा झाल्या, तर मात्र प्रयोग आहे त्या स्थितीत आपोआप बंद पडायचा.

ती रात्र मात्र अवखळ निघाली. पावसापूर्वीचा थंडगार वाराही सुटला. आभाळात ढग जमून आले. गडगडाट करून नाचून गेले. पाऊस पडणार याची सर्वांनाच खात्री झालेली; मात्र पाऊसवाऱ्याने मस्त हुलकावणी दिली. भैरवी संपली. श्वास मोकळा झाला. तरीही आकाशातल्या विजांचा लखलखाट अजून थांबला नव्हता.

कलाकारांनी गडबडीनं जेवण संपवलं. खरं तर आपली आंबलेली अंगं तशीच बस किंवा ट्रकात टाकून पुढे निघायची त्यांना घाई होती; मात्र आसमंतातलं पावसाचं चलिंदर काही निवालं नव्हतं. वाटेत वळवाचा पाऊस केव्हाही कोसळण्याची शक्यता होती. एकदा प्रचंड वर्षाव सुरू झाला की तासाभरात वाटेतल्या ओढ्यांना जोर चढतो. ते समढम भरून वाहू लागतात. उगाच प्रवासात, चिखलपाण्यात त्रेधातिरपीट उडायला नको म्हणून कंत्राटदार आणि गावकऱ्यांनीही आग्रह केला.

गाव तसं चांगलं होतं. गावकऱ्यांनी रात्री शाळेचे मोठे वर्ग खोलून दिले. निर्धास्त झोपायची सोय झाली. वाटेतल्या पावसाची भीती सरली. थकलेले कलावंत, बिगारी मजूर पोरे सारे झोपेच्या अधीन झाले.

पहाटे कधीतरी साडेचारच्या दरम्यान आभाळाचा पडदा टराटरा फाडून विजेचा लोळ बाहेर पडला. त्याच्या कानठळ्या बसवणाऱ्या आवाजाने अर्जुना पटकन जागा झाला. गोधडीत उठून बसला. आजूबाजूच्याच एखाद्या झाडावर वीज कोसळली असावी. सहज बाहेर चक्कर टाकण्यासाठी अर्जुना शाळेच्या व्हरांड्यात आला. पलीकडच्याच मोठ्या खोलीत स्त्री कलाकारांची झोपायची व्यवस्था केली होती. स्त्रियामुलींच्या काळजीपोटी तिथे आत रॉकेलचे दोन मोठे टेंभें जळत ठेवले गेले होते. त्याच्या लाल उजेडात आत झोपलेल्या पोरी दिसत होत्या.

अर्जुनाने सहज आपली पारखी नजर तिकडे टाकली. समोरच्या जमिनीवर रंगूची मैत्रीण शेवंता झोपलेली; मात्र तिच्या जवळ रंगकली दिसली नाही. रात्री गप्पा करता करता एक दुसरीला चिकटून झोपायची त्यांची आदत. रंगू तिथे नव्हती; पण तिने अंगाखाली घेतलेली, चुरगळलेली रेशमी शाल मात्र तिथे बेवारशी होऊन पडल्यासारखी दिसत होती. अर्जुनाच्या काळजात धस्स झालं. एवढ्या रात्री आपली पोर गेली कुठं? कदाचित टमरेल घेऊन निसर्गकर्मासाठी ती बाहेर गेली असावी म्हणून तो थांबला; मात्र अशा अवचित रात्री शेवंताला सोडून ती एकट्यानं बाहेर जाईलच कशी? बरं, गेली तरी तिला परतायला इतका वेळ लागावा का? जशी वेळ सरेल तसा अर्जुना व्याकुळला. मालकाच्या जागलेपणाचा वास लागल्याने काही सहकारी उठून बाहेर त्याच्या सोबतीला येऊन उभे राहिले. तितक्यात अर्जुनाच्या दोन्ही घोड्यांची देखभाल करणारा मोतद्दार घाईनं तिथं आला. काळजीने सांगू लागला, "मालिक, हमारा ढवला घोडा जगहपे हैच नही।"

"मूर्खा, कुठं आहे तुझं ध्यान? मघापासून आभाळात विजेचा एवढा मोठा ढोल वाजतोय. बहुतेक ते जनावर घाबरलं. अन् दोरी तोडून कुठं गेलं वाटतं पळून."

"नही मालिक. मैने वैसा भी देखा. घोडेने दोर तोडने की तो बातच नाय. घोडा लेकर जानेवालेने सोचसमझके बराबर रस्सी छोडके उसको भगाया है।"

अजून रंगूही परतली नाही. घोडाही जागेवर नाही. अर्जुनाच्या मस्तकात दिवाळीचा लक्ष्मी फटाका फुटला. तो धावतच घोड्यांच्या टेम्पोजवळ गेला. आत वरच्या छताच्या लोखंडी गजाकडं त्यानं बघितलं, तेव्हा त्याला तिथे एकच जीनसामान लटकताना दिसलं. दुसरं कुठं गेलं? एकच घोडा असा पाठीवर

जीनसामान बांधून कुठे, कसा पसार झाला? काळाकुंद ढग अर्जुनाच्याच तोंडावर फुटल्यासारखा दिसला. तो रडक्या सुरात बोलला, "हे काम आमच्या कार्टीचं, रंगूचंच आहे. पोर घोड्यावरनं कुठंतरी पसार झाली असावी. दगाबाज—"

"मालक, तोंड आवरा," दुलारी मध्येच बोलला, "तुम्हीच जर पोटच्या पोरीबद्दल असं नको ते डरंगळायला लागलात तर बाहेरची दुनिया किती बोंब मारेल हो?"

"अरे पण?"

"पण लाड कुणाचे? तुमचेच. तिला घोडाफेकीचा नाद कुणामुळे लागला? तुमच्यामुळेच ना?"

"अरे पण?"

"तरुण रक्त हैय. आला असंल मूड. घोडं उधळीत गेली असेल आल्याडपल्याडच्या गावात. किंवा मारत असेल रपेट नदीच्या काठावर. येल तासा दोन तासात माघारी. जातेय कुठं?"

"अरे, पण पहाटेच्या आधी केवढा मोठा पाऊस पडून गेल्याचं दिसतं."

"सोडा काळजी. जातेय कुठं? तीही मर्दाची बछडी आहे. येईल परत." दुलारीसह अर्जुनाला सर्वांनी खात्री दिली.

बाहेर लख्ख उजाडलं. गावातले कोंबडे आणि झाडावरची पाखरं मस्तीचा दंगा करू लागली. सर्वत्र ऊन पडलं. पावसानं भिजवलेली जमीन वाळू लागली. कंपनीतलं नाश्तापाणी उरकलं. सकाळी नऊ वाजले तरी ना पत्ता घोड्याचा ना रंगकलीचा. मॅनेजरनी आजूबाजूच्या चार-पाच गावांत सायकलस्वार धाडले. तेही बऱ्याच वेळानं रपेट करत परतले. सकाळचे दहा वाजायला आले तरी पोरीचा पत्ता नाही. अर्जुनाचं काळीज टांगणीला लागलेलं. काळजीनं चेहरा माखलेला. आजच्या खेळाचा पुढचा गाव सत्तर किमीवर होता. एकूण परिस्थिती ध्यानात घेऊन कंपनीतले वरिष्ठ कलाकार बोलले, "बापू, काळजी नका करू. अहो, आपली रंगू म्हणजे इतर पोरींसारखी शेणामेणाची बाहुली नव्हे. हुशार पोरगी आहे. चलाख आहे."

"होय. काहीतरी घोटाळा झाला असणार. कुठंतरी काट्याकुट्यात घोडं अडकलं असेल. आणखी काही अडचण आली असेल; पण आम्हा सगळ्यांना खात्री वाटते, रात्रीच्या खेळापर्यंत ती कंपनीत नक्कीच पोचेल."

नाइलाजाने कंपनीने तळ सोडला. मोटारी कच्च्या चिखली रस्त्याने तशाच पुढे आठदहा मैल जाऊन पोचल्या. तेव्हा दूरवर घोड्यावरून कोणी बाईमाणूस येत असल्याचं दिसलं. ड्रायव्हरने ब्रेक मारला. सकाळी अकराच्या वाढत्या उन्हात समोरून येत असलेला रंगूचा ढवळा घोडा दिसला. ती खूप दमूनभागून

गेल्याचं दिसत होतं. तिचे केस विस्कटून वाऱ्यावर बटा उडत होत्या. रात्रीचा पाऊस तिने अंगावरच झेलला असावा. अंगावरच भिजून पुन्हा वाळलेली ती साडी, जरीचा पोलका, घोड्याच्या अंगावर उमटलेले काट्याकुट्यांचे चरे, त्याच्या केसात अडकलेली कुसळे आणि चिखल. शिवाय रंगू आणि ढवळ्याच्या अंगावर चढलेला तो मातकट रंग.

त्या दोघांना बघून अर्जुना झटकन मोटारीतून खाली उतरला. तोवर समोरच्या त्या जनावराच्या नाकाला आपल्या धन्याचा वास लागला. तसं ते घोडं शेपूट उडवत पुढं धावलं. अर्जुनाच्या जवळ येऊन घोडा आपलं नाकाड त्याच्या अंगाला प्रेमानं घासू लागला. ल्हा ऽ ऽ ल्हा करत त्याचं अंग चाटू लागला. अर्जुनानं आपली कठोर नजर रंगकलीकडे वळवली. तिचा दंड पकडून जाब विचारण्यासाठी त्याने हात पुढं केला; परंतु जेव्हा तिच्या तापाने रसरसणाऱ्या त्वचेचा स्पर्श अर्जुनाला झाला, तसं त्याचं अवसान गळालं. बापाचं काळीज हललं. प्रवासाने आणि तापाने राखेसारखा झालेला तिचा चेहरा, आजारानं तांबूसरॅड झालेला नाकाचा शेंडा आणि कानाच्या पाळ्या. आपल्या पोरीची ती अवस्था पाहून तो क्षणभर गांगरला.

भोवळ येऊन घोड्यावरून खाली पडण्याच्या स्थितीत असलेली रंगकली. आणखी दोघांची मदत घेऊन अर्जुनाने हळूच तिचे पाय रिकीबीच्या हुकातून सोडवून घेतले. मग त्याने तान्ह्या बाळासारखी तिला पकडून, छातीशी धरून खाली उतरवली. तिचं नाक सर्दीनं चोंदलं होतं. बापाला बघताच तिला भरून आलं होतं; मात्र अंगातल्या आजारपणानं तिला धड रडताही येत नव्हतं. तिच्या पाठीवरून मायेनं हात फिरवत अर्जुनाने तिला आधार द्यायचा प्रयत्न चालवला. योगायोगानं वाटेत जिल्हा परिषदेचा दवाखाना लागला.

गर्भगळीत अवस्थेतल्या रंगूचा बचाव करणं हेच निकडीचं काम होतं. अर्जुनानं तिला लागलीच दवाखान्यात दाखल केली. सलाईन लावलं गेलं. गोळ्या-औषधं सुरू झाली. बेहोष होऊन दवाखान्यातल्या कॉटवर पडलेली रंगू भानावर येणं आवश्यक होतं. त्या गडबडीत रात्री ती कशी, कुठे गेली, त्या साऱ्या गोष्टींची विचारणा करणं राहून गेलं.

ढवळा घोडा मात्र आपल्या धन्याकडे, अर्जुनाकडे टवकारलेल्या नजरेने एकसारखा बघतच राहिला होता.

१४

'लांडगा आला रे आला' या जुन्या हाळीसारखं गुतपाट झालं होतं. रंगकलीचं बाकेरावशी लग्न 'होणार', 'झालं' अशा आवया उठत होत्या. त्याचा धंद्यावरही मोठा परिणाम होऊ लागला होता. रंगूनं आपल्या नृत्याभिनयाने अर्जुनाचा फड अलीकडे अशा उंचीवर नेऊन ठेवला होती की, ती नसेल तर फडात काय बघायचं अशी उलटी हवा तमाशाच्या बाजारात पैदा झाली होती.

फडाच्या सुपाऱ्या स्वीकारायची केंद्रं असलेली गावं विटा-सांगली, कऱ्हाड, नारायणगाव ते पार संगमनेर जवळ नांगुर शिंगोट्यापर्यंत सर्वत्र ओरड झाली होती. आता संपलं सारं. अर्जुनाचा अवतार संपला. लवकरच फड बंद होणार, नव्हे तर त्याचा तमाशा तंबूसकट कायमचा गुंडाळला जाणार. त्यामुळे नव्या सुपाऱ्या मिळेनात. अर्जुनाची आर्थिक गाडीही घसरगुंडीला लागली होती.

त्यातच बार्शीहून पुन्हा सरूताईची चिठ्ठी आली,'अहो, आपण खानदानी लोक, आपल्या पोरांनी पैशाच्या जोरावर गावातल्या बाया नाचवल्या पाहिजेत. कार्टीला मारून झोडून वठणीवर आणा. नाहीतर आपल्या पुढच्या सात पिढ्यांची पूरी माती होईल.'

त्या बिचाऱ्या बापाची अवस्था काळजात रुतलेल्या काट्यासारखी झाली होती. कळा थांबेनात म्हणून काटा उपसावा, तर रक्त गळणार. जखम वाढून ती जिवावर बेतायची शक्यता!

फडात नको त्या चर्चा घडत होत्या. अफवा उठत होत्या. कदाचित रंगू घोड्यासकट पसार झाल्याच्या त्या रात्री तिला एखाद्या भुतानं झपाटलं असावं. त्याच तारेत ती रात्रीची उठली. घोड्यावर जीनसामान ठेवून स्वार झाली. शेतातून, डोंगर-ओढे आणि नदीकाठानं झपाटल्यासारखी रात्रभर फिरत राहिली. तिला खरंच एखाद्या मोठ्या खविसानं किंवा झाडानं झपाटलं असावं.

अवघ्या पाच वर्षांच्या कालावधीत रंगकलीने आपल्या नृत्य आणि अभिनय कलेने जादू घडवली होती. अर्जुनाचा फड तमाशाच्या पहिल्या लाईनीत आणला होता. बापाचा खजिनाही चांगला भरला होता. त्यामुळे रंगबाजीच्या क्षेत्रातील अनेक पराभूत वीर, मत्सरी किडे या बापलेकींचा दुस्वास करत होते. नुसता तळतळाट चालू होता. त्यामुळे खरंच छुप्या दुश्मनांनी आपल्या लेकीवर काही जादूमंतर केले आहे का, या भीतीने अर्जुनालाही पछाडलं होतं.

जेव्हा खरसुंडीची यात्रा करून रामू नारायणगावाकडे निघाला होता, तेव्हा त्याची आणि अर्जुनाची भेट पुसेसावळीच्या बाजारात झाली. तो पूर्वीचा अर्जुनाच्याच फडातला कलावंत; परंतु बाकेरावशी असलेल्या मैत्रीमुळे तो त्यांच्या पुट्ट्यात

दाखल झाला होता. समोर अर्जुन दिसताच रामूने त्याला रामराम घातला. मोठ्या उत्सुकतेनं तो बोलला, "मामा, आपण इथं भेटलात ते झॅक झालं."

"का रे, काय झालं?"

"तुम्हासाठी आपल्या सोनदाढ म्हातारीनं एक तातडीचा सांगावा दिलाय. त्यामुळं तुम्हाला कुठं गाठायचं याच विचारात होतो मी."

"का रे, काय म्हणते सोनदाढकाकू?"

"तिनं कळकळीनं सांगितलंय—बघ बाबा, वेळेत काळजी घे. नाहीतर तुझी रंगू जन्मातनं उठवील तुला. कदाचित जीवबीव देईल. तूबी जिद्द करू नकोस. समजुतीनं घे बाबा."

"काय सांगतोस तू रामू? अरं, त्या बाकेरावच्या फडातल्या सोनदाढकाकूचा माझ्या पोरीशी काय संबंध?"

"पंधरवड्यामागं भर रात्रीची तुमची रंगू घोड्यावरनं भुतासारखी आमचा फड शोधत आली होती."

"कुठं? कशी? काय बोलतोस तू?"

"तिथं शिखर शिंगणापूरच्या जत्रंत आमच्या बाकेभाऊ-गगनराव मंडळाचा खेळ होता. तेव्हा पहाट सरता सरता अचानक रंगूताई घोडा उडवत बाकेरावना

शोधायला तिथं येऊन धडकली होती; मात्र त्याच रात्री आमच्या चालू खेळात पावसानं नुसता धिंगाणा घातला होता. आम्हाला झोडपून काढलं होतं.''

''अरे बाप रे! मग रे?''

''आम्ही भर पावसात चालू खेळ निम्म्यातच थांबवून बाहेर धावलो. आमच्या ओल्याकिच्च गळत्या राहुट्या आणि सामान बिंगाऱ्यांच्या ताब्यात दिलं. आडोसा शोधायला बिगीद्यानं गावात घुसलो. कुणाच्या पडवीचा आसरासुद्धा रेट होता; पण दुर्दैवानं तो जत्रेचा दिवस. प्रत्येकाचं घर आणि अंगणही पाहुण्यारावळ्यांनी फुलून गेलेलं. शेवटी आम्ही दूर गावाबाहेरच्या एका पडक्या मंदिराच्या आसऱ्याला गेलो.''

''पण आमची रंगू तिथं येऊन काय करत होती?''

''पावसात भिजत घोड्यावरनं बाकेरावना शोधत होती; पण पहाटेच्या त्या पळापळीत कोण कलाकार कुठं गेला, ते कळत नव्हतं. ती मात्र बाकेरावच्या भेटीसाठी येडीपिशी झाल्यासारखी दिसत होती. पावसाचा रपाटा येवढा दांडगा होता की तुमचं घोडंबी बिचारं थंडीनं काकडून गेलेलं. शेवटी सकाळी उन्हं खूप वर आल्यावर तिची आणि आमच्या बाकेमालकाची भेटगाठ झाली.''

अर्जुना ओलाकंच दगडासारखा तसाच थोडा वेळ चूप झाला. त्याच्या अंगावरून भीतीची नागीण सळसळत निघून गेली होती. थोड्या वेळानं थंड उसासे घेत तो बोलला, ''काय रे, तिला तिथंच थांबवून ठेवायचा बाकेरावनं प्रयत्न नाय का केला?''

''हो ऽ ते पागळलेच हुते; पण व्यवहारी गगनआप्पा मध्ये पडले. त्यांनी भाऊंना खडसावून सांगितलं—निदान यावेळी तरी ही विषाची पुडी आपल्या फडात नाय पाहिजे.''

''म्हणजे कसं रे?''

''अहो बापू, आप्पांनी बरोबर पॉइंट काढला. ते म्हणाले आधीच वर्षातला कमाईचा चैती जत्रांचा सीझन जोरात चालू आहे. अशात दिलाची मैत्रीण आली म्हणून बाकेराव रंगूमध्ये अडकले तर धंद्याचा घोटाळा. शिवाय तिकडं तिच्या बापाचा फड पुरा जागेवरच बसायचा. हे दुहेरी संकट लक्षात घेता ती फडातून निघून गेलेलीच बरी. मग बाकेभाऊंनी आणि सोनदाढ म्हातारीनंही तिची समजूत घालून तिला माघारा पिटाळून लावलं. घोडं मुंगी घाट उतरून खाली जाईपर्यंत मीच होतो तिला सोडायला.''

''अरे देवा! ऐकावं ते नवलच.''

''म्हणूनच बापू माझ्याजवळून सोनदाढकाकूनं तुम्हाला निरोप पाठवलाय. अर्जुना ऽ तुझी पोर वयानं 'लहानी' असली तरी अंगापिंडानं चांगली 'शहाणी'

झालीय. बघ बाबा, ती फुकटची बला संभाळत बसू नको. तिच्या शीणेचा फाकडा पोरगा भेटला तर तिला लागलीच लगीन मंडपात उजवून टाक.''

रामू निघून गेला. त्याच्याकडचा तो वृत्तान्त ऐकून अर्जुनाचं डोकं ठणकू लागलं. त्याला आंदरूड गावावरून वर शिंगणापूरच्या डोंगरावर जाणारा मुंगी घाट चांगला माहिती होता. नावाप्रमाणे तो मुंगीसारखाच मार्ग. तिथून बैलगाडीचाही रस्ता नव्हता. ती उभ्या डोंगरकड्याची अतिशय कठीण अशी पाऊलवाट. जत्रेच्यावेळी दिवसा गावकरी देवाला पाण्याचा अभिषेक घालण्यासाठी कावडी घेऊन तो घाट मोठ्या मुश्किलीने चढतात. तेव्हा वर्षभर शेतात कष्ट करणाऱ्या हिंमतबाज शेतकऱ्यांचाही तो घाट पिट्टा पाडतो. जिथे दिवसा सड्या अंगानं चालणं मुष्कील तिथे आपली पोर रात्रीच्या अंधारात त्या वाटेने घोडा घेऊन तो खडा घाट पार करून वरच्या देवाच्या डोंगरावर कशी पोचली असेल ?

अर्जुनाने दुलारीला सहज विचारलं ''हमरस्त्यापासनं मुंगी घाटातनं शिंगणापूरचं अंतर किती असंल?''

''असंल सहज दहा-अकरा किलोमीटर.''

अर्जुनाचं काळीज हललं. अशा भर पावसात, जर वाटेत घोड्याचा पाय घसरला असता तर? एकूणच रंगूच्या प्रेमवेडाला कसली मर्यादाच उरली नव्हती. एखादी अडाणी, बिनकामाची पोर असती तर तिला चार तडाखे देऊन चूप तरी बसवता आली असती; पण अशा सद्‌गुणी, कलाकार कन्येला मारायची तरी कशी? अर्जुनाचा चेहरा दुःखाने कागदासारखा चुरगळून गेला होता.

१५

एके दिवशी दुपारी कुंदा घाबरत घाबरत भाऊंच्या राहुटीत घुसली. बाजूला बाकेभाऊंचं कुटुंब म्हणजे गंगाबाई बसलेल्या. त्यांच्यासमोरच कुंदाने ताडताड बोलायला सुरुवात केली, ''भाऊ, बायकांना मुठीत कसं ठेवायचं, त्यांना लाडीगोडीच्या जबड्यात कधी ओढायचं, त्यांची मुस्कटदाबी करून पुन्हा त्यांना कसं भोगायचं, हे तुम्हा कलावंतांकडूनच शिकावं.''

''काय बोलताहात काय तुम्ही कुंदावहिनी?'' बाजूला बसलेल्या गंगाच्या पडत जाणाऱ्या चेहऱ्याकडे बघत बाकेराव घाबरून बोलले,

''सांगा बरं मला, त्या रंगकलीचं आन तुमचं गुतपाट काय चाललंय?''

''त्या मूर्ख पोरीला किती वेळा मी माझ्या नादी लागू नकोस म्हणून खडसावून सांगायचं?''

"तरीबी ती तुमच्या मागं मागं येतीयाच?"

"तेच सांगतोय."

"कायबी सांगायचं कारण नाय बाकेभावजी. मला अडाणीला एवढं कळतं, एका हातानं टाळी कधीबी नाही वाजत."

कुंदाने लागलाच आपला मोहरा गंगाबाईंकडे वळवला, "अहो, बोला ना बाई. तुमचा नवरा या अशा उतारवयात एका कोवळ्या काकडीसंगं बाशिंग बांधून इकडं टनाटना उड्या मारायच्या तयारीला लागलाय, अन् तुम्ही त्यांची लग्नाची अस्तुरी असताना बुक्क्यांचा मार आन सवतीच्या लाथा खायला कशा निघालात?"

"आमच्या हातात काय आहे, बाई?" गंगाचा उदासवाणा सूर.

"नाही कसं? आपणावर अन्याय झाला म्हणून तुम्हीच त्यानला ओरबाडून रक्तबंबाळ करायला पायजेल."

"अहो वहिनी, मलाच गुन्हेगार कसं समजता?" बाकेभाऊ गांगरून गेले.

"हे बघा, ती रंगकली नावाची कोणी येडी अप्सरा नागडी नाचंल; पण तुमच्यासारख्या पिकलेल्या, अनुभवी बापयांना स्वत:ची लाजलज्जा नको का वाटायला?"

कुंदानं असा काटेरी हमला चढवल्यानं बाकेभाऊ चिडीचूप झाले. गंगाबाई गालातल्या गालात हसल्या.

कुंदाबाईपण चाणाक्ष होत्या. आता समोरून हल्ला कसा होईल हे गृहीत धरून त्याच बोलल्या, "आता तुमच्या मनात एक शंका येणारच."

"कसली?"

"ही कुंदा नावाची आवा आप्पाकडं बिनालग्नाची कशी राहते. वर लोकानला बरमज्ञान कशाला शिकवते?"

बाकेभाऊ चमकून तिच्याकडे पाहतच राहिले. कुंदाने बाहेर नजर टाकली. शून्यात बघितल्यासारखं केलं. त्यावेळी त्यांच्या चेहऱ्यावरचे जे रंग झरझर पालटले, ते खूप बोलके होते. त्याच्या बुडाशी भूक, वेदना, अवहेलना सारं काही होतं. कुंदाबाईंचा आवाज घोगरा झाला, "काय करणार? माणसाची मजबुरी असते हो. मी गगनआप्पांच्या राहुटीत घुसली नसती तर बाकीच्या साऱ्या कावळ्यांनी चोचा मारून माझी जवान काया खराब केली असती."

"अहो पण, वहिनी —?"

बोलता बोलता कुंदाच्या चेहऱ्यावर हसू तरळलं. मनात कृज्ञतेचा भाव पकडून त्या बोलल्या, "बाकेभाऊजी, मी तुमच्या मित्राची लग्नाची बाईल नसताना तुम्ही मला कवतिकानं वहिनी म्हणता. तुम्हीबी माझ्या भावासारखे दिसता म्हणून

तर तुम्हाला मुद्दाम सांगायला आलीय. स्वत:ला आवरा. अडल्यानडल्या बायाबापड्यांच्या तंगड्या म्हणजे कोंबड्यांचे पाय नव्हेत.''

कुंदा निघून गेली आणि बाकेराव गरगरला. लहानपणी कानात डूल घालण्यासाठी सोनारानं कान टोचला होता, तेव्हाही भाऊंच्या कानाच्या पाळीत अशा कळा आणि डोक्याच्या कवटीत अशा तीव्र झिणझिण्या उठल्या नव्हत्या.

अर्जुनाचा फड आणि बाकेराव-गगनराव तमाशा मंडळाचे वेगवेगळ्या गावी बाजारात, जत्रेत खेळ पार पडत होते; परंतु सर्वत्र रंगकली आणि बाकेभाऊंच्या प्रेमाचा शेवट कसा होणार हाच चर्चेचा विषय बनला होता. गगनआप्पांनाही भर पावसात रंगूने घोड्यावरून मुंगी घाट कसा चढला याची खबर लागली होती. एकूणच हे प्रकरण खूपच हाताबाहेर चालल्याचं त्यांच्या लक्षात आलं. त्यामुळे एके दुपारी पुरुषांच्या राहुटीत गप्पागोष्टी चालल्या असताना ते बोलले, ''भाऊ, अहो रंगकली नावाचा हा बर्फीचा तुकडा स्वत:च्या पायानं, हट्टानं आपल्या फडात येत असंल तर येऊ दे. दुधात साखरच पडली समजा.''

''आप्पा, प्रत्येक गोष्ट फायद्याच्या तराजूत कशासाठी मोजता?''

''अवो पार्टनर, बाईला नाचवणं अनं पब्लिकला हसवणं हा तर आपला मूळ धंदा.''

''आप्पा, तुम्ही खूपच उघडंनागडं आणि बाजारू बोलता राव!'' बाकेराव नाखुशीनं बोलला.

''अवो म्हणून तर फडाचा मालक बनलोय अन् टिकूनबी राहिलोय. नाय तर बिगारी पोरगा बनून कनातीच्या मेखा ठोकत गावोगाव व्हलपटत हिंडलो असतो.'' गुलजार हसत गगनभाऊ बोलले.

रंगकलीशी बाशिंग बांधावं की नको या काळजीनं बाकेरावला भंडावून सोडलं होत. त्यात सोनदाढकाकूही भाऊंना अधेमध्ये आठवण करायची, ''बघ रे राजा. ती पोरगी ठार येडी होण्यापेक्षा तिच्यासंगं तू लगीन केलेलं बरं.'' सगळीकडून त्या विषयाबाबत येणारा दबाव, विचारणा, उत्सुकता यामुळे बाकेराव जेरीस आले होते. त्यातच त्यांचे पार्टनर त्यांना घोड्यावर बसवत बोलले, ''चला ऽ द्या बार उडवून! बाकेराव, तुमच्या या मंगल सोहळ्याचा पन्नास हजारांचा खर्च आम्ही अगदी राजीखुशीनं उचलायला तयार आहोत बरं.''

आप्पांच्या घोषणेवर बैठकीतल्या सर्वांनी हुर्यो केला. आपल्या मित्रांना हळू आवाजात पण मद्दाम आप्पांनी एक गोष्ट सुनावलीच, ''फडात येणारी नवी बाई आपल्यापैकी कोणाची लग्नाची असो अगर ठेवलेली - अंगवस्त्र अगर बटीक! पण लक्षात ठेवा लेको, तरण्या पोरींचा भरणा असला की, तमाशा कसा झकास रंगतो.''

गगनभाऊंची याआधी दोन लग्नं झाली होती. पाच-सहा पोरं पोटाला होती; परंतु जेव्हा आपल्या स्त्रिया तिशीपस्तीशीच्या पुढे गेल्या, त्यांच्या अंगावर मांस वाढून त्यांच्या कमरेभोवती जशा वळ्या दिसू लागल्या, तशा बेरकी आप्पानी स्वत:च्या आयुष्याची वेगळी घडी बसवली. खोटे हिशोब दाखवून तमाशा मंडळाचा बराच पैसा त्याने लुबाडला होता. त्यातून गावाकडे जमिनी घेतलेल्या. पोराबाळांचं शिक्षण आणि कुटुंबाचं भवितव्य अशी बडी बडी ध्येयं दाखवून आप्पानी आपल्या दोन्ही बायकांना गावाकडच्या प्रॉपर्टीत गुंतवून ठेवलं.

पुढे दोन महिनेही त्यानी कोरडे जाऊ दिले नाहीत. छबेली कुंदा पारगावकर फडात होतीच. तिचा दारुडा नवरा तीन वर्षांपासून परागंदा होता. त्यात कुंदा दिसायलाही गोरीगोमटी आणि अटकर बांध्याची. तिलाही सावलीची गरज होती. त्यामुळेच सखूबाईला नाही नवरा आणि सर्जेरावांना नाही बायको, अशा न्यायानं ते दोघं राजरोस एकत्र राहू लागले.

बाकेरावच्या डोक्याची ठणक थांबत नव्हती. एकदाचा या प्रकरणाचा निकाल लावू, असा त्याने निर्धार केला. मध्ये एके दुपारी शेजारच्या बाजाराच्या गावी त्याने रंगकलीला मुद्दाम बोलावून घेतलं. तिला स्पष्ट सुनावलं, "हे बघ, हा बाकेराव म्हणजे कोवळ्या काकड्या कुस्करणारा, अन् चवीने बाया ओरपून खाणारा एक बिलंदर सोंगाड्या अशी इश्कबाजांच्या उनाड गल्लीमध्ये आपली बदनामी रेट झालीय."

"चला काहीतरीच -"

"उगाच माझ्यावर जीव लावू नकोस. तुझ्यासारख्या गुणी कलावतीने या बजबजपुरीत थांबायलाही नको. चल ऽ निघून जा इथून."

"तुमच्यावर जीव लावताना मी कुठं तुमची परवानगी काढली होती?" रंगकलीनं डोळे मोठं मोठं करीत विचारलं.

"अरे, असं काय सोनं लागून गेलंय मला?"

"हिऱ्याचं मोलं करायचा अधिकार सौदागराचा असतो. त्या हिऱ्याचा नसतो. जेव्हा तुमची जादूमय बोटं हार्मोनियमवरनं फिरतात ना तेव्हा तिच्यातून मधुर स्वरांचं चांदणं कसं टीप टीप वाहतं ते तुम्हाला कसं कळणार? तुमच्या रंगबाजीच्या बतावणीतल्या त्या मोहक, बिलंदर हालचाली. तुमचं ते चपखल, बेरकी आणि हजरजबाबी बोलणं. अन् तुमच्या कंठातला तो गायकीचा स्वर हो, कोकिळेनं गारठून चूप बसावं अशा तुमच्या ताना, त्या मुरक्या. कुठे तो बतावणीतला विनोदवीर आणि कुठे तो लोकनाट्यातला संत तुकाराम! अहो, एखाद्या मनुष्यानं सोंगं नव्हे देवासारखे अवतार तरी किती घ्यावेत? तुमचं हे रूप आणि कला बघून मलाबी पंख फुटल्यासारखे वाटतात."

बाकेरावनं रंगकलीकडं मारक्या नजरेनं बघितलं. तो बोलला, "प्रेमाच्या फणफणत्या तापाने आंधळे झालेले तुझे डोळे आणि तारुण्याची ही धुंदी, गुर्मी थोडीशी बाजूला ठेव. बस थोडी वास्तवाच्या दगडी पायरीवर. अन् जेव्हा ढुंगणाला उन्हाचे चटके बसतील तेव्हा स्वत:लाच विचार, तू कुठं आहेस आणि मी कुठं?"

"अहो, आपला दोघांचाबी घरोंदा एकच."

"माझ्या पोरीच्या वयाची आहेस तू. तुझं हे अल्लड तारुण्य, जीवनाची अजून न जगली-भोगली वर्षं, अर्जुन पवारासारख्या बुजुर्ग कलावंताचा वारसा या साऱ्या बाबींचा खोल विचार कर. तुझ्या घाईच्या एका पावलामुळं किती जणांच्या जिंदगीची बरबादी होणार आहे ते आहे तुला ठाऊक?"

"सोडा हो, तुमच्यासारखी अशी मंगल मूर्ती माझ्या हाताला लागल्यावर म्या नाय घाबरत कोणाच्या बापाला." बेपर्वा रंगकली नकळत जागेवरच पाय आपटत बोलली.

"अरे! तू काय प्रेमाच्या कैफात मेंदूचा खुळखुळा करून बसली आहेस का? जाऊ दे. तुम्हा लोकांना कैलास मंदिरासारखी बडी बडी देवालयं बघायची आदत पडलीय ना? पण अशा मंदिरांच्या पिछाडीला अडगळीत दुभंगून पडलेल्या, मोडक्यातोडक्या फुटक्या मूर्तींचं छिन्नविच्छिन्न ओसाड बन बघतो कोण? तुम्हाला गाभाऱ्यातल्या पिंडीवरची अमृताची धार ठाऊक; पण बाहेरच्या अंगाला फुटक्या मूर्तींच्या तोंडावर भटकी कुत्री टांगा वर करून कसा फळाफळा मुताचा अभिषेक घालतात ते तुला काय ठाऊक?"

"तुमचं हे कोड्यातलं बोलणं कवटीत उतरत नाय माझ्या. जे काही असंल ते खुल्लं सांगा."

"कशाला लागता मोठ्या कलाकारांच्या मागं? आग लांबूनच बघावी. तिच्यात हात घालायचा प्रयत्न केला तर ते जळून जातात."

"माझी तर आगीच्या पोटात उडी घ्यायची तयारी आहे." रंगकली.

"ऐक माझं ऽ ऽ. जा निघून."

"पण का? का?"

"कारण माणसानं बड्या कलावंतांचं अंगण बघावं, ढुंगण नाही!"

बाकेराव कठोरपणे बोलून गेला खरा; परंतु त्याच्याकडून नकार स्वीकारायची रंगूच्या मनाची तयारीच नव्हती. त्यात तो उघडपणे तिला झिडकारत होता. त्यामुळे आपसूक तिच्या डोळ्यांतून घळघळा आसवं वाहू लागली. तिचं रडणं, फुरंगटणं थांबायलाच तयार नव्हतं. तो पुढे झाला. त्याने तिच्या डोक्यावरून आईच्या मायेनं बोटं फिरवली. तसे रंगकलीने त्याचे हात पकडले आणि ते

जोराने खेचत ती कडाडली, "हे बघा दिलवर, अगदी सपष्ट सांगते तुम्हाला. तुमच्या पायरीजवळ मला टेकायला थोडी जागा द्या. ती न मिळेल तर मात्र तुम्हाला भरल्या नदीत तरंगणारं प्रेत दिसेल माझं."

बाकेराव पुतळ्यासारखे उभे होते. बाजूला एखाद्या पडक्या दुभंगल्या शिळेसारखी रंगकली बराच वेळ बसून होती. पुन्हा बाकेराव तिच्याजवळ गेले. तिच्या हाताचा पंजा आपल्या हातावर ठेवत हळुवार सुरात बोलले, "रंगू, तुझा हाच अल्लडपणा, तुझ्या मनाची ही कोवळीक, ही सचोटी बघून मला तुला फसवायची भीती वाटते."

"तसं कुठलंबी प्रेम म्हणजे फसवणूकच असते की!"

"तीच मला तुझ्याशी करायची नाही."

ती हटायला तयार नव्हती. बाकेराव सरळ पुढे गेला. त्याने तिला पोटच्या पोरीच्या मायेने जवळ ओढली. तिच्या पाठीवरून हलका हात फिरवत तो निर्वाणीची विनंती करू लागला, "किती तरुण, किती हुशार आहेस तू. तुझ्यापुढे तुझं सुंदर आयुष्य पडलंय. जाऽ त्या अत्तराच्या कुपीतला सुगंध लूट. या गाभुळलेल्या चंद्रबनात कुजायला कुठे निघाली आहेस तू?"

१६

बाजूला गावंदरी. मधली हागणदारी. तिच्याजवळच तंबू उभा राहत होता. रंगबाजीच्या दुनियेत बोलायची रीतच तशी होती, "गावाची हागणदारी ती आम्हा कलावंतांची वतनदारी!"

झाडांच्या गर्द सावलीतला मुक्कामाचा तो दिवस लवकर संपत नव्हता. काही कलावतींनी आपले पानतंबाखू खायचे बटवे उघडले होते. तर काहीजणी लेकराबाळांसाठी अंगडंटोपडं शिवायला लागल्या होत्या. कधी नव्हे ती अर्जुनाची देवपूजा आज चुकलेली. कंबर तुटल्यासारखा तो बेचैन होऊन राहुटीत बसून राहिलेला.

जवळच्या गावात बाकेराव-गगनराव तमाशा मंडाळाचे खेळ सुरू होते. तिकडे आजकाल रंगकली अनेकदा जायची. बाकेरावला भेटायची. एकूणच अर्जुनरावचं जिणं त्याच्या हातात राहिलं नव्हतं. शेवटी आपल्या आयुष्याच्या वगनाट्याचा पडदा नेमका कसा पडणार आहे, हे काही त्याला समजत नव्हतं.

अर्जुना राहुटीत गादीवर तसाच लोळत पडला होता. तेवढ्यात लुकड्या अंगाचा आणि डोईवर लांब केसाचं जंगल राखलेला पेटीमास्तर त्याच्या समोर येऊन उभा राहिला. त्याच्या पडेल चेहऱ्यावरच्या झरझर बदलत जाणाऱ्या रेषा

आणि त्याच्या श्वासाच्या वाढत्या गतीवरून तो कसलीशी भयंकर बातमी घेऊन तिथे पोचल्याचं जाणवलं.

अर्जुना त्याच्यावर खेकसला, "बोला ऽऽ सांगा मास्तर, जे असंल ते सांगून व्हा मोकळं."

"बापू, जे घडू नये वाटत होतं तेच घडलं."

"लग्न?"

"हो."

कासावीस झालेल्या अर्जुनानं डोक्यावरच्या आभाळाकडं बघितलं. पांढऱ्या ढगांच्या राशीत काळपट रंग उतरत होता. पाऊसझडीच्या वेळी आभाळ कुंद बनतं, तसा जीव पाखडला.

"म्हणजे अक्षताबी पडल्या काय?" अर्जुनानं घोगऱ्या आवाजात विचारलं.

"नाय, आज सांजचा पावणेपाचचा मुहूर्त ठरलाय."

"कुठं?"

"येथून पाच मैलांवर. पिंपरगी बुद्रुकच्या माळावर. नदीकाठच्या जुनाट दत्तमंदिरात!"

अर्जुनाच्या सर्वांगातून कळा सुटल्या. त्याचं डोकं गरगरायला लागलं. त्याने आपल्या हाताखालच्या पोराला हटकलं. पोराने चांदीच्या मुठीची चिलीम पुढं धरली. अर्जुनानं गांज्याचे तीन-चार जोरकस झुरके ओढले. त्याचे डोळे आता रक्तासारखे लालेलाल दिसू लागले.

गांजाच्या कैफातच अर्जुना उठला. त्यानं बादलीफेटा डोक्याला गुंडाळला. अंगावर ठेवणीतला कोट चढवला. त्याची जीप वळणं घेत त्या जुनाट मंदिराच्या दिशेनं सुसाट सुटली. अर्जुनाचं काळीज एकसारखं रडत होतं. आपला सतत घामाने पाझरणारा चेहरा अर्जुना आपल्या बादलीफेट्याच्या शेवानं पुसत होता. त्याचवेळी तो ड्रायव्हरवर ओरडत होता, "चल रे. पळव बिगीद्यानं, नाहीतर मुहूर्त टळायचा."

त्या वेड्यापिशा बापाची हालत बघून जीपमध्ये बसलेला बाजार मास्तर बोलला, "बघा बापू, ह्या अशा नात्यालाच माया म्हणतात."

"करू तरी काय रे? माझी अभागी पोर. तिच्या डोईवर अक्षता टाकण्यासाठी तिची आई जिवंत असूनही तिकडं फिरकायची नाही. जेव्हा मंडपात आजूबाजूला बापही दिसणार नाही, तेव्हा माझ्या वनवासी लेकीनं कोणाच्या तोंडाकडं बघायचं?"

बाकेरावसाठीही लग्न सुखाचं ठरलं नव्हतं. अनेक कडूजार गोष्टी त्याच्या कानावर आलेल्या. फडातल्या स्वयंपाक करणाऱ्या एका म्हाताऱ्या बाईने त्याच्या दुसऱ्या बायकोला गंगाला एकटी गाठली. तिला सक्त इशारा दिला होता, "अगं

कशासाठी गप्प बसतेस? आजवर किती सेवा केलीस तू तुझ्या धन्याची? दारू पिऊन त्यानं केलेल्या ओकाऱ्याही धुवून काढल्यास. एवढी जन्मभराची गुलामी करूनबी आता तो मेला कवळी काकडी कुस्करायला निघालाय. शिकव त्याला धडा. मोकळा सोडू नको.''

तेव्हा गंगूचा चेहरा पडला होता खरा; पण तिने हुं की चूं केलं नाही. तिचा बाकेरावरचा भरवसा आणि तिची आंधळी पतीसेवा बघून बाकीच्या बायांनी कपाळावर हात मारून घेतला.

बाकेरावही मनातून चांगलाच हादरून गेलेला. उतरत्या वयातलं हे लग्न म्हणजे जन्माचं विघ्न ठरायला नको असं त्याला वाटत होतं. पलीकडे स्त्रियांच्या राहुटीत असलेल्या आपल्या लग्नाच्या बायकांना आता कसं तोंड दाखवायचं, या भीतीनं तो मनातून हबकून गेला होता; मात्र गंगा स्वत:हून समोर आली. लग्नासाठी फुलांच्या मुंडावळ्या बांधल्या जात होत्या. तिथं बसून तीही आपल्या नवऱ्यासाठी बाशिंग आणि मुंडावळ्या तयार करू लागली. ते दृश्य बघून बाकेरावने कडू साखर खाल्ल्यासारखा चेहरा केला.

तेवढ्यात राहुटीच्या बाहेर एक चकचकीत कॉन्टेसा मोटार येऊन उभी राहिली. तिच्यातून उंची सुटाबुटातली एक बाळसेदार व्यक्ती खाली उतरली. तोच बाकेभाऊंचा जवळचा मित्र धनराज जैन होता. तो पिंपरी-चिंचवडवरून खास आपल्या मित्राच्या लग्नासाठी आला होता. बाकेभाऊंच्या गायनी कलेवर आणि त्यांच्यातल्या अभिनेत्यावर प्रेम करणारे अनेक श्रीमंत मित्रही गावोगाव होते. त्यापैकी भाऊंच्या खूप जवळचा तो धनराज जैन.

बाकेभाऊनी आपल्या मित्राला राहुटीच्या कोपऱ्यात बाजूला घेतलं. त्यांच्या प्रेमात पागल झालेली रंगकली आणि त्या लग्नावर जळणाऱ्या फडातल्या आणि बाहेरच्या जळमटांचीही कल्पना त्यांनी आपल्या मित्राला दिली. त्यावर झकास हसत आणि भाऊंना धीर देत धनराज बोलला, ''लोगों को जो बात करना है, वह करने दो। पण भाऊ बडी लक्ष्मी और खूबसुरत लौंडी या गोष्टी मनुष्याच्या भाग्यामध्येच पाहिजेत —''

''अरे पण माझं वय?''

''सोडा हो बाकेभाऊ. अहो, आजकाल आपला यंगपणा टिकून राहावा म्हणून मोठे मोठे पुढारी आणि कलावंतसुद्धा काय करत नाहीत? बिचाऱ्या कबुतरांच्या मुंड्या कापून त्याच्या गरम रक्तानं मसाजबी करून घेतात वो. अन् इथं तर एक कोवळी पोर स्वत:हून तुमच्याकडे चालून येतेय. त्यात घाबरायचं कशाला?''

मुहूर्ताची वेळ संपता संपता अर्जुनाची जीप तिथं जाऊन धडकली. निवडक मित्रमैत्रिणींच्या दाटीमागे वेड्यापिशा चेहऱ्यानं गांगरल्यासारखा उभा असलेला

बाप रंगकलीला दिसला, तशी तिच्या डोळ्यांतून अश्रूंची चळक बरसली. खांद्यावरचा हळदीनं भरलेला परकवळा, तिच्या अंगावरची हिरवीकंच साडी, हिरव्या काकणांच्या जुडीनं भरलेले ते गोरेपान हात, मनगटात बांधलेली हळकुंडं, पायांच्या बोटातली चांदीची जोडवी. लेकीच्या अंगावरचा नववधूचा तो साज बघून अर्जुनरावाला जोराचा हुंदका फुटला. तो भाबडा बाप आणि वेडीपिशी पोर एकदुसऱ्याकडे धावले. सैरभैर होऊन जेव्हा एकमेकांना मिठी मारू लागले, तेव्हा अनेकांच्या डोळ्यांत पाणी तरारलं.

त्या तशा गडबडीतही रंगूनं अर्जुनाच्या चेहऱ्याकडं निरखून बघितलं. गेल्या काही दिवसांच्या भयंकर तणावानं अर्जुनराव वीस वर्षांनी म्हातारा दिसू लागला होता. एकदाच्या डोक्यावर अक्षता पडल्या. कलाकारांनी तमाशातलंच ढोलकं आणि बाजा आणलेला. त्या वाद्यांच्या ठेक्यावर वगनाट्यामध्ये स्टेजवर चक्री घेता घेता आजवर अनेक खोटी खोटी लग्न वाजवून झाली होती. आज त्याच वाद्यांच्या गजरात रंगकली-बाकेरावचं खरं लगीन वाजवलं गेलं. वगातला सीन उरकावा, तसं सारं आटोपतं घेतलं गेलं.

रंगकलीचा बाप तिथं असातसा जड मनानं आणि मोकळ्या हातानं पोचला नव्हता. त्यानं आपल्या ट्रंकेच्या तळाला अनेक वर्षं जपलेली धनाची पेटी, आता इकडे येताना खिशात कोंबलेला तो ऐवज. ती वज्रटीक, मोहनमाळ, कोल्हापुरी चिताक, ते पिवळंधमक तीस तोळे सोनं सोबत आणलं होतं. तमाशाच्या घायट्यातही आपल्या लाडक्या लेकीच्या लग्नसोहळ्यासाठी वेळोवेळी घडवून ठेवलेले ते अलंकार! आतापर्यंत त्या पडक्या मंदिरात लंकेची पार्वती दिसणारी रंगकली! आता पिवळ्याधमक दागिन्यांच्या महिरपीमध्ये खऱ्या लक्ष्मीसारखी उठून दिसू लागली.

बापाची ती अपार माया बघून रंगकलीच्या अंगाचं अक्षरश: पाणी पाणी झालं. त्याला मिठी मारून ओक्साबोक्शी रडत ती बोलली, ''बापू! अहो, मी तर कुळबुडवी. घरबुडवी. तुमच्या अब्रूच्या पार चिंधड्या केल्या. आता हे काळजात जपून ठेवलेले अलंकार मला कशासाठी देता?''

''पोरी, ही रडायची घटिका नसून, हसायचे दिवस आहेत. मी बापाचं कर्तव्य बजावलं नसतं तर मला नरकातसुद्धा जागा मिळाली नसती. हा माहेरचा अहेर, हे स्त्रीधन गोड मानून घे पोरी!''

ते मुलखावेगळं लग्न. लाडक्या लेकीला टाकून इथं बापच दुर्दैवाच्या सासुरवाडीला निघाला होता. त्यानं लेकीच्या मिठीतून आपली सुटका करून घेतली, तेव्हा जखमी पक्षिणीसारखी रंगकली तडफडत विचारू लागली, ''बापू, पुन्हा कधी भेटायचं?''

अर्जुनानं फक्त माथ्यावरच्या भरल्या काळोखी आभाळाकडं बघितलं. त्या सवालाचा जबाब त्याच्याकडेही नव्हता.

मघापासून रंगूच्या शेजारी रेशमी लेहंग्याकुर्त्यामध्ये बाकेराव उभा होता. एखाद्या अबोल, थंड पुतळ्यासारखा. निरोपाच्या उपचारावेळी काही बोलायचं असतं म्हणून की काय, तो अर्जुनाला बोलला, ''माफी करा मामा. मी तुमचा गुन्हेगार आहे. झालंगेलं विसरा; पण यापुढं तुमच्या फडासाठी काही कमी पडलं तर सांगत चला. बाजारात आणि व्यवहारात आपली लय मोठी पत आहे.''

अर्जुनाच्या मनातून बाकेबद्दलचा संताप तसूभरही कमी झाला नव्हता. तो बाकेरावकडं बघत उदास विषण्णतेने हसत बोलला, ''अरे! तू तर माझ्या तंबूचा आणि जीवनाचा केंद्री खांबच उखडून घेऊन चालला आहेस! राजाचा खजिना रिता केलास. त्याला भिकारी बनवलंस. निदान लुटलेला ऐवज नीट जपायचा शहाणपणा दाखव!''

१७

लग्न असो किंवा एखाद्याच्या मरणाचं विघ्न, ठरलेला खेळ झालाच पाहिजे. सोंगाड्यानं हसवलं पाहिजे. नर्तकीनं आपल्या घुंगरांसह रसिकांना नाचवलं पाहिजे.

सायंकाळी बुडत्या किरणांच्या साक्षीनं लग्न लागलं, अन् लगेचच पलीकडच्या टेकडीजवळ तासाभरातच गणगौळणीसाठी ढोलकी आणि हलगीचा मोहरा सुरू झाला. डोक्यावरचं लग्नातलं बाशिंग बाजूला ठेवून बाकेरावनं विनोदी हवालदाराची टोपी ठेवून दिली. तशीच स्टेजवर इंट्री मारली. त्या रात्री 'नायकिणीचा सज्जा' हा वग नेहमीसारखा रंगला.

बाकेरावच्या तमाशाचा दुसऱ्या दिवशीचा खेळ दीडशे किलोमीटर अंतरावर होता. त्यामुळे भैरवी संपताच मंडळ अन्नावर तुटून पडलं. पोटाची बेजमी करून तसेच सारेजण पारोशा अंगानं ट्रक आणि बसेसमध्ये बसले.

पहाटेची ती बस अंधारातून पुढे धावत होती. लग्नानंतरची ती पहिली रात्र आंबल्याचिंबल्या अंगानं अक्षरश: रस्त्यावरच गेली. दुपारी एकच्या दरम्यान नव्या खेळाच्या जागेवर जाऊन ट्रका थांबल्या. फडातील पोरीबाळींसाठी चोवीस सिटांची छोटी बस होती. डोळे चोळत चोळत रंगकली बसमधून खाली उतरू लागली. तिच्या गोऱ्या गोऱ्या मनगटांत हिरवा चुडा उठून दिसत होता. बाकेभाऊ पुढे झाले. त्यांनी आपल्या रंगूला हाताचा आधार दिला. त्यांच्या खांद्यावर आपला मेंदी भरलेला हात ठेवत रंगू झाडाखाली उभारलेल्या राहुटीकडे निघाली. चालता

चालता तिचं रंगीत पाऊल अचानक कसल्याशा गिळगिळीत वस्तूवर पडलं. पायाच्या तळव्याला सापासारखं कसलंसं धूड चिकटलं. त्या रक्ताच्या काळ्या द्रव्याकडं पाहत रंगकली "आई गं ऽ ऽ ऽ" करून मोठ्याने किंचाळली. तिने बाकेरावच्या गळ्याला गपकन मिठी मारली. दोघंही घाबरले. खालच्या धूळमातीत पडलेल्या त्या मांसांच्या गोळ्याकडे बघू लागले.

फुफाट्यात पडलेली तीन बचकेएवढी मोठी धुडं म्हणजे उफराट्या पंखाच्या कोणी मारून टाकलेल्या त्या तीन काळ्या कोंबड्या होत्या. दुष्टपणे त्यांच्या माना मुरगळून त्यांना खाली फेकलं होतं. त्यांच्या सभोवती पडलेली पिसं आणि त्यांनी हगून टाकलेली ती पांढरी सीट... ते सारं दृश्य बघताना त्या कोंबड्या कशा तडफडून मेल्या असतील, ते स्पष्ट दिसत होतं. बाजूला अकरा लिंबू फेकलेले. त्यांना सुया टोचलेल्या. तव्याच्या पाठीशी जशी काजळी असते, तसा काळपट रंग लिंबांवर थापलेला. एकूणच घडलेला प्रकार म्हणजे कोणा पोरासोरांची गंमत नव्हती. उलट दुष्ट जाणकाराचा हा करणीधरणीचाच नीच प्रकार होता.

त्या घटनेने बाकेराव खूप दुखावला गेला. तो हळव्या सुरात बोलला, "रंगू, मला आता कोणा भुताखेतांची नव्हे तर माणसांची...... आपल्या हितशत्रूंच्या काळ्या मनांचीच भीती वाटते."

"दिलवर, हा दैवाचा लिखा नाही. या हलकट, कोत्या मनाच्या भिका आहेत ऽ!"

"खरं आहे ते. ज्यांच्या डोळ्यांत तुझी-माझी जोडी खुपतेय, त्यापैकीच कोणातरी महाभागाची ही दुष्ट करणी! रंगकली, इथं तुला-मला पावलोपावली जपूनच राहायला पायजेल."

१८

रंगकलीचं स्वागत फडात सोनदाढ म्हातारीनं आणि छबूनं मोठ्या कौतुकानं केलं होतं. याआधीच बाकेराव सोनदाढकाकूला आपल्या आईसारखा मान देतात हे रंगू ऐकून होती. तर याआधीच अनेक मोठ्या जत्रांत व तमाशा महोत्सवाच्यावेळी छबू शिरवळकरशी रंगूची गट्टी जमून आली होती.

सोनदाढकाकूंकडं बघताना रंगूला मोठी गंमत वाटली. तिचा एकेकाळचा तजेलदार पिवळसर रंग आता पिकून ढॅण झालेल्या लिंबासारखा आकसून गेला होता. सेवरीच्या फुटलेल्या बोंडातून कापूस बाहेर पडावा तसे तिचे ते भुरभुरते पांढुरके केस. नावाप्रमाणे तिला कोणी सोन्याची दाढ बसवली नव्हती; परंतु

पिवळसर धातूंचे बसवलेले दात समोरच्या बाजूला उठून दिसायचे. म्हणून तर तिचे नाव 'सोनदाढ म्हातारी' असे पडले होते. तमाशाच्या फडात सर्वांत बुजुर्ग व्यक्ती तीच होती.

पूर्वी जेव्हा बैलगाडीतून गावोगाव तमाशे प्रवास करायचे आणि रॉकेलच्या टेंभ्यावर तो झाडाखाली सादर व्हायचा, त्या जुन्या काळाची ही म्हातारी साक्षीदार होती. तिची दोन मुलं चांगली शिकून जिल्हा परिषदेत डेप्युटी इंजिनिअर बनली. सुनानातवंडं बंगल्यात राहून सुखाच्या झोपाळ्यावर दिवस काढू लागली. त्यांनी मोठ्या अपूर्वाईनं म्हातारीला आपल्याकडे नेलं; परंतु जातिवंत कलाकार असलेल्या म्हातारीचा जीव त्या सिमेंटच्या महालात कोंडू लागला. त्या ऐवजी रानामाळातनं फिरणं, ढोलकी-तुणतण्याचा आवाज आणि 'ऐक नंदाच्या गं नारी ऽ ऽ' अशा अवीट लकेरीच तिच्या म्हातारपणाचंसुद्धा टॉनिक बनलं होतं.

सोनदाढकाकू मोठी बोलकी दिसली. तिनं पहिल्या झूटलाच तिला इशारा दिला, "हे बघ रंगकली, तुला आधीच सांगते, शक्य होईल तेवढं त्या गगनआप्पांच्या सामनी जायचं नाय."

"का हो?"

"अगं, लय खराब आणि जळकुट्या नजरेचा तो मेला."

बोलता बोलता म्हातारी एकटीच खूप मोठ्यानं हसू लागली. एवढी जोरात हसली की, तिला नकली दातांची बचळी असती तर ती खाली गळून पडली असती. शेवटी तिचा हात ओढत रंगूनं विचारलं, "आत्याबाई, एवढं काय झालं खसखसायला?"

"अगं, काय सांगावं पोरी? एखाद्या बाईवर बलात्कार करायचा सीन स्टेजवर गगनआप्पा वठवत असले तर त्या बिच्चारीची पार घाबरगुंडी उडते गं!"

"का हो?"

"अगं, हा मेला गगनराव नावाचा घोडा स्टेजवर गरगरीत हाडापेराची बाई बघीतली की, तिच्याभोवती एका पायावर असं रिंगण काढत ऱ्हातो की, त्यानं तिला टच् न करता त्या समोरच्या बाईला आपल्याला दिवस गेल्यासारखं वाटतं—"

"ते कसं?"

"या मेल्याची फुटकी नजर अन् कावळ्यासारखा बाईभोवती गरगर फिरणाऱ्या डोळ्यांच्या बावल्या ऽऽ त्यांचाच तो प्रताप."

गगनआप्पांच्या त्या वर्णनावर रंगकली पोट धरून हसली.

रंगूला म्हातारीच्या ताब्यात देऊन बाकेराव स्टेजकडे धावत गेलेला. तिकडून त्यांच्या मोठ्याने हाका ऐकू येत होत्या. स्टेजची उभारणी नेमकी कशी नीट करा,

याबद्दल ते बिगाऱ्यांना काहीतरी सूचना देत होते. ते बघून रंगू बोलली, "आत्याबाई, हे इतकं बारीक लक्ष देतात का हो?"

"बारीक? अगं, प्रयोगाच्या वेळी जरा एकुंदा माईक खरखरला तर वायरमनची आमच्या बाकेभाऊनं हळद काढलीच म्हणून समजा."

"तर हे चांगलंच आहे."

"अगं, पण घोडा धावल्यासारखी किती ती पळापळ. कसली ती दगदग. मी अनेकदा म्हणते त्यानला, चिरंजीव, थोडं दमानं घ्या."

"मग?"

"ते म्हणत्यात मावले, रोज होणारा नवा खेळ हा आपुण बसवलेला पहिलाच खेळ आहे असं समजून लक्ष दिलं तरच रंगदेवता प्रसन्न होते. साधा शेतकरीदादासुद्धा रोज बैल आणि बारदानाची हात जोडून पूजा करतोच का नाय? त्या अन्नदात्याकडनं शिकावं सारं."

सोनदाढकाकूंशी गप्पा झाल्या. रंगकलीचं सारं अंग जड झालेलं. त्यातच दिवसभर तिच्या अंगात बारीक ताप भरला होता. बापापासून फारकत, लग्नाची धावाधाव अन् गेल्या तीन दिवसांचा प्रवास. त्या साऱ्या भगभगीमुळे रंगकलीचं अंग आंबून गेलं होतं. म्हणून ती बाजूच्या राहुटीत जाऊन अंग आकसून पडली. तोवर स्टेज आणि कनाततंबूची उभारणी बघून बाकेराव राहुटीत आले. रंगकलीजवळ बसून राहिले.

इतक्यात मळलेल्या लेहंगा-सदऱ्यातला, डोक्यावर केसांचं गच्च जंगल वाढवलेला एक चाळिशीचा इसम दबकत्या पावलानं बाहेर आला. बाजूचा एक सप्पय दगड पाहून राहुटीच्या दारातच बसला. त्याच्या चेहऱ्याची गोड कलिंगडासारखी ठेवण. त्याची मिचमिच डोळ्यांनी सर्वत्र कौतुकभरी नजर टाकायची खास पद्धत. "रंगू, हा आपल्या कंपनीतला हरनामभैया बरं का," बाकेने रंगूशी त्याची ओळख करून दिली. भैयाने बाकेराव आणि रंगकलीकडे बघत आदराने हात जोडले. तो झटकन पुढे झुकला आणि मोठ्या अप्रुपाने त्याने त्या दोघांचेही पाय पकडले. वंदन झालं. भैयाने आपल्या गळ्यातील तांबूस झिरमिऱ्या गमच्यानं एकदा घामेजलं तोंड पुसून घेतलं. आपला हसरा चेहरा फाकत तो बोलला, "भाऊ ऽऽ आपका दो हंसो का जोडा कितना खूबसूरत और मस्त दिखता है।"

"चल रे, काहीतरीच!"

"मां कसम, जलनेवाले कुत्ते जलते रहे, मुझे क्या? इसी सुहाने मौकेपर आपके स्वागत में बस एक शायरी लिखी है मैने।"

भैयाचा तो चुरगळलेला कागद बाकेरावनं उघडला. त्यावरून डोळे फिरवत भाऊ खुशीनं बोलले, "वा! अरे भैया, एकदम ढासू दिसतंय हे."

“बघू बरं,” रंगकली.

“अगं आपल्यासाठी लिहिलेलं हे स्वागताचं कवन! पण आत्ताच नको ते वाचायला. ते स्टेजवरून गाऊन दाखवण्यातच खरी गंमत हैय!”

भैयाने बाकेरावला समाधानाने कडकडीत सलाम ठोकला. जेव्हा तो निघून गेला तेव्हा रंगकली हसून विचारू लागली, “दिलवर, अशी मुलखावेगळी किती रत्नं आहेत तुमच्या खजिन्यात?”

“अगं, हा तर आपला जुना चाहता. मुंबईत जिथं जिथं माझा खेळ लागेल, तिथं तिथं हा पठ्ठ्या हजर असायचा. माझ्यातल्या गायकीवर आणि सोंगाड्यावर एकदम फिदा! पण एकदा दुर्दैव ओढवलं. मुंबई बघायला त्याची बिवी अन् दोन लेकरं गोरखपूर एक्स्प्रेसनं येत होती. तेव्हा मध्यप्रदेशात ट्रेनचा मोठा ॲक्सिडेन्ट झाला. त्यात याचं आख्खं कुटुंब संपलं.”

“अगं बाई, काय सांगता?”

“हो, तेव्हापासून आपल्या दुर्दैवी जिंदगीवरची दवा म्हणून हा आपल्या फडाबरोबरच फिरतो.”

“आर्टिस्ट आहे?”

“नाय; पण साऱ्यांसाठी चहा मात्र झकास बनवतो. इथल्या तालासुरात आणि नृत्यनाट्याच्या झंकारात दुःख विसरतो. जगतो बिचारा.”

बाकेरावच्या आणि रंगूच्याही मनाला लागलेली रुखरुख काही कमी होत नव्हती. आजच्या खेळाची जागा गावच्या स्मशानवटीच्या बाजूलाच असावी, अन् तिथे नेमकं कोणीतरी मुंड्या मुरगळलेल्या कोंबड्यांची धुडं टाकून स्वागत करावं ही घटना काही शुभ नव्हती. त्यातच तमाशाच्या फडातून दुसऱ्यावर मूठ मारून एखाद्याला खल्लास करणं, चेटूक नाचवणं, भानामतीची भानगड उभी करणं असे काळ्या जादूचे अनेक घातपाती प्रकार केले जातात, असं रंगकली ऐकून होती. त्याच विषयावरून रंगकलीची समजूत घालत बाकेराव बोलले, “उगाच घाबरायचं नाही. अशा अंधश्रद्धांना आपुन आपटून मारू.”

“अहो पण, माणसांची मनंच इतकी काळी असतात की, कधी काय घडंल कोणी सांगावं?”

“हे बघ, आम्हाला गावाबाहेरच आमचे तंबू आणि राहुट्या उभ्या कराव्या लागतात. त्यामुळे अनेकदा स्मशानांचा आणि भुताखेतांचा शेजार लाभतोच.”

“पण मला अशा गोष्टींची खूप भीती वाटते हो.”

“छट्. भ्यायचं काय त्यात? अगं त्यावर तोडगा म्हणून तर आमचे कविकुलगुरू शाहीर पठ्ठे बापूरांवानी खास स्मशानासाठीच एक गण लिहिलाय. त्यातून साऱ्या भूतपिशाचांच्या समाचारासाठी शिव-शक्तीचं आणि हनुमानभक्तीचं चांगलं औषध

शोधून काढलंय.''

''कोणतं हो?''

''तेबी ऐकवितो की, आज रातच्याला.''

कलाकारांनी झाडांच्या राहुट्यांच्या सावलीत दुपारची तीन-चार तासांची झोप काढली. झाडापानांत अंधार उतरला. जनरेटरचं इंजिन मोठ्यानं आवाज द्यायला लागलं. उंच तंबूवरची दिव्यांची आरास चमचमाट करू लागली. थोड्याच वेळात गावाकडच्या प्रेक्षकांनी तो बडा तंबू भरून वाहू लागला, तसा रंगमंचाच्या पलीकडे जाळ पेटवला गेला. त्यावर हलगीचं कातडं शेकलं गेलं. तशी ढोलकीही घुमू लागली. टाळ आणि तुणतुणं झिलाची रिघाटी ओढायला उत्सुक झाले. दुटांगी कळीची धोतरं, तीन बटणांचे गुडघ्याइतके लांब सदरे आणि डोक्यावर कोचकुनीची टोपी घातलेले, लकपक कपड्यातले तमासगीर बोर्डावर उभे राहिले. त्यांची ती गणरायाला वंदन करायला स्टेजवर उभी ठाकलेली खेळगड्यांची भिंत मोठी दिमाखदार दिसू लागली.

अर्जुन पवारासारख्या बड्या बापाची दुनिया सोडून रंगकली बाकेरावच्या पाठीमागे धावत आली होती. नवी स्वप्नं, नवे इरादे घेऊन ती कदाचित आजपासूनच तमाशाच्या बोर्डावर उभी राहणार होती. तिला माणसाजनावरांची, थंडीवाऱ्याची, भुताखेतांची कोणाचीही नजर लागायला नको. ज्या भावनेनं आपलं वय, गणगोत सारं विसरून ती इथे आली, तिच्या त्या स्वप्नांचं चीज व्हायला हवं. आज साऱ्या इडापिडा टळाव्यात म्हणून बाकेरावने मसणवटीच्या बंदोबस्ताचाच वग गायला सुरुवात केली. त्याच्या खड्या उंच गायकीचा पदर धरून हलगी कडकडायला लागली. ढोलकी नुसती घुमायला लागली. घुंगरं छुनू छुनू बोलायला लागली. सर्वांच्या कंठातून गणाचे शब्द लाह्यांसारखे तडतडायला लागले,

''चारी मुंड्या चित्त मारो ऽ ऽ
काळाचीया सूत, माझे स्वामी अवधूत, महाबीर बीर बीर
आग्या वेताळ खंकाळ, मंकाळ
डंकिणी, किंकिणी त्या अक्राळविक्राळ
प्रेतखाना पुजला तिथं लाखो मुडदा निजला
त्याला पाहुनी जीव माझा रिझला, झाडी किर्र किर्र किर्र
या मसणखाईवरती, कैकांची हाडे करकरती
कोणी पिशाच होऊन फिरती,
कोणी नरकी चारा चरती
कोणी रामनाम स्मरती, रघुवीर वीर वीर

पहा कविमंत्र झटका, कवि सुचवी अमृतघुटका
म्हणे पठ्ठे बापूराव, कैक आले आंडु मांडु
त्यांचा झाडुनिया काढु नीर नीर नीर.''

गण संपवून बाकेराव राहुटीकडे गेला. रंगकलीचा पायगुण की काय ते समजलं नाही; पण त्या रात्री शंकर ढोल्यानं असा तोडा घुमवायला सुरुवात केली होती की, आख्खं स्टेज मोरासारखं नाचायला लागलं. मथुरेच्या बाजारला नट्टापट्टा करून निघालेल्या गौळणी, भुरड्या आज तर भलत्याच रंगल्या होत्या.

गेल्या काही दिवसांतली दगदग पाहता रंगूने काही काळ विश्रांती घ्यावी, असं बाकेरावनं तिला सुचवलेलं; मात्र इकडे स्टेजवर एकदा हलगीवर छडी पडली आणि शंकरनं ढोलकी घुमवायला सुरुवात केली, पायपेटीतून स्वरांचे मंजूळ पाझर वाहू लागले की, तिकडे राहुटीत चूप बसून राहिली तर ती रंगकली कसली? स्टेजवरची सुरावट कानावर पडताच तिच्या पंखात जणू चैतन्याचं वार भिरभिरलं. आपला मोरपंखी पदर फडकवत आणि गोल गोल गिरक्या घेत जशी काही स्वर्गातली अप्सराच स्टेजवर अवतरली.

बोलता बोलता रंगकलीनं राधेच्या मुख्य भूमिकेचाच ताबा घेतला. रंगबाजीच्या अख्ख्या दुनियेला माहीत होतं, की त्यांचा लाडका बाकेराव गणगवळणीत कधीच एंट्री घेत नाही. गवळण संपल्यावर एकदा रंगबाजीमध्ये हास्याचे भुईनळे उडू लागले की, दोन-तीन मिनिटं अचानक टाळ्यांचा आषाढी पाऊस सुरू होतो. अन् टाळ्या-शिट्टयांच्या गजरात वरातीच्या सजवलेल्या घोड्यासारखी बाकेराव बागणीकरची जोरदार एंट्री होते.

आज बोर्डावरच्या वाद्यांचा ज्या प्रकारे लयदार मेळ जुळून आला आहे, त्यावरून तिकडे फडात काहीतरी भन्नाट गंमत उडाल्याचा अंदाज बाकेरावला राहुटीत बसल्या बसल्या आलाच होता. तेवढयात मेकअपरूममध्ये पोरं धावत-पळत आली.

''भाऊ, ऽऽ चला आटपा लवकर, बघा तिकडं रंगकलीबाईंच्या एंट्रीबरोबर स्टेजवर मथुरेचा बाजार नव्हं, कसा स्वर्गच अवतरलाय. गवळणीच्या एका तुकड्यात बाईनं पब्लिकच्या अंगातली थंडी पळवून लावली हो, ऽऽ!''

बाकेरावनं आपल्या सावळ्या तोंडावर पावडरीचा हलका, वरकरणी थर ठेवून दिला. अंगात कळीचा मलमलचा सदरा आणि लेहंगा घालून बाकेराव विंगेजवळ घाईने गेला. त्यानं स्टेजजवळ नुसती नजर टाकली. रोज मथुरेसाठी सज्ज होणारा बारा-पंधरा गवळणींचा तो मेळा. इतर वेळी भाड्याने आणून उभ्या केलेल्या कनातीसारख्या त्या साऱ्या भुरड्या अंगात जीव नसल्यासारख्या कोरडेपणानं

उभ्या रहायच्या. त्याच त्या गवळणी आज कशा टेचात उभ्या होत्या. ढोलकीच्या ठेक्यांनी नुसती खैंदळ माजवली होती. त्याची आणि रंगकलीची जोरदार जुगलबंदी रंगली होती. एरवी श्रीकृष्ण चार महिन्यांचा पगार बुडाल्यासारखा स्टेजवर खरकट्या तोंडानं उभा असायचा. तोही बांबलीचा आज खुशीनं स्वत:हून पावा वाजवल्याचा अभिनय करत होता.

खेळानं आज मस्त सूर पकडलेला. इतर वेळी एकदाची तंबू कनात आणि स्टेज बांधून झालं की, बिगारी पोरं जागेवरून पसार व्हायची. झाडांच्या पाठीमागे, आडोशाला कुठंतरी गावठी दारूचे तुंबे चोरून तोंडी लावायची. एकदा सामान लावून झालं की, तमाशाशी आपलं देणंघेणं नाही असं समजून बाजूला जाऊन डाराडूर झोपणारी ती पोरं आज खेळापासून हलायला तयार नव्हती. जिभल्या चाटीत स्टेजवरचा स्वर्ग ती निरखत होती.

मंचावरचा तो बहारदार नजराणा बघून बाकेरावच्याबी मनात पावा घुमू लागला. अन् एक गिरकी घेऊन तो लागलीच कृष्णदेवाचा चावट पेंद्या बनला. सरळ गवळणींच्या मेळ्यात घुसला.

तिकडं पोरं पळत पळत गगनआप्पांच्या राहुटीत गेली. जोराने श्वास सोडत सांगू लागली, "अहो आप्पा, तुम्ही तिकडं चलाच. रंगकलीची ती राधा तरी बघा. अवो, तिला बघून स्वर्गातला ओरिजनल कृष्णकन्हैयासुद्धा ठार येडा होईला वो."

"असं का? अरे अर्जुनरावाची पोरगी! कलावंताचं लेकरू म्हटल्यावर रडायचं झालं तरी सूर सोडणार नाय."

"अन् तुमचे ते पार्टनर बाकेराव, तेबी घुसलेत तिथं."

"कुठं? गवळणीत?— अरं तिथं त्यांचं काय काम?"

"ते पेंद्या बनलेत ... किसन भगवानाचे जोडीदार."

आप्पा अगदी खळखळून हसले. त्यांनी फोटोतल्या लक्ष्मीला हात जोडले. समाधानानं डोळ्यांच्या पापण्या मिटल्या. तशीच पवित्र मनानं बाजूच्या छोट्या तिजोरीवर बोटं टेकवली. छातीवरच्या बंडीत हात घातला. आतली देवीची माळ चाचपली. तिच्या मोठ्या मोठ्या मण्यांवरून कृतज्ञतेनं बोटं फिरवली. कुठल्यातरी मंत्राची एक अर्धवट ओळ पुटपुटली. त्यांच्या चेहऱ्यावरचा आनंद नुसता ओसंडून वाहत होता. त्यांनी पडवळ मॅनेजरला हळूच बोलावून घेतलं. या पुढं आपल्या फडाच्या तंबूत रोज जत्रा फुलणार याचा त्यांना अंदाज आला होता. म्हणूनच त्यांनी आपल्या मॅनेजरला कनातीसाठी ज्यादा कापड खरेदीची ऑर्डर लागलीच देऊन टाकली.

उद्यापासून आपल्या तमाशाला पब्लिकची तोबा गर्दी कशी उसळणार आहे,

याचा सुगावा कुशाग्र बुद्धीच्या गगनआप्पांना लागला होता. त्या आनंदात त्यांच्या मस्तकात प्रॉपर्टी मार्केटचे भोंगे गुणगुणायला लागले. उंब्रजचा लँडदलाल रियाझ शेख अलीकडे दोन-तीन वेळा भेटून गेला होता. 'हायवेला टच' असा दोन एकरांचा प्लॉट विक्रीला निघाला होता. ती प्रॉपर्टी म्हणजे भविष्यातली चढत्या दराची सोन्याची खाण होती; मात्र तिची किंमत काही लाखांच्या घरात होती. आप्पांच्या मनात ती प्रॉपर्टी अगदी ठसलेली; पण पैसे उभारणीची चिंता होती. आता मात्र अचानक गगनआप्पांच्या अंगात हत्तीचं बळ चढलं. त्यांनी व्हिस्कीचा आणखी एक पेग घेतला. दुसऱ्यांना वास लागू नये म्हणून तोंडात बडीशेपची चिमूट टाकून ते स्टेजकडे निघाले.

फडाच्या अठरा वर्षांच्या इतिहासात गणगवळणीच्या खेळात पहिल्यांदा बाकेराव स्टेजवर दिसले. त्याबरोबर रसिकांनी हाशीखुशीनं तमाशाचा तंबू डोक्यावर घेतला. आपल्या लाडक्या कलावंताला पाहून चार-पाच मिनिटं शिट्ट्या आणि टाळ्यांचा अक्षरश: जल्लोश उडवून दिला. एंट्रीलाच बाकेरावनं माईक हाती पकडला आणि पंचकातच गोकुळच्या रानावनाला, मस्त भिरभिरत्या वाऱ्यालाच मोठ्यानं साद घातली...

"जागे झाले गोकुळ सारे ऽऽ
गायीवासरं रं रानपाखरं..."

तसा आपल्या मैत्रिणींचा मेळा सोबत घेऊन, दोन-तीन गरगर गिरक्या घेत आणि ठुमकत नाचत रंगकली गाऊ लागली...

"शोधू तुला कुठं ऽऽ
श्रीहरी रे, श्रीहरी रे..."

त्याबरोबर सवंगड्यांना बरोबर घेऊन बाकेरावरूपी पेंद्या गोकुळात नाचू लागला.

"उधळा रे उधळा रंग उधळा
शोधा रे शोधा हरि सावळा
बलरामा, सुदामा, पेंद्या बावळा"

तशा लचकत ठुमकत राधा बनलेल्या रंगकलीबरोबर साऱ्या गवळणी नाचत आर्त सुरात गाऊ लागल्या.

"सर र र र र र र र
भीर र र र र र र र
पंचमीचा सण आला
गोकुळात दंगा झाला
कान्हा माझा कुठं गेला
कुणी नाव सांगा ऽऽ ।। धृ ।।
दहिहंडी फोडतो हा
वेणी माझी ओढतो
मथुरेच्या बाजारी गं
कृष्ण आम्हा छेडतो
नका मारू पिचकारी थोडं थांबा ऽऽ
रोज बासरीचा धावा
घरी दीर नंदा जावा
येऊ कशी बाहेर देवा
माझ्यावर डावा डोळा
नका मारू पिचकारी थोडं थांबा ऽऽ"

तितक्यात वादकांनी ठेका बदलला. दुरून तुताऱ्या, झांजा आणि मंगलवाद्यं वाजू लागली. सख्या श्रीकृष्णाची चाहूल लागली, तसे गोप आणि गोपिका एकमेकांत मिसळले. मंचावर धमाल नृत्य रंगलं...

"थरारला गोवर्धन, वाजली तुतारी
आले सवंगडी सारे, डोळ्यांम्होरं श्रीहरी
खेळू खेळू रंग खेळू, इकडून तिकडं चिपळ्या झेलू
नाच रे गोविंदा, नाच रे गोपाला
आला आला आला, कृष्ण सखा आला ऽऽ"

गवळणीच्या मधाळ सादरीकरणामुळे प्रेक्षक सलामीलाच तृप्त झाले. बतावणीमध्ये, आपल्या हक्काच्या अंगणात बांकेरावाने मोरासारखी छाती काढून ऐटीत प्रवेश केला. समोर नखरेल, फाकडी रंगकली उभी होती.

बतावणीसाठी उभ्या राहिलेल्या बाकेरावांचं लक्ष सारखं रंगकलीच्या रेशमी चोळीकडे धाव घेत होतं. तिच्या घट्ट, उभार वक्षस्थळांचा ऐवज संभाळणारी ती चोळी. त्या तलम कापडावर विमानांच्या ठशांची नक्षी होती. त्या विमानांच्या छोट्या छोट्या चित्रांकडे बाकेराव एकटक बघत होते. त्यांच्या चावट नजरेचा रोख रंगूच्या ध्यानात आला. तसं तिने बाकेभाऊंना छेडलं, "वो पाहुनं, काय बघताय? किती हावरट नजर तुमची हो!"

"काय हो, काय झालं बाई?" बाकेराव.

"तुमच्या नजरेचं पाखरू असं आरूनफिरून माझ्या चोळीकडं का धाव घेतंय हो?" दिलखुलास हसता हसता रंगूनं गोड लाजऱ्या सुरात विचारलं, "तुम्हाला इतकं आवडलं का?"

"काय हो बाई?"

"आमचं विमान!"

खोल गरम श्वास घेत बाकेराव झटकन खसकला, "बाई, तुमचं विमान नाय... पण विमानतळ मात्र आपल्याला ज्याम आवडलां!"

रंगू आणि बाकेरावच्या त्या गमतीदार झगड्यावर प्रेक्षकांतून हास्याच्या लाटा फुटल्या. रात्रीच्या थंडगार वाऱ्यात केसांच्या बटा भुरभुरत होत्या. तिचं अत्यंत आकर्षक रूपडं बघून बाकेरावनं अवीट सुरात एक जोरकस तान मारली. अन् अवखळ तालात ठेका धरला,

"गाल गुलाबी, केस वाकडे
चालणं नखरेबाज
तुझा गं भाव वाढला ऽऽ
मुसमुसती ही तुझी जवानी
जशी नटली इंद्राची अप्सरा आज ऽ ऽ
तुझा गं भाव वाढला

प्यारा, नखरा शोभे तुला
कुडकुड थंडी भरली मला
ठुमकत ठुमकत किती मिरवशील यौवनाचा साज?
बोल बोलतो खरे गुणी भैयाजी कविराज
तुझा गं भाव वाढला.''

बाकेरावच्या अवीट सादरीकरणाला जबरदस्त दाद मिळाली. रंगकलीनं स्टेजच्या बाजूला आनंदानं डोळे पुसत उभ्या राहिलेल्या, भारावून गेलेल्या भैयाला बघितलं. स्टेजवरून तिनं त्याला जोरकस हाक मारली. तो स्टेजवर येताच त्याचा हात पकडून रसिकांच्या समोर झेंड्यासारखा उंच नाचवला. ती खुशीनं गरजली, ''बघा बघा रसिक मायबाप, हा आमचा भैयाजी, आमच्या कंपनीला रोज गोड चाय पुरवतो. अन् आता आम्ही पेश केलेली गुलाबी छक्कड आमच्या याच भैयाजींनं लिहिलेली बरं! यांच्यासाठी टाळ्या वाजवा ऽऽ'' पाठोपाठ तंबूत टाळ्यांची दादही मिळाली.

नाचता नाचता रंगकलीची समाधी लागली. आठवणींच्या खोल दरीतून जुन्या जमान्याचा पावा घुमू लागला. बाप अर्जुनाबरोबरच्या बालपणी ऐकलेल्या मेहफिलींचा मळा मनात फुलून आला. मजरूहचे शब्द आणि गायकीच्या देवदूताचे, महंमद रफीचे बोल तनामनात रुंजी घालू लागले. मग रंगकलीच हिरव्या कुरणात थुईथुई नाचणाऱ्या मोरनीसारखी नाचू लागली. गाऊ लागली.

''ओठ गुलाबी, गाल कटोरे जैसे
नयना सूर मैदान
ओ मै सदके जावा ऽ ऽ
प्यार में तेरे जलता है दिल
आतेही रहना मेरी गली
मर नही जाऊ, सड नही जाऊ
केहना मेरा मान
ओ मै सदके जावा ऽऽ''

वाढत्या रात्रीबरोबर खेळाची खुमारी वाढली. तिथला प्रतिसाद आणि टाळ्या व हास्य ऐकून गावात उरलेली माणसं झोपेतून उठली. डोळे चोळत पळत पळत येऊन प्रेक्षकांत घुसली. गावंदरीच्या स्मशानवटीत अचानक स्वर्ग अवतरल्याचं बघून त्यांचं भान हरपलं होतं. आता व्यवस्थापकांनी कनात काढून बाजूला ठेवली होती.

समोर कोपऱ्यात खुशीत उभ्या असलेल्या गगनआप्पांनी शेजारी उभ्या असलेल्या उप मॅनेजरला आठवण करून दिली, "पडवळ, ऽऽ वाढीव कनातीचं कोष्टक उद्याच सोडवून रिकामा हो. अरे, अजून चार-दोन खेळांत आपला तमाशा अशी उसळी घेणार हाय की गावोगाव नुसती जत्रा भरंल बघ! या बाईच्या पायात लक्ष्मी हैय. अन् आमचा कृष्ण तर तिच्या प्रेमात नुसत्या गटांगळ्या खायला लागलाय."

१९

"नवरा तुझ्यापेक्षा तीस वर्षांनी मोठा, म्हणजे बापाच्याच वयाचा निबर पुरुष! त्याच्यासंगं लग्नाची गाठ मारायची म्हणजे जनात हसं अन् मनात फसं अशी शोभा व्हायचीच."

"हे काय गं, छबू?"

"ज्याच्या त्याच्या तोंडात एकच प्रश्न - एवढ्या पिकल्या पुरुषाला सतराअठराची जवान पोर का डसावी?"

"छी: छी:! मेले छबडे, काय बोलतेस गं तू हे?" रंगकलीला अगदी मळमळून आलं, "हे बघ छबडे, पलंगावरच्या गरम रंगबाजीसाठी मी त्यांच्या गळ्याला मिठी नाय मारलेली."

"तुझी जिवाभावची मैत्रीण म्हणून सारं समजतं मला, केवळ बाकेभाऊ-मधल्या हरहुन्नरी आणि रांगड्या कलावंतावर तू भाळून गेलीस. त्यासाठी डोंगरासारख्या बापाला अन् त्याच्या फडावर तू लाथ मारलीस. तशी स्वत:च्याच नशिबावर कुऱ्हाड मारून घेतलीस—"

"अगं अगं -"

"पण तुझा हा निर्णय म्हणजे अगदीच घोडचूक नव्हती हे तुला दुनियेच्या दरबारात सिद्ध करावं लागंल."

"हो."

"त्यासाठी संसार नेटका करून दाखवावा लागंल, तुझा स्वत:चा आणि तमाशाकलेचाही."

बाकेभाऊंच्या अंगाअंगात मुरून गेलेला आणि पब्लिकला हसवून त्यांच्या बरगड्या ढिला करणारा त्यांचा सोंगाड्या रसिकमनाला प्यारा होताच. शिवाय तरुणांची काळजं पेटवणारी, कापराच्या वातीसारखी त्याची ती गायकी. त्या छकडी, ती युगुलगीतं, तमाशातली अचूक, आकर्षक टाकणी ऐकून लोक ठार

वेडे व्हायचे. आपला फड आख्ख्या महाराष्ट्रात उजवा दिसला पाहिजे, हा त्यानं सातत्यानं जपलेला ध्यास होता. ती धार गेल्या अठरा वर्षांत त्यानं केव्हाही बोथट होऊ दिली नव्हती. कायम शोधक नजर ठेवून उत्तम गवळणी आणि लावण्या गाणाऱ्या गुणी गायिका, सुरेल वादकांचा तगडा ताफा, वगामध्ये काम करणारे गावोगावचे उत्तम नट असा निवडक यक्ष-किन्नरांचा मेळा त्यानं चुनचुनके आपल्या फडात भरलेला. अन् दुधात साखर पडावी, तसं फडात रंगकलीचं आगमन झालेलं. रोजचा वाढता गल्ला बघून गगनआप्पा मनातून फार खूश होते.

हळूहळू नव्या फडातला रागरंग आणि या रंगबाजीच्या दुनियेतली आतघुसणी भांडणंकांडणं रंगूला समजू लागली. ती फडात अगदी पहिल्या दिवसापासून खूप खूश होती, ते ढोलकीवाल्या शंकरवर. त्यानं फक्त ढोलकी घुमवत बसावं आणि त्या तालावर नाच करता करता आपण आपलं आयुष्य संपवावं, असं तिला वाटायचं, इतकी ती त्याच्या ढोलकीवर फिदा होती. तिनं अनेकदा शंकरशी बोलायचा प्रयत्न केला; पण तो फारच लाजराबुजरा, बालिश वृत्तीचा निघाला. तो रंगूला चक्क टाळायचा. तिच्या डोळ्यांना डोळा द्यायचा नाही.

एकदा दुपारी बायांच्या राहुटीत पोरी विश्रांती घेत पडल्या होत्या, तेव्हा रंगूनं शंकरच्या ढोलकीचं खूपच कौतुक चालवलं, तशा इतर मुली खवचटपणे खिदळू लागल्या. पार्वती मोरे बोलली, "अगं, कलावतांचं रक्त ते. थोडी हुन्नर दाखवणारच ना?"

"कोणाचं रक्त? काय प्रकार? स्पष्ट सांग ना?"

"अगं, तो शंकर म्हणजे तुझ्या सर्वांत थोरल्या सवतीचा, बाकेरावांच्या 'ऑफिशिअल' बायकोचा पोरगा... म्हणजे तुझाही नात्यानं मुलगाच की!"

तेवढयात कोपऱ्यातून एक बदमाश पोर पचकली, "काय गं, तो शंकर तुला अजून आई ऽऽ म्हणून हाक नाय का मारत?" त्यावर बाकीच्या पोरीही खळखळून हसल्या.

तो पुरा दिवसच रंगकलीसाठी वाईट गेला. काळजात गांधीलमाश्यांनी पोळं बनवावं, तशी तिच्या मनाची भगभग वाढली. सावत्र का असेना पण पंचवीस वर्षांचा मिशा आणि कल्ले असणारा मुलगा म्हणजे आपल्यापेक्षा दहा वर्षांनी मोठाचं की! सुरुवातीला तिच्या कानावर पडलेले ते टोमणे 'बाकेराव म्हणजे आधुनिक कृष्णकन्हैया', 'झुलता गडी आणि फिरता पलंग' ती सारं दूषणं आणि शेरे तिला आठवले. त्यामुळे दिवसभर तिच्या मेंदूतली ठणक काही कमी झाली नाही.

रातचा आठचा सुमार झाला. पोरी नट्टापट्टा आणि मेकअपला बसल्या. डासांना पळवून लावण्यासाठी राहुटीराहुटीतून धूपदाणी फिरवली गेली. चायवाल्या

भैयानं चांगला घट्ट दुधाचा स्पेशल चहा दिला, तरी डोक्यातली ठणक काही हलकी होत नव्हती.

बाकेरावनं रंगकलीला खास जवळ बोलावून घेतली. राहुटीत तिन्हीसांजेच्या किर्र वेळेला ते दोघं एकटेच होते. बाकेभाऊचा चेहरा भलताच गंभीर दिसत होता. त्याचवेळी त्याच्या तोंडावरच्या निर्मळ, पवित्र छटाही लपत नव्हत्या. त्याने आपल्या अंगावरच्या बंडीत चोरखिशात लपवून ठेवलेली एक डबी बाहेर काढली. हिऱ्याची पेटी हळूच उघडावी तशा औत्सुक्यानं. आत बारीक पिळाचा रंगीत दोरा होता. त्याला तिढे देण्याचं काम कोणा अवलियाने केलं असावं. त्याच्या गुंफणीमध्ये बांधलेला एक तांबूस, काळ्या रंगाचा 'बीरबदाम' त्यानं झटकन बाहेर काढला. त्या बदामावरचं नक्षीकाम इतकं अनवट अन् झकास होतं की, ती पुराणी चीज तहान-भूक विसरून बघतच राहावी. त्या वस्तूकडे रंगकली एखाद्या हावरट मुलाच्या लडिवाळ नजरेनं बघू लागली. तिने मोठ्या औत्सुक्यानं विचारलं, "कुठून पैदा केलीत ही अजब चीज? हा धातू तरी कसला म्हणायचा?"

"रंगू, हे 'बीरबदाम' नीट डोळं भरून बघून घे. ते पंचधातू आटवून उज्जैनच्या बाजारातून आमच्या बापजाद्यांनी खास बनवून आणलंय. हे आपल्या घराण्याचं कवच आहे."

"'कवच' म्हणजे हो?"

"आपल्या घराण्याच्या प्रत्येक पिढीत जी सर्वांत कर्तबगार बाई असते, तिच्या रक्षणासाठीच बनवली गेलेली ही पवित्र चीज. माझी आई सांगायची, हे बीरकवच सिद्ध करून घेण्यासाठी आपल्या पूर्वजांनी लय उकऱ्या काढल्यात. आमची खापरपणजी मुद्दाम पुनवेच्या रात्री स्मशानात जायची. अशा सलग तिनं पाच पुनवा केल्या. पंचफण्याच्या काळ्या नागराजाच्या टोकरीत हे बीरबदाम रात्रभर उबीला ठेवलं. पवित्र करून घेतलं."

रंगू बिचकली. त्या बदामाला हात लावायचीही हिंमत तिला होईना; पण

बाकेरावनं तिला जवळ ओढत भरवसा दिला. ''ही चीज जोपर्यंत तुझ्या अंगावर आहे तोवर नजरबाधा किंवा जादूटोणा अशा कशाचीही बाधा होणार नाही तुला! अगं, हा ऐवज इतका पावरफुल आहे की, तुला कुणी अन्नातून विष घातलं तर त्या विषाचंसुद्धा परस्पर पाणी पाणी होऊन जाईल.''

आपल्या नवऱ्याकडे अविश्वासाने बघत रंगूने विचारलं, ''का हो, तुम्ही काय माझ्या एकटीसंगंच बाशिंग बाधलंय का?''

''म्हणजे?''

''माझ्या आधी गंगाबाई आणि सोनाताईशीबी बांधली होतीच की तुम्ही लग्नाची गाठ? मग त्यांच्या गळ्यात का नाय बांधलंत हे बीरकमल?''

''माझं वेडं मन तुझी वाट बघत होतं, असंच समज. खरंच रंगू, तुझ्या बिलोरी रूपारंगाच्या डोहात सूर मारून मरून जावं असं वाटतं मला.''

''कसं मराल हो?''

''म्हणजे?''

''हे 'बीरकवच' माझ्या गळ्यात असल्यावर, त्या मेल्या मरणाला कसा घावणार मुहूर्त? काय हिंमत है त्याची तुम्हाजवळ यायची?''

ते दोघंही खळखळून हसले.

बाकेरावचं आपल्यावरचं अगाध प्रेम आणि अपार श्रद्धा बघून रंगूचं मन आनंदानं फुलून आलं. न विसरता बाकेरावनं तिला महत्त्वाचा इशारा केला, ''फक्त दोन वेळा हे बीरबदाम अंगावर ठेवायचा गुन्हा नाय करायचा बरं.''

''दोन वेळा?''

''हो, जेव्हा माझ्या मिठीमध्ये विरघळून जाशील किंवा ऋतुमती होशील. त्या दोन वेळा सोडून अन्य कोणत्याही क्षणी या प्राणकवचाचा तुला विसर पडता कामा नये.''

''हो गं बाई, घेईन मी काळजी.''

''कुठे चुकून विसरशील बिसरशील तर मात्र तुझ्या जन्माची दशा दशा करून घेशील.''

असाच एक माळ. तमासगिरांच्या राहुट्या पडलेल्या. दुपारची झोप झालेली. राहुट्यांपासून पलीकडच्या बाजूला शेतात जांभुळझाडांची राई होती. भेटीस येणाऱ्या पाहुण्यांस त्रास नको म्हणून बाकेराव आपली हार्मोनियम घेऊन जांभळीच्या झाडाबुडी बसलेला. नव्या चालीची बांधणावळ सुरू होती. तेवढयात तिथे पाठीमागे येऊन रंगकली चिपकली. मोठ्या अप्रुपानं विचारू लागली, ''एका कोड्याची मला बाई उकलच होत नाही.''

"कोणत्या गं?"

"तुम्ही तमाशाचा डफ वाजवत असताना तुकारामबुवांच्या भक्तिरसात एवढे कसे काय नाहून जाता हो?"

"ती सारी देणगी आमच्या रायकर मास्तरांची. पहिल्यांदा ते मला मुंबईला बांगडीवाला थेटरात भेटले. पुन्हा पुण्यात आर्यभूषणला. जेव्हा जेव्हा मी त्यांच्या मुखातून तुकोबामाउलीची कहाणी ऐकायचो, तेव्हा ती मला माझ्याच दुःखावरची दवा वाटायची. माझ्यासारखेच तुकोबा आपल्या आईच्या छायेला खूप लवकर पारखे झाले. काय त्या त्यांच्या आईला उद्देशून लिहिलेल्या अवीट अभंगरचना. तो अवीट लळा, गाता गळा. तहान-भूक हरपून खेळात दंगलेल्या बाळाकडे आईचं आतडं धाव घेतं. ती त्याला पोटाशी घट्ट पकडते. त्याच्या तोंडी स्तन देते. त्याला जुलमानं भरवते. माता आपल्या चिल्यापिल्यांसाठी स्वतः खापरी होते. स्वतःला विसरून खापरीसारखी झिजत राहते.

"खेळता गुंतले उमगून
बैसोनिया स्तनी लावे बळे
त्याच्या दुःखा पडे आपण खापरी
लाही तळीवरी होय जैसी
तुका म्हणे देह विसरे आपुला
आघात तो त्याला त्यागो नेडी."

भाऊंच्या कंठातला तो अभंग आणि त्यांचं ते निरूपण ऐकताना रंगकली अगदी तल्लीन होऊन गेली. गरिबीच्या चिखलातून कमळासारखा फुललेला हा कलावंत, एवढ्या उंचीला पोचला कसा, याचं रहस्य जाणून घ्यायला रंगकली उतावीळ बनली होती. तिने सहज खडा टाकताच बाकेराव हसून बोलला, "काय सांगू, मला कळत्या वयापासून माझ्या एका मित्राने आणि मैत्रिणीने झकास साथ दिलीय."

"कोण, कोण ते?" रंगूने उत्सुकतेने विचारलं.

" 'कष्ट' आणि 'यातना' यांच्या शिवाय दुसरं कोण असणार?" बाकेराव बोलता बोलता भावविवश झाला, "त्या आठवणींचा आषाढ एकदा डोळ्यांतनं गळायला लागला, की ती ढगफुटी थांबता थांबत नाही."

"काय करायची तुमची आई?"

"सुप्रसिद्ध तमाशासम्राज्ञी सुंदरा सांगलीकरची थोरली बहीण रुक्मिणी. तीच माझी माउली. आपल्या आयुष्याचा पहिला बहार तिने बहिणीच्या तमाशासाठी नाचून घालवला; पण तिचं खरं सामर्थ्य होतं, ते तिच्या मधुर कंठात. तिला सारे 'कोकीळकंठी रुक्मिणी' म्हणायचे. विशेषतः उंच हाळीची गौळण गाताना तिचा

स्वर टिपेला पोचायचा. बिचारी वर्षातले आठ महिने सुंदराच्या फडासाठी पाय मोडून नाचायची. तिची एकमात्र आस होती. लग्न करायची. बहिणीचा फड सोडून ती अन्य कुठे गेली नाही; परंतु सुंदरामावशी तिचं लग्न आज करू, उद्या करू असा नन्नाचा पाढा लावत तिला जन्मभर झुरवत राहिली. स्वत:साठी मात्र एकीकडे गल्ला, सरकारी पारितोषिकं आणि भसाभसा स्वत:ला सहा-सात पोरं पैदा करून रिकामी झाली.''

''पण तुमच्या मावशीनं आपल्या बहिणीकडे का लक्ष नाही दिलं?''

''तिला पहिल्यापास जळफळाट होता माझ्या माउलीच्या आवाजाबद्दल. ती आईला नेहमी बोलायची. तुझ्यासारखा देवानं मला कोकीळकंठ दिला असता तर मीबी दुसरी लता मंगेशकर बनली असते.''

''असं का!''

''पण माझी आई तिला बोलायची, मला कंठ लाभला असला तरी देवानं तुझ्या पायात चांदण्याचे चाळ बांधलेत. त्या जिवावर तू कीर्ती मिळवलीस, खजिना कमावलास. अगं सुंदरा ऽ देवानं आपल्या पुढ्यात पंचपक्वानं वाढली असताना दुसऱ्याच्या पत्रावळीकडे कशाला नजर लावायची.''

''मग झालं लग्न?''

''मावशीच्या कंपनीत एक दारुड्या हार्मोनियमवाला मास्तर होता. त्याचं नाव कासारे. त्याच्याशी माझ्या मायनं लगीन लावावं आणि मावशीचीच सेवा करत जन्म घालवावा, अशी तिची इच्छा होती; पण त्या व्यसनी कासारेला आई बधली नाही. एका पावसाळ्यात मुंबईच्या बांगडीवाला थियटरात फड लागलेला. तिथं भुजंगराव नावाचा एक इन्स्पेक्टर लावणी ऐकायला यायचा. त्याची बायको नागपुरात होती. त्या दोघांत वाद होते. भुजंगराव माझ्या आईच्या गायनकलेत वेडापिसा झाला. तिच्या भिजल्या सुरात तो आपल्या दु:खावरची दवा शोधायचा. त्याने आईशी लग्न लावलं. माझा जन्म झाला. लालबागच्या नाटकात मी भूमिका करायचं निमित्त झालं. माझ्या वडिलांनी आम्हाला दूर लोटलं. पुन्हा उपासमार. खायचं साधन नव्हतं. पुन्हा माझी माय मावशीच्या आसऱ्याला गेली.

माय चाळिशीत गेली तरी ती सुंदर, गोरीगोमटी दिसायची. तमाशाच्या फडाबरोबर रोज फिरायचा धंदा. अनेक गंद्या नजरा तिचा पाठलाग करायच्या. एकट्या बाईमाणसाची ही दुनिया कधीच नव्हती. अजून कासारे मास्तर तिच्यासाठी लाळ गाळतच होता. मावशीने मुद्दाम त्याच्यासंगंच माझ्या मायचं हट्टानं लगीन लावून दिलं. अक्षता पडल्यावर तिने पोटातलं गरळ आपोआप ओकून टाकलं, ''माझी आक्का चांगली फौजदारीण व्हायला गेली होती. रुबाबाचा स्वर्ग शोधायला. पण बाई, एखाद्याच्या तगदीरात झिपरा, बेवडा, मरतुकडा पेटीवालाच असेल तर

त्याच्या बोंबलभिक्या नशिबाला काय करायचं?''

"कासारेकडे तरी सुखी झाली का तुमची माय?''

"कशाचं काय, बिचारी पुन्हा दुर्दैवाच्या फुपाट्यात करपली. आधी प्रेमासाठी पागल पंछी बनल्याचं नाटक करणारा तो पेटीमास्तर, त्या मेल्याने हळूहळू खेकड्यासारख्या आपल्या विषारी नांग्या बाहेर काढल्या. चिक्कार प्यायचा अन् माझ्या गरीब मायला काठीनं बदडून काढायचा.''

"अरे देवा!''

"माझा सावत्र बाप झालेला हा कासारे काही महिन्यांतच माझ्या मायला नशापाणी करून काठीनं बदडू लागला. दारू पिऊन माझी गचोरी धरत 'हा दुसऱ्याचा कारटा मी कशाला सांभाळू' अशी त्याने ओरड सुरू केली.''

"अरे बाप रे! अन् पुढे हो?''

"मधल्या मध्ये माझ्या मायचे होणारे हाल बघून मीच तिला सांगायचो, बाबांना माझी अडचण होत असेल तर मी निघून जातो; परंतु माय मला तिच्या उराशी ओढायची, अन् घळाघळा आसवं गाळत सांगायची - लेकरा ऽ ऽ जीव सोडीन, पण तुला नाय अंतर देणार!''

"हे चक्र कुठवर चाललं?''

"दारुड्याच्या घरात देवपूजेसारखी रोज बोंबाबोंब चालते. जेव्हा रात्रीचा तमाशा सुटायचा. नव्या गावासाठी पहाटेची बांधाबाध सुरू व्हायची, तेव्हा कासारे काठी घेऊन माझ्या अंगावर धावून ओरडायचा, 'या व्हडग्या तोंडाच्या कार्ट्याला कशाला घ्यायचं संगं? सोडून देऊ इथं.' तेव्हा आई कळवळून किंचाळायची, "अवो, माणसाच्या जातीला एखाद्या पाळीव कुत्र्याचा लळा लागला तरी ते त्याला सोडत नाय. हा तर माझ्या रक्तामांसाचा गोळा, पोटचं लेकरू. त्याला कशी विसरू?''

असाच एक नवा गाव. नवी जत्रा. तंबूमध्ये रात्री तमाशा उभा राहिलेला. आदल्या दिवशी कासारेनं मला काठीनं जाम झोडलेलं. हाडातल्या त्या कळा अजून निवल्या नव्हत्या. आजच्या भैरवीनंतर पुन्हा माझ्या मारझोडीचा तमाशा सुरू होणार, या भीतीने राहुटीच्या मागे मी गवतात आडोशाला थोड्या वेळासाठी लपून बसलो होतो. तिथेच झोपेनं मला गाठलं.

माझ्या डोक्यावर ऊन ऊन काय सांडतंय या भीतीने मी गपदिशी उठलो. वेड्यासारखा इकडे-तिकडे बघू लागलो, तर खरंच उन्हं डोक्यावर आलेली. जत्रा केव्हाच उलगडलेली. बाजूचा माळही उघडा होता. तमाशाचा तंबू पहाटेच केव्हातरी गुंडाळून तमासगीरही निघून गेलेले. तिथे फक्त उरलेलं अन्न हुंगणारी मोकाट कुत्री आणि मी याच्याशिवाय नजरेच्या टप्प्यात आता कोणी उरलं नव्हतं.

२०

तमाशा फडाची बांधाबांध करताना मी नेहमीसारखा राहुटीत सापडलो नाही. त्यामुळे माझी माय वेडीपिशी झाली. सावत्र बाप मात्र भारी खूश होता. अर्धा तास आईसाठी तमाशाच्या गाड्या खोळंबून होत्या. माझी माय हट्टालाच पेटलेली. तिनं फडमालकाला स्पष्ट सांगून टाकलं, "माझ्या आतड्यातून बाहेर पडलेला माझा गोळा मागे टाकून मी कशी तुमच्यासंगं येऊ हो?"

"पण पुढची सुपारी शंभर मैल लांब आहे." मॅनेजर बोलला.

माय ऐकायला तयार होईना. तसा मॅनेजर मावशीकडे गेला. तिने स्पष्ट निरोप दिला, "पोट जाळायचं तर बोर्डावर सर्वांना नाचावंच लागेल. अन् आक्का नाय आली तर आजच्या खेळाला मी दुसरी गायिका उभी करीन. मात्र तिला पुन्हा बदलणार नाय. आक्कानं तिला जसं परवडेल तसं वागावं."

आईचा नाइलाज झाला.

मला वाटेतच सोडून पुढे गेल्याचा माझ्या मायच्या काळजाला धक्का बसला. ती माझ्या सावत्र बापाची गचोरी धरायची. दुःखानं ओरडायची, त्याला ओरबाडायची, "माझं लेकरू मला परत द्या."

काही दिवसांनी सावत्र बापानं मायला माहिती दिली,"उगा गळा काढू नकोस. पक्की खबर घेतलीय मी. तुझा बाक्या शिरवळच्या एसटी स्टॅन्डवर गाणी गाऊन चवलीपावली गोळा करतो. मस्त मजेत आहे खजाळीचा."

आई खूप रडली. तिने सावत्र बापासमोर अनेकदा आपला माथा आपटून घेतला; परंतु निष्ठुर कासारे मास्तरावर त्याचा काहीच परिणाम झाला नाही. तो रोज तमाशा सुटल्यावर दारू पिऊन रडायचा आणि माझी माय माझ्या आठवणीने गळा काढायची. काही महिन्यांत तिच्या खोल दुःखाचा आणि बेभान आक्रोशाचा व्हायचा तो परिणाम झाला. माझी माउली आपला सोन्यासारखा कंठ हरवून बसली. आवाज बेसुरा झाला. आईचा पगार बंद. कासारे मास्तर तिला रोज काठीने बडवू लागला, "दूध आटलेल्या गायीचा अन् आवाज फाटलेल्या बाईचा उपयोग काय?"

जगातल्या साऱ्या अरिष्टांचं मूळ म्हणजे कासारेला माझी माय वाटायची. सुंदरामावशी तर तिला नजरेसमोर धरायलाही तयार नव्हती. माझी माय तनामनाने पार खचली. तिचा कमरेपासूनचा खालचा भाग लुळा पडला. तिला धड चालवेना. कशीबशी रांगत रांगत पुढं सरकायची. तेवढ्यात तमाशाचा सीझनही संपलेला.

माझा सावत्र बाप म्हणजे जन्मजात सापच निघाला. त्या दगडाच्या काळजाच्या माणसाने सरळ टेम्पो केला. त्याच्या मागच्या हौद्यात एखादी आजारी गाय

ढकलावी, तशी त्या बारदानावर माझ्या मायला ढकलून दिली. त्याच्या खूप मनात होतं, आडवाटेतच माझ्या मायचा गळा दाबून प्रेत बाजूला फेकून द्यावं; पण उगाच पुढे खुनाला वाचा फुटून पाठीमागे भिरकटं लागायला नको, या भीतीने त्याने तो बेत सोडून दिला असावा.

कासारे मास्तरने टेम्पो घेऊन रात्रीचं कऱ्हाड गाठलं. तिथं एसटी स्टॅन्डला लागूनच सुंदरामावशीचं घर होतं. अंधाराचा फायदा घेत बापानं मायला रात्रीचीच टेम्पोतून खाली उतरवली. रस्त्याच्या बाजूला तिला अंधारात ढकलून तो पसार झाला.

बाजूच्या स्ट्रीट लाईटचा तांबूस झिरझिरा प्रकाश माझ्या रुक्मिणीमायच्या आधाराला धावला. ती जिथं पडली होती, तिथून तीनशे फुटावर सुंदरामावशीचा बंगला होता. रात्रीच्या थंडीनं कुडकुडलेला तो मांसाचा गोळा, बहिणीच्या ओढीनं त्या सिमेंटच्या रस्त्यावरून कडेकडेनं सरकत पुढे चालला. लोक सांगतात त्या-प्रमाणे ते अंतर पार करायला मायला दोन तास लागले.

मावशीच्या दारावर पहाटे पहाटे धडका बसल्या. हात काम देत नव्हते म्हणून मायनं दारावर डोक्यानं धडका दिल्या. सुंदरामावशीला समजेना, रातचं दाराबाहेर कोणतं जनावर आलंय? तिने दरवाज्याच्या चिरेतून बाहेर बॅटरीचा झोत टाकला, तेव्हा तिला तो दुबळ्या मनुष्य देहाचा पांगुळगाडा पुढे पुढे सरकत आल्याचा दिसला. तो भेदरलेला, गरजू आणि अभागी चेहरा.

कधीकाळी गानकोकिळा म्हणून गौरव झालेल्या, आपल्या सख्ख्या मोठ्या, दुबळ्या बहिणीची थोर कलावंत असलेल्या मावशीला दया नाही आली. ती आसुडाच्या फटकाऱ्यासारखी गरजली, "आता लुळीपांगळी होऊन कशाला उगवलीस गं माझ्या दारात? माझा चालता फड सोडून मुंबईत त्या भोसल्याच्या मागनं पळून गेली होतीस, चांगली फौजदारीण बनायला. आता सरले का तुझे जवानीचे दिवस! जेव्हा दोन्ही मांड्यांच्या मधली मासोळी उड्या घेत होती तेव्हा तोंड बाहेर काळं करायचं, अन् आज उगवलीस माझ्या दारात?" असं बोलून मावशीनं दरवाजा धाडकन बंद करून घेतला.

थोड्या वेळानं मावशीनं आपल्या गड्याकडे बारदानाचं एक पटकूर दिलं. त्याने माझ्या विकलांग रुक्मिणीमायला उचलली आणि तशीच अचुती नेऊन एसटी स्टॅन्डच्या पल्याड रस्त्यात टाकून दिली.

रंगकली ऽ ऽ, जीवनात भोगलेल्या अशा कडुजार गोष्टी. त्या दुःखावर चादर झाकण्यासाठीच मी तोंडावर विदूषकाचा मुखवटा चढवला आहे. एक कलंदर खुशमस्कऱ्या सोंगाड्या या नात्यानं मी पब्लिकला जेव्हा लोटपोट हसवत असतो, तेव्हा माझं मन त्या वैराण दिवसांच्या आठवणींनी आतल्या आत रडत असतं.

बाकेरावनाही रंगूला सांगितलेली आपल्या आईची ती अर्धवट कहाणी आठवली. पुढचा पदर नीट लागणं गरजेचं होतं. आधी मुंबईत तिला उघड्यावर टाकून नागपुराकडे निघून गेलेलं तिचं ते हक्काचं पोलिसी कुंकू. तिच्या परिस्थितीचा फायदा घेऊन लांडग्याच्या चालीने तिच्या जीवनात आलेला तो कासारे नावाचा पेटीमास्तर. आजारी स्थितीत त्याने मायला दिलेली ती अमानुष वागणूक. कऱ्हाडच्या रस्त्याकडेला रात्री फेकून दिलेला तो हाडामांसाचा जिवंत गोळा. काही लोकांनी अवीट गळ्याच्या रुक्मिणी नावाच्या त्या गानकोकिळेला ओळखलं. कासारे मास्तराकडे फोन करून तक्रार केली, "अरे, एकेकाळची ती इतकी बडी कलावंत. अन् तिचे काय हाल चालविलेत तुम्ही लोकांनी? अशा आजारी स्थितीत एखाद्या बकरीला तरी हे असं रस्त्यावर फेकायचं धाडस कोणी करेल का?"

लोकांनी जेव्हा जास्तच ओरड केली, तेव्हा 'मला ही गोष्ट माहीतच नाही,' असा कांगावा बापानं सर्वांपुढे केला. केवळ लोकलज्जेस्तव तो टेम्पो घेऊन कऱ्हाडला आला. त्यानं तो मांसाचा गोळा गोणपाटात गुंडाळला. पुन्हा रस्त्यात त्याच्या काळजाचा दगड झाला. त्यानं काशीळ गावच्या रस्त्यापल्याड रानात टेम्पो थांबवला. तिथल्या निर्जन माळावर उघड्यावरच झाडाबुडी म्हसोबा देवाचं स्थान होतं. आजूबाजूला कोणी नसल्याचा त्यांनं अंदाज घेतला. माझ्या माउलीचा गळा दाबण्यासाठी तो अगदी निश्चयानं दोन-तीन वेळा पुढे झाला; परंतु त्या विकलांग देहाची आता त्याला भीती वाटली असावी. शिवाय तिला जीवे मारले तर पाठीमागे पोलीस, पंचनामा असे भिरकाट लागणारच होते. नाही मारली तरी काही तासांनी ती मरणारच होती. म्हणूनच गोणपाटात गुंडाळलेल्या माझ्या माउलीला तिथे माळावरच टाकून तो पसार झाला. देवाला येणारे भाविक माझ्या मायच्या गोणपाटावर केळ, सफरचंद असं एखादं फळ फेकून देत. माझी माय तशीच पुढे सरकत आपल्या तोंडात उघड्यावरचा तो घास चावायचा प्रयत्न करी."

"बाप रे!"

"हो ... खूप उशिरानं मला माझ्या एका मित्राकडून शिरवळला ती बातमी समजली. तसा मी धावतपळत म्हसोबाच्या त्या माळावर जाऊन पोचलो. त्या सकाळी झिरझिर पाऊस पडून गेलेला. थंडीनं माझ्या रुक्मिणीमायचं अंग पुरं गारठून गेलेलं. तिच्या तोंडातून एखादातरी शब्द बाहेर फुटावा, यासाठी मी झगडलो. रडलो. अतीव दुःखानं मी त्या ओल्या मातीत बसून खूप आक्रोश केला. तेव्हा काही वेळानं तिथं काही वाटसरू आणि गुराखी गोळा झालेले. ते मला भानावर आणायचा प्रयत्न करत बोलले, "अरे खुळ्या पोरा, तुझ्या आईचा रातचाच जीव गेलाय. आता किती ओरडलास म्हणून मुडदा तुझ्याशी कसा बोलणार रे!"

धर्मरूढीप्रमाणं तिला मूठमाती देणं आवश्यक होतं. माझ्या खिशात दिडकीही नव्हती. तिथे जमलेल्या लोकांपुढे मी नाक घासलं, ''अहो काका, मामा, माझ्या मायला जाळायला मला मदत करा. सरणाची व्यवस्था करा.''

''का रे, तुझी आई म्हणजे बडोद्याची राणी लागून गेली की काय? कशाला हवं सरण?'' एकाने मला कुत्सितपणे हिणवलं—माझ्याकडे सरणाची लाकडं खरेदी करायला तांबडा पैसा नव्हता. शेवटी गुराख्यांच्या हातापाया पडून आम्ही रस्त्याच्या बाजूला एक खड्डा खोदला. मी माझ्या मायचा मुडदा पोटाशी कवटाळून, तो रडत रडत मातीआड गाडून टाकला.''

बाकेभाऊंच्या तोंडून ती कहाणी ऐकताना रंगकली दुःखाने पांढरीफटक पडली, तेव्हा बाकेराव मोठ्या अभिमानानं बोलले, ''त्या पोरवयात, त्या उघड्या माळावर मी माझ्या मेंदूत एक जिद्दीची गाठ बांधली होती. नसेना का माझी माय कुठल्या बडोद्याची राणी; पण मी मात्र एक दिवस लोककलेचा राजा बनून निश्चित मिरवेन!''

बोलता बोलता बाकेभाऊंना पुन्हा रायकर मास्तरांची आठवण आली. रायकर हे मूळचे संगीत नाटकाच्या क्षेत्रातील एक अवलिया. पुढे ते तमाशाच्या परंपरेत रुजले. अनेकांचे गुरू झाले. त्यांच्या मार्गदर्शनाखालीच आपला हात हार्मोनियमवर साफ झाल्याचं बाकेभाऊंनी सांगितलं.

''त्यांची बायको काय करत होती?'' रंगूचा प्रश्न.

''मास्तर तसे भोंगाळेच, म्हणजे बिनालग्नाचे होते. लग्नाचा कोणी विषय काढला तरी ते नाराज व्हायचे. लोकांना सांगायचे, मी लग्नाच्या बेडीत अडकलो तर माझ्याबरोबर राहणाऱ्या माझ्या शिष्यांना वनवास घडेल.''

''खूपच कष्ट उचललेत हो भाऊ तुम्ही.''

''हो ना. काय केलं नाही मी त्या कोवळ्या दिवसांत? जेव्हा मायसोबत तमाशात राहायचो, तेव्हा फडातल्या मावश्यांच्या साड्या धुतल्या. भांडी घासली. एसटी स्टॅन्डवर हमाली केली. पुढे जागरण-गोंधळाच्या ताफ्यामध्ये घुसलो. अंबाबाईचा भुत्या बनून रात्रभर दिवट्या नाचवल्या. खरंतर बालपणातल्या त्या नृत्याची अजून संगत सुटलेली नाही. तो देवही लेकाचा मला या ना त्या रूपात अजून नाचवतोच आहे.''

ती कहाणी ऐकताना रंगूच्या मनातही एक वेगळी वावटळ दाटून आली. तसा तिच्या डोळ्यांतून आपसूक वळीव पाऊस गळू लागला. त्याबरोबर तिचा हात गपकन पकडत बाकेभाऊंनी विचारलं, ''ए वेडाबाई, आता तू कसल्या उमाळ्याच्या भोवऱ्यात अडकून गेलीस?''

''मलाबी माझ्या बापूंची आठवण येते हो. काही महिन्यांमागं तमाशासम्राट

ही बिरुदावली घेऊन बोर्डावर हत्तीसारखा झुलणारा माझा बाप. आजकाल त्यांचे हालहाल चाललेत म्हणे. फड बंद पडलाय. कलाकार सोडून गेलेत. सारं मातिमोल झालंय अन् मी दगाफटका केल्याच्या दु:खानं माझा राजासारखा बाप गांज्याच्या आहारी गेलाय म्हणे.''

''काय सांगतेस?''

''होय हो, आता तर ते दिवसभर इतका गांजा फुंकतात म्हणे की, एक दिवस ते गांज्याच्या चिलमीबरोबर जळून जातील, असं वाईटसाईट लोक बोलतात हो.''

''हे खूपच भयंकर म्हणायचं.''

''भाऊ, माझ्या आयुष्यात माझ्या आईची आणि बापाची अशा दोन्ही भूमिका त्या ग्रेट अर्जुनरावांनी पार पाडल्या हो. मी जेव्हा त्यांच्याकडं नाचत होते, तेव्हा भल्या काळजाचा माझा बाप मला पोटाशी धरायचा. साऱ्यांना भारावून सांगायचा, ''माझी रंगकली म्हणजे माझ्या तमाशाच्या तंबूवरचा सोन्याचा कळस आहे; पण त्यांना काय माहीत, त्यांची ही कुलक्षणी कार्टी त्यांच्या स्वप्नांची माती करंल. खूप छळलं हो मी माझ्या जन्मदात्याला.''

सुराला लागलेल्या तुणतुण्याची तार अचानक तुटावी, तशी रंगकली ओक्साबोक्शी रडू लागली. तिची समजूत काढणं बाकेभाऊंसाठी खूप अवघड झालं.

२१

रंगकलीच्या फडातल्या प्रवेशानंतर बाकेराव बागणीकर आणि गगनराव कवठेकर यांचा तमाशा खूपच रंगू लागला होता. आंबे पिकल्यावर आमराईत जसा मधुर गंध पसरतो, तसाच एकापेक्षा एक असे चढीचे कलावंत एकत्र आल्याने वगनाट्य जोरात चालायचंच; परंतु गणगौळणीनंतर रंगणारी रंगबाजी... बाकेरावसारखा हजरजबाबी कलावंत आणि त्याच्या तोडीस तोड देणारी रंगकली त्याला भेटल्यामुळे रंगबाजी भलतीच बहार उडवत होती. खटके आणि चुटके यांची नुसती बरसात व्हायची. अर्जुनरावांच्या सहवासामुळे असेल, श्रवणभक्तीचं कारण असेल, मात्र रंगकलीकडेसुद्धा सुंदर, समर्पक, अर्थवाही शब्दांचा दांडगा खजिना गोळा झाला होता.

गौळणीनंतर रंगबाजीमध्ये नायकिणीचा रंगमहाल दिसायचा. मग गावचे कार्यकर्ते झालेले बंडू बिलंदर तथा बाकेराव सुगंधा नायकिणीच्या माडीचा वाकडा जिना चढायला सुरुवात करायचे. तशी सुगंधा वरून लंबी हाळी द्यायची, ''या या

या, पाहुणं या.''

''नमस्कार सुगंधाबाई!''

''नमस्कार, पण काय हो पाहुणं - आज या वाकड्या जिन्यावर तुमची ही पावलं तिडबिडायचं काय कारण? - अकारण?''

''नाही हो बाई सकारण!''

''की विनाकारण?''

''नाय हो, मूळ कारण! आम्ही मुद्दाम टपकलो इथं; कारण या माडीवर एक चांदाचा तुकडा आणि गोरा गोरा मुखडा राहतो, त्याचा खूप ऽ लांबून आम्हाला सुगंध आला, म्हणूनश्यान आम्ही इकडं धावत धावत आलो.''

''मग बघितलात का चां-दा-चा तुकडा!'' आपल्या गोऱ्या नाकाचा शेंडा आणि डावी भुवई उडवत सुगंधारूपी रंगकलीने विचारलं.

''बघतोय ना; पण या मुखड्याचा हजार होल्टचा प्रकाश हो. आमच्या डोळ्यांत मावतोय कुठं?''

''अहो, पण तुम्ही मघापासून एकटक भलतंच कुठं बघताय राव?''

''भलतंच कुठं म्हणजे?''

''माझ्या या या कप्पाळाकडं! काय माझं कप्पाळ फोडायचा बेत आहे का तुमचा?''

''कपाळ काय फोडून घ्याचं? अवो, थोडं खाली -''

''अगो बाई, म्हणजे माझे हे सुंदर सुंदर हरणीसारखे टपोरे डोळे फोडायचा तुमचा इरादा तर नाय ना पाहुणं?''

''डोळं नव्हं वो, जरा खाली -''

''अच्छा! आत्ता समजलं! माझं चाफेकळीसारखं नाक?'' सुंगधा झालेली रंगकली पुढं धावली. तिनं पटकन बाकेरावच्या जाकिटात हात घालत मोठ्या औत्सुक्यानं विचारलं, ''बघू बघू बघू - कुठं ठेवलीत?''

''काय हो?''

''तुम्ही लब्बाड कुठले! माझ्या गोऱ्या नाकासाठी हिऱ्याची नथनी आणलीत ना? बघू बघू कुठं ठेवलीत?''

''नाक नाही वो बाई''

''अरेच्या! म्हणजे तुम्हाला हवं काय माझं?''

''जरा खाली —''

''वो हो ऽऽ आत्ता सारं आलं माझ्या ध्यानात. तुम्ही गुंड, गावगुंड नव्हे तर चांगले चालू आणि महाचालू आहात - ''

''बाई थांबा थांबा, तुमचा काहीतरी गैरसमज होतोय -''

“मी पैज लावून सांगते. तुम्ही मुलखाचे खट्याळ आहात! तुम्हाला माझ्या लालेलाल ओठातला गोड गोड मध चाखायचा आहे ना?”

“नाय हो बाई, जरा खाली-”

“अरे मेल्या, ऽऽ माझा गळा दाबून, जीव घेऊन तुला माझ्या जागी या तमाशात तुझ्या मैत्रिणीला आणायची आहे का?”

“नाही हो बाई, जरा खाली-”

बाकेरावच्या त्या डायलॉगबरोबर रंगकलीने आपली भिरभिरती नजर आपल्या उंच उरोजांकडे टाकली. ती झकास हसली. लाजली. ठुमकली. अन् स्वत:भोवती गरगरा फिरत एक मस्त रिंगण घेऊन चाळ बांधलेला आपला डावा पाय तिने लाडाने जागेवरच आपटला. ती प्रेमाने हसत बोलली, “अहो पाहुणं- जिवाचं मेहुणं - मला माफ करा. तरी मला उशिरा का होईना कळालं, तुमच्यासारखा एवढा तालेवार गृहस्थ, गावातल्या आलतूफालतू बायांकडे ढुंकूनही न पाहता थेट धावत मोरासारखा माझ्याच रंगीत माडीकडे का यावा?”

“का यावा म्हणजे?”

“मी मस्तानी हिंदुस्थानी, बुंदेली पेहराव
तुम्ही माझे बाजीराव!”

“च्यायला, मी बाजीराव?”

“हो ऽऽ तुम्ही माझे बाजीरावच आहात. अन् या मस्तानीच्या उभार छातीला शोभेल अशी हिऱ्यांच्या बारीक मण्यांनी जडवलेली किनखापी रंगीत चोळी तुम्ही बनवलीत. अन् बरेलीच्या बाजारातनं डायरेक्ट इकडंच धावत आलाहात.”

“छे! छे! चोळीबिळीचं ते सोडून द्या - बाई, जरा खाली -”

“आता कळलं, मघापासून तुमची जीभ आणि नजर का वळवळतेय ती. तुम्हाला माझं पोट फाडायचं आहे का? अहो पाहुणं, का उठता गरिबाच्या पोटावर -?”

“पोटबीट नाही वो -अवो बाई, जरा खाली.”

“मेली तुमची औलाद जरासंधाची दिसते!”

“नाही हो -”

“मग माझी मांडी फोडायला कशाला निघालात? सांगा, सांगा, सांगा.” तिने त्याच्या पाठीत चार धम्मक लाडू मारत विचारलं.

“अहो, मांडीबिंडी नाही होऽऽ, जरा वर-”

बाकेरावच्या त्या उरफाट्या डायलॉगबरोबर पब्लिक हसून हसून गडबडा लोळू लागलं. आता सुगंधा झालेल्या रंगकलीकडून कुठला जबाब मिळणार हे कानात जीव आणून ऐकू लागलं. या झगड्याचं लिखित स्क्रिप्ट नव्हतं. ही नवी

टाकणी टाकताना बाकेरावनं रंगकलीला कुठलीही पूर्वकल्पना दिली नव्हती. तसंच रंगबाजीच्या मैदानात तिला नेमकं गाठलं होतं.

हास्याची लाट ओसरली. तंबूत खच्चून भरलेलं पब्लिक आणि तमाशाच्या विंगेतले कलाकारसुद्धा कान देऊन त्या जबरी सवाल-जबाबाकडे पाहू लागले. हसू थांबताच रंगकलीने पुन्हा विचारलं, ''म्हणजे पाहुणं तुम्हाला जरासंधासारखी मांडी नाय फोडायची?''

''नाय हो बाई. मांडी नव्हे, थोडं वर -''

आता मात्र पब्लिकच्या हसून हसून बरगड्या ढिल्या झाल्या. रंगकलीनं अंड्याएवढे डोळे करत लटक्या रागाने बाकेरावकडं बघितलं. अन् ती वसकन धावत पुढे होत बोलली, ''वो पाहुणं, असं लाळ गाळत हावऱ्यासारखं त्या जागेकडं डोळं फाडून नका बघू. त्या जागेसाठी तुमचा कायबी उपयोग नाय.''

''का हो, काय झालं?''

''अवो, ते एक एकराचं काळ्या गवताचं राखीव कुरण किनई, मी माझ्या प्राणसख्यासाठी रताळीचं पीक काढायला मुद्दाम राखून ठेवलंय.''

त्या तडाखेबंद जबाबानंतर मात्र रसिक हसून हसून गडबडा लोळायला लागले.

तमाशाचा तो फड म्हणजे दोनशे लोकांची चालतीबोलती धावती सर्कस होती. खऱ्याखुऱ्या सर्कशीचा मुक्काम एखाद्या सेंटरला जेव्हा पडतो, तेव्हा वाघसिंहासारख्या जनावरांनासुद्धा कमीत कमी आठ दिवसांच्या विश्रांतीचं सुख मिळतं; पण ढोलकी फडाचा तमाशा म्हणजे रोज नवं गाव, मागणारे बलुतेदार! रोजचा नवा रस्ता, नव्या नदीत अंघोळ आणि नव्या पांढरीमध्ये तंबूची उभारणी. पहाटे अंधार सरायच्या आधी भैरवी संपायची. घाईनं कनातकाठ्या पाडायच्या. लगबगीनं सारं सामानसुमान, काजाबोजा ट्रक आणि टेम्पोत भरायचं. उभ्याउभ्याच कसाबसा भाकर तुकडा घशात घालायचा. अन् बाहेर फटफटताना निम्म्याशिम्म्या अंधारातच गाव सोडायचा. नवा प्रवास सुरू. अनेकजण तर थोबाडावरचा रंग पुसतच घाईनं ट्रकटेम्पोत बसायचे. रोजच्या प्रवासाच्या दगदगीनं बेजार

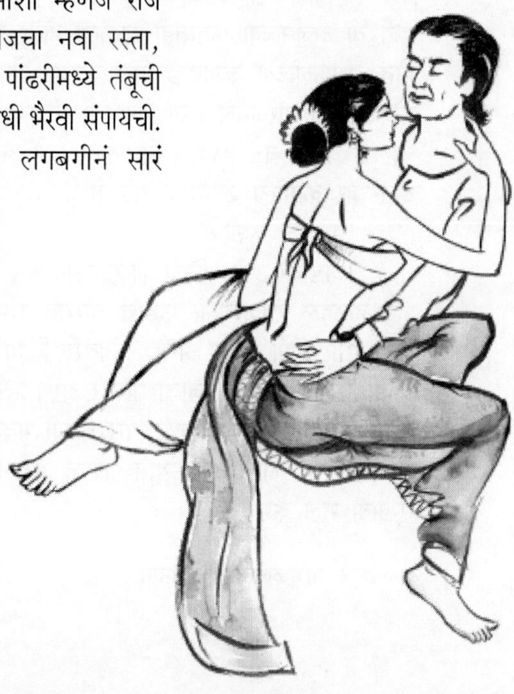

झालेले काही बहाद्दर गडबडीत तिथेच बाजूला कुंपणाआड लघवी करायच्या निमित्तानं उभे राहायचे. तिथंच तोंडाला चपटी बोतल लावून ढसाढसा दारू ढोसायचे.

एक बरं होतं. रोजच नवा गाव, नवे घाट, अन् विविध ठिकाणच्या विहिरींचं व नद्यांचं पाणी पिऊन सर्वांच्या अंगात मोठी रोगप्रतिबंधक शक्ती निर्माण झालेली. तिची ताकद एवढी मोठी की, सहसा सर्दी, पडसं, ताप, खोकला असे अजार जवळ यायलासुद्धा घाबरायचे; पण जेव्हा चैत्री जत्रा उरकायच्या, सीझन संपून तमासगीर वैशाखात आपआपल्या घरी पोचायचे, तेव्हा चार-आठ दिवस घेतलेल्या विश्रांतीचं सुखसुद्धा त्यांना बाधायचं अन् सर्दी, खोकला झटकन मानगूट पकडायचा.

चायवाल्या भैयासारखीच अंगी नाना कळा आणि रंगढंग असलेल्या अनेक माणसांची रेलचेल फडात असायची. त्या नव्या फडात दुधासारख्या पांढऱ्याफेक रंगाची आणि निर्मळ राहणीची सोनदाढ म्हातारी भेटली. तिचं वय पंचाहत्तर. ती गेली साठ वर्षं अखंड कुठल्यान्कुठल्या तमाशाबरोबर उभा महाराष्ट्र फिरली होती. तिचा पांढऱ्या दुधाळ, गच्च केसांचा बुचडा, पाणीदार डोळे आणि नाजूक बोलणं यामुळे ती सर्वांनाच हवीहवीशी वाटायची. वयोमानानं तिचं स्टेज सुटलं होतं. काही दिवस तिनं घरी जाऊन आपल्या सुनानांतवंडांत राहून बघितलं; परंतु गाडीच्या चाकावर धावणारे दिवस आणि ढोलकीच्या तालावर सरणारी रात्र यांचीच तिला जन्मभर आदत पडली होती. त्यामुळे कलाकार म्हणून नसेना का पण स्वयंपाकवाली आजी म्हणून तिने पुन्हा फडासोबतच राहणं पसंत केलेलं. पूर्वी ती अर्जुनाच्या फडातही खेळली होती. त्यामुळे तिला रंगूबद्दल खूप अप्रुप होतं. रंगकलीच्या रूपाकडे किलकिल्या डोळ्यांनी बघत ती बोलली, "आक्षी गोकुळातली वरिजनल राधा दिसतीस गं बया. अगं, आजकाल फडाचे मालक - चालक धंद्यात बडे हुश्शार निघालेत. मेले अशा बाईच्या प्रेमात पडत्यात की ती दोन-चार कामाला उपायोगी पडावी!"

"म्हणजे कशी?"

"बोर्डावर उभी राहिली की गवळण अन् स्वंयपाकघरात घुसली की सुगरण!"

हळूहळू रंगकलीला फडाचं वास्तव समजू लागलं. फडात येणारी प्रत्येक बाई, मग कोणी मैत्रीण असो, अंगवस्त्र किंवा लग्नाची बायको. लायसेन मास्तर, बुकिंग क्लार्क, मॅनेजर, बाजारमास्तर अशा प्रत्येकाची बायको, कोणी पार्श्वगायिका बनून हातात माईक घ्यायची, तर कोणी गवळण बनून मथुरेच्या बाजारात उभी राहायची. तर कोणी अभिनयात पारंगत असेल तर चांगल्या पगारावर वगनाट्यात एखादा रोल करायची.

सोनदाढ म्हातारीने आपल्या सत्तर-पंचाहत्तर वर्षांत केवढी मोठी दुनिया बघितली होती. सुरुवातीला तीन-चार बैलगाड्या जुंपून, त्यावर सामान लादून तमाशामंडळ प्रवास करायचं. एकेकाळी काव्यशास्त्रविनोद आणि संगीताने नटलेला मायमराठीचा तो स्वर्गीय आनंद देणारा तमाशा आता काळाच्या ओघात संपत चालला होता. आता तमाशात हिंदी सिनेमांच्या गाण्यांचा डी.जे.च्या भसाड्या आवाजातला गळा फाटलेल्या रेड्यासारखा तो अलीकडचा धांगडधिंगा मात्र म्हातारीच्या कानांना खूप खटकायचा.

एके दिवशी बाकेराव काहीसे उदास दिसले. कोणी तरी फसवल्याचं आणि मूर्ख बनवल्याचं त्यांच्या चेहऱ्यावरचं दुःख काही केल्या लपत नव्हतं. ते हसत हसत रंगूला बोलले, "आमच्या पार्टनरनं गगनआप्पानं शेवटी आपली जात दाखवली."

"म्हणजे वो?"

"चालू महिन्यापासून तुझ्या-माझ्या पगाराच्या रकमेला ते सरळ कट मारणार आहेत."

"कसला कट?"

"आपल्या लग्नाच्या खुशीसाठी त्यांनी उधळलेले ते पन्नास हजार रुपये!"

"त्या त्यांच्या स्वतःच्या गुदगुल्या होत्या. आमच्यासाठी पैसे उधळा असं आम्ही कुठं त्यानला सांगितलं होतं?"

"अगं तोच प्रश्न मी चारूस्वामीमार्फत आप्पांना विचारला. तर तो उलट्या खोपडीचा मनुष्य काय कोकलतो आहे ठाऊक? लग्न काय माझ्या बापाचं होतं?"

"आपल्यातरी बापानी कुठं त्यानला विनंती केली होती?"

बाकेराव रंगूला हसून बोलले, "रंगू, इतकं टेंन्शन आताच कशाला घेतेस? अगं, गगनआप्पाचं खरं रूपरंग कळायला तुला अजून खूप वगनाट्यं खेळावी लागतील."

दोन-चार दिवसांतच पौर्णिमा आली. तमाशाचा कॅम्प एका गावंदरीलाच पडलेला. जवळची वडापिंपळाची उंच आणि भव्य पसाऱ्याची - पारंब्यांची झाडं भुतांसारखीच अगडबंब दिसत होती. वारा जोराने घोंगावत होता. बाकेरावांची भेट घेऊन रंगू पुरुष कलाकारांच्या राहुटीतून बाहेर पडली. त्या राहुट्यांच्या ओळीत दुधाळ चांदणं सांडत होतं. रंगूनं पलीकडे पोरींच्या राहुटीकडे बघितलं. त्या दारातून प्रकाशाचा एक लांब करवती झोत बाहेर येताना दिसला. डोळ्यांत भरावा असा.

प्रकाशाच्या त्या लोळातून हिरव्या नऊवार साडीतील एक उंचेली बाई झपकन समोर आली. अगदी कुंपण तोडून, शिंगं उडवीत येणाऱ्या मारक्या

म्हशीसारखी. त्या बयेच्या पाठीवर रुळणारे लांबसडक केस, डोळ्यांत खच्चून भरलेलं काजळ, भरलेलं कसलं, लिंपलेलंच. गर्द हिरवी खडीची चोळी, कोपऱ्यापर्यंत भरलेल्या हिरव्याकंच बांगड्यांचा चुडा. नाकात आकड्याची लांब नथ, पायाच्या प्रत्येक बोटात छुमछुमत्या पैंजणांचा साज.

त्या बाईनं रंगूकडे बघून डोळे रोखले, तेही अगदी भाल्याच्या पात्यासारखे. तिच्या कपाळावरचा कुंकुवाने भरलेला भगभगता तांबडा चकुंदा मोठा उग्र भासला. तिच्या हाती देवीची चांदीच्या मुखवट्याची परडी होती. ती परडी नाचवत बाई हेल काढल्यासारखी मोठ्यानं किंचाळली, "जोगवा वाढ गं माय ऽऽ" एकूणच तिचं रूप इतकं उग्र होतं की, इच्छा असूनही तिच्या परडीत दीड-दोन रुपय टाकायचं रंगकलीला भान उरलं नाही.

हिरव्या पेहरावातील ती उग्र बया समोरून वावटळीसारखी आली आणि पटकन कुठे भुतासारखी गुडूप झाली हे रंगूला कळलंदेखील नाही. रंगूने छबूला मिठी मारत भीतीपोटी विचारलं, "कोण गं ही हिरव्या रंगाची आवा?"

रंगूच्या त्या भोळसट प्रश्नावर फडातल्या छबूसकट साऱ्या पोरी मोठ्यानं हसू लागल्या.

२२

गगनआप्पा तसे दिसायला धडधाकट. ओतीव हाडापेरांचे. एरंडासारखे उंच, चौकोनी चेहरा आणि तीक्ष्ण डोळे; मात्र त्यांना दाढी अगदीच विरळ होती. उगाच कुठेतरी अधेमधे केस. त्यामुळे त्यांच्या गालाला कधी नाभिकाचा वस्तरा लागला नाही. ते डोईचे पांढरे केस उपटायचा चिमटा वापरायचे. त्याने फावल्या वेळात दाढीवरचे केस उपटत राहायचे.

आतासुद्धा त्यांनी एखाद्या फाकड्या तरुण पोराच्या उत्साहाने आपला मुखडा आरशात बघितला. हळूच नाक मुरडत, मिश्यांच्या टोकांना पीळ भरत विचारलं, "का रे स्वामी? मी अगदीच काही खप्पड दिसत नाही ना?"

"आये ये यो ऽऽ. अहो किती देखणं आणि गुलजार बघा तुमी."

"उगाच का रे बसवतो मला अबलख घोड्यावर? रिॲलिटी ती रिॲलिटी रे बाबा."

"कुछ समझा नही मालक."

"मनातून खूप खूप वाटतं रे, रंगकली नावाच्या त्या सप्तरंगी पाखराच्या पंखावरनं हळुवार हळुवार हात फिरवत राहावं! पण तो 'रॉयल बर्ड' मुठीत कसा

येणार बाबा?''

"मालक, चिक्कूपणा सोडा. पैसा ओतला की पाखरू पिंजऱ्यासकट झक मारत येईल बघा तुमच्या दारात.''

"मूर्ख आहेस.''

"का हो मालक, काय झालं?''

"अरे हिची अभिरुची म्हणा, टेस्ट म्हणा लय भारी. तिला नृत्य-संगीताची जन्मजात आवड. म्हणून तर या मूर्ख पोरीनं सोन्यासारखा बाप सोडला अन् केवळ आवडता कलावंत म्हणून बाकेरावासाखं भुक्कड लोढणं स्वखुशीनं गळ्यात बांधून घेतलं,'' गगनआप्पा हळहळत बोलले.

वगनाट्याची निवड, तालमी, संगीताची बाजू, एकूणच स्टेजचा कारभार बाकेरावांच्या हातात. तर गल्ल्याचे धनी गगनआप्पा. अनेकदा मुलाचं शिक्षण, मुलीचं लग्न अगर थोडीफार जमीनखरेदी अशा अडचणीसाठी कलाकार कंपनीकडून उचल मागायचे. त्यांच्या कामासाठी बाकेभाऊही आग्रह धरायचे. तेव्हा आप्पा तसले प्रस्ताव स्पष्ट शब्दांत नाकारायचे, "उचल द्यायला आम्ही कोणाला बांधील आहोत का? त्यांच्या खासगी आर्थिक अडचणीसाठी हे लेकाचे आमच्या ढुंगणाचे चिमटे कशाला काढतात?''

"असं कसं, आप्पा? आपल्या कंपनीत वर्षातनं आठ महिने राबणारे हे गरीब कलावंत. ॲडव्हान्सच्या पैशासाठी आपली कंपनी सोडून कोणाच्या दारात जाणार?'' बाकेभाऊ गरीब कलावंताच्या पाठीशी उभे राहत.

बाकेभाऊंच्या आग्रहाने कंपनीत बरीच आगाऊ रक्कम वाटली गेली होती. त्यामानाने वसुली मात्र खूप बेताची होती.

नुकतीच देवपूजा अटोपून बाकेभाऊ राहुटीत आले. तर घाबऱ्याघुबऱ्या चेहऱ्याने छगन परळीकर नावाचा कलाकार तिथे अंग आकसून बसला होता. तेवढ्यात एक पन्नाशीतली जाडजूड, काष्टी पातळ नेसलेली, रुपयाएवढ्या मोठ्या कुंकवाची आणि गळाभर पिवळ्या दागिन्यांत नटलेली एक बाई तिथे येऊन पोचली. ती दिसायला जहांबाज होती. उधळलेल्या म्हशीसारखी ती तोऱ्यात राहुटीत घुसली. समोर छगनला बघताच तिने त्याची गळपट्टी धरली आणि जोराने रपाटे मारायला सुरुवात केली. तसं तिला अडवत बाकेराव ओरडले, "अहो मावशी, काय चालवलंत तुम्ही हे?''

"हा छगन्या माझा पाच हजारांचा ॲडव्हान्स गिळून इकडं तुमच्या फडात निघून आलाय.''

"पण तुम्ही कोण?''

"मी तमाशा फडमालकीण बायजा लोणीकर ऽ!''

“थांबा बाई. आधी हात आवरा. असे तडाखे मारायला हे जनावर नाही, तो जन्मजात कलावंत आहे.”

“आधी माझं पैसं फेकावं त्यानी,” बायजा मोठ्यानं गुरगुरली.

बाकेरावांनी तात्काळ मॅनेजरला बोलावून घेतलं. त्याच्याकडून रक्कम घेतली आणि बाईंच्या हाती दिली. बाकेभाऊंनी त्या बाईला चांगलंच खडसावलं, “लक्षात ठेवा. आम्हा फडमालकांची खरी श्रीमंती या गरीब कलाकारांच्या जिवावरच असते बरं.”

तो सारा प्रकार रंगकलीच्या साक्षीनेच घडला होता. तेव्हा गरीब कलाकारांची कदर करणारा आपला प्रियकर रंगूला एखाद्या पहाडासारखा वाटला.

त्या दिवशी चारूस्वामीचा चेहरा मात्र चुलीवरच्या तव्याच्या पाठीसारखा काळवंडून गेलेला. तो हिसाबाच्या राहुटीत झपाट्याने गेला. राहुटीच्या दारातूनच कुरकुरला, “आप्पा, आप्पा, आता दिवस फिरले, कली फिरली.”

“का रे स्वामी, काय झालं सकाळीसकाळी असं कोकलायला?”

“आप्पा, आता मालकीणबाईच हिसाबाच्या वह्या मागायला लागली.”

“नेमकी कोण? आमचं धाकटं कुटुंब की थोरलं? की, ते बाहेरचं बिनामंगळसूत्राचं पात्र?”

“तुमच्या बाया कसला हिसाब मागणार हो? बाकेभाऊंचा तो रॉयल बर्ड हो. ती झाडावची मैना साली सरळ हिसाबाच्या वह्याच मागते की हो.”

“अस्सं?”

“वर ती म्हणते कशी - बाकेभाऊंना आजवर हिसाब बघायला मिळाला नसेल वेळ, माझ्याकडं तो भरपूर आहे.”

उंच गोरी अंगकाठी, चौकोनी चेहरा, चमकदार मोठे डोळे, कमी बोलणं आणि थेट नजर, अंगावर कायम गडद रंगाची मलमली वस्त्रं असं आप्पांचं व्यक्तिमत्त्व मोठं मिठास होतं. अकरा-बारा वर्षांपासून आप्पांनी पाठीवरून खाली नितंबापर्यंत रुळणारे रेशमी केस राखलेले. सुरुवातीला पाच-सहा वर्षं 'नाच्या पोर' या नात्यानं उमेदवारी केली होती. अंगात चापूनचोपून शालू आणि पैठणी नेसून ढंगदार लावण्यांच्या तालावर नाच केला होता. अनेक फडमालकांकडे चव चाखली होती. नाच्या पोऱ्यांना बाई समजून अनेक व्यसनी पुरुष कसे तंग करतात. लुटतात. प्रसंगी त्यांना पुरुषी वासनेच्या आंबटशौकाला कसे बळी पडावे लागते, या साऱ्याचा अनुभव आप्पांच्या गाठीशी होता. ते चिक्कार पिले की, जवळच्या व्यक्तींना चिडून सांगायचे, “बायांच्या पुढ्यात झोपणारे पुरुष अन् पुरुषांना चिकटणारे बापये अशी नासकी, उफराटी दुनिया आपुण खूप देखलीय. आमाला कोणी अकलेची टुशन लावू नये.”

फडात रोजचा व्यवहार म्हणजे जमणारा गल्ला, बँक, उचल, उधारी या साऱ्या गोष्टी म्हणजे आप्पांचा प्रांत. त्यामुळेच गेल्या अठरा-वीस वर्षांत त्यांच्याकडे कोणीही, कसलाही हिशोब मागायचा आचरटपणा दाखवला नव्हता. आप्पा स्वत:च 'हिसाब' म्हणजे आपणच हे सर्वांना अभिमानानं सांगायचे.

सुरुवातीपासून वगनाट्यातला मुरब्बी खलनायक गगनआप्पाच वठवायचे. तमाशा संपता संपता किंवा त्या पूर्वी आपण आपल्या राहुटीत कधी पोचतोय आणि बुकिंग काउंटरकडून आलेली ताजी कॅशवाली लक्ष्मी कधी मोजतोय, असं त्यांना होऊन जायचं. त्यासाठी त्यांनी रंगवलेला खलनायक स्टेजवरून लवकर मोकळा व्हावा, असा त्यांचा कटाक्ष असायचा. सामाजिक वगनाट्य लिहिणाऱ्या लेखकांना त्यांचा थेट आदेशच असायचा, "माझं पात्र वग लिवतानाच जरा लवकर मारून टाका." पण बऱ्याच वेळा ऐतिहासिक किंवा पौराणिक कथानकाच्या मागणीनुसार खलनायकाचा लवकर मुडदा पाडणं शक्य नसायचं; कारण जर रावण आधीच मेला तर उरलेलं रामायण कोण बघणार? त्याच्यावरही गगनआप्पांनी एक युक्ती शोधून काढली होती. समजा, स्टेजवर रावण मरून पडला असेल आणि अजून रामाची फुकटची डायलॉगबाजी तशीच चालू असेल तेव्हा आप्पांनी बॅकस्टेजला एक पर्यायी रावण 'तयार' ठेवलेला असायचा. तो हळूच अंधारातून गोलटत मंचावर येऊन तसल्याच पोषाखात रावणाचा मुडदा होऊन पडून राहायचा. अन् गगनआप्पा अंधाराचा फायदा घेत बुकिंग काउंटरकडून आलेल्या ताज्या लक्ष्मीच्या स्वागतासाठी आपल्या राहुटीकडे धूम पळायचे.

रंगकलीने उघडपणे समोरच्या दरवाज्यात उभं राहून हिशोबाची मागणी करावी, हा आप्पांच्या साम्राज्यावरचा उघड हल्ला होता. वादळाने झाडाला मुळासकट गदगदा हलवून सोडावं, तशी आप्पांची परिस्थिती झाली होती.

"ही डोकॅलिटी बाकेभाऊची असूच शकत नाही. त्याचं पाणी खूप आधीच जोखलंय," आप्पा वैतागून बोलले.

"मग ही कुणाची करतूक आप्पा?" चारूने विचारलं.

"चंद्रकली नावाच्या सळसळत्या नागिणीचीच ही आगळीक असणार! तिला वेळेतच ठेचायला हवी."

दुसरीकडे रंगू मात्र हट्टाला पेटली होती. ती छबूजवळ बोलली, "नेमाधर्मा-प्रमाणं कंपनीत होणारा फायदा बाकेभाऊंच्याही वाट्याला यायलाच पाहिजे. भुईमुगाच्या शेंगांच्या पोत्यात कोणी एकच उंदीर घुसून धुडगूस घालत असेल, तर म्या ते चालू द्यायची नाही."

त्यातच भाऊंचा मोठा मुलगा शंकर ढोलकीवाला रंगूला भेटून कळकळीनं बोलला, "माझ्यासारख्या पंचवीस वर्षांच्या दाढीमिशा आलेल्या आपल्या पोरालासुद्धा

भाऊंनी हिसाबाच्या राहुटीकडे कधी फिरकू दिलं नाही. तू त्या आप्पाला धडा शिकवते आहेस तोच बरोबर आहे.''

एकदा रंगकली छबूला सहज बोलली, ''काय गं, मी जेव्हा जेव्हा आप्पांच्या राहुटीजवळ जाते, तेव्हा त्यांच्या आजूबाजूला, त्यांच्या सेवेत पंधरा-सोळा वर्षाची किंवा त्याहून लहान कोवळी पोरंच कशी दिसतात गं?''

त्यावर खुदकन हसत छबू बोलली, ''असतो बाई नाद एखाद्याला - कनवटीला बटवा ठेवायचा. बटव्यात हिरवी, कोवळी लुसलुशीत खाऊच्या पानांची जुडी ठेवायचा.''

''ते गं कशाला?''

''जेव्हा तलफ येईल तेव्हा चवीनं पान चघळायला.'' बोलता बोलता हसू आवरायचा प्रयत्न करत छबू बोलली, ''गगनआप्पांचंबी तसंच हाय गं. कोणाला 'पानं' लागतात तर आप्पासारख्याला कवळी कवळी 'पोरं' लागत्यात.''

''बयो माझे,'' आपल्या कपाळावर हात मारत रंगकली बोलली, ''या थेरड्याच्या आंबटशौकापाई गरीब पोरांच्या अंगाचा चुरा होत असेल गं.''

''छट् गं, इथं त्या मेल्या पोरांचीच चंगळ असते!''

''ती कशी?''

''अगं वेडे, हा गगनआप्पा अंथरुणात रांडोळ्यासारखं राधेचं रूप घेऊन लाजत मुरडत झोपतो अन् बाकीची पोरं कृष्णकन्हैया बनून रेमटत बसतात याला.''

''रंगूला आप्पांनी तुमची सवत म्हणून फडात आणली तर तिच्या येण्याला कडवा विरोध करा, बाकेभाऊंना धडा शिकवा,'' असं काहीजणांनी गंगाबाईंना भडकविण्याचाही प्रयत्न केला होता; परंतु त्या माउलीनं परिस्थिती थंड्या दिमागानं हाताळली. रंगू आणि बाकेभाऊंच्या लग्नात ती स्वत: करवली बनली. तिने आपल्या नवऱ्याला आणि सवतीला मुंडावळ्या बांधून जळक्या दुश्मनांचे दात घशाखाली घातले. एवढंच नाही तर दौऱ्यातच भाऊंनी जेव्हा राहुटीत पहिली रात्र साजरी केली, तेव्हा नव्या नवरा-नवरीच्या बिछान्यावर सुगंधी फुलं अंथरायला गंगाच पुढे होती.

जेव्हा फडात आणि संसारात रंगकलीचं राज्य सुरू झालं, तेव्हा गंगाबाईंनी स्वत:हून परिस्थितीच्या बॅकस्टेजला जाणं पसंत केलं. चार-दोन दिवसांतच आपल्या नवऱ्याला स्पष्ट सांगून टाकलं, ''गावाकडचा उघड्यावरचा संसार कोणी सांभाळायचा? आपल्या शंकरची अन् माझ्या थोरल्या सवतीची नातवंडंही शाळेला जायला लागलीत. तुमची काळजी घ्यायला रंगू चांगली घट्ट आहे. मी उंब्रज-शाहिरवाडीत घरी जाती अन् तिकडचा देवदेव्हारा, पोरं-नातवंडं सांभाळती.''

गंगा बाकेरावच्या मंजुरीची वाट बघत थांबली नाही. तिनं सामान नेण्यासाठी भाड्याचा टेम्पो आधीच बोलावून ठेवला होता. आपला माथा बाकेभाऊंच्या पायावर ठेवून त्यांचा आशीर्वाद घेतला आणि तिने गावची वाट धरली.

एकदा दुपारचे राहुट्यांत कलावंत घोरत पडलेले. छबूनं रंगूचा हात पकडून तिला अर्धवट झोपेतून तशीच बाहेर खेचली. कोणाला सुगावा न लागू देता त्या दोघी झटकन बाहेर आल्या. छबूने रंगूला आप्पांच्या राहुटीपाठीमागे नेलं. तिथे त्या दोघी हळूच दबकून उभ्या राहिल्या. तिथे बाहेर तीन दगडांच्या मोठ्या चुलीवर एक मोठं भगुलं ठेवलं होत. त्यावर पाणी तापत होतं. त्याकडे बघत रंगूने विचारलं, "बया, इतकं पाणी? कोणा ओल्या बाळंतिणीला अंघोळ घालायची आहे की काय?"

"अगं आज पौर्णिमा. एका अद्‌भुत सुंदरीच्या नट्टापट्ट्याची ही तयारी चाललीय."

त्या दोघी आपली अंगं मुडपून बाजूला उभ्या होत्या. बिगारी पोरांनी लिंबाचा हिरवा मूठभर पाला आणि तुळशीची कोवळी पानं आणली. त्या भगुल्यात टाकली. वर थोडीशी हळद, तीन चिमटी कुंकू आणि सात कडधान्यांनी भरलेली मूठ त्या गरम पाण्यात फेकली. चुलीच्या जोरकस जाळानं भगुल्यातलं पाणी खूप उकळून वाफाळू लागलं.

पोरांनी तिथेच बाजूला बांबूच्या चार बल्ल्या ठोकल्या होत्या. भोवतीनं झिरझिरीत कापडाचा पडदा उभारून आडोसा तयार केला होता. तिकडं पाहत छबू रंगूच्या कानात बोलली, "हा बादशाही हमाम बरं.... महाराणींचं न्हाणीघर!"

तितक्यात समोरून एक उंच, सडपातळ बाई लगबगीने पुढं चालत आली. तिनं आपल्या तोंडाभोवती लुगड्याचा शेव गुंडाळून आपला चेहरा झाकलेला. ती लाजाळूच्या झाडासारखी लचकत होती. मध्येच नटरंग्या नर्तकीसारखी ठुमकत काय होती. पडद्याआडून गरम पाण्याचे वाफाळे बाहेर पडत होते. बराच वेळ स्नानाचा कार्यक्रम चाललेला. तो उरकताच ओल्या परकर-पोलक्यावरून टॉवेल गुंडाळून ती तरुणी लचकत बाहेर आली. तशीच ओल्या वस्त्रानिशी आप्पांच्या राहुटीकडे धूम पळाली. दीड हात लांब केसांचा भिजका शेपटा तिच्या पाठीवर रुळत होता. तेथून थेंबथेंब पाणी ठिबकत होतं.

रंगूला त्या साऱ्या हमामनाट्याचा राग आला. ती ठिसकली, "अगं छबडे! बाईची वस्त्रं नेसून आपले आप्पा रांडोळ्यासारखे हे असे फुकटचे नखरे का करत बसतात?"

"अगं वेडे, ही देवकळा म्हणायची. प्रत्येक पौर्णिमेला आप्पांचं रक्तमांस हे असंच रिवरिव करतं. झोपेतून जागी झालेली गिळगिळती नागीण, अचानक

शेपटीच्या गणग्यावर उभी राहून जसा फणा काढते, तसं पौर्णिमेच्या रातीला आप्पांच्या देहात बाईचं रूप संचारतं. मग त्यासाठीच या अशा सोळा शिणगार आणि बत्तीस अलंकारांचा नखरा. ते काजळ, त्या टिकल्या, स्नो-पावडर.... अगं या अशा साजशृंगारापुढं तुझी ती हेमामालिनी आणि वैजयंतीमालाबी झक मारत्यात!''

शृंगारानंतर आप्पांची चांगली दोन-अडीच तास आत पूजा चालली होती. त्या दोघी पडद्याच्या छिद्रातून आतला देखावा बघत होत्या. आप्पांनी आपल्या हाती बांबूच्या काड्यांपासून बनवलेली नक्षीदार, पसरट परडी हाती घेतली. त्या जगामध्ये हळदीनं माखलेला देवीचा मुखवटा. त्याच्या आजूबाजुला हिरव्या - नारंगी काकणांच्या जुड्या. देवीचे डोळे तर अंड्यासारखे मोठ्या आकाराचे ... ताणलेले आणि रागीट, तिच्या कपाळावर पिवळ्याजार आणि तांबूसलाल कुंकवाचा आडवा लेप होता.

''कोणती गं ही देवी?'' रंगू.

''महाकालीच्या रूपांपैकी कोणतीबी असंल.''

''अगं, पण नेमकं काय?''

''अगं रंगे, ज्या गोष्टीचं कोडं गेल्या अठरा वर्षांत फडात कोणालाच सुटलं नाही त्याचं उत्तर मी तरी कशी देऊ?''

त्या रात्री डोक्यावर देवीचा जग घेऊन ती आप्पारूपी बया आपल्या लबक-छबक चालीनं पुरुषांच्या राहुटीत घुसली. 'जोगवा वाढ गं माय' अशी शीळ भरल्यासारखी उंच हाका देऊ लागली. तेथून ती सरळ स्त्रियांच्या राहुटीमध्ये घुसली. तिचा उग्र, शृंगारिक चेहरा बघताना रंगूच्या पोटात ढवळून आलं. तिनं रोखलेले डोळे कोण्या बाईचे वाटत नव्हते. तर ती हिंस्र वाघिणीसारखी भासत होती.

रात्री उशिरा बाहेर स्टेजवर वगनाट्य रंगलं होतं. तेव्हा आप्पांनी आपल्या राहुटीत वेगळाच खेळ मांडलेला. आतली जागा शेणकाल्यानं चांगली सारवून घेतली होती. मध्ये परडी ठेवलेली. त्याच्या पुढेच हळदी-कुंकवाचा पट्टा असलेलं रिंगण बनवलेलं. त्यात उघड्याबंब अंगाने आप्पा ओणवे होऊन बसलेले. ते एखाद्या रानजनावरासारखे जागीच गुरगुरत होते. त्यांना आतून खूप त्रास होत असावा, त्यांचे लालेलाल डोळे रक्ताळल्यासारखे दिसत होते. भुवयांच्या कमानी वक्र झालेल्या. ते आपल्या उघड्या छातीवर मुठी मारून स्वत:ला बडवून घेत होते. चुडा भरलेले हात जमिनीवर जोरात आपटत होते. किंचाळत होते, ''घे - घे - घे, अगं आई, बघून घे. निवडुंगाच्या फडीनं, झाडाच्या अढीनं, पुनवेच्या घडीनं सोन्याचा मुंगूस झाडावरच्या टिटवीनं गिळला! सापाच्या दातानं, विकारी हातानं बघून घे मावले, ऽऽ'' जमिनीवर आदळणारे आप्पांचे हात, कडकडणारे

भयंकर दात, एकूण ते दृश्यच खूप भयकारी होतं. त्यांचं ते हिंस्त्र रूप रंगकलीच्या डोळ्यांसमोरून हलत नव्हतं.

छबूने दिलेला तो शेवटचा इशारा रंगू विसरली नव्हती, "रंगे, आप्पांच्या विरोधात कोणी काही करोत. शेवटी देवी धार्जिणी राहते ती त्यांनाच. एकदा ते संतापले की त्यांच्या मनासारखंच सारं होणार."

"काय होणार?"

"होत्याचं नव्हतं होतं. आगीचं पाणी आणि पाण्याची आग बनते. तिकडमबाज आप्पांच्या शापवाणीत आणि जळफळाटात किती बडी ताकद असते याचा अनुभव येईल तुला आज ना उद्या."

२३

फडाच्या तळावरची गगनआप्पांची मोठी राहुटी हे एक वेगळंच नशिलं प्रकरण होतं. मोठ्या राहुटीचे सरळ दोन भाग पडायचे. मधल्या पार्टिशनच्या पडद्याच्या बाहेरच्या बाजूला त्यांची कचेरी. त्यात रोजचे हिसाबकिताब आणि देण्याघेण्याचे हिशोब चालायचे. त्याच्या आतल्या अंगाला फडातले लोक गमतीनं 'दिवाणेखास' म्हणायचे. त्या खास दालनात घुसायची कोणाचीच बिशाद नसायची. खास जी सतरा-अठरा ते एकविशी पर्यंतच्या वयाची पाच-सहा पोरं 'सेवेकरी' म्हणून आप्पांचं काम पाहत. त्याच जवान पोरांचा राबता तिथे असायचा.

फडात एखादा कोवळा, थोडा चलाख नवा पोरगा कामासाठी आला की, आप्पांची बरोबर त्याच्या कर्तृत्वावर नजर पडायची. अशा पोरांचे खाण्यापिण्याचे भारी लाड चालायचे. ही अशी गरम रक्ताची, चलाख आणि आक्रमक पोरं चार-पाच वर्षं तिथे टिकत.

आप्पांची दिवाणेखासमधली राहणी आणि त्यांचं एकूण वागणं एखाद्या महाराणीसारखंच असायचं. पोरं कुठे त्यांच्या अंगाला राईचं तेल लावून मसाज कर, काशाच्या वाटीने त्यांच्या पायाचे तळवे चोळ, आप्पांच्या लांब केसांना शिकेकाई लावून त्यांना गरम पाण्याने अंघोळ घाल अशा उद्योगात सतत मग्न असायची. फडातले लोक गगनआप्पांबद्दल माघारी बरंच काहीबाही बोलत बसायचे. त्यात त्यांचं नटणं, आमावस्या आणि पौर्णिमेच्या खास पूजा, या-बद्दल खसखस चालायचीच; पण यापेक्षाही रात्री आप्पांना राधा व्हायला आवडतं. आजूबाजूला वृंदावनीचे गोप झालेल्या कोवळ्या सेवेकरी पोरांना घेऊन झोपायला तर खूप आवडतं म्हणे.

आप्पा मुलखाचे चिक्कू आणि चेंगट म्हणून प्रसिद्ध होते. हिसाबात ते कोणाला तांबडा पैसासुद्धा सोडत नसत. उलट, शक्यतो सर्वांना बुडवायला आणि स्वत:चं धन वाढवायला त्यांना आवडे. अशा पार्श्वभूमीवर त्यांनी आपल्या सात सेवेकरी पोरांवर कसली तरी खैरात केली आहे, अशी बोंब फडात उठली होती. ती पारं अलीकडे ज्या तालात चालायची, रुबाबाने बोलायची त्यावरून खरंच आप्पांनी त्यांचं काहीतरी भलं केलं असल्याची बाकीच्या कलाकारांची खात्री झाली.

त्या दिवशी घोडनदीच्या पात्रातून फड नगरकडे निघाला होता. तेव्हा नदीतलं निवळशंख पाणी बघून सारे फडकरी दुपारच्या विसाव्यासाठी वाटेतच थांबले. वरच्या बाजूला बायाबापड्या ओलेत्या साडीवर पाण्यात डुबक्या मारू लागल्या. खालच्या बाजूला पुरुष स्नान आटोपू लागले, तेव्हा सेवेकरी पोरांच्या कमरेला कसला तरी पिवळाधमक ऐवज चमकताना दिसला. तसं भांडं फुटलं. ज्यांचे शिस्तीच्या नावाखाली अप्पांनी पगार कापले होते, ते तर आता मोठ्याने बोंबट्या मारू लागले, "अरं, ते बघा. बोर्डावर घाम गाळत रात्र जागवणाऱ्यांना सजा, अन् राहुटीत टांगेत टांग अडकवून झोपणाऱ्यांची मजा."

"म्हणजे रे काय?"

"त्या सेवेकरी पोरांच्या कमरेचे सोन्याचे करदोटे बघ. किमान प्रत्येकाच्या अंगावरून या लबाडाने पाच पाच तोळं सोनं उधळून टाकलंय."

हिशोबासाठी रंगकली हट्टालाच पेटली होती. एके दिवशी ती बाकेभाऊंना घेऊन दुपारची आप्पांच्या राहुटीत तडक जाऊन पोचली. तेव्हा समोर तक्क्याला टेकून बसलेले गगनआप्पा हास्याचा देखावा करत बोलले, "अरे या या, ऽऽ विनोदसम्राट भाऊ! रामाच्या बकोटीला धरून सीतामय्याच आमच्या भेटीला आली वाटतं."

आप्पांच्या त्या वाकड्या बोलाला धूप न घालता रंगकली समोरच्या बाजूला चांगली टेचात बसली. तिने सहज बाजूला बसलेल्या बाकेरावांकडे बघितलं, तेव्हा ते तिला एखाद्या बिळबिळीत बेडकासारखे वाटले. आप्पांच्या पुढे त्यांची अवस्था गाळण उडालेल्या शाळकरी पोरासारखी झाली होती. ते पाहून रंगूला हसावं की रडावं तेच समजेना. बाकेभाऊ रंगूला बोलले, "अगं सांग ना, आपण इकडे कशासाठी आलो?"

"तुम्ही बोलूच नका. मी चांगली खंबीर आहे. चला, द्या चारूस्वामी, आम्हाला हिसाबाच्या वह्या बघायच्या आहेत."

"असं होय? अरे वा वा, मालकीणबाईंना कोण नाही म्हणणार?" चारूस्वामीकडे नजर टाकत आप्पा बोलले, "चला स्वामी, काढा वह्या."

"अय्यो जी, आपला तमाशा बघा फिरिस्ता. वाटेत चोराचिलटाचं भ्या. म्हणून तर बँकेच्या लॉकरात वह्या सुरक्षित ठेवल्यात ना."

चहा आला. गरम वाफाळल्या चहाचा घुटका घेत गगनआप्पा थोडे तिरकस सुरात बाकेभाऊंना बोलले, "अरे भाऊ, जे काही कमावलं ते आपण कमावलं. तिसऱ्या कोणाचा त्याच्याशी संबंध नाही. अगदी आपल्या बायकासुद्धा त्याबाबत क्वेसन नाय करू शकत."

"बिलकूल नाही." बाकेराव.

"अहो नाही कसं? काय या काऊचिऊच्या गोष्टी आहेत? आप्पानी बोलायचं अन् भाऊ तुम्ही फक्त नंदीबैलासारखी मान डोलवायची!" भाऊवर आगपाखड करत रंगकली आप्पांना बोलली, "समजा, उद्या कंपनी तोट्यात आली, बँकेनं जप्ती आणली, तर बुडीत रकमेच्या वसुलीसाठी तुम्ही भागीदाराच्या बायकापोरांना सोडाल का हो मोकळे?"

त्या दिवशीचा रंगकलीचा चढलेला आवाज बाकेभाऊच्या मनाला मात्र खूप झोंबला. तेव्हा रंगूचं ते धाडस बघून बाकेराव अपारल्यासारखे झाले. आपल्या राहुटीकडे माघारी वळताना त्यानी चिंतेच्या सुरात रंगूला इशारा दिला, "लाडके, ऽ थोडं सावकाशीनं घे बरं. हे चाकावरचं फिरत्या तमाशाचं जग आन त्यात गगनआप्पासारखा विचित्र नग—भारी डेंजर. न बोलता कधी पाठीचा मणका ढिला करेल ते कळायचंसुद्धा नाय."

रंगू अशीतशी माघारच घ्यायला तयार नव्हती. कंपनीच्या खोट्या हिशोबाचा पाढा सर्वांसमोर वाचायचा आणि खोट्याचा छडा लावून आप्पांना धडा शिकवायचं तिने नक्कीच केलं होतं. रंगूकडून एक माणूस चारूस्वामीकडे धडकला, "स्वामीदादा, त्या बयेचा निरोप आहे. आता इथून कंपनीचा काजाबोजा आवरून बाहेर पडायला अन् रातच्या नव्या खेळाला पोचायला उशीर झाला तरी चालेल; परंतु हिसाबाच्या वह्या बघितल्याशिवाय गाड्या इथून हलू द्यायची नाही." तो निरोप ऐकताच चारूस्वामीचं डोकं गरगरलं. तो तसाच पाय आपटत जाऊन गगनआप्पाच्या समोर उभा राहिला.

"ऐकलंत का वो आप्पा? ती बाई आहे की टकरीची मेंढी हो! हिसाबाशिवाय पाण्याचा घोट घ्यायला तयार नाही की वो."

तो जालीम सांगावा ऐकून आप्पांची दातखीळ बसली. तरीसुद्धा त्यांनी रंगूने पेश केलेला कडू काढा तूर्त पचवायचं ठरवलं.

ती कडुसं पडायची वेळ होती. एकीकडे सूर्य डोंगरांच्या पल्याड जाऊन बुडाला होता. त्याच वेळी आभाळात पुनवेचा चांद उगवून वर आला होता.

झिरझिरत्या तिन्हीसांजेच्या पार्श्वभूमीवर त्याचं वर्तुळ लखख पांढरं आणि प्रकाशमान रूप डोळ्यांत भरत होतं. आजच्या वगात रंगकली राणी रूपमती रंगवणार होती. त्यामुळेच सायंकाळपासून ती त्या भूमिकेच्या साजश्रृंगारा पाठीमागे लागली होती. आजच्या खेळाचा गाव मोठ्या बाजाराचं केंद्र होतं. त्यामुळे रंगूच्या साऱ्या मैत्रिणी आणि इतरही बाया बाजारात गेल्या होत्या. त्या अजून परतल्या नव्हत्या. बाकेभाऊ- सुद्धा गावात कुठेतरी मित्रांचा गप्पांचा फड रंगवत बसले होते.

रंगूच्या रंगीत राहुटीची कनात आणि मेकूसे सायंकाळच्या वाऱ्याच्या झोतावर डुगडुग हलत होते. बाहेर मस्त गुलाबी हवा सुटली होती. मेकअप करताना रंगू आरशात बघत होती, तेव्हाच कनातीच्या सांध्यातून दिसणारा चंद्र तिच्या डोळ्यांसमोरच्या आरशाच्या भिंगातही उतरला. ती मनापासून खळखळून हसली. एक पौर्णिमा गेली कधी आणि दुसरी उगवली कधी तेही नीट लक्षात आलं नव्हतं.

आभाळात दुधाळ चांदणं असलं तरी खाली जमिनीवर बऱ्यापैकी अंधाराचा आडोसा होता. बिगारी पोरांनी राहुटीबाहेर कनातीच्या कापडाचं 'टेंपरवारी' न्हाणीघर बनवलं होतं. फडावर वर्दळ वाढण्याआधी रंगूने चटकन अंघोळ उरकून घ्यायचं ठरवलं. गरमागरम पाण्याचं इसाण पोरांनी आत पडद्याआड नेऊन ठेवलं होतंच. आपल्या खांद्यावर नवी साडी टाकून रंगू लाडे लाडे त्या कनातकापडाच्या न्हाणीत गेली. तिने बादलीतलं गरम पाणी खुशीने अंगावर ओतून घ्यायला सुरुवात केली. त्या गरम, उबदार पाण्याचा स्पर्श नागव्या कायेला हवाहवासा वाटत होता. तिने हाताच्या कुडच्याने गरम पाण्याचे सपकारे आपल्या उंच उरोजांवर मारायला सुरुवात केली. त्या गमतीने तिला स्वत:ला खुदूखुदू हसू फुटलं.

त्या स्वच्छंदी स्नानात ती तल्लीन झाली असतानाच कानावर जोमदार हाक आली, ''जोगवा वाढ गं माय ऽ''

ती हाक अगदी न्हाणीघरात घुसल्याचा भास तिला झाला. तशी तिने झटकन उठून बाजूच्या मेढीवर ठेवलेली ताज्या साडीची गुंडाळी उचलली आणि ती अंगाशी लगबगीने लपेटू लागली. आपलं नागवं अंग पटकन झाकायचा प्रयत्न

करू लागली. तेवढ्यात अगदी जवळून चिरक्या आवाजातली हाक कानी पडली, "वाढ गं, जोगवा वाढ."

तिने तुटपुंज्या प्रकाशात आप्पांचं हसरं, खुनशी थोबाड बघितलं. अंगावरची गर्द हिरवी साडी, डोक्यावरचा लंबाळा पदर, कपाळावरचा तो रुंद आडव्या कुंकवाचा थर. एकीकडे देवीच्या पूजेसाठी घेतलेलं स्त्रीरूप. त्याच वेळी पान-तंबाखूने चोंदलेलं तोंड, पानाच्या उतारीला दाद न देता बाहेर येणारा गावठी दारूचा दर्प. त्याहीपेक्षा अंगावर अर्धवट साडी नेसताना रंगूची उडालेली तारांबळ पाहून आप्पांचे ते नाचरे लिंगपिसाट डोळे. त्या अचानक प्रसंगाने आणि बळजबरीच्या भीतीने रंगू चांगलीच गांगरून गेली.

आप्पांना मात्र तो आजचा देवीचा कौल वाटला असावा. ते अर्धनग्न रूप बघून त्यांच्या ठायीचा मदनसर्प चांगला वळवळला. त्यांनी पटकन हातची परडी बाजूला ठेवली. ते झटकन पुढे धावले. त्यांनी तिच्या आंबट गरम कायेला कडकडून मिठी मारली. आपल्या बोटांनी तिच्या छातीवरची कमळं दुष्टपणे चुरडायला सुरुवात केली. तेव्हा रंगकली जोराने ओरडली, "थांब सैताना, थांब. पुढं येशील तर जीव घेईन." ती लगेच बाहेरच्या मदतीसाठी मोठ्याने 'वाचवा वाचवा ऽ ऽ' म्हणून किंचाळू लागली; मात्र तिच्या दुर्दैवाने पलीकडे स्टेजच्या बाजूला नेमका अनाऊन्समेंटचा माईक सुरू झाला होता. त्याच्या कर्कश आवाजाने तिच्या आर्त किंकाळ्या खाऊन टाकल्या.

आता त्या जळजळीत विषाची अधिक परीक्षा न बघता रंगूने हातातला जाडजूड पितळी तांब्या उचलला. तिने त्या तांब्याचे ठोसे आप्पांच्या पाठीवर आणि डोक्यावर जोरजोराने मारायला सुरुवात केली; पण तो नागवा, कोवळा देह भोगायच्या लालसेने आप्पा पुरते पेटून गेले होते. तिच्या शरीराशी कमालीची झटापट करू पाहत होते.

"देवीच्या नावानं हे काळे धंदे करतोस का रे राक्षसा? अरे नीच माणसा..."

"अगं देखण्या चिंचुद्रे ऽ! तुझ्या या रूपानंच माझ्या मेंदूत पापाचं विरंजण घातलं. तुझ्या या नालायक देखूणपणाकडं बघताना, तुझ्यामुळंच मी बिघडलो. अंगातली देवी पळून गेली. तूच पापीण आहेस —"

आप्पांच्या जोरदार झोंबीने रंगकलीचा जीव गुदमरला. ती मनातून घाबरली. क्षणभरातच आपल्या अब्रूचं खोबरं होणार. आपल्या कायेची आप्पाने नासाडी केली तर ती गोष्टही चूप राहणार नाही. ती अर्धवट अंधारात पलीकडे बघत होती. न्हाणीघराचा कनात पडदा त्या झटापटीत एका बाजूला खाली पडला होता. पलीकडे चार बिगारी पोरं त्या झटापटीकडे बघत होती. आपला एक मालक आणि दुसरी मालकीण यांच्यातली ती झोंबी पाहून तेही अवाक झाले

होते. या प्रसंगी नेमकं करावं काय हेच त्यांना समजत नव्हतं. रंगूला आपलं सारं जीवन संपल्यासारखं वाटलं. आप्पाने आपलं अधम कृत्य शेवटास नेलं तर जिंदगीची पुरी नाचक्की होणार. बाकेभाऊसुद्धा एक दिवस आपल्याला 'उष्टी पत्रावळ' म्हणून शेवटी कचऱ्यात फेकूनच देणार. त्या ऐवजी भोगलालसेनं पछाडलेल्या या गिधाडाचे पंखच पिळवटून टाकू. त्याला जन्माचा धडा शिकवू.

कितीही ठोसे दिले तरी रंगूच्या हातचा तो जाडजूड तांब्या नाकाम ठरला होता. अचानक रंगूचं लक्ष बाजूला गेलं. तिने न्हाणीघर बनवण्यासाठी बाजूला रोवलेला कळकीचा भला दांडगा पाचफुटी सोटा बघितला. झटकन तो उपसून काढला. त्याचे एकापाठोपाठ एक असे जोरदार घाव गगनआप्पांच्या अंगावर घातले. त्वेषाने मारलेले ते दणके आप्पांच्या वर्मी बसले. पाठीचं हाड आता तुटून पडतं आहे की काय अशी त्यांना भीती वाटली. त्यांच्या हाडापेरांतून भयंकर कळा सुटल्या. ते खाली ओल्या मातीत कोसळले. कसेबसे उठून उभे राहिले.

शेवटी एकदाचे आप्पा रंगूच्या हातचा सोटा हिसकावून घेण्यात यशस्वी झाले; परंतु त्यांच्या हाडापेरांत असे तीव्र दणके बसले होते की, आपल्या शरीराला दोन-तीन ठिकाणी बेंट आला असावा, अशी भीती त्यांना वाटली. विशेषत: हाडातल्या कळा अजून त्यांची पाठ सोडायला तयार नव्हत्या. नकळत तोंडातून फेस गळत होता.

"अरे, नीच माणसा, नको तुझा हिसाब. नको तुझी पार्टनरशिप. अशी जाते आणि पोलीसपार्टीच घेऊन येते," रंगू कडाडली.

"अगं, थांब थांब थोडं. थोडं थंडाईनं घे. नाय पटलं, नाय रेटलं तर मोडू खाटलं—त्याच्यात है काय आणि नाय काय?"

"तुझ्यासारख्या गिधाडाच्या आभाळाखाली राहण्याऐवजी फड सोडून जाऊ आम्ही."

"काय करशील? कुठं जाशील? तुझ्या बाकेरावला म्हणशील तर व्यवहारातला घंटासुद्धा कळत नाही. फक्त अव्वल कलावंत आन व्यवहाराची बुद्धी नाशवंतऽ"

"पण असला फड फुटला म्हणून काय होतंय?"

"हे बघ, कलेच्या गाडीला व्यवहाराची चाकं नसतील तर त्या कलेची अन् कलावंताचीबी माती होते. शेवटी रेल्वे स्टेशनात भीक मागतात साले."

'ठीक हाय, बघू आमचं आम्ही."

"अगं, तुझं हे रूपडं कितीजणांची वाट लावणार आहे? आज आम्हा दोस्तांचा फड मोडायला उठलीस. याच्याआधीच अर्जुनासारख्या वगसम्राट बापाला जिंदगानीतनं बरबाद केलंस. बरबाद कसलं, तुझ्या करणीनं बिचारा टाचा घासत मरून गेला. निदान आज तरी जा अन् त्याला मूठमाती देऊन, त्याचे अंत्यसंस्कार

करून तरी माघारा ये. मग बघू, आपल्या फडाच्या वाटणीचं आणि हिशोबाचं.''

आप्पांच्या तोंडची ती अशुभ आणि भीतिदायक रसवंती ऐकून रंगकलीच्या काळजाची चाळण झाली. ती रडवेल्या सुरात ओरडली, ''बास झालं, आप्पा. किती विटाळाल तुमची जीभ? देवापेक्षा प्रिय अशा माझ्या बापासाठी आणि लोककलेच्या राजासाठी किती घाणेरडी भाषा वापराल?''

''माफ कर रंगे ऽ पण मी जे आता बोललो ते सत्य बोललो —''

''म्हणजे?''

''एक तर सायंकाळी मी पूजेच्या चक्रात होतो. त्यानंतर देवाच्या मेंदवाचीबी काशी करणारं तुझं रूप बघितलं अन् तो सांगावा मध्येच विसरूनच गेलो.''

''कसला सांगावा? कोणी आणला होता?'' रंगूचे पाय भीतीने लटपटू लागले.

''पाच वाजता बार्शीवरनं एक मुलगा निरोप घेऊन आला—फडमालक म्हणून मलाच सांगून गेला—आज दुपारी तिकडं अर्जुनरावांचं निधन झालं. सुटला बिचारा तुझा बाप.''

रंगूच्या काळजात दु:खाचा सागर दाटला. बापाच्या मृत्यूची ती भयंकर बातमी तिला पेलवेना. तिने अतीव दु:खाने राहुटीच्या मेढीला मिठी मारली. ती 'बापू ऽ ऽ बापू ऽ ऽ' असा आकांत करू लागली. तेवढयात बाकेराव तिच्या जवळ आला. तिला मिठीत घेऊन सावरायचा प्रयत्न करू लागला. तिच्या सर्वांगातून वाहणारा दु:खाचा पाझर आटत नव्हता. तेवढ्यात स्टेजकडून हलगी आणि ढोलकीची जोरदार जुगलबंदी ऐकू येऊ लागली. कानावर गणाचे सूर पडले.

बाजूच्या कनातीत शेताबांधातले साडेतीन हजार प्रेक्षक गोळा झाले होते. त्यांच्या मनोरंजनासाठी गणानंतर गवळणी साजश्रृंगार करून मथुरेच्या बाजाराला निघणार होत्या. त्याला सामोरं जाणं भाग होतं. बाजूच्या कडाडत्या वाद्यांचे आवाज कानावर पडले, तसा दु:खाचा यमुनेचा काळाशार डोह रंगकलीने पोटातच जिरवून टाकला. मघाशी त्या डोहात विषयवासनेचे फूत्कार टाकणाऱ्या आणि अंगाचा कडाडून चावा घेणाऱ्या कालिया नागालासुद्धा ती विसरली. झटपटीने राहुटीत जाऊन, श्रृंगार करून लोककलेच्या बोर्डाकडे ती धावतपळत गेली.

पुढे तीन-चार तास रंगकली मांडवगडाची राणी रूपमती बनून स्टेजवर वावरली. समोर बसलेल्या शेकडो प्रेक्षकांच्या काळजावर तिने आपल्या नृत्य आणि अभिनयाच्या जादूने अक्षरश: राज्य केलं. पहाटे एकदाची भैरवी सुरू झाली. ती संपता संपता पुन्हा टाचेत तांबीरलेला खिळा घुसावा तशी तिला आपल्या मृत बापाची आठवण आली.

रंगकलीसाठी तो काळाचा घालाच होता. बाकेराव आणि आपले काही वेचक साथीदार सोबत घेऊन तिने पळत पळत जाऊन बार्शी गाठली. कदाचित अर्जुनाला आपल्या मरणाची चाहूल आधीच लागली असावी. त्यानं काही दिवसामागेच सर्वांची देणी आणि कर्जपाणी भागवून टाकल्याची गोष्ट तिला वाटेत समजली. स्मशानात, ''माझा तमाशागंधर्व मला सोडून गेला गं, ऽऽ'' असा तिने चिरक्या आवाजात टाहो फोडला; मात्र स्मशानातलं वातावरण तिच्यासाठी खूप वक्री होतं. सारे पैपाहुणे तिच्याकडे 'कुळबुडवी' म्हणून जळक्या नजरेनं बघत होते. तिच्याशी बोलायला कोणीही तयार नव्हतं. तेवढ्यात पलीकडून हळू आवाजात कोणीतरी फसफसलं, ''हे काय अर्जुनरावांचं मरायचं वय नव्हतं.''

''करील काय हो बिचारा? पोटच्या पोरीनं दगा दिला. जित्या बापाचं मांस कुरतडलं. नायतर अजून काही वर्षं बिचारा अर्जुना जगला असता!''

स्मशानात सरळ सरळ दोन तट पडलेले. बाजूला वडीलधाऱ्या स्त्रियांच्या घोळक्यात रंगकलीनं एका थकलेल्या उंच खानदानी बाईची आकृती बघितली. ती उंच, पांढरीफेक अंगकाठी. रंगूचं काळीज चरकलं. सहा-सात वर्षांच्या अंतरानं ती आपल्या जन्मदेत्या आईकडं बघत होती.

स्मशानवटीत रक्षा भरायचं काम सुरू झालं. रंगूला राहवलं नाही. ती 'आई ऽऽ आई,' अशी आर्त किंकाळी फोडत पुढे धावली, तेव्हा तिची आई झटकन पाठमोरी झाली. तिच्या त्या कठोरपणामुळे तिला मिठी मारण्यासाठी शिवशिवलेले रंगकलीचे हात गळाले. ती मध्येच थबकली. तरीही तिने प्रेमाचा जोड द्यायचं चालवलं, ''आई, ऽऽ रक्षा विसर्जन कुठं करायचं गं? नाशिकला की कोल्हापूरच्या पंचगंगेला?''

तिची आई खाकरली. आपल्या शेजारी उभ्या असलेल्या एका लख्ख कपड्यातल्या चेसमिस्ट किडकिड्या मनुष्याला बोलली, ''कारभारी, कोण ही मुलगी?''

''असं काय करता आईसाब? ही आपली रंगू.''

''कोणी असो; पण सांगा तिला. म्हणावं, ते तिकडे पुढे बघ, त्या जागेवर अजून राख शिल्लक आहे. हवी तर ती उचल आणि तुला जिथे कुठे फेकायची आहे, तिथे फेकून मोकळी हो. इत:पर आपलं काही देणंघेणं नाही.''

कोणीतरी एखादा मोठा दगड उचलून आपल्या मस्तकावर आपटल्याचा रंगूला भास झाला. तिच्या डोळ्यांपुढे दिवसा चांदण्या नाचल्या.

रंगूने फार कुठे जायची यातायात केली नाही. तिनं जवळचंच पंढरपूर गाठलं. ती चंद्रभागेच्या ओल्या वाळूत गुडघ्यावर ओणवी होऊन बसली. जेव्हा तिने समोरच्या वाहत्या पाण्यात आपल्या बापाची ओंजळभर राख टाकली, तेव्हा

पाण्यावर वाहणाऱ्या त्या पांढुरक्या राखेत तिला आपल्या बापाचा पावसाळी ढगासारखा भरून आलेला चेहरा दिसला. तसा तिने जोराचा हुंदका फोडला. आपल्या डोळ्यांतून वाहणारा पाण्याचा पाट काही रोखता आला नाही.

२४

तंबू आणि त्याच्या परिघाच्या बाहेरही पसरलेली कनातीची भिंत प्रेक्षकांनी अक्षरश: खचाखच भरून जायची. रंगबाजीच्या त्या गोकुळचा लाडका कृष्णकन्हैया बाकेराव बनला होताच. त्यात अलीकडे रंगकलीच्या निमित्ताने राधाही येऊन मिळाली होती. त्यामुळे एका चढ एक वगनाट्य, लावण्या, रंगबाजी, टाकणी, विनोदाची आतषबाजी आणि नृत्याचा धुमाकूळ चालायचा. मराठी मातीतला सर्वोत्तम तमाशा या पदाला बाकेराव आपला फड घेऊन गेला होता.

आपल्या कलेसाठी अपार कष्ट आणि अभंग निष्ठा हे बाकेभाऊचं वैशिष्ट्य होतं; मात्र तरीही त्यांच्या ठायी एक अशांत कलावंत नेहमी वळवळत राहायचा. आपली कला ही परिपूर्ण हवी, सर्वोत्तम हवी, बहारदार हवी अशी त्याची धारणा असायची.

काही तडाखेबंद प्रयोगांनंतरही आपल्या फडातली काही वैगुण्यं बाकेभाऊंना जाणवू लागली. केवळ हुकमी विनोदी अभिनयाच्या बळावर आणि गोड गायकीच्या जोरावर कार्यक्रम पुढं रेटण्यात मजा नाही. आपलं वगनाट्य बघताना रसिक मायबापांना महानाट्य बघत असल्याची अनुभूती यायला हवी. आपला स्वत:चा चेहरा नायकाचा नाही. त्यामुळेच आपल्या फडावर नायक म्हणून एखादा देखणा, प्रतिभावंत मुख्य अभिनेता येईल तर आपल्या वगनाट्याची उंची आणखी वाढेल.

एखादं भूत बाकेरावच्या एकदा बोकांडी येऊन बसलं की ते खाली उतरणं अशक्य. त्यामुळेच त्या नव्या कल्पनेने भारावलेले बाकेराव आपले भागीदार गगनआप्पांच्या खनपटीलाच जाऊन बसले, "आप्पा, आपलं भाग्य म्हणून रंगकलीसारखी बाजिंदी, रूपाची खणी आणि सुगंधी दवणा मोहना मिळालीय; परंतु एवढ्या भांडवलावर महानाट्याची भूक भागू शकत नाही."

"मग अजून कोण हवं?"

"अहो, रामासाठी सीता हवी, बाजीरावाला मस्तानी, शंभूराजांना येसूबाई अन् मोहनानारीसाठी बटाऊ - म्हणजेच रंगकलीच्या सुंदर स्त्रीरूपाला साजेसा एक तरुण, उमदा आणि फाकडा अभिनेता आपल्या फडात हवाच."

"मग आणा की राव. नको कोण म्हणतंय?" आप्पा हसून बोलले.

अर्जुनरावांच्या मृत्यूनंतर रंगकली कमालीची दु:खी झाली होती. तिला दु:खाच्या गंगेतून बाहेर काढावी. त्यासाठी उतारा म्हणजे तिची कलेतील प्रगती आणि भक्ती. त्यामुळेच एखाद्या महानाट्याचा प्रयोग करावा. त्यासाठी मात्र देखण्या, बाजिंद्या नायकाची जरुरी होती. फडात कोवळ्या, भाजलेल्या चटकदार हुरड्यासारख्या गप्पा रंगू लागल्या. जे कलावंत नेक होते, मनापासून बाकेभाऊवर जीव लावायचे, ते मात्र गंभीर दिसू लागले. उगाचच त्यांच्या मनात धोक्याची घंटा घणघणू लागली. काहींनी तर बाकेभाऊंना स्पष्ट सांगितलं, "कशासाठी नव्या फंदात पडता? चालत्या मोटारीची हवा काढून घेता?"

"शिवाय भाऊ, एक धोका दिसत नाही का तुमच्या डोळ्यांना?"

"कसला?"

"तुम्ही म्हणता तसा कोणी देखणा, मदनाचा पुतळा कंपनीत घेऊन याल तर तोच लेकाचा फडातल्या खूबसूरत गवळणींना नासवून रिकामा व्हायचा. च्यायला, करायला गेला एक अन् कपाळात रुतली मेख, असा घोटाळा व्हायचा."

बाकेभाऊ आपल्या निर्धारापासून हटायला तयार होईनात. बोल बोल म्हणता ती खबर रंगकलीच्या कानावर जाऊन आदळली. आपल्या बाकेभाऊंना वरचढ असा कोणी नवा कलावंत फडात आणायचा, ही कल्पनाच तिच्या गळी उतरेना. बाकेभाऊंची गोड कवनं आणि विनोदाच्या आपटबारांचा पाऊस झेलण्यासाठी ग्रामीण महाराष्ट्र वेडाखुळा झाला आहे. रात्रीचे काटेकुटे तुडवत आणि नद्याओढे ओलांडत दहा दहा मैलांवरूनसुद्धा पब्लिक धावत येतं. म्हणूनच तिने भाऊंना सवाल केला, "अहो, देवळाच्या गाभाऱ्यात एक एवढी सोन्याची नवसाला पावणारी ठाशीव मूर्ती असताना आणखी एखादा देव्हारा कशासाठनं बांधायचा? कशापाई तुम्ही आपल्या भाग्याला गालबोट लावून घेण्याच्या फंदात पडता?"

"अगं वेडे, थोडं पॉजिटिव्ह बघ. शुक्राच्या चांदणीच्या जोडीला एखादा नवा तारा आला तर फडाचं आभाळ चमकून दिसेल."

"जाऊ द्या हो, माझा चंद्र रोज माझ्या संगतीनं उगवत असताना मला गावंदरीचं उसनं चांदणं हवंच कशाला?"

युवराज पाटणे नावाचा एक अतिशय देखणा, फाकडा पोरगा एका तमाशात काम करतो, याचा दूम बाकेरावला लागलेला. चालू हंगामात तर युवराजच्या कीर्तीची हवा सर्वत्र पसरली होती. महाविद्यालयीन नाट्यस्पर्धा गाजवलेला तो हुकमी नट आहे. सामाजिक, रजवाडी किंवा रहस्यमय अशी कोणत्याही बाजाची भूमिका असो, प्रत्येक रोलचं ओझं लीलया पेलून न्यायची त्याची ताकद आहे. मराठी रंगभूमीवर बालगंधर्व, केशवराव भोसले, पुढे प्रभाकर पणशीकर, डॉ. लागू, काशिनाथ घाणेकर आणि अरुण सरनाईक यांनी स्वत:च्या प्रकाशपिसाऱ्यानं

जी छाप पाडली होती; बाबूराव पुणेकर, माधव नगरकर, तुकाराम खेडकर, जगताप पाटील-पिंपळेकर, दत्ता महाडिक-पुणेकर, आणि चंद्रकांत ढवळपुरीकर यांनी तमाशाच्या स्टेजवर जसा रानामाळातल्या रसिकांत स्वत:च्या अभिनयानं जो एक दबदबा निर्माण केला होता, त्याच परंपरेमध्ये चपखल बसेल अशा बहारीचा युवराज पाटणे नावाचा नट आहे. त्याचा तो महिमा ऐकल्यापासून सर्वांचीच उत्सुकता शिगेला जाऊन पोचली होती.

स्वत:चे दोन खेळ बंद ठेवून बाकेभाऊ जीप घेऊन खाली कोकणात उतरले. तिथे त्यांनी म्हशाच्या जत्रेत युवराजचा खेळ बघितला. ती सहा फूट उंच, भरदार छाती, स्पष्ट शब्दोच्चार, खेचक पाणीदार डोळे, धीरगंभीर आणि हवा तेव्हा लाघवी रूप घेणारा त्याचा आवाज. चालण्याबोलण्याची ती दिमाखदार ऐट, रंगमंचावरचा सहज वावर आणि अत्यंत देखणं व प्रमाणबद्ध रूपडं. जुन्या सिनेमात आपल्या ऐन जवानीत चंद्रकांत अगर पृथ्वीराज कपूर जसे पाणीदार आणि साजिरे दिसायचे, तशीच युवराजच्या व्यक्तिमत्त्वाची सर्वांवर छाप पडली. बाकेरावनं पहिल्या भेटीतच दहा हजार रुपये ॲडव्हान्सचं पुडकं त्याच्या हवाली केलं.

"मला अजून थोडे दिवस द्या."

"का हो?"

"या फडमालकाचा पंचवीस हजाराचा जुना ॲडव्हान्स माझ्या अंगावर आहे. तो फिटू द्या"

"छे! छे! आम्ही थांबायला नाही आलो. चार दिवसांत ॲडव्हान्स पाठवायची व्यवस्था होईल." बाकेभाऊंनी उत्साहात सांगून टाकलं.

इकडे उत्तररात्रीपर्यंत युवराजच्या येण्याची गरमागरम चर्चा सुरू राहिली. काही जुने कलाकार सांगायचे, "मुख्य नटाची जात मुळातच हलकट असते. मग ते नाटक असू दे, सिनेमा, अगदी तमाशा. देखण्या हिरोला कंपनीच नव्हे तर उभे जग आपल्या भोवतीच आणि आपल्यामुळेच फिरतंय असं सारखं वाटत राहतं."

"एकूण काय, गँगस्टर लोकांची जात जशी खतरनाक, तशीच यशस्वी नटांची जात उंडगी. एकदा सक्सीस, पैसा आणि कीर्तीचा ओघ वाहायला लागला की, काही विचारायलाच नको."

"काय करणार बाई, अशा देखण्या हिरोच्या मागे साऱ्या बाया लागतात. काहींना नवऱ्याच्या जागी तोच मित्र म्हणून जोडीला हवा असतो. काहींना त्याच्यासारखा पुत्र व्हावा अशी स्वप्नं पडतात. मग ते झुरणं, मरणं अन् त्याच चक्रीतनं गरागरा फिरणं अशी रोगाची एक मालिकाच सुरू होते."

एके दिवशी कंपनीनं पाठविलेली स्पेशल जीप येऊन उभी राहिली. त्यातून

बाजिंदा युवराज पाटणे खाली उतरला. त्याचं देखणं आणि मर्दानी रूपडं लांबूनच बघून फडातल्या निम्म्या गवळणी जागीच घायाळ झाल्या. एखाद्या पुरुषालासुद्धा अशा देखणेपणाचं वरदान असतं, याची बापड्यांना कल्पनाच नव्हती. युवराज आल्यावर मात्र आपण वाघाचीच शिकार केली आहे, अशा तारेत बाकेराव तरंगू लागले. एकीकडे सर्वत्र खेळ, दौरे सुरू होते, तेव्हा दुपारी राहुटीत किंवा लांबच्या बस प्रवासातसुद्धा नव्या वगाच्या तालमी सुरू झाल्या. वगाचं नाव होतं 'बाजबहाद्दर आणि राणी रूपमती.'

युवराज बाकेभाऊंपेक्षा पंधरा वर्षांनी लहान होता. ना अहंकार, ना मस्ती किंवा नव्हती गडबड. तो दिसायला शांत, विचारी आणि एखाद्या योग्यासारखा तृप्त, सुंदर चेहरा. ना कोणाच्या अध्यातमध्यात. आपलं काम भलं अन् आपण भलं, हा त्याचा मूळ बाणा. एकतर बाकेरावसारखा स्वत:ची प्रचंड लोकप्रियता असलेला कलावंत आपणाला त्याच्या तमाशात बोलावेल, असं त्याला कधीच वाटलं नव्हतं. तो भाऊंच्या दिलदारीवर खूप खूश होता.

नव्या फडात युवराजचं झालेलं स्वागत आणि त्याला मिळालेली इज्जत बघून तो दिपून गेला. भावनाविवश होऊन बाकेभाऊंचा हात पकडत तो बोलला, "भाऊ, असं घडतं का कधी?"

"काय रे?"

"तुमच्यासारखा कोणी बडा कलाकार दुसऱ्याला असा मोठेपणाचा चबुतरा कधी देऊ शकतो का?"

"वेड्या, त्यात काय एवढं? मी फक्त तुझ्यातल्या गुणी कलावंताला मानाचा मुजरा केला."

"तुमच्या दिलदारीला अत्तराचा सुंगध आहे हो! नाहीतर माझ्यासारखी हजारो फुलं रोज माळावर उमलतात आणि उन्हामध्ये करपूनही जातात! त्यांना देवाच्या पायरीपर्यंत कोण घेऊन येतो?"

"तू खूप हळवा आहेस रे."

"माझ्याबद्दलच्या तुमच्या या भावनेला कोणाची नजर नको लागायला. मला तुमचा धाकटा भाऊच माना."

युवराज भाऊंच्या उपकाराच्या ओझ्याखाली वाकून गेला होता. त्यांच्या नजरेत आपणाकडून कोणतंही चुकीचं वर्तन घडू नये याची तो काळजी घेत होता. त्याचं देखुणपण बघून फडातल्या अनेक गवळणींची नींद खराब झाली होती. अनेकजणींनी त्याला टोकायचा, छेडायचा प्रयत्न केला; परंतु तो कोणालाही बधेना. त्याचा तो कमालीचा थंडपणा पाहून कंपनीतल्या पोरी चक्रावल्या. त्यांनी त्याचं पडनाव 'पपलू,' 'चम्या' असंही ठेवलं; परंतु त्याने कोणालाही दाद दिली नाही.

युवराज भाऊंचा एवढा भक्त बनला होता की, तो त्याला 'देव'च मानायचा. जेव्हा बाजबहाद्दर-राणी रूपमतीच्या तालमी चालायच्या, तेव्हा तो रंगकलीला चक्क 'ताई' अशी हाक मारायचा. त्यामुळे रंगू चांगलीच दुखावली. एके दिवशी तिने त्याला एकट्याला गाठून स्पष्ट सांगितलं, "मी नात्यानं फडाची मालकीण जरूर आहे; परंतु तुमच्यापेक्षा वयानं लहानी आहे. त्यामुळे हे आई किंवा ताई म्हणायचं द्या हं सोडून."

"अच्छा! मग मी तुम्हाला 'वहिनी साहेब'च म्हणेन." रंगू त्याच्या बालिशपणावर फसकन हसत तेथून दूर पळाली.

तो उन्हाळी सीझन संपला. कलाकार दीड-दोन महिने आपआपल्या गावी गेले. नंतर सारीजणं उंब्रजखालच्या शाहिरवाडीत गोळा झाली. तिथे बेळगाव-पुणे मार्गावर बाकेराव बागणीकरचा छोटेखानी बैठा बंगला होता. बंगल्याच्या बाजूलाच एक भलं मोठं गोडाऊन होतं. ज्याच्या अर्ध्या भागात तमाशाची ड्रेपरी आणि इतर सामुग्री भरून ठेवली होती. उरलेल्या अर्ध्या भागात वगाच्या तालमी चालायच्या. पावसाळ्यात नागपंचमीचा सण संपताच बाकेरावनं तालमीला मोठ्या जिद्दीनं सुरुवात केली.

गावाकडच्या संसारावरची आणि शेतीभातीभोवती गंगाची पाखरासारखी फिरणारी नजर बघून बाकेभाऊ भलतेच खूश होते. त्यांनी एके रात्री गंगाला छातीशी कवटाळली. ती दोघं ऐकमेकांना चिकटून झोपली. अंगावरची चादर तोकडी होती. त्यामुळे ती कधी त्याच्या अंगावर बसायची तर कधी तिच्याकडे पळायची. त्या उबदार वातावरणात त्याने गंगाचा वात्सल्याने मुका घेतला.

गंगाला पोटाजवळ अधिक खेचत तो बोलला, "मी माझ्या मनाच्या देव्हाऱ्यावर नेहमीच तुझ्या गुणांची पूजा बांधत आलोय बघ."

"हे कोण बोललं?" गंगा खुदकन हसली.

"कोण म्हणजे? मी स्वत:च बोलतोय."

"हे बोलणारा माझा नवरा नव्हे, तुमच्या रक्तात राहणारा एक चलाख पुरुष बोलतोय, ज्याला अनेक गवळणींचे माठ फोडायचा अनुभव आहे."

"छट्! उगाच कशाला माझ्या दिमागाचं दही बनवतेस?"

"ही मतवाली छेडाछेडी म्हणजेसुद्धा तुम्हासारख्या कसलेल्या पुरुष कलावंतांची चलाखीच बरं."

"अरे छट्, भलतंच काय?"

"हो ना. एकीकडे आपल्या सुंदर स्त्रीला गोड बोलून हळूच संसाराच्या पिंजऱ्यात कैद करायचं. तिच्या अंगी एखादी कला असेल तर त्याचं दर्शन बाहेर कोणाला घडू नये याची बारीक काळजी घ्यायची. मग आम्ही बायका बराबर फसतो."

“ही... ही भलतीच अन् भयंकर छक्कड लावलीस बरं तू आज?” बाकेभाऊंची बोबडी वळली.

“असू द्या, किती घाबराल?” मोठ्या खट्याळपणे हसत गंगा बोलली, “खरं सांगू, तुम्ही खूप भोळे सांबही आहात. तुमच्या चांगुलपणाचा फायदा उठविणारे, तुम्हाला लुटणारे, ओरबाडणारे गगनआप्पांसारखे तुमचे मित्र अन् तुमच्या भोवतीनं चकरा घालणारे नातेवाईकही खूप आहेत; पण खरं सांगू, या साऱ्या दलदलीत तुम्हाला कोणीतरी आपल्या प्रेमाच्या पदरात ओढून चांगलं घट्ट बांधायला हवं.”

“गंगा?”

“म्हणून तर मला रंगकलीचा अभिमान वाटतो.”

“पण हा सारा शिलकार तू आताच का गायला लागलीस गं?” बाकेराव.

“कारण मी तुमच्यासाठी स्टेज आणि तमाशाच काय, पण माझं उरलेलं सारं आयुष्य पणाला लावायला तयार आहे. तुमच्यासारख्या जातिवंत कलाकाराची सेवा हेच मी माझं भाग्य मानते, देवा.”

२५

दुपारी भोजनासाठी बाकेराव आपल्या घरी आले होते. पलीकडच्या गोडाऊनमध्ये थोड्याच वेळात तालमी सुरू होणार होत्या. तालमीचा आजचा चौथा दिवस. बाकेरावच्या ताटातल्या गरम भातावर तुपाची धार सोडत गंगानं विचारलं, “इथं बाई कुठं राहतात?”

“कोण बाई?”

“आपली रंगकली.”

त्या अचानक प्रश्नबाणानं बाकेरावच्या हातचा घास अडखळला. परवा रात्रीच्या कैफात गंगा रंगूबद्दल गोड गोड बोलली असेल; परंतु आता दिवसाच्या निखाऱ्यात तिच्या उरातला सवतीमत्सर उफाळून आला असावा, असं बाकेरावला वाटलं. तो खजील होत बोलला, “माफ कर गंगा, मी तुझा अपराधी आहे.”

“चला, जवानीच्या कैफात केलेल्या गमतीला गुन्हा मानायचं कारण काय?”

बाकेरावला नीट काय बोलावं ते सुचेना. तेव्हा त्याची अधिकच खिल्ली उडवत गंगानं विचारलं, “तालमीसाठी रंगकली आलीय नव्हं इथं? आल्याचं कळलं. तर सांगा ना बाई राहतात कुठे?”

“इथंच. आपल्या जगन मोहितेच्या आऊटहाउसमध्ये तात्पुरती व्यवस्था

केलीय.''

बाकेरावना तो विषय बदलायचा होता, म्हणून त्यांनी चर्चा भलतीकडेच वळवली, ''काय गं, शंकर दिसत नाही.''

''पाठवलाय बाहेर—''

''कुठं?''

''त्याची सावत्र आई आलीय ना. तिच्या सामानासकट इकडं बंगल्यात राहायला आणायला गेला तो.''

''अरे, पण तू काय करतेस हे?''

''माझी 'लाडकी सवत' माझ्या घरातच राहील. दारात कशासाठी ठेवू मी तिला?''

बाकेराव अवाक होऊन गंगाकडे बघू लागला. घरचे नोकर परसात होते. गंगाने त्या एकांताचा फायदा घेतला. तिच्या ओठातल्या शब्दांना स्वरांचे पंख फुटले. तिच्या रक्तातली मूळ गायिका गुणगुणू लागली,

''किती चतुर, बिलंदर राजसा तुम्ही गडे
नका पाहू रोखूनि माझ्याकडे ऽ ऽ
मनगटी मिरविते मी सवतीचे चुडे
धन्य जन्म तो धन्यास वंदिता यावे मरण,
देवा ऽ ऽ साकडे तुझ्याकडे!''

तेवढ्यात बंगल्याच्या दारात जीप थांबली. हॉर्न वाजला. फ्रंट सीटवरून खाली उतरता उतरता रंगकली समोरच्या बंगल्याकडे डोळे भरून पाहू लागली. तिच्या सामानाच्या बॅगा घेऊन शंकर आत येत होता. सवतीच्या सन्मानासाठी गंगा लगबगीने दारात जाऊन उभी राहिली. तिने रंगूच्या डोक्यावरून एक भाकरतुकडा आणि लिंबू ओवाळून बाजूला टाकला. ती रंगूला मोठ्या प्रेमाने आत घेऊन येत होती. बाकेराव ते दृश्य बघताना अवाक झाला होता. एखाद्या वगनाट्यातसुद्धा इतकं झकास दृश्य त्याने याआधी अनुभवलं नव्हतं.

बाकेराव-गगनराव तमाशा मंडळानं नव्या सीझनसाठी 'असा झुंजला महाराष्ट्र माझा' या नव्या ऐतिहासिक वगनाट्याची जोरदार घोषणा केली होती.

एकीकडे त्या लोकनाट्याच्या तालमी शाहिरवाडीला सुरू होत्या. ते लोकनाट्य म्हणजे तमाशाच्या पोटातलं नाटकासारखं पूर्ण लांबीचं संवादात्मक महानाट्य होतं; परंतु नाट्यक्षेत्रासारखा इथं कोणी एक जबाबदार दिग्दर्शक नसायचा. चार-पाच अनुभवी कलाकार आणि तंत्रज्ञच सामूहिक दिग्दर्शन करायचे. कोणत्या प्रवेशात कोणी रंगमंचावरची जागा पकडायची, पुढच्या हालचाली कशा करायच्या

याचे सर्वसाधारण ठोकताळे बांधले जायचे. त्यानुसार बोर्डावरच्या हालचाली घडायच्या.

'असा झुंजला महाराष्ट्र माझा'मध्ये शिवपुत्र संभाजीराजांची जबरदस्त कहाणी मांडली गेली होती. संभाजी आणि शिवराय या दोघा पितापुत्रांच्या परस्पर संबंधातील नाट्य, जिव्हाळा, तसेच त्यांच्याविषयीचे गैरसमज यावर नव्यानं प्रकाश टाकण्यात आला होता. शिवरायांच्या महानिर्वाणानंतर औरंगजेबाच्या पाच लाख लष्कराशी संभाजीराजांनी दिलेली टक्कर, शेवटी स्वकीयांनी केलेली दगलबाजी आणि औरंगजेबानं शंभूराजांची केलेली क्रूर हत्या. महाराष्ट्र स्वाभिमानासाठी दिल्लीकरांपुढे न झुकलेला शिवपुत्र, येसू ख्रिस्तांसारखं अनन्वित छळाशी सामना करत त्याने मृत्यूचं घेतलेलं चुंबन... हे सारं भयानक शोकनाट्य स्टेजवर जिवंत करण्यासाठी बाकेराव आणि त्याचे सहकारी वेगानं कामाला लागले होते.

लेखकानं लिहिलेले संभाजीराजांचे डायलॉग मात्र कडक होते. त्यात युवराज पाटणेसारखा अभिनयवीर संभाजीच्या भूमिकेमध्ये उतरला होता. तालमीनं वेग घेतलेला. तालमीच्या त्या तशा कच्च्या, तांत्रिक हालचाली सादर करतानासुद्धा युवराज आपल्या अभिनयाच्या ताकदीवर सर्वांना खिळवून सोडायचा. युवराजच्या निमित्तानं खराखुरा शंभूराजा आपला गड उतरून फडात आल्यासारखं अनेकांना वाटायचं. रंगकलीही अभिनयात पारंगत होती. पाण्यामध्ये कुठलाही रंग मिसळावा, तशी ती कोणत्याही भूमिकेत शंभर जणींमध्ये उठून दिसायची. राजांच्या महाराणी येसूबाईंची भूमिका ती मोठ्या ताकदीनं निभावत होती.

एके दुपारी गडबड उडाली. एक धक्कादायक खबर बाहेर पडली. या ऐतिहासिक लोकनाट्याच्या प्रवासात एक महत्त्वाचा निर्णय घेतला गेला होता. तो कानावर पडताच फडातले भले भले अवाक झाले. तो खुद्द बाकेरावांनी स्वइच्छेनं घेतलेला निर्णय धाडसी असला, तरी तसा धोकादायकही होता. त्याची गाठ फडाच्या भवितव्याशी निगडित होती; कारण संभाजीचा ऐतिहासिक वग यशस्वी झाला, तर सर्वांचीच, म्हणजे फडात काम करणाऱ्या दीडशे कुटुंबांची रोजीरोटी पिकणार होती. इतर नित्याच्या सामाजिक लोकनाट्यापेक्षा या ऐतिहासिक वगाच्या निर्मितीचा खर्च पाचपट होता. ऐतिहासिक अंगरखे, किनखापी वस्त्रं, मोल्ड केलेले मुकुट, गडकिल्ल्यांचे आणि दरबारांचे रंगवलेले अनेक पडदे, लाईट्स यासारखी खास खर्चिक सामग्री. एकूणच ड्रेपरी आणि सेटिंगचा खर्च दांडगा होता. त्यामुळे अशा रजवाडी वगाच्या नियोजनात एखादा निर्णय चुकला, तर तमाशा मंडळ कर्जाच्या आणि व्याजाच्या ओझ्याखाली कायमचं चिरडून मरायचा धोका होता.

परंतु त्याबाबत बाकेरावना सांगणार कोण? कारण याआधी गेली अठरा वर्ष

तमाशाचं स्टेज, तेथील उभारणी, वगाची निवड आणि कलाकारांची पारख या सर्व बाबींमध्ये त्यानं कधी कोणाला बोलू दिलं नव्हतं. बाकेरावांची निवड चुकली आणि खेळ पडला, असंही कधी घडलं नव्हतं. अगदी पहिल्या प्रयोगापासून त्यांनी आपल्या तमाशामंडळाची कमान चढतीच ठेवली होती. त्यामुळे आता निर्माण झालेल्या गंभीर मुद्द्यावर त्यांच्या तोंडी कोण लागणार?

मंडळी मुद्दाम रंगकलीला जाऊन भेटली, तेव्हा रंगूनं त्यांना तात्काळ फटकारलं, "ज्या अर्थी बाकेभाऊंनी औरंगजेबाच्या महत्त्वाच्या भूमिकेत इस्माईल चाचाची निवड केलीय, याचा अर्थ इस्माईलच्या अंगात तसंच काही चमकदार पाणी त्यांना जाणवलं असणार."

"अहो पण बाई, आम्ही कंपनीच्या भल्यासाठीच सावधगिरीचा इशारा देत आहोत."

"पण तुमची नेमकी तक्रार तरी काय?"

"हीच की, इस्माईलसारखा एखादा ड्रायव्हर रस्त्यावरून झकास लॉरी चालवतो म्हणजे तो वगामध्येही काम करेल, तेही खलनायक औरंगजेबाची ही अशी लंबी भूमिका! तुमच्यातरी मनाला पटतं का हे?" एकजण बोलला.

"समजा, ड्रायव्हरच्या हातून ॲक्सिडेन्ट झाला, तर नुकसान एका लॉरीचं होईल, पण इथं वगनाट्यालाच गचका बसला, तर दीडशे कुटुंबांची वाट लागणार."

दोघं-तिघं एकदम गलका करत विचारू लागले, "संभाजीच्या डोळ्याला डोळं देऊन, त्याला विझवण्यासाठी डायलॉगबाजी करून, चिडून, वैतागून संतापानं आभाळ दणाणून सोडणारा तो शहेनशहा औरंगजेब रंगवणं म्हणजे अंडी विकण्याइतकं सोपं नाय."

"शिवाय तो युवराज पाटणे म्हणजे तमाशातला नटसम्राट!"

"त्याच्यापुढं स्टेजला उभं राहताना जिथं भल्याभल्यांची तंतरून जाते, तिथं ह्यो कालपर्यंत स्टेरिंगवर बसणारा ऑर्डिनरी ड्रायव्हर बांबलीचा कसले दिवे लावणार आहे?"

रंगकलीही खूप विचारात पडली. या लोकनाट्याचं महत्त्व आणि युवराजसारख्या अभिजात नटाची महती तिला ठाऊक होती. पुण्याला जेव्हा तमाशा परिषद झाली होती, तेव्हा एका वगातील त्याचा जिवंत अभिनय पाहून डॉ. काशिनाथ घाणेकरांसारखा कुशल अभिनेताही भारावून गेला होता. 'तू पुण्यामुंबईकडे नाटकात येशील तर अनेकांची छुट्टी करशील,' अशी त्यांनी त्याची जाहीर वाहवा केली होती. तो युवराज आता शंभूराजांच्या भूमिकेत घुसला होता. तालमींनी जोर पकडलेला. ऐंशी टक्के भूमिका युवराजच्या जिभेवर बसलेली, तोवर औरंगजेबाच्या भूमिकेची ही अशुभ वार्ता रंगूच्या कानी पडली, तशी तीसुद्धा मनातून दुखावली गेली.

प्रश्न फडाच्या भवितव्याचा होता. त्यामुळे घाबरलेल्या गंगानेही रात्री बाकेभाऊला हळूच विचारलं, "शहेनशहा औरंग्याच्या रोलसाठी तुम्ही आधी दुसऱ्या कोणाला तरी हेरून ठेवलं होतं ना?"

"हो ऽ ऽ वगनाट्यातला अभिनयसम्राट रामकृष्ण बेंद्रीकर करणार होता हा रोल - लय गंमत आणली असती त्या वाघानं."

"मग, माशी कशात शिंकली ती?"

"चारच दिवसांमागं सांगावा आला-दवाखान्यात आजारी असलेल्या त्याच्या बायकोचं पोटाचं मोठं ऑपरेशन झालं-अचानक —"

"बाप रे. मग रामकृष्णभाऊ कधी मोकळे होणार?"

"अजून तीन महिन्यांची विश्रांती आणि उपचार सांगितलेत डॉक्टरनं."

गंगाचा आवाज बंद झाला. पुढच्या साऱ्या अडचणींचाही पाढा बाकेरावनं पत्नीसमोर वाचला.

ऐनवेळी इतक्या अवघड, बहुपेडी भूमिकेचं आव्हान कोणाला पेलवणार? बाकेरावनं सरळ आपल्या पार्टनरपुढे, गगनआप्पांसमोर हात जोडले होते, "आपण फडाचे मालक आहात, उत्कृष्ट खलनायक ही आपली आत्तापर्यंत ओळख आहे. त्यामुळे या अडचणीत आता तुम्हालाच औरंगजेब वठवावा लागेल."

"भाऊ, आजवर लय खेळलो, गड्या. आता मात्र ही गोष्ट माझ्याच्यानं जमायची नाही." आप्पांनी स्पष्ट नकार दिला.

"नाही कसं? बाहेरचे फडवाले, प्रयोगाचे कंत्राटदार, जत्रावाले सारेच मला खुळ्यात काढतात. बोलतात, घरात एवढा मोठा खलनायक असताना तुम्ही दारोदार भटकाताहात कशासाठी?"

"अरे भाऊ, संपलं आमचं तारुण्य, आता पासष्टी लागली..."

"औरंगजेबासाठी हेच वय परफेक्ट आहे, आप्पा."

"नाही रे भाऊ, त्या भूमिकेचा श्वास खूप मोठा आहे. अन् मुख्य म्हणजे माझी तबियत पहिल्यासारखी साथ देत नाही. एकदा खेळ सुरू झाले अन् मध्येच काही प्रॉब्लेम मागे लागला की नुकसान सर्वांचंच होणार." गगनआप्पा सपशेल माघार घेत बोलले होते.

मुळात बेंद्रीकरच्या नकारघंटेनं बाकेरावचा मूड खराब केलेला. त्यानं अनेक नटांची चाचपणी सुरू केली. एवढ्या बड्या रोलच्या अपेक्षेनं बाहेरच्या फडातले अनेक गुणवान नट उड्या मारत या फडात यायला तयारे होते; पण त्या सर्वांचे पाय या आधीच कुठल्या ना कुठल्या फडाबरोबर झालेल्या करारानं बांधले गेले होते. त्यात दुसऱ्यांचे खेळ बंद पाडून आपलं लोकनाट्य रंगवणं ही गोष्ट भाऊ आणि आप्पा या दोघांच्या मनाला पटत नव्हती. दसऱ्यापासून सुरू होणारा

तमाशाचा नवा सीझन अगदी तोंडावर येऊन ठेपलेला. त्यातच 'असा झुंजला महाराष्ट्र माझा'ची गरम हवा सगळीकडे वाहत होती. अनेक जत्रा बुक झालेल्या. सुपाऱ्यावर सुपाऱ्या चालून येत होत्या. अन् दौरा पुढे ढकलण्याच्या कल्पनेनं बाकेरावच्या पोटात भीतीचा गोळा उठत होता.

एके रात्री थकलेले बाकेराव झोपायला निघालेले. त्यापूर्वी शतपावलीच्या निमित्तानं ते बाहेर पडले. तालीम हॉलच्या पलीकडे तमाशाचे ट्रक ओळीनं उभे होते, तेवढ्यात त्यांना ट्रकच्या पलीकडून सुंदर डायलॉगबाजी आणि तिला मिळणारा चेकाळता प्रतिसाद ऐकू आला. तिथे काय घडतं आहे, ते सहज पाहावं म्हणून बाकेराव काही पावलं पुढे चालत गेले.

उभ्या असलेल्या ट्रकांपलीकडे कंपनीचे सर्व सहा ड्रायव्हर, अधिक बदलीवाले क्लिनर, चायवाला भैयाजी, सोनदाढ म्हातारीसह तीन-चार मुली आणि बरीच बिगारी पोरं असा तीस-पस्तीस जणांचा पुट्टा एकत्रित गोळा झालेला. एका पेट्रोमॅक्सच्या बत्तीच्या तांबूस उजेडात सारे रिंगण करून बसलेले. त्या सर्वांच्या समोर आपल्या हनुवटीवर छातीपर्यंत रुळणारी पांढरी दाढी चिकटवून मध्ये इस्माईल ड्रायव्हर उभा होता. तो आपल्या दोस्त लोकांपुढे औरंगजेबाचे डायलॉग फेकत त्यांच्यावर इम्प्रेशन मारत होता. वार्धक्यानं थकलेला, पण जिद्दी, कपटी, शहेनशहा औरंगजेब आपल्या काळजातील गुस्सा मोठ्या कळकळीनं ओकून टाकत होता. "ये अल्लाह, ऽऽ ये अल्लाह, ऽऽ पूरे नव बरस आके निकल गये। सह्याद्री के इस घाटी और वादियों में मै पागल के माफिक दर दर भटक रहा हूँ। कम्बख्त सिवाजी का बेटा नादान संभाजीने मुझे तेहसनेहस किया है परवरदिगार। इसी घने जंगलोंसे, पागल चट्टानोंसे और कुर्फ मरगठ्ठोंसे मुझे बचा लो अल्लाह, ऽऽ"

आधीच वार्धक्याने जर्जर झालेला तो शहेनशहा. त्यात संभाजीराजांच्या जबरदस्त प्रतिकारानं त्याच्या जेरीस आलेल्या फौजा. पराभवाच्या भीतीनं मोडून गेलेलं त्याचं मन. इस्माईल चाचाच्या मुखातून तापल्या तव्यावरच्या लाह्यांसारखे शब्द फुटत होते. तेथे जमलेले सर्वजण त्याला हुर्यो हुर्यो करून प्रतिसाद देत होते. मोठी बहार उडाली होती. बऱ्याच उशिरानं काही जणांच्या लक्षात आलं, की आपल्या शेजारी फडमालक बाकेराव उभे आहेत. तो सुगावा लागताच सर्व ड्रायव्हर आणि बिगारी पोरं तेथून धूम पळून गेली.

पोलिसांच्या कचाट्यात सापडलेल्या चोरासारखा इस्माईल भीतीनं थरथरला. तो हात जोडत क्षमायाचना करत बोलला, "हुजूर, गलती माफ कर दो। मी जाणूनबुजून गुन्हा नाय केला. या बच्चे लोगांनीच मला घोड्यावर बसवलं."

"अजून तुला कोणकोणते डायलॉग येतात?" बाकेराव.

"क... कोणाचे?"

"याच वगातले.... औरंगजेबाचे?"

"त... तसे ऐंशी टक्के जिभेवर आहेत, थोडे या भूमिकेपेक्षा लागून लागून असलेले संभाजीचे डायलॉगसुद्धा जिभेवर रुळलेत."

बाकेरावनी त्याला आपल्यासोबत निघायची खूण केली. कुर्बानीसाठी नेताना बकरा जसा पाठीमागे पाय ओढतो, तसा इस्माईल कावराबावरा होत कसाबसा चालला होता. नव्या वगाची आपण बाहेर नक्कल आणि चेष्टामस्करी करत आहोत, कंपनीची हकनाक बदनामी करत आहोत, या कारणावरून बाकेभाऊ आपणाला नोकरीतून काढून तर टाकणार नाही ना, अशा भीतीनं इस्माईलला कापरं भरलं होतं. बाकेभाऊंनी रात्रीचाच तालीम हॉल उघडला, काही मोजक्या लोकांच्या साक्षीनं इस्माईलची परीक्षा घेतली. त्यानं सांगितलेली गोष्ट खरी निघाली. औरंगजेबाचे नव्वद टक्के डायलॉग त्या गब्रूच्या जिभेवर होते. आता बाकेरावच्या डोक्यात प्रकाश पडला. त्यांचा लाडका ड्रायव्हर इस्माईल तालीम हॉलमध्ये रात्रभर त्यांचं ढुंगण का सोडायचा नाही. तिथे रोवलेल्या एखाद्या खांबासारखा तो तालमीचं निरीक्षण करत तासन्‌तास कशासाठी बसायचा!

इस्माईलचे हिंदी आणि उर्दू उच्चार स्वच्छ होते. स्वभाव धाडसी होता. जिंदगीमध्ये काहीतरी वेगळं करून दाखवायची त्याची जिद्द आणि ऊर्मी लपत नव्हती. भाऊंना त्याच्याबद्दल खात्री पटली. त्याची जी वाक्यं सपाट जायची, त्यात भावनेचे रंग कसे भरावेत, भूमिका कशी जिवंत करावी, त्या साऱ्या क्लृप्त्या बाकेभाऊ त्याला शिकवत होते. इस्माईल मोठ्या जागरूकपणे ते धडे गिरवत होता. औरंगजेबाच्या लिबासामध्ये सहज घुसत होता.

त्या तालीम हॉलमध्ये इस्माईलबरोबर मध्यरात्र कशी उलटली, ते समजलं नाही. जेव्हा पहाट झाली. तेव्हा बाकेभाऊ खूप आनंदी दिसू लागले. त्याच प्रसन्न मनोवस्थेत त्यांनी गंगाबाईंना आणि पलीकडच्या खोलीतून रंगकलीला बोलावून घेतलं. पुन्हा इस्माईलला निवडक संवाद म्हणायला सांगितले. तो आता मोठ्या आत्मविश्वासानं आणि सफाईनं पुढे चालला होता. आपल्या परसदारातच परीस सापडावा, असा आनंद बाकेभाऊंना झालेला. बाहेर झुंजूमुंजू झालं. झाडावरच्या पाखरांचा किलबिलाट सरून गेला, तेव्हाच बाकेभाऊ थोड्याशा विश्रांतीसाठी आपल्या खोलीकडे वळले.

त्या दिवशी दुपारी पुन्हा तालमी सुरू झाल्या. त्या नव्या बातमीनं खऱ्या अर्थी अनेकांची झोप उडवली होती. 'इस्माईल ड्रायव्हर नट झाला,' 'त्यानं पहिल्या झूटलाच औरंगजेब गिळला' असं अनेकजण बोलू लागले. तालीम हॉलच्या सभोवती गच्च गर्दी गोळा झाली होती. दुपारी युवराजच्या कानांवरही ती कागाळी गेली. "आपल्या कंपनीतल्या एका फडतूस ड्रायव्हरला भाऊ औरंगजेब

बनवायला निघालेत. कावळ्याच्या अंगावर गरुडाचा पिसारा चढवायला चाललेत.'' दुपारी तिथे येताना युवराज मनातून खट्टू होता. ''इस्माईलसारख्या येड्यासंगे पेढा खाऊन माझ्या करिअरचा बट्ट्याबोळ तर व्हायचा नाही ना?'' अशा भीतीनं त्याच्या काळजाला भोसका पडलेला.

इस्माईल, संभाजी बनलेल्या युवराजसमोर पहिल्या दोन डायलॉगलाच काय तो चाचपडला; पण पुन्हा त्यानं जी टॉप गिअरमध्ये गाडी काढली, ती अध्येमध्ये कुठे थांबलीच नाही. त्याचं सादरीकरण पाहून युवराजसह सर्वांचीच बोलती बंद झाली. बाकेभाऊंनी खुशीनं बिड्या ओढायला सुरुवात केली. सायंकाळपर्यंत तालीम चालूच होती. अचानक बाकेची नजर समोर गेली. तेथे पाठीमागच्या बाजूला येऊन गगनआप्पा गुपचूप उभे असल्याचं दिसलं. त्यांच्या कपाळावर आठ्यांचं जाळं होतं. मुळात गगनराव म्हणजे कंपनीतील एक थंडगार दहशत. कोणाकडून काही चूक घडली, तर त्यानं सरळ आपला हिसाब करून घेऊन कंपनीतून बाहेर पडायचं. बाकेरावनी इस्माईलला हळूच डोळा मारला. तेवढा इशारा त्याला पुरेसा होता. आप्पांनीसुद्धा खलनायक रंगवण्यात आपली निम्मी हयात वेचली होती. तालमीस उभ्या राहिलेल्या इस्माईलचं त्यांनी खूप बारकाईनं निरीक्षण केलं. फक्त अर्धा तास घालवला, तेव्हा त्यांच्या कपाळावरच्या आठ्या मावळून गेल्या. त्यांनी बाकेरावचा तळहात खुशीनं दाबला. 'चाललंय ते चालू दे' अशी मूक संमती देऊन ते मोठ्या समाधानानं हॉलबाहेर पडले.

आप्पांच्या मागोमाग लबकछबक चालीनं चारूस्वामी धावत निघाला. तो मोठ्या काळजीनं बोलला, ''आय्योयो,ऽऽ आप्पास्वामी! माकडाच्या हातात काकडा आणि ड्रायव्हरच्या हातामंधी औरंगजेबाचं स्टेअरिंग दिलं की पचका की वो ऽ''

''त्यात तुझ्या बापाचं काय जातंय रे, स्वामी?'' आप्पा.

''म्हणजे वो?''

''अरे, हा इस्माईल चालला तर आम्ही म्हणू कचऱ्याच्या भावात औरंगजेब मिळाला रे! दुर्दैवानं वग कोसळला तर नुकसानीची अमाउंट बाकेभाऊच्या हिसाबातनं काढून घेऊ.''

चारूस्वामी आपल्या अती ब्रेनबाज धन्याकडे बघतच उभा राहिला; मात्र गगनआप्पा मोठ्या समाधानानं बोलले, ''पण तू हवं तर लिहून घे गड्या. बिचारा इस्माईल असेना का मूळ ड्रायव्हर; पण त्याच्या अंगातला नटाचा जलवा काही कमी नाही बरं.''

सायंकाळी तालीम संपवून युवराज निघाला. तोही खुषीत दिसत होता. इस्माईलनं त्याच्या डोक्यात उगवलेल्या प्रश्नांचा कोळसिंदा पार जाळून काढला होता. युवराजनं मुक्कामी अंघोळ आणि देवपूजा उरकली. जवळच्या कऱ्हाडच्या

तळावरसुद्धा तमाशाचे तीन कॅम्प उतरले होते. तिकडची काही नटमंडळी फटफटीवरून मुद्दाम युवराजला भेटायला आली. त्यांच्याही कानी इस्माईल ड्रायव्हरची गोष्ट गेली होती. नव्हे, काही तासांतच इकडे-तिकडे फोनाफोनी होऊन निम्म्या महाराष्ट्रात तमाशाच्या दुनियेत बोंब उठली होती, ''त्या बाके गगनचं डोकं फिरलंय. आपल्या एका फालतू ड्रायव्हरला ते रडून मारून औरंगजेब बनवायला निघालेत.''

रात्री पिता पिता जमलेल्या मित्रांनीही युवराजला चिमटे काढून त्याला भडकविण्याचा प्रयत्न केला, ''बघ बाबा, तू तुझ्या भवितव्याचा विचार केलेला बरा. जर हे वगनाट्य दुर्दैवानं आपटलं तर बाहेर कोणी तुला कुत्रं विचारणार नाही. लोक बोंबा मारतील की, याची लायकी फक्त फालतू ड्रायव्हरसंगे तोंडाला रंग लावायची आहे.''

त्या रात्री बाकेभाऊ मात्र खूप खुशीत होते. इस्माईलच्या निमित्तानं एक अनमोल हिरा गवसल्याचा त्यांना आनंद वाटत होता. त्याच कैफात ते रंगकलीच्या मिठीमध्ये विरघळून गेले.

गावाकडच्या कॅम्पवर असलं की, भल्या पहाटे पाचला जागं व्हायचं. रेडिओवरची अभंगवाणी ऐकायची, त्यांची नेहमीची सवय. रोजच्यासारखा भैयाजी गरमागरम वाफाळल्या चहाचा कप घेऊन त्यांच्या समोर उभा राहिला; पण कुजल्या पिंपळपानासारख्या त्याच्या तोंडावरच्या दुःखी रेषा बघून भाऊंचं मन चरकलं. एवढ्यात भैयाजी घोगऱ्या सुरात बोलला, ''भाऊ, क्या बोलू? कल रात सब उलटाफुलटा हुयेला है।''

''काय भानगड रे?'' बाकेभाऊ थरथरले.

''आपल्या कंपनीतले सातही ड्रायव्हर और एक टेम्परवारी.... सभी ड्रायव्हर लोगों की पूरी अवलाद देर राततक युवराजजीके खेमे में जा बैठी थी। फुल टाईट में।''

''कशासाठी रे?'' बाकेराव चक्रावले.

''वो तो बेहेस कर रहे थे। इस सीजन में संभाजीवाला शो नही होगा तो भी कोई परवाह नही। लेकिन कोई ड्रायव्हर औरंगजेब का लिबास नही पहनेगा। हम ये ड्रामा रोकेंगे।''

''कारण?''

''वो कुछ पता नही।''

आपल्या कंपनीतल्या ड्रायव्हरांची ती बेबंदशाही ऐकून बाकेरावचं डोकं कमालीचं तडकलं. अशी हिम्मत ड्रायव्हर करतातच कसे? खरंतर इस्माईलच्या औरंगजेबाला गगनआप्पा कडाडून आडवे पडतील अशी भीती भाऊला वाटली होती; परंतु या अचानक उद्‌भवलेल्या नव्या वादळामुळे ते चांगलेच काळजीत पडले.

सकाळची पूजा आटोपून गंजीफ्रॉक आणि लुंगीवर बाकेभाऊ आपल्या हॉलमध्ये येऊन बसले. तेवढ्यात सकाळी सकाळी दिवसाचा गोंडा फुटायच्या आधीच युवराज दारात उगवला. बाकेरावांच्या पोटात धस्स झालं.

युवराज आल्याचं पाहून गंगा आणि रंगकलीही हॉलमध्ये गडबडीनं डोकावल्या. इस्माईलसारख्या नगण्य ड्रायव्हरला बादशहाच्या सिंहासनावर बसवल्याच्या रागापोटी युवराज कंपनी सोडून जाणार, याची आता सर्वांनाच खात्री झाली होती. युवराजच्या बंडाच्या आगीचा नेमका कसा भडका उडणार या काळजीत सारे होते; परंतु गुस्सा करण्याऐवजी युवराज भाऊंना हसून सांगू लागला, "रात्री आपल्या ड्रायव्हर लोकांना खूप शराब चढली होती. त्यामुळे ते सारे तरंगतच मला भेटायला आले होते. इस्माईलला बिलकूल औरंगजेब बनवू नका, अशा हट्टाला पेटले होते."

"का हो?"

"त्यांचं म्हणणं एकदा इस्माईल औरंगजेब बनला की, आपोआप आमचा बाप होणार. नटसम्राट बनून तो मोटारीत रुबाबात मागच्या सीटवर बसणार."

"पण त्यामुळे काय बिघडतंय—"

"त्यांच्या मते एखाद्या ड्रायव्हरचा ... मालक होण्याऐवजी हा तमाशाच बंद पडला अन् आमच्या नोकऱ्या गेल्या म्हणून असं काय बिघडणार आहे?"

"त्यांचं सोडा, तुम्ही काय ठरवलं आहे, युवराज?"

"असं कसं करता येईल, बाकेभाऊ? अवो, या दुनियेत नावगाव, यश,कीर्ती मिळण्यापूर्वी आपण सारेच निनावी दगड होतो. गरीब कलावंतानी आपली प्रगती करायचीच नाही का? असेच तिरस्काराचे दगडगोटे मारून आम्हाला कोणी पळवून लावलं असतं तर पुढे यशाची पायरी कशी सापडली असती?"

"वा युवराज! मानलं तुम्हाला," बाकेरावसह त्यांचं सारं घर आनंदित झालं.

"भाऊ,ऽऽ या इस्माईलच्या औरंगजेबासमोर मी माझा संभाजी रंगवणारच! त्यांच्यासारखा एक गरीब, पण गुणी कलाकार यशस्वी नट कसा होत नाही, तेच मलाही बघायचं आहे!"

२६

चालू मोसमात 'असा झुंजला महाराष्ट्र माझा' या लोकनाट्याच्या प्रयोगाला अफाट मागणी होती. चैती जत्रांमध्ये पुणे जिल्ह्याच्या ग्रामीण भागात एका गावात एका दिवसात दोन दोन खेळ लागायचे. रातची उशिरा दीड-दोन वाजता भैरवी व्हायची. लगेच उभ्या उभ्या हातावर भाकरी आणि कोरड्यास खायचं. तेवढ्यात

काहीजण लपून चपटी तोंडाला लावायचे. चरचरीत, अनेकदा कच्ची मळीचीच घोटायची अन् तसंच गोणपाटावर कलंडायचं.

सकाळी गावाजवळच्या नदीत जाऊन पाण्यात उड्या घ्यायच्या. बिगीद्यानं बैलं धुतल्यासारखी आपली अंगं धुवून घ्यायची. रात्री मथुरेच्या बाजारात खुद्द भगवान श्रीकृष्णाची टिंगल करणाऱ्या भर्जरी शालूतल्या त्या गवळणी, सकाळी उजाडताच तांब्या नाहीतर टमरेल घेऊन बाजूच्या उसात धावायच्या किंवा ओढ्याकाठच्या घायपाताच्या झाडीआड बसायच्या. पोट मोकळं करायच्या. अंगावर एखाद्या जुनेर पातळाचा परकवळा घ्यायच्या. तशाच नदीत किंवा ओढ्यात उघड्यावरच लगेच कावळ्यासारखी अंघोळ आटोपायच्या. पुन्हा चाफ्याच्या झाडाच्या बुंध्याजवळ बसायच्या. सहा इंची दर्पणात आपला मुखडा देखायच्या. ओठ रंगवून तोंडावर पावडरीचा लेप द्यायच्या. सकाळी नवाच्या ठोक्यालाच ढोलकी घुमायला लागायची. तशा पोरी पुन्हा गवळणी बनून देवळाजवळच्या फुपाट्यात नाचायला लागायच्या.

रातचे आणि दिवसांचेही खेळ दणक्यात बुक झालेले. एखाद्या गावात तमाशा मंडळाचे ट्रक जाऊन पोचले की, सभोवती अफाट गर्दी उडायची. दहा-दहा किलोमीटरवरून रसिक पायी चालत, कोणी मोटारसायकल, बैलगाड्या, ट्रॅक्टर अशा मिळेल त्या वाहनांतून धावून यायचे. जिथे फड उभा राहायचा, त्याच्या आसपास दूरदूरवर पार्किंगला जागा मिळायची नाही. 'असा झुंजला महाराष्ट्र माझा'ने नुसती उसळी घेतलेली. अनेक रसिकांनी त्या महानाट्याचे चार चार वेळा खेळ बघितलेले; परंतु तरीही त्यांची तहान भागत नव्हती.

एकदा तमाशा उभा राहिला की चटकन गणगवळण संपायची. बतावणीमध्ये विनोदमूर्ती बाकेराव लोकांना खळखळून हसवायचा. नंतर वगाची नांदी सुरू व्हायची. त्या लोकनाट्यात औरंगजेबाकडे चाकरीला असलेलं विनोदी पात्र दिलखुशखान बाकेराव रंगवायचा. आरंभी विनोदाचे बहारदार फवारे तो उडवून द्यायचा. त्यानंतरचं पुढचं सारं लोकनाट्य ताब्यात जायचं ते शहेनशहा औरंगजेब आणि शिवपुत्र संभाजींच्या.

मोठ्या ईर्षेने युवराज पाटणेला बाकेराव दुसऱ्याच्या फडातून घेऊन आला होता, त्याच्यासाठी त्याने भुर्दंडही सोसला होता; मात्र युवराजनं त्या अपेक्षांचं सोनं केलं होतं. या आधी शंभूराजांच्या जीवननाट्यावर मायमराठीत सत्तराहून अधिक नाटकं येऊन गेली होती. अनेक दिग्गज, ज्येष्ठ कलावंतांनी संभाजी राजांचं पात्र रंगवलं होतं; मात्र युवराजसारख्या मातीतल्या लोककलावंताने उभा केलेला शंभूराजा भलताच खुलून दिसत होता. त्या बंडखोर राजपुत्राच्या अंगातील ऊर्जा, त्याचा संघर्ष आणि दिल्लीकर औरंगजेब बादशहाशी त्याने उभा केलेला

जीवनसंघर्ष युवराज अप्रतिम उभा करत होता, असं रसिक बोलत होते.

धीरगंभीर, बंडखोर तरीही शिवरायांसारख्या युगप्रवर्तक पित्याबद्दल कमालीचा हळवा असणारा तो राजपुत्र. आपल्या कौटुंबिक जीवनात सोनचाफ्याचा सुगंध जपणारा आणि रणांगणावर आगीतून फुटलेल्या उखळी तोफेसारखा लाव्हा ओतणारा संभाजीराजा. अगदी पहिल्या प्रयोगापासून युवराजच्या रक्तात शंभूराजा पुरा भिनला होता. त्यामुळे त्या वगनाट्याचा आलेख डोंगराच्या शेंडीकडे धावणाऱ्या रानवेलीसारखा चढताच राहिला होता.

एखाद्या नव्या जत्रेत तमाशा मंडळाची बस जाऊन पोचायचा अवकाश. लगेच तिच्याभोवती रसिकांची झुंबड उडायची. जेव्हा निमुळत्या दाढीचा आणि घाऱ्या, पाणीदार डोळ्यांचा, गोरागोमटा युवराज दमदार पावलं टाकत बसमधून खाली उतरायचा, तेव्हा आजूबाजूने जमलेले सारे रसिक आणि पोरंसोरंसुद्धा जोरदार टाळ्या वाजवून त्याचं स्वागत करायचे. "आला रे, संभाजी आला ऽऽ"

तमाशाचा फड म्हणजे अश्लील चाळे, बाष्कळ विनोद आणि थिल्लरपणा अशी त्या लोककलेची आजवर बदनामी झाली होती. त्यामुळे स्त्रियांनी तमाशा बघायचा नाही, हा एक अलिखित नियमच बनला होता; परंतु युवराजच्या संभाजीराजाचा गावखेड्यात खूप गवगवा झाला होता. त्यामुळे सुरुवातीची गणगौळण आणि रंगबाजीचा चावटपणा संपेपर्यंत स्त्रिया आणि मुली एखाद्या घराच्या पल्याड बराच वेळ तिष्ठत उभ्या राहायच्या. इकडे एकदा शंभूराजांच्या वगनाट्याचा शिलकार सुरू झाला की, चमत्कार घडायचा. बायाबापड्यांच्या झुंडीच्या झुंडी मधमाश्यांच्या फुटलेल्या पोळ्यांसारख्या तमाशाच्या कनातीत घुसायच्या. शंभूराजांना बघायला बेफाम गर्दी उडायची.

त्या भूमिकेनं युवराजला तर प्रसिद्धीच्या टोकावर नेऊन ठेवलं होतं. त्याच्याभोवती इतकी गर्दी उडायची की, त्याला मेकअप करायलाही उसंत मिळायची नाही. त्याची लोकप्रियता व दरारा बघून कंपनीनं खास त्याच्यासाठी वेगळ्या राहुटीची व्यवस्था केली होती. त्याच्या पहाऱ्यासाठी वेगळी माणसं ठेवली होती.

आरशासमोर रंगभूषेला बसण्याआधी युवराज अनेकांसारखा व्याधी आणि विकारांनी पोखरलेला एक सामान्य मनुष्य दिसायचा; मात्र एकदा त्याच्या चेहऱ्याला रंग लागला, त्याने अंगावर मखमली अंगरखा चढवला, कमरेला जरीचा दाबपट्टा बांधून गळ्यामध्ये सुवर्णालंकार व कवड्यांच्या माळा घातल्या की, जणू साक्षात देवी भवानीच त्याच्या अंगात शिरायची. तो नखशिखांत बदलून जायचा. कपाळावर रेखलेली अर्ध चंद्रकोर, बोलके तेजस्वी डोळे, अभिमानानं फुलणारी चौडी छाती अन् चेहऱ्यावरचा अधिकच लालसर होत जाणारा रंग, तलावातल्या कमळफुलांच्या ताटव्यावर सूर्याची पहिली किरणं बागडावीत, तसा तो कमालीचा तेजाळ दिसायचा.

मर्दानी सुरसुरीचं वारं त्याच्या अंगात भिनायला लागायचं.

त्या तशा स्थितीत तो जेव्हा दिमाखदार चालीनं बोर्डावर यायचा, तसे शेकडो प्रेक्षक जागेवर उठून 'जय शंभूराजा, जय शंभूराजा' अशा ललकाऱ्या द्यायचे. अनेक वेडे भक्त पुढे धावत जाऊन त्याच्या मोजडीवर माथा ठेवायचे. रंगभूषा आणि वेशभूषेनंतर युवराज इतका तेजस्वी आणि राजस दिसायचा की, मघापासून त्याला रंगवणारे कपडेपटातले आणि मेकअप डिपार्टमेंटचे सर्वजण साक्षात शंभूराजा समजून त्याचं दर्शन घ्यायचे. एकूणच, युवराज पाटणे म्हणजे तीनशे वर्षांचा प्रवास पार करून डोळ्यांसमोर येऊन उभा ठाकलेला मूर्तिमंत शंभूराजाच वाटायचा.

शिवपुत्र शंभूराजांशी खऱ्या अर्थी बोर्डावरही टक्कर द्यायचा तो इस्माईल शेखनं उभा केलेला औरंगजेब. मुळात इस्माईल मध्यम उंचीचा, किडकिड्या शरीराचा आणि दिसायला एखाद्या युरोपिअन मनुष्याप्रमाणे गाजरासारखा लालबुंद इसम. जेव्हा तो आपल्या गालावर उलट्या वळणाची गाली, कापसासारखी पांढरी छातीपर्यंत रुळणारी लंबी दाढी चिकटवायचा. त्याच्या घाऱ्या डोळ्यांच्या कडांभोवती जेव्हा हलकासा काळसर रंग रेखला जायचा, तेव्हा त्याचे भेदक डोळे चमकून उठायचे. अंगावर शहेनशहाचा लिबास चढविल्यावर त्याच्या अंगातून पाझरणारी औरंगजेबाची मस्ती आणि चिकाटी सळसळून उठून दिसायची, तेव्हा पब्लिक खूश व्हायचं. मानेला स्प्रिंग बसविल्यासारखी जेव्हा त्याची मुंडी एका बाजूला तिरपी होऊन एकसारखी डुगूडुगू हलत राहायची, तेव्हा त्याचा तो नखरा आणि पारा बघून प्रेक्षक भलतेच खूश व्हायचे. आपसात बोलायचे, "आयला, हे पात्र भलतंच पातकी आणि घातकी दिसतं, राव."

"होय रे, खरा ओरिजनल औरंगजेबसुद्धा इतका खतरनाक आणि भयानक नसेल, बाबा."

सातारा जिल्ह्याच्या पूर्व पट्ट्यातील म्हसवडची सिद्धेश्वराची यात्रा खच्चून भरली होती. काही लाखांची गर्दी असलेल्या त्या यात्रेचं मुख्य आकर्षण बनलं होतं, ते बाकेराव-गगनराव तमाशा मंडळाचा 'असा झुंजला महाराष्ट्र माझा' हे लोकनाट्य. जत्रेत या वगासाठी कमालीची उत्सुकता होती. कोरड्या माण नदीच्या वाळवंटात प्रचंड विस्ताराची कनात आधीच उभारून ठेवलेली होती. सायंकाळपासून तिकीट विक्री सुरू झाली. अवघ्या एका तासाच्या आत रसिकांच्या प्रचंड गर्दीनं कनातीच्या आतली सारी जागा भरून गेली.

जेवढी गर्दी आत गोळा झाली होती, तेवढीच प्रचंड झुंबड अजून बुकिंगच्या ट्रकांच्या पलीकडे उभी होती. तो हातखंडा वग बघायला हजारो लोक उतावीळ होते. तेवढ्यात तिकिटं संपल्याचा बोर्ड बाहेर लटकावला गेला; मात्र मघापासून तिकिटाच्या

लायनीला रेंगाळत उभे असलेले रसिक तिथून मागे हटायला तयार होईनात.

बाहेर उसळलेल्या त्या गर्दीच्या लाटा बघून मॅनेजमेंटच्या पोरांची फेफे उडाली. धोतराचा काचा सावरत चारूस्वामी आणि बाहेरची प्रचंड गर्दी पाहून घाबरलेले पोलीस बाकेरावच्या राहुटीत जाऊन धडकले. चारूस्वामी घाबरून बोलला, "वो मालक, पहिलं तुम्ही बाहेर चला वो. तिकिटं संपली; पण पब्लिक मागं जायचं नाय म्हणतं वो." उसळत्या गर्दीच्या लाटांशी सामना कसा करायचा? अशी रसिकांची बेकाबू गर्दी आणि गर्दीत घुसलेला वाघ या दोन्ही गोष्टी धोकादायक असतात. पालीच्या जत्रेत अशाच बिथरलेल्या रसिकांनी वगसम्राट दादू इंदूरकरांचा कनात-तंबू जाळून टाकला होता. त्या गरीब कलावंताला रस्त्यावर आणलं होतं.

जेव्हा बाकेराव बुकिंग काउंटरजवळ येऊन पोचला, तेव्हा त्याच्या कल्पनेपल्याडची ती तुडुंब गर्दी पाहून त्याच्याही पोटात भीतीचा गोळा उठला. त्याच स्थितीत तो एका ट्रकच्या बॉनेटवर चढला. त्याने रसिकांच्या थडीकडे पाहत सर्वांना नम्रपणे हात जोडले, "मायबाप हो, ऽऽ आज नाय तिकिटं मिळाली, वांदा ना; पण उद्या रात्री बरोबर आठ वाजता जरूर या. ऽऽ"

"नाही नाही ... आत्ताच आणि आजच वग व्हायला पाहिजे," लोक ओरडू लागले.

"कसं शक्य आहे ते, देवा? आत कनातीत शिरायला मुंगीलाबी जागा नाही. तर तुम्ही कुठं बसणार? कृपा करा. उद्या या."

"नाही. ऽऽ आजच, आत्ताच."

बाकेराव चमकला. गर्दीला तोंड द्यायचा त्याला जन्मभराचा अनुभव होता; मात्र आजच्या गर्दीचं चलिंदर काही वेगळंच होतं. लोक इंचभरही मागे हटायला तयार नव्हते. तेव्हा बाकेराव अजिजीनं बोलला, "मायबाप हो, दुसरा खेळ करायचा म्हटलं तरी कसं शक्य आहे आज? हा आताचा आठचा खेळ संपायला रात्रीचा एक वाजेल. त्यानंतर होणाऱ्या दुसऱ्या खेळासाठी तुम्ही थांबणार आहात का?"

"हो, हो, का नाही?"

"त्यासाठीच तर आम्ही दहा दहा मैलावरनं पळत आलोय," दुसरा एक गट गर्जू लागला.

लोकांची ती उसळती गर्दी पाहून बंदोबस्ताचे पोलीसही पुरते गांगरून गेले होते. त्यांच्याकडे पुरेसे लोक नव्हते. सुदैवानं आज मामलेदारांचा कॅम्प म्हसवडलाच होता. पोलीस इन्स्पेक्टरने तालुका मॅजिस्ट्रेटची मनधरणी सुरू केली, "रावसाहेब, दुसऱ्या खेळाला परवानगी मिळाली नाही तर होणारी दंगल आटोक्यात येणार

नाय.'' वरिष्ठ पातळीवर चर्चा झाली. मंजुरीही मिळाली; परंतु पाठोपाठ एका रात्रीत होणाऱ्या त्या खेळांचा ताण कलाकारांना झेपेल का, अशी शंका व्यक्त झाली. प्रयोगात संभाजीराजांचा रोल करणाऱ्या युवराजवर भारी प्रेशर होतं. वगाच्या अखेरीच्या रणगर्जना, औरंगजेबाला ललकारणं, आप्तस्वकीयांच्या दगाबाजीवर राजांनी व्यक्त केलेली पश्चात्तापदग्ध मोठाली स्वगतं... त्या भूमिकेच्या भावभावनेचा तो विचित्र कल्लोळ व्यक्त करताना युवराज बेहोश व्हायचा. घामानं अक्षरश: निथळून निघायचा. खेळ संपल्यावर त्याचं डोकं अर्धा तास ठणकायचं. त्याला काही काळ स्वत:ला एकांतात कोंडून घ्यावं लागायचं. अशा परिस्थितीत लागोपाठ दोन खेळांची कसरत करणं शक्य नव्हतं.

काळजीत पडलेला बाकेराव युवराजच्या राहुटीत जाऊन त्याच्या कानाशी लागला, ''बाहेर समिंदरासारखी गर्दी उसळलीय. मागे जायचं लोक नाव घेईनात. कशीतरी हातापाया पडून डिपार्टमेंटवाल्यांकडून एका रातीसाठी दोन खेळांची मंजुरी मिळवली आहे खरं—पण राजा, ही सारी तकलीफ झेपेल का तुला?''

''भाऊ ऽऽ'' त्या भूमिकेच्या ऐतिहासिक कैफातच युवराजने उत्तर देऊन टाकलं, ''साक्षात शिवपुत्राच्या वादळी भूमिकेची ही सुवर्ण ढाल मिरवताना प्रसंगी या किंचित मनुष्यास स्टेजवर जर मौत आली तर ते आम्ही आमचं अहोभाग्यच समजू!''

युवराजच्या त्या होकारात्मक उत्तराने बाकेरावना भरून आलं.

गण संपला. गवळणही पेटत्या कापरासारखी भर्रकन उडून गेली. बाकेरावनी बतावणी व रंगबाजी आवरती घेतली. ऐतिहासिक 'असा झुंजला महाराष्ट्र माझा'च्या शिलकाराचा सनई-चौघडा वाजू लागला. एकाच वेळी कडाडती ढोलकी, झणझणते कडे आणि मांगहलगीचा दणका सुरू झाला.

तुताऱ्यांनी गगनभेदी आरोळ्या दिल्या. बॅकग्राउंडला ढाली-तलवारींचा घणघणता आवाज घुमला. झीलकऱ्यांनी कानावर हात ठेवला. अन् गोविंद पेरीडकर उंच पहाडी आवाजात वगाची नांदी गाऊ लागला,

''शिवाजी जैसा राजा युगबहाद्दुर
जसा महाभारती वीर, कीर्ती दूर दूर
त्याच्या पोटी शंभू बाळ हिरा शेरास सव्वाशेर
बाळ जन्माचा हाले पाळणा, चौघडा पुरंदरावर
आग्र्यामंधी सपान शहेनशाला, त्याचा उतरला नूर
या अल्लाह करीत गिल्ला, ज्योतिषी सारे कासावीस
बोलती पातशहाला, मराठा मुलखी, वनवास तुला वर्ष सत्तावीस

इकडं चौघडा झडला, पातशाह तिथं पलंगावरनं खाली पडला
प्रकार कसा घडला, पुढला
मर्दाचा छावा आस्मानाशी भिडला, सांगतो तुम्हाला ऽऽ
दाजी रं जी रं दाजी जी जी...''

त्या महानाट्याच्या आरंभीचा बगिचा खुशामतखान झालेल्या बाकेरावनं आपल्या हास्यानं फुलवला, जंजिऱ्याचा अजिंक्य किल्ला जिंकायला निघालेले शंभूराजे. ते राजापुरीजवळ वेशांतर करतात. एका सामान्य मावळ्याचं रूप घेऊन खुशबुजान तवायफच्या मैफिलीत जाऊन बसतात. आतापर्यंत रंगकलीनं करारी महाराणी येसूबाईची भूमिका निभावली होती. तिनं झटकन पाठीमागे जाऊन आपलं रंगरूप बदललं. ती संपूर्णतः दुसऱ्या टोकाच्या भूमिकेत खुशबू तवायफच्या अंतरंगात घुसली. तिच्या पावलांत पहिलंच चाळांचं चांदणं नांदत होतं. त्यामुळेच तिनं खुशबुजानचं लाजवाब नृत्यही तितक्याच ताकदीनं पेश केलं.

लोकनाट्य उत्तरार्धाकडे सरकू लागलं. अन् मग एखाद्या अभिनेत्यानं एखादी भूमिका जगणं म्हणजे काय असतं याची प्रचिती युवराजच्या अंगाप्रत्यांगातून प्रकट होऊ लागली. त्याचे चाहते 'स्टेजवर असा संभाजी पुन्हा जन्माला येणार नाही' अशी उघड तारीफ करू लागले. शंभूराजांच्या भूमिकेतील उत्तम संवादांची जबरी शब्दफेक हे तर युवराजचं वैशिष्ट्य होतं. आपल्या त्या दरबारातील बडे अंमलदार आणि कारभारी जेव्हा पुढे भ्रष्ट होतात, तेव्हा त्यांच्यावर खवळलेले शंभूराजे त्यांना करारा सवाल करतात, ''जर मंदिरातल्या पुजाऱ्यानीच गाभाऱ्यातील देव जुन्या बाजारात स्वस्तात विक्रीस काढले, जर जन्मदात्या मातेनंच आपल्या पोरीला.... स्वतःच्या रक्ताच्या गोळ्याला गुलामांच्या बाजारात नेलं, बटिक म्हणून तिचा लिलाव मांडला, तसे तुम्ही शिवप्रभूंच्या दरबारातले खंदे वीर वतनाच्या शिळ्या तुकड्यासाठी स्वराज्याची शकलं करायला निघालात, तर सामान्य मावळ्यांनी पाहायचं तरी कोणाच्या तोंडाकडे?'' अशा शब्दांत कारभाऱ्यांची कानउघाडणी करणारा युवराजचा संभाजी पेटत्या वणव्यासारखा लालेलाल दिसायचा. ''दातात चघळून खायला आमचा सह्याद्रीचा पर्वत म्हणजे तुम्हाला काय उसाचं कांडं वाटलं?'' अशा शब्दफेकीतला युवराजचा सात्त्विक संताप केवळ पाहण्यासारखा असायचा.

युवराजच्या रक्तपेशीत शंभूराजे असे खोलवर घुसले होते की, त्यानं एखाद्यावर सहज रोखलेले डोळे पाषाणभेदी वाटायचे.

विशेषतः आलमगीर पातशहाशी शेवटचा मुकाबला करताना संभाजीरूपी युवराज रसरसत्या ऊर्जेनं वाफाळून निघायचा. त्याच्या श्वासाची वाढती धार, तो

घामाघूम झालेला चेहरा, त्याच्या रक्तामध्ये कारंजासारख्या नाचणाऱ्या बंडखोरीच्या त्या लाटा... ते दृश्य बघताना डोळ्यांचं पारणं फिटायचं.

अन् ती भीमा नदीकाठची अवसेची काळोखी रात्र. जिथे शंभूराजांना खांबाशी जखडून बांधलं जातं. ट्रिक सीनची प्रकाशझोतांची योग्य ती रचना केली जायची. ज्यामध्ये शंभूराजांचं मुंडकं तलवारीनं उडवलं जायचं. गडद काळ्या-तांबड्या प्रकाशझोतातला अंगाचा थरकाप उडवणारा तो देखावा.

ते महानाट्य संपताच भैरवी सुरू व्हायची, तेव्हा युवराजची अशी विचित्र दारुण अवस्था व्हायची. उभ्या पाषाणावर टकरा घेऊन जखमी सिंह जसा जागीच गुरगुरत पडून राहावा, तसं त्याचं अंग पेटलेलं असायचं. त्याला दाबून धरायला, आटोक्यात आणायला तीन-चार लोक लागायचे. त्या भूमिकेच्या अमलातून, ट्रान्समधून बाहेर पडताना युवराजला खूप त्रास होत होता. भैरवी संपून पडदा पडला, तरी रसिक कनातीमध्ये उभे होते. 'संभाजीराजे की जय' अशा घोषणा देत होते.

संभाजी ही आता युवराजची हातखंडी भूमिका बनली होतीच; पण म्हसवडच्या जत्रेत त्याला तोडीस तोड दिली होती ती इस्माईल शेखच्या औरंजेबनं. मंचावरचा बुड्ढा चवळीच्या शेंगेसारखा, शेलकाट्या अंगाचा, छातीपर्यंत पांढऱ्या घोळदार दाढीचा शेपटा मिरवणारा, मराठ्याचं नाव कानी पडताच संतापानं थरथरत जागीच तुरुतुरु धावणारा, भेदक आणि संशयी घाऱ्या डोळ्यांचा औरंगजेब उभा करताना इस्माईलनं कमाल केली होती.

"ला, इल्लाही इल्लला, महमद इलाही रसुलील्ला, तेरे बंदे को रोशनी दे अल्लाह ऽ ऽ इस कंबख्त सीवाजी के बच्चे संभाने हमे तंग कर दिया है अल्लाह ऽ ऽ," असे संतापी फूत्कार टाकत झाडाला विळखा घालणाऱ्या अजगरासारखा स्टेजवर वळवळणारा इस्माईलचा शहेनशहा औरंगजेब रसिक मनाला खूप भावत होता.

युवराजसारखा मुरब्बी कलाकारही त्याच्यासमोर इस्माईलरूपी औरंगजेब आला की, सावध राहायचा; कारण त्या दुष्ट पातशहाच्या भूमिकेला आवश्यक असं रसायन अल्लानं इस्माईलला बहाल केलं आहे, याची जाणीव युवराजला झाली होती. त्यामुळेच त्याच्या बरोबरच्या प्रवेशामध्ये तो खूप जागृत असायचा. आपण थोडे जरी कमी पडलो, तरी औरंगजेबाची भूमिका आपणाला खाऊन टाकेल, अशी रास्त भीती त्याला वाटायची.

त्या रात्रीचा दुसरा प्रयोग रात्री दोन वाजता सुरू झाला होता. भैरवीनंतर युवराजनं मोठ्या कौशल्यानं स्वत:ला पूर्वपदावर आणलं होतं. आरंभीचा उमद्या मनाचा शंभूराजा त्यानी नेटक्या शैलीत उभा केला होता. पुन्हा संघर्षाचा कठीण

रस्ता पकडला होता.

जेव्हा त्या महानाट्याचा अखेरचा प्रवेश सुरू झाला, तेव्हा अंधाराचा पडदा फाटून दिवसाचा सोनेरी गोंडा उगवू लागला होता. कनातीच्या पोटातील दहा हजार प्रेक्षकांचे वीस हजार डोळे लख्ख उघडे होते, नव्हे, माळामुरडाच्या दलित, पददलित, भटक्या, कमशिक्षित अन् अर्धउपाशी बहुजनांनी साकारलेलं ते महानाट्य बघताना सर्वांचेच डोळे दिपून गेले होते.

शंभूराजांची औरंगजेबाकडून होणारी ती निर्घृण हत्या, त्यांचे पवित्र बलिदान बघताना वाहता वाराही कारुण्याच्या रसात डुंबून गेला होता. बंदोबस्तावरचे पोलीसही अनावर दुःखाने आपले डोळे पुसत होते. यात्रा कमिटीचे कार्यकर्ते, छोटे-मोठे दुकानदार अन् हजारो स्त्री-पुरुष खूप हळवे बनल्याचे दिसत होते.

आज भैरवीला उगवत्या सूर्यनारायणानं हजेरी लावली होती. एकदाचा तमाशा सुटला. बाकेराव आणि गगनरावांच्या भोवती पाचसहाशे रसिकांनी अभिनंदनासाठी मोठी गर्दी केली. युवराजच्या राहुटीला तर पोलिसी छावणीचं स्वरूप आलं होतं. तितक्यात पलीकडून कंपनीचे सहा-सात ड्रायव्हर भोकाड पसरल्यासारखा मोठ्याने रडवा सूर काढत पुढे आले. त्यातल्या दोघांनी स्वतःच्या पायातली पायताणं काढून हाती घेतली. ती बाकेभाऊंकडे सरकवत ते रडत बोलले, "हे घ्या भाऊ ऽ ऽ पहिल्यांदा यानं आमची थोबाडं रंगवून काढा."

"काय झालं रे?"

"माफ करा. आमच्यातला इस्माईलसारखा हिरा, चमकता तुरा, एवढा दांडगा नटसम्राट आम्ही ओळखू शकलो नाही, हीच बडी गलती झाली."

सारे ड्रायव्हर पुढं धावले. त्यांनी इस्माईलला आचुता उचलून तसाच वर धरला. जत्रेत ज्योतिबाची पालखी उचलून गुलाल-खोबऱ्याच्या वर्षावात नाचवावी, तसं त्याला नाचवायला सुरुवात केली. आडवंतिडवं ओरडून त्यांनी खूप दंगा आणि हैदोस केला. ती मिरवणूक ड्रायव्हर लोकांनी बाजूला नेली. तोवर गबदुल्या अंगापिंडाचे दुसरे चार तमाशा फडमालक पुढे झाले. त्यांच्या हातामध्ये भाऊ आणि आप्पांच्या सत्कारासाठी लंबे हार आणि डोळ्यांत कृतज्ञतेचं पाणी तरळत होतं. त्यापैकी एकानं बाकेभाऊची पाठ थोपटत उद्‌गार काढले, "अरे भाऊ, तुमच्या नावावर अजूनही रग्गड बुकिंग होत असताना तुम्ही संभाजीचा वग निवडलात. स्वतः बडे नट असूनही युवराजसारख्या दुसऱ्या अभिनेत्याला डोक्यावर घेऊन नाचलात. तुमच्या मनाचा केवढा हा मोठेपणा! तुम्हीच खरे कलासेवक!"

आणखी काहीजण पुढे होत बोलले, "अन् तुमच्या औरंगजेब बनलेल्या त्या इस्माईल ड्रायव्हरनं काय कमाल करून सोडली राव! पण खरं कौतुक वाटतं ते तुमच्या धाडसाचंच. तुमचा ह्यो औरंगजेब थोडा जरी गडबडला असता तरी

तुमच्या वगाचं गाडं एका बगलेवर कोलमडलं असतं. अन् या महागड्या शोच्या उभारणीसाठी तुम्ही काढलेलं कर्ज निदान तुमच्या या हयातीत तरी फिटलं नसतं.''

सद्‌गदित झालेले बाकीचे ड्रायव्हर, कलावंत, बिगारी अशा साऱ्यांनीच त्या दोन्ही फड मालकांभोवती गर्दी केली. सारेजणच अपूर्वाईनं भोवतीनं गोळा झाले. बाकेभाऊंचं अभिनंदन करत बोलले, ''वा भाऊ, तुमचा चतुरपणा आणि दिलदारी कामी आली. साध्या कचऱ्यातनं तुम्ही बरोबर हिरा शोधून काढलात. त्या गरीब इम्साईलला नटसम्राट बनवलात. या अशा मातीतनं उभ्या राहणाऱ्या गरिबांचे आशीर्वाद वाया जायचे नाहीत. यापुढं पण देव तुम्हाला भरभरून यश देईल.''

२७

''आप्पा, पुन्हा एकदा हातात तुकारामाच्या टाळ-चिपळ्या घ्याव्यात असं मनोमन वाटत बघा.'' बाकेभाऊ बोलले.

''पुन्हा एकदा?''

''हो, रंगकलीबाईंचीही तशी इच्छा आहेच; पण खरं सांगू आप्पा, तो वग सादर करताना मलाच वैकुंठाच्या वेशीवर जाऊन पोचल्यासारखं वाटतं. अंगात भक्तिभावाची सुरसुरी भरून येते!''

अलीकडे संभाजीचा वग भरपेट कमाई करून देत होता. त्यामुळे गगनआप्पाही भलतेच खूश होते. स्टेजवरच्या बाकेभाऊंच्या करामतीचाही त्यांना अंदाज होताच. सर्व गोष्टींचा विचार करत ते मोठ्या आनंदानं बोलले, ''संभाजी जोरात आहेच. त्याच्या जोडीला होऊन जाऊ दे तुकाराम. नाहीतर रोज रोज तोच वग लावायचा तर युवराजवर भारी इमोशनल प्रेशर येतं, तेवढाच रिलीफ मिळेल.''

काही वर्षांमागे नांदेड घोडेगावच्या महायात्रेत रंगकलीने भाऊंचा तुकाराम बघितला होता, तेव्हाचं ते तिचं अल्लड वय. साऱ्या गोष्टी आता स्मरणात नव्हत्या; मात्र तोच रोल बाकेभाऊ पुन्हा करणार या कल्पनेनं ती खूप भारावून गेली होती. तेव्हाची ती बाकेभाऊंच्या चेहऱ्यावरची मृदुता, पावित्र्य आणि त्या वैराग्याच्या छटा तिला आठवत होत्या.

'तुकाराम' सुरू होणार या बातमीनेच फडात चैतन्याचा मळा फुलला. तमाशा मंडळात या आधी 'संत चोखोबा', 'संत ज्ञानेश्वर' अशी आणखी काही भक्तिप्रधान वगनाट्यंही येऊन गेली होती. हुशार बाकेभाऊंनी आपल्या गावच्या पंचक्रोशीतील निवडक भजनी गायक आणि वादकांची मुद्दाम कंपनीत भरती

केलेली. ती सारी मंडळी आनंदाने तरंगू लागली; कारण यापुढे 'तुकाराम'च्या निमित्तानं खेळाच्या सुरुवातीला फक्त गणगवळणीमध्येच ढोलकी वाजणार, पुढे रात्रभर टाळ-चिपळ्यांची आणि मृदंगाची मांदियाळी जमणार.

एके दिवशी राहुटीत रंगूच्या छबू आणि इतर काही मैत्रिणी गोळा झाल्या. त्या नाखुशीने फसकल्या, "हे बघ बाई, आधी कंपनीत 'संभाजी' सुरू आहेच. आता 'तुकाराम'बी येणार. मग तुझं गं कसं होणार?"

"माझं म्हणजे?"

"अगं ते बडे बडे नट आन त्या मोठ्या मोठ्या भूमिका! सारं मार्कीट तेच लोक खाऊन रिकामे होणार. बाकेभाऊ तर ती भूमिका एखाद्यानं उसाचं कांडं चघळून खावं तशी पिळून काढतात, पब्लिकवर जादूटोणा करतात. मग तुझ्यासारख्या नृत्याच्या बिजलीचं अन् अभिनयाच्या जादुगारणीचं काय गं?"

"तू तशीच पडणार का कंपनीत भिजत आन कुजत?" दुसरीनं विचारलं.

"नाही गं, बाकेभाऊंचा तो स्वर्गीय 'तुकाराम' बघायला मी किती उत्सुक आहे म्हणून सांगू."

"बघ बाई, तशीच बाजूला राहशील अन् एक दिवस दिवटीसारखी विझून जाशील."

"कुणाच्या ध्यानातसुद्धा राहणार नाहीस. ना अता ना पता."

मैत्रिणींचे ते टोमणे ऐकताना रंगू कासावीस झाली. ती झटकन फणकाऱ्यानं बोलली, "हे बघा, तुम्ही रंगकली आणि बाकेराव असा दुजाभाव करत असाल तर सपस्ट ऐका — आम्ही दोघंबी म्हणजे एक जीव आणि एक प्राण!"

"आत्ता गं?"

"हो ना, आमच्या दोघांच्या प्रीतीमंदी आन कीर्तीमंदी कोणाची किती भागीदारी आहे, या गोष्टीची उगाच उठाठेव करत बसू नका. जे काही त्यांचं असेल ते माझं आणि जे माझं ते पुरंच्या पुरं त्यांचंच बरं!"

उत्साहानं आलेल्या सर्व मैत्रिणी खाली मुंड्या घालून निघून गेल्या.

एके दिवशी आप्पांनी भाऊंना आपल्या राहुटीत बोलावून घेतलं, तेव्हा सावलीसारखी रंगू सोबत होतीच. गरम चहाचा घोट रिचवत आप्पा बोलले, "भाऊ, मी नाट्यशास्त्र जाणणाऱ्या एका ज्ञानी व्यक्तीकडून ऐकलंय बरं. कसलेल्या नटांना आपल्या तोंडावरचा मुखवटा सहज बदलता येतो. अनेक भूमिकांचे रंग पुसता येतात; पण एकदा एखाद्याने चेहऱ्यावर विदूषकाचा मुखवटा चढवला तर मात्र तो त्याला पुन्हा कधीच उतरवता येत नाही!"

"ते का बरं?"

"कारण, देवाच्या मूर्तीवर चांदीचा किंवा सोन्याचा मुखवटा खिळे मारून

ठोकून बसवतात ना, तसा विदूषक पब्लिकच्या काळजात कायमचा रुतून बसतो.''

बाकेभाऊ आणि रंगकलीने एकमेकांकडे थंड्या, घाबऱ्या नजरेनं बघितलं. भाऊंच्या पोटातल्या भीतीच्या गोळ्यानं हळूच कूस बदलली. त्यांनी खिन्नपणे विचारलं, ''ते 'नाट्यवचन' तुम्हाला नेमकं आजच अन् आत्ताच का आठवलं हो?''

''आपलं सहजच. म्हणजे असं की, बाकेराव बागणीकर हे नाव जिभेवर घेताच डोळ्यांपुढं उभा राहतो तमाशा क्षेत्रातला एक जातिवंत सोंगाड्या! किंवा दुसऱ्या शब्दात विनोदसम्राट. जसे आपले दादोबा इंदूरीकर, काळूबाळू, दत्ता महाडिक, गुलाबमामा बोरगावकर, गुणवंता बडे, जयवंता सावळजकर, नांदवळकरांचे विश्वासराव किंवा खेडकरांचा रघू वगैरे वगैरे.''

''तुम्ही भलतंच काय बोलता, आप्पा? काय झालंय काय तुम्हाला? याच आपल्या फडात तुकारामबुवांची भूमिका मी कळसाला नेऊन ठेवलीय, असं मी नव्हे उभा महाराष्ट्र मानतो! पण आजच ही उफराटी दिमडी तुम्ही कशी काय वाजवायला निघालात हो?''

कमालीच्या थंडपणानं आप्पांनी सुपारीचं खांड आपल्या दाढेखाली धरलं आणि पटकन सांगूनही टाकलं, ''हे बघा, आजकाल आपल्या कंपनीत मलाच नव्हे तर सर्वांना असंच वाटतं — या पुढे तुम्ही 'तुकाराम' करू नये.''

''काय बोलता?'' डोक्यावर लाकडी खांब कोसळावा तसा बाकेभाऊंचा आवाज चिरकला.

रंगकली आणि बाकेभाऊ त्या निर्णयानं चक्रावले. त्यांनी बेचैनीने आजूबाजूला नजर टाकली, तेव्हा त्या ठिकाणी अनेक कलावंत आधीच गोळा झाले आहेत, त्या सर्वांच्या चेहऱ्यावर हास्य आहे. एवढंच नव्हे तर त्यांना गगनआप्पांचं बोलणंही मान्य असल्याची धक्कादायक जाणीव झाली.

आप्पांचे ते बोलणं ऐकून मात्र रंगकली मुळ्या उखडलेल्या रानवेलीसारखी तितरबितर झाली. नागिणीने आपला फणा जमिनीवर आपटावा तशी ती कडाडली, ''अहो आप्पा ऽ हे भलतंच काय बोलता? भाऊंनी तुकारामाचा रोल करायचा नाही म्हणजे एखाद्या मोरानं आपला पिसारा कापून टाकायचा आणि कोकिळेनं आपला कंठ विसरून काय कावळ्यांना गाणं गायला सांगायचं? हा सगळा कावेबाजीचा, अन् घातपाताचा प्रकार आहे.''

''अहो बाई, थांबा थांबा—''

''बोलूच नका, आप्पा. कंपनीत काय शिजतंय, कसं शिजतंय या गोष्टी आम्हाला समजत नाहीत असं वाटतं की काय तुम्हाला?''

''रंगू, तू गप बस बरं,'' बाकेभाऊ हळूच बोलले.

"अहो बाई ऽ तुम्ही भाऊंच्या आयुष्यात कालपरवा आला असाल; पण भाऊंची आणि माझी उमलत्या वयातली मैत्री आहे. जेव्हा आम्ही रस्त्यानं भटकत होतो, पोटातली भूक जाळायला चणेफुटाणे खात होतो ना तेव्हापासूनची आमची ही यारीदोस्ती. तुम्ही थोड्या शांत बसा."

आप्पांच्या बैठकीतल्या चढत्या सुरापुढे इतरांना गप्प बसावं लागलं. तुणतुण्याची खुंटी ढिली करावी, तशी आवाजाची तार कमी करत आप्पा भाऊंना बोलले, "अहो बाकेराव, आपल्या महालात हत्ती कशासाठी आणतात? मिरवणुकीत नाचवायला की उगाच खुंट्याला बांधून बसवायला?"

"समजलो नाही, आप्पा." बाकेराव.

"त्या युवराज पाटणेसारख्या महागड्या हत्तीला आपल्या कंपनीत हट्टाने कोण घेऊन आलं? तुम्हीच ना?"

"म्हणजे काय?"

"त्याला उगाच म्हशीसारखा जागेवर बसवायचा का?"

"अहो आप्पा, जे असेल ते स्पष्ट सांगां."

"भाऊ ऽ, सारं डोळ्यांना उघड दिसत असताना ते तू ॲक्सेप्ट का करत नाहीस?"

"म्हणजे काय?"

"विदुषकी चाळे म्हातारपणातच अधिक शोभून दिसतात. तो आपला हक्काचा प्रांत सोडून तुकोबारायाच्या गंभीर भूमिकेचा रंग लावायचा कशाला उपद्व्याप करता? त्या भूमिकेसाठी युवराज आहे ना आपल्याकडे."

आपल्याच तमाशा फडात असा एखादा वाईट दिवस उगवेल, जो तुम्ही ताकदीचे नट नव्हेत, भूमिका सोडा, असं सांगेल, असं स्वप्न बाकेभाऊंना कधीच पडलं नव्हतं. आप्पांच्या राहुटीतून बाहेर पडताना आपल्या फडात आपल्याच विरोधात एवढं कटकारस्थान रचलं गेलं आहे. विरोधकांनी एक प्रकारे आपल्यावर बंदी हुकूमच लागू केला आहे, याची पुरती जाणीव भाऊंना झाली. तसा त्यांना जागीच दरदरून घाम फुटला होता. भाऊंच्यावर झालेल्या त्या छुप्या हल्ल्याने रंगकली तर काचेच्या गरम तुकड्यासारखी तडकून गेली होती.

कंपनीत वारंच फिरल्यासारखं झालेलं. हळूच युवराज नावाची कौतुकाने आणलेली ती सोन्याची बेडी व्यवहारी आप्पाने बाकेरावच्याच गळ्यात बांधली, तेव्हा बाके आणि रंगूचाही नाइलाज झाला.

आजवर कंपनीमध्ये पंधरा-सोळा लोकनाट्यं बसवली गेली होती. त्याच्या दोन दोन महिने तालमी चालायच्या; मात्र त्यामध्ये स्वत:ची भूमिका असेल तरच गगनआप्पा तालमीच्या हॉलमध्ये यायचे. इतर वेळी अजिबात फिरकायचे नाहीत.

अलीकडे तर त्यांनी व्यवस्थापनाकडे जास्त लक्ष दिल्याने ते स्टेज करत नव्हते; परंतु आता मात्र कंपनीत वेगळीच हवा वाहू लागली. तालमीच्या जागी सकाळपासून ते संध्याकाळपर्यंत गगनआप्पा खुर्ची टाकून बसायचे. तुकारामात पूर्वी ते तुंबाजीचा रोल करायचे, तो त्यांनी आता मुद्दाम मागून घेतला होता; मात्र स्वत:ची तालीम संपली तरी ते तिथं तासन्तास बसून राहायचे. बऱ्याचदा युवराजला एकांतात बोलवायचे. ठासून सांगायचे, "युवराज! गड्या तुझा तुकाराम असा फाकडू झाला पायजेल की, कधी काळी हाच रोल बाकेभाऊ करत होते याचा विसर पब्लिकला पडला पाहिजे. तू जर लोकांच्या मनातला त्याचा 'तुकाराम' पुसून काढशील तर तुझ्या मनगटात बक्षिसी म्हणून मी सोन्याचं कडं बांधेन."

वगातले तुकारामांचे अभंग युवराजनेच गावेत असं आप्पा आणि मंडळींना वाटत होतं; परंतु दुर्दैवानं युवराजचा आवाज इतका बेसुरा होता की, तो ऐकून आप्पांनाही आपल्या शेंडीत जाळ झाल्यासारखं वाटलं. शेवटी आप्पांनी तोडगा काढला, "युवराज बोर्डावर जाईल. माईकसमोर उभा राहून फक्त ओठ हलवायचा अभिनय करेल. पार्श्वगायक दुसरा घेऊ."

"पण पार्श्वगायन करणार कोण?" रामकृष्णाचा प्रश्न.

"हा प्रश्न आपल्या कंपनीत विचारलाच कसा जाऊ शकतो? भाऊंच्या जिभेवर तुकोबाचे अभंग आहेतच; पण तशा तोडीचा दुसरा गायक नट कोण सापडणार तुम्हाला?" रंगकलीने विचारलं.

आप्पांनीही ती सूचना मान्य केली. खरं तर आप्पा आणि त्यांच्या दोस्तांना, तरुण पोरांच्या पुट्ट्याला युवराजला हाताशी धरून कारस्थानी इतिहास घडवायचा होता. काही करून कंपनीतलं एक श्रेष्ठ कलावंत या नात्यानं असलेलं भाऊंचं वर्चस्व आणि त्यांची दादागिरी मोडून काढायची होती. थोडक्यात, बाकेरावांची जिरवायची होती.

कंपनीत काय चालू आहे याचा पुरा अंदाज रंगकली आणि बाकेभाऊंना आला होता. युवराज कितीही उत्तम नट असला तरी तुकोबांची भूमिका बाकेभाऊंच्या हाडामांसाचा आणि ध्यासाश्वासाचा एक भाग बनली होती. शिवाय त्याचे शेकड्यानी भरगच्च प्रयोग महाराष्ट्रभर झाले होते. युवराजला मान देण्याच्या नादात बाकेभाऊंना अपमानित केलं जातंय याची टोचणी रंगूच्या मनाला खूप वेदना देऊन जात होती. ती बाकेभाऊंना बोलली, "कंपनीतले तुमचे सारे यारदोस्त उलट्या काळजाचे असले तरी माझा भरवसा रसिक जनतेवर आहे. तुम्ही बघत राहा. सरतेशेवटी तुमच्याच तुकारामासाठी जनता जीव ओवाळून टाकेल."

"रंगू, तसंच काही समजू नकोस. पब्लिकचीही भूक वेगळी असू शकते. त्यांना बदल हवा असतो, आपण काय करणार?"

तुकारामाचा नव्या संचातला पहिला प्रयोग साताऱ्याजवळ गगनआप्पांच्या कवठेगावी मुद्दाम ठेवला गेला. शंभूराजांच्या भूमिकेमुळेही युवराजचं नाव अनेक खेड्यापाड्यांत झालं होतं. त्याचा नवा प्रेक्षकवर्गही तयार झालेला. त्यामुळेच युवराजसारखा व्यासंगी आणि प्रतिभावंत नट 'तुकारामा'त कोणते नवे रंग भरणार याचीही रसिकांना उत्सुकता लागली होती.

कवठ्याच्या शाळेच्या ग्राउंडवर रात्री नवाचा प्रयोग होता; परंतु साडेसात ते आठ या दरम्यानच कनात भरून गेली. रसिकांची तोबा गर्दी उडालेली. हा प्रयोग उत्तम, नेटका व्हावा म्हणून आप्पा आणि स्वतः बाकेभाऊही दिवसभर उभे होते. तुकोबाच्या टाळ-चिपळ्या, शास्त्रीपंडितांच्या उंचेल्या पुणेरी पगड्या अशी सर्व वस्त्रं पारखून घेतली.

रंगकली मात्र नाराज होती. आपल्यावरील तिचं निर्व्याज्य प्रेम हेच त्या मागचं कारण असल्याचं बाकेभाऊंना ठाऊक होतं. रंगू जवळ येऊन हळूच बोलली, "दिलवर, तुमच्याशिवाय तुकाराम ही कल्पनाच मनाला पटत नाही."

"हे बघ रंगू, ही आपल्या सत्त्वपरीक्षेची वेळ आहे. येईल ती मानहानी असो वा दुःख, ते सोसायलाच हवं."

"पण तुम्ही तुकाराम नाही म्हणजे—?"

"हे बघ एवढंही आपल्या स्वार्थावर प्रेम करू नकोस. समजा आपल्यापेक्षाही कोणी अन्य नट त्या भूमिकेत गहिरे रंग भरणार असेल तर ते स्वीकारायचीही दिलदारी आपण दाखवायला हवी."

उत्तम ट्रिक सीन सादर करण्यामध्ये बाकेराव आणि गगनआप्पाच्या फडाची खूप प्रसिद्धी होती. जेव्हा रामेश्वरभटांसारखे लोक तुकारामांना छळतात, त्यांना अभंगरचनेचा अधिकार नाही, असा निर्णय देतात. तुकोबांना त्यांनी लिहिलेल्या अभंगाची बाडं इंद्रायणीच्या डोहात फेकून द्यायला भाग पाडतात, तेव्हा इंद्रायणीच देवतेचं रूप धारण करते. तुकारामांना त्यांची अभंगगाथा परत आणून देते. हा देखावा मंचावर सादर व्हायचा. त्यासाठी जी प्रकाशयोजनेची किमया केली जायची, त्यातून प्रेक्षकांना तमाशाच्या बोर्डावर नदीचं झुळझुळतं पाणी दिसू लागायचं. वगनाट्याच्या शेवटी देवलोकातून गरुडाचं विमान यायचं. तुकोबाला ते वैकुंठी घेऊन जायचं. हा सीनसुद्धा मोठ्या कौशल्याने उभारलेला होता. प्रत्यक्ष लोकनाट्य सुरू होण्यापूर्वी ते विमान, त्याला जोडलेली जाड लांबीची तार, शेवटी तंबूच्या टोकापर्यंत उंच अशी बनवलेली यारी, त्याच्या चाकपट्ट्या भाऊंनी बघून घेतल्या. पंचवीस कलाकार, तंत्रज्ञ व बिगारी यांना एकत्रित घेऊन गरुड विमानाच्या वैकुंठ रोहणाची (गमनाची) एकवार ट्रायल घेतली. सर्व यंत्रे तपासली.

समोरच्या रसिकांच्या गर्दीत अनेक नव्या-जुन्या खोडांचा समावेश होता. त्या

अभ्यासू आणि जाणत्या रसिकांनी कधीकाळी माधवराव नगरकर, दिवेकर मास्तर, रायकर मास्तर आणि दत्ता महाडिक यांनी उभा केलेला तुकारामाचा वगही पाहिलेला होता. त्या साऱ्यांचे डोळे आज युवराजच्या अभिनयासाठी आसुसले होते.

आज सकाळी ऐनवेळी पडद्यामागे एक नाटक घडून गेलं होतं. या आधी अनेकांनी गगनआप्पांना ऐकवलं होतं, ''पब्लिकला बाकेभाऊंच्या कंठातल्या अभंगाची आणि किनऱ्या आवाजाची सवय झाली आहे. उत्तम गायकीसाठी तर बाकेभाऊवर उड्या पडतात'' लोकांचे ते अभिप्राय ऐकून आप्पांचा मेंदू बिनसला होता. बाकेभाऊंचा झेंडा खाली पाडण्याच्या नादात त्यांना नको नको त्या शंका ग्रासून टाकत होत्या. त्यांनी चारूस्वामीला विचारलं, ''काय रे, स्टेजवर जरी युवराज असला, तरी पाठीमागे बाकेराव खूप जोरकस गायला लागला तर समोरच्या युवराजचा अभिनय फिक्का नाय का पडायचा?''

''तसं नाय घडायचं. तो पट्टीचा नट की वो.''

''अन् समज, तसंच काही घडलं तर?''

''मग सारा विचकाच होईल की वो. आपुन एवढी पळापळ करायची तरीबी बाकेचं नाक वरच असा प्रकार होईल वो.''

''म्हणूनच रिस्क कशाला घ्या? आपल्या युवराजवर त्या बाकेभाऊची सावलीच नको.'' आप्पा निर्धारानं बोलले.

''तर मग गाणार कोण?''

''विनू पेटकर नावाचा एक नवा गायक मी तयार केलाय.''

''मग होऊन जाऊ दे, आप्पा. आज रातच्याला भाऊच्या तोंडावरचा सगळाच रंग उडणार की वो.''

रात्री नऊच्या ठोक्याला हलगी आणि ढोलकीचा ढंगदार सामना रंगला. गणगवळण आणि बतावणीही जोरात प्रभाव पाडून गेली. तुकारामाच्या वगाची नांदी गाण्यासाठी रामकृष्ण बेंद्रीकर आणि झिलकरी मंडळी आपले रंगीत फेटे उडवत स्टेजवर आली. वगाच्या नेमाधर्मानुसार पहिल्यांदा टाळ आणि मृदंगाचा गजर रंगला. मग उंच आवाजात रामकृष्ण गाऊ लागला,

''ऐका ऽ ऽ देहुगावची सांगतो हकिगत,
तुकाराम कुणबी होता तिथं राहत -''

शिलकार संपताच एकीकडून मंबाजी झालेला बाकेराव आणि तुंबाजी झालेले गगनआप्पा स्टेजवर आले. त्यांच्या डोक्यावरच्या भल्यादांडग्या पुणेरी पगड्या, अंगातल्या ढगळ लांब बाराबंदी, कमरेला घोळदार धोतर आणि पायामध्ये पुणेरी

जोडे अशा बेंगरूळी वेषातील ती जोडगोळी समोर येताच प्रेक्षकांत खसखस पिकली. आपल्या ओठावरच्या छपरी मिशा हलवत तुंबाजी झालेल्या गगनआप्पाने नाकातून लंबा सूर काढला, "रें ऽ ऽ तुक्या, काय रे ढोंगी तुक्या ऽ संस्कृत म्हणजे साक्षात देववाणी! त्यातली रहस्यं तू मराठीतून कसा सांगतोस? लोकांना का फसवतोस? गावंढळा, हा भलता अधिकार तुला ऽ दिलाच कोणी?"

त्याबरोबर युवराजरूपी तुकोबाने वीणा छेडली. अन् पाठीमागून माईकमधून विनू पेटकराने अभंग गायला सुरुवात केली. युवराजच्या फक्त ओठांच्या पाकळ्या हलू लागल्या,

"नामदेवे केले जागे,
स्वप्नामध्ये संगे पांडुरंगे येऊनिया,
सांगितले काम, करावे कवित्व
वेगळे निमित्त सांगू नये."

तो अभंग लाऊडस्पीकरमधून दुसरीकडूनच ऐकू येऊ लागला. युवराजचे ओठ फक्त यांत्रिकपणे हलत होते. तो अभंग बेंबीच्या देठातून वा काळजाच्या पाकळ्यांतून बाहेर पडत नव्हता. त्यामुळे युवराजच्या चेहऱ्यावरच्या रेषा फारशा हलताना दिसत नव्हत्या. त्याच्या देहातून गायकाची तल्लीनता किंवा विठूनामाच्या गजराची धुंदी प्रकट होत नव्हती. मुळात युवराजचा प्रवेश एखाद्या तगड्या, बहादूर लढवय्यासारखा झालेला. त्याच्या ठायी संतपुरुषाला शोभेल असं मृदुत्व अजिबात नव्हतं. त्याच्यातलं राजसवाणं रांगडेपण मात्र ठळक जाणवत होतं. जे तुकारामाऐवजी अलेक्झांडर, कर्ण, अर्जुन, राणा प्रताप किंवा शिवरायांच्या भूमिकेमध्ये चालून गेलं असतं. युवराजचं करारी व्यक्तिमत्त्वच तुकोबांच्या भूमिकेसाठी वैगुण्य ठरलं होतं. शिवाय अशी वेगळ्या बाजाची भूमिका स्वीकारण्याचं एखाद्या नटानं आव्हान स्वीकारलं तरी चालू शकतं; परंतु ते निभावताना जी जिवापाड मेहनत घ्यावी लागते, तसं इथं काहीच घडलं नव्हतं. त्यामुळे माईकमधून बाहेर येणारा एका दुबळ्या पापभीरू मनुष्याचा मृदू आवाज स्टेजवरच्या तगड्या युवराजला छेद देत होता.

ड्रायव्हरच्या हातून ताबा सुटलेली एखादी मोटार आणि वेगाने घरंगळीला लागलेला नाट्यप्रयोग कोणालाच आवरता येत नाही. एकीकडे अत्यंत मर्दानी, देखणा पण तुकारामांच्या सात्त्विक भूमिकेत शोभून न दिसणारा नट आणि जान हरवलेले त्याच्या कंठातले अभंग, हे नासलेल्या दुधासारखं प्रकरण प्रेक्षकांना पाहवेचना. त्यामुळे प्रेक्षकांमध्ये चुळबुळ सुरू झाली. वग हातातून निसटतो आहे हे कळताच बोर्डावरचे नट अधिकच गोंधळले. संवाद विसरू लागले. तसं

प्रेक्षकांच्या चुळबुळीला विराट स्वरूप आलं. खालून काही रसिक मोठ्याने आरोळ्या ठोकू लागले, ''काय हो, ही डुप्लिकेट दारू आणलीत कोठून?''

''मंडळी, शांत राहा, थोडा धीर धरा,'' माईकमधून गगनआप्पांचा आवाज घुमला.

''तुमचा हा निर्जीव तुकाराम नको आम्हाला. तो ओरिजनलच आणा. बोलवा त्याला स्टेजवर.'' अनेकांनी गिल्ला सुरू केला.

''न पेक्षा आमच्या तिकिटाचे पैसे परत करा.''

तंबूतला गदारोळ आवरता आवरेना. पडणारा प्रयोग सावरेना. नेहमी प्रेक्षकांना आपल्या भूमिकेच्या जादूने मुठीत घेणारा युवराज, तो समोरचा प्रेक्षकांचा सार्वत्रिक उठाव बघून अगदी अर्धमेला झाला.

व्यवस्थापनाची घाबरगुंडी उडाली. गोंधळ जर असाच वाढत राहिला तर प्रेक्षक कनात आणि तंबू पेटवायला मागे-पुढे पाहायचे नाहीत. तमाशाच्या सामानाचे दोन मोठे ट्रक, तीन छोटी वाहनं, कलाकारांच्या दोन बसेस, जनरेटर व्हॅन या साऱ्याचा कोळसा व्हायला वेळ लागणार नव्हता. घाबरलेले गगनआप्पा तोंडाला फेस येईपर्यंत ओरडले. रसिकांच्या हातापाया पडले; परंतु त्यांचं कोणी ऐकेना. तसे ते बाकेरावांकडे धावत गेले. त्यांचे मनगट पकडून गयावया करत बोलले, ''अरे भाऊ! तूच या खवळलेल्या पब्लिकला आवरू शकतोस. चल पळ लवकर. नाय तर आपल्या फडाची पुरी राखरांगोळी होईल रे.''

ती गंभीर परिस्थिती खूप धोक्याची होती. काही क्षण बाकेभाऊसुद्धा भीतीने थरथरले; पण त्याही परिस्थितीत त्यांनी स्वत:ला सावरलं. तोवर ड्रेसमन एक कुणबाऊ छापाचं धोतर घेऊन आला. भाऊंनी ते गडबडीनं कमरेभोवती गुंडाळलं. घाईनं डोक्यावर मुंडासं ठेवलं. ते स्टेजवर चढत असतानाच रामकृष्णनं त्यांच्या हाती चिपळ्या दिल्या. अन् समोर गदारोळामध्ये बुडून गेलेल्या प्रेक्षकांच्या कानावर आर्त सुरातील साद ऐकू आली,

''विठ्ठला ऽ ऽ विठ्ठला ऽ ऽ रे
तुला कुठे शोधू विठ्ठला
हो हो हो ऽ ऽ
माझा विठुराय मज भेटला
साताजन्मीचा काळोख मिटला
राऊळीचा देव आला, देऊळीचा देव आला
पुण्यवंत माझा देहू गाव, सुखाचा स्वर्ग झाला
रे विठ्ठला ऽ ऽ रे विठ्ठला ऽ ऽ''

बघता बघता चमत्कार झाला. जे हात दगड आणि ढेकूळ मारण्यासाठी शिवशिवत होते, त्याच हातांच्या टाळ-चिपळ्या बनल्या. बाहेर पडण्यासाठी उठलेले प्रेक्षक पटापट खाली बसू लागले. त्या कनवाळू शब्दांच्या जादूने त्यांच्या मस्तकातला संताप आणि राग कुठल्याकुठे पळवून नेला. बाकेरावांच्या मधाळ गायकीनं सारा तंबू भारून टाकला. काही मिनिटांच्या आतच तमाशाच्या कनातीचं एखाद्या मोठ्या मंदिराच्या गाभाऱ्यामध्ये रूपांतर झालं. समोरून चेकाळल्यासारखी दाद आली, ''वा रे वा ऽ याला म्हणायची गोड गाणी आणि मधाळ अभंगवाणी!''

''अरे बाकेभाऊ ऽ ऽ तुकोबाचा रोल करायलाच जन्माला आला आहेस रे बाबा.'' अनेकजण हसीखुशीने किंचाळले.

जमलेल्या प्रेक्षकांतून हाकाट्या सुरू झाल्या, ''तुकोबाचा वग तुम्ही पहिल्यापासनं करायचा. त्याशिवाय आम्ही इथून हलणारच नाही.''

समोरच्या चार-पाच हजार प्रेक्षकांनी निर्णय देऊन टाकला होता. विंगेच्या तोंडाशी बाकेभाऊंनी आप्पांशी गडबडीने उभ्या उभ्या चर्चा केली. पुन्हा स्टेजच्या मधोमध येऊन बाकेराव माईकमधून बोलू लागले, ''मायबाप हो! संतश्रेष्ठ तुकोबाराय म्हणजे केवढं भारी निर्मळ प्रकरण. आता तुमच्यापासनं काय चोरून ठेवायचं? काल रात्री आपून थोडी घेतली होती. तिचा अंश अजून रक्तात असलंच. तेव्हा आपल्या परवानगीनं पाठीमागं जातो. पंधरा मिनिटं लागतील अंघोळीला आणि तेवढीच देवपूजेला. अजून अर्धा तास थांबायची तुमची तयारी असेल तर मी तुकोबाची वीणा हातामध्ये घेऊन इंद्रायणीकाठी डाव मांडायचं धाडस करेन हो.''

''अरे जा गब्रू, तुझ्यासाठी आख्खी रात्र काढूनच आलोय आम्ही इथं.'' अनेक प्रेक्षक एकावेळी बोलू लागले.

वग एकदाचा सुरू झाला. मोहमायेची कोणतीही छाया अंगावर पडू न देणारे वैराग्यवृत्तीचे तुकोबा बाकेराव सादर करत होता. देहूजवळ भंडाऱ्याच्या डोंगरावर महाराज नामसंकीर्तनामध्ये मग्न राहायचे. 'लावण्य हे खरे दुःखाचे मूळ होय' अशी त्यांची धारणा. आपल्या अंगावर एखाद्या बाईची सावलीही पडू नये म्हणून ते काळजी घेत. स्त्रियांच्या पाषाणाच्या किंवा काष्ठाच्या अगर मातीच्याही मूर्ती डोळ्यांसमोर नकोत, अशी ते देवाकडे प्रार्थना करीत. जरी आगीने आपल्या अंगामध्ये साधुत्व धारण केलं, तरी तिचा पेट घेण्याचा मूळ धर्म नष्ट पावत नाही. त्याप्रमाणेच स्त्रियांचा सहवास मूलतः हानिकारकच. ते पटवून देताना तुकारामरूपी बाकेराव मोठे तल्लीन होऊन गात होते,

"स्त्रियांचा तो संग नको नारायणा
काष्ठा वा पाषाणा मृत्तिकेच्या
तुका म्हणे जरी, अग्नि झाला साधू
तरी पावे बाधू संगट्टणे!"

तुकारामांच्या नामसंकीर्तनाची तंद्री भंग पावावी यासाठी आळंदी आणि देहूतल्या काही चावट समाजकंटकांनी त्यांच्याकडे स्त्रियाही पाठविण्याचा आगाऊपणा केला होता. त्या मूळ कथेचा गाभा घेऊन वगनाट्यामध्ये अशाच एका अप्सरेच्या भूमिकेची पेरणी करण्यात आली होती.

त्या प्रसंगाच्या निमित्तानं बाकेराव आणि मंडळी आपल्या लोकनाट्यामध्ये भक्तिरस आणि शृंगारगीताची सुरेख जुगलबंदी सादर करत होते, तो नाट्य, नृत्य आणि गायकीच्या तिन्ही प्रवाहांचा सामना रंगमंचावर खूपच बहार उडवून देत होता. काहीही करून आपल्या सौंदर्याच्या बळावर तुकोबाला वश करण्यासाठी आलेली अप्सरा तथा रंगकली भन्नाट नृत्य करत होती. तपाला बसलेल्या तुकोबाभोवती गिरक्या घेत घुंगरांचा छनछनाट उडवून देत होती.

भक्तिरसात तल्लीन झालेले तुकोबा अप्सरेच्या नृत्याकडे दुर्लक्ष करत गात होते,

"इवलेसे रोप, लावियेले द्वारी
तयाचा वेलू गेला गगनावरी"

तेव्हा अप्सरा बनलेली रंगकली महाराजांचा समाधीभंग होण्यासाठी धडपडत होती. काहीशा उत्तान आणि शृंगारिक लावण्यगीतानं त्यांना भुलवण्यासाठी प्रयत्नांची पराकाष्ठा करत होती. तिच्या सर्वांगातून सौंदर्य आणि शृंगाराचे जसे काही झंकारच पाझरत होते,

"तहानलेली काया, आली प्रेमजली नहाया
थोडी नजर लावा राया, माझी तहानलेली काया
छत्तीस ढंगी, प्रीत की रंगी
एक फिरंगी प्यारा, मारी तो येरझारा

एक फिरंगी प्यारा, माझ्या भावमनीचा न्यारा
घ्या बाहूत गोड वारा, हंगाम जाईल वाया
धरा धरा कवळूनी राया.''

शेवटी तुकोबामय बाकेराव अप्सरेला सांगतात, ''साऱ्या परनारी आम्हाला रुक्मिणी मातेसमान दिसतात. रूप आहे, सौंदर्य आहे म्हणून त्याचा असा उघड बाजार कशाला मांडतेस? ते सारं क्षणभंगुर आहे. विसरून जा. हा पापी मार्ग सोडून दे. तरच तुला उद्धाराचा खरा रस्ता सापडेल—

''जाई ओ तुम्हा ते, न करी सायास
आम्ही विष्णुदास, तैसे नोहे
न साहवे मज, तुझे हे पतन
नको हे वचन, दुष्टा वदो.''

शेवटी अप्सरा तुकाराम महाराजांना शरण जाते. त्यांच्यासमोर नतमस्तक होऊन वैराग्याचा मार्ग धरते. तुकोबा तिच्या गळ्यात तुळशीची माळ घालतात.

अप्सरा आणि तुकोबाचा तो सीन त्या लोकनाट्यात अप्रतिम उंचीवर जाऊन पोचला होता. सारे प्रेक्षक भक्तिरसामध्ये तुडुंब भिजून गेले होते. त्यांच्या डोळ्यांसमोर बाकेराव बागणीकर नावाचा एक बेतासबात शिक्षण असलेला लोककलावंत आज साक्षात तुकारामच बनला होता. शेवटी तुकोबांना नेण्यासाठी देवलोकातून गरुडाचं विमान येतं. जेव्हा तुकोबा 'आम्ही जातो आमच्या गावा, आमचा राम-राम घ्यावा' असा अभंग आळवीत वैकुंठी जातात, त्या क्षणी लोकनाट्यानं गाठलेल्या उंचीला तोडच नव्हती.

गरुड विमानातून खाली उतरलेले बाकेराव तिथेच विंगेजवळ एका लाकडी खुर्चीवर बसले होते. त्यांच्या अंगातल्या त्या भूमिकेचा ज्वर अजून हटला नव्हता. अनेक भाबडे प्रेक्षक बाकेरावच्याच पायावर भक्तिभावानं माथा टेकत होते. तेवढ्यात त्या गर्दीला आपल्या बळकट हाताने बाजूला सारत युवराज पुढे धावत आला. त्याने थकून बसलेल्या तुकोबांना बघितलं. तशा त्याच्या डोळ्यांतून आसवांच्या धारा वाहू लागल्या. त्याने सरळ पुढे धाव घेऊन बाकेरावचे पाय पकडले. अत्यंत भारावल्या शब्दांत तो बोलला, ''वा गुरूमाउली ऽ! खरंच, याच भूमिकेसाठी आपण जन्म घेतला आहे.''

बाकेरावनी युवराजला उठवून प्रेमाने आलिंगन दिलं, तेव्हा आजूबाजूच्या कलाकारांनी व प्रेक्षकांनी टाळ्यांचा गजर केला. दुरून चारूस्वामी वाकड्या नजरेने ते दृष्य बघत होता. राहुटीत गेल्यावर तो गगनआप्पांना वैतागून बोलला,

"बघितलंत का वो? करावं ते सालं उलटंच होतंय."

"माझा तर सारा हिरमोड झालाय."

"म्हणूनच सांगतो आप्पा, या बाकेरावाला आपल्या फडातनं पळवून लावा."

"शहाणाच आहेस लेका. असा आर्टिस्ट सोडून तंबूत प्रेक्षकांच्या जागी कुत्री आणून बसवायचा विचार आहे काय रे तुझा?"

"झालं ऽ तुमची तर आवस्था धरलं तर चावतंय आन सोडलं तर पळतंय अशीच होते की वो."

"ते बाकी खरंय," आप्पा हसून बोलले.

२८

"छे! छे!! 'असा झुंजला महाराष्ट्र माझा'चा प्रयोग माझ्या मनासारखा काही अजून उठावदार होत नाही," बाकेरावने भसकन बोलून दाखवलं. तसा तिथे मोठ्या अप्रुपाने आलेल्या युवराज आणि रंगकलीचा चेहरा पडला. त्याचवेळी त्या दोघांना आतून धक्काही बसला. ज्या ऐतिहासिक वगनाट्याची सर्वत्र एवढी वाहवा चाललीय, तो नेमका बाकेभाऊंसारख्या फडमालकाच्या आणि कलावंताच्या पसंतीसच पडू नये याला काय म्हणावं."

रंगू आणि युवराज एकमेकांकडे बघत राहिले. त्यांचे पडके आणि नाराज चेहरे पाहून बाकेरावने परिस्थिती थोडी सावरण्याचा प्रयत्न केला, "तुमची डायलॉगबाजी, टायमिंग, अभिनयाची ऐट सारं काही फर्स्टक्लास आहे - पण एका गोष्टीची कमी राहते."

"कोणत्या?" युवराज.

"तुम्ही संभाजीराजे आणि महाराणी येसूबाईंचा लिबास परिधान करून जेव्हा स्टेजवर एकत्र येता, तेव्हा तुमचा अभिनय म्हणजे मुद्दाम जुळवून आणलेला नाटकीपणा न वाटता तो खऱ्याखुऱ्या जिंदगीचा जलवा वाटला पाहिजे."

"माफी असावी भाऊ, पण मी तरी काय करणार?" युवराज.

"का हो?"

"शेवटी रंगकलीबाई म्हणजे पडल्या आमच्या फडाच्या मालकीणबाई आणि तुमच्या धर्मपत्नी."

"म्हणून काय झालं?"

"त्यामुळे मोकळेपणावर थोडी मर्यादा येणारच."

"छे! छे!! असं कसं? जेव्हा त्या येसूबाईंच्या भूमिकेत स्टेजवर येतात,

तेव्हा त्या फडाची मालकीण न वाटता उभ्या महाराष्ट्राच्या महाराणी, एक प्रेमळ पत्नी आणि कर्तव्यदक्ष माता आणि धगधगत्या रणांगणातल्या तेजस्विनीही दिसल्या पाहिजेत.''

बाकेरावांचा तो कानमंत्र त्या दोघांनीही खूप मनावर घेतला. स्टेजवरच्या त्यांच्या मोकळेपणाने वावरण्यावर कमालीचा फरक दिसू लागला. दुराव्याच्या भिंती आपोआप कोसळून पडू लागल्या.

डॉ. श्रीराम लागू, प्रभाकर पणशीकर आणि निळू फुले हे बाकेरावांचे अत्यंत आवडते नट. त्यातच एकदा जोशी नावाचा एका नाटक कंपनीचा मॅनेजर मुंबईहून आला. त्याचं जन्मगाव चाकणजवळ होतं. तिकडे लांब मुंबईत नोकरी करण्याऐवजी इकडे फडातच मला उद्योग द्यावा, अशी गळ त्याने घातली होती. तेव्हा बाकेरावांच्या हातामध्ये एक वर्तमानपत्र होतं. त्यातील 'काचेचा चंद्र' या नाटकाची जाहिरात ते निरखून बघत होते.

त्या दिवशी नेमका जोशी बाकेभाऊंच्या समोर बसलेला. भाऊंना त्या नाटकाची जाहिरात नेहमीपेक्षा वेगळी, कल्पक आणि कमालीची आकर्षक वाटली. भावना नावाच्या अभिनेत्रीस डॉ. लागू आपल्या एका खांद्यावर उचलून घेऊन निघालेत, असं सहज नजरेत भरणारं छाचाचित्र त्या जाहिरातीमध्ये छापलं गेलं होतं. तेव्हा जोशी बाकेभाऊंना बोलला, ''उगाच वात्रट जाहिरात केलीय.''

''का हो?''

''अशा जाहिरातीचा मुळात उपयोगच काय? नाटक पुरं जागेवर बसलंय. म्हणजे चार-आठ दिवसांत बंदच होऊन जाईल.''

मात्र पुढच्या काही दिवसांत अक्षरशः चमत्कार घडला. ती 'खांदेबाज' जाहिरात हे सर्वांचं मोठं आकर्षण बनलं. अन् बंद पडायच्या मार्गावर असलेलं नाटक धो धो चालू लागलं. ते बघण्यासाठी प्रेक्षकांच्या रांगा सुरू झाल्या.

बाकेराव दिवसभर विचारमग्न दिसत होते. त्यांना नेहमी आपलं वगनाट्य उत्तम वठलं पाहिजे. इतरांपेक्षा त्याने यशकीर्तीचा कळस गाठला पाहिजे, असं वाटायचं. त्यासाठी सतत नव्या कल्पना आणि क्लृप्त्यांची त्यांना ओढ असायची. त्यांनी आपल्या कलाकारांना एकत्रित बोलावलं. पुण्यामुंबईकडे धो धो चाललेला 'काचेचा चंद्र' त्यांच्या डोक्यातून अजून उतरला नव्हता. ते बोलले, ''त्या नाटकासारखीच एखादी 'खांदेबाज' सिच्युएशन आपल्या वगात आपण निर्माण करू या.''

''छे हो! आपल्या ऐतिहासिक वगनाट्यात ही अशी हिरॉईनला खांद्यावरनं पळवायची बिळवायची सिच्युएशन बसणार तरी कशी?'' गगनआप्पा खूपच गोंधळल्यासारखे दिसले.

स्वप्नात पाहत असल्यासारखे बाकेभाऊ समोरच्या कनातीच्या पडद्यावर नजर लावून बसले होते. त्यांनी चुटकी वाजवली आणि स्वतःवर खूश होत ते गरजले, "चला ऽ ऽ सापडला एकदाचा तो सांधा."

"अहो, पण कसा? कुठं?" सारे गरजले.

"दोस्तांनो, आपल्या स्टोरीत संभाजीराजे जंजिरा किल्ल्याची अचूक माहिती काढण्यासाठी स्वत: एका मावळ्याचं रूप घेतात. ते त्याच वेषात राजापुरीच्या खुशबूजानम नावाच्या तवायफकडं मुजरागीत ऐकायला जातात. तिथं गाणं सुरू असतानाच सिद्धी सैनिकांचा वेढा पडतो. ते मैफिलीत घुसून सरळ कापाकापीला सुरुवात करतात, तेव्हा खुशबू 'मुझे बचाईये' अशी किंकाळी फोडते. शंभूराजे तिच्या मनगटाला पकडून पल्याड नारळी पोफळीच्या आगारात उडी घेतात—"

"अरे, हा सीन आहेच आपल्याकडे."

"तेच सांगतो, आप्पा. त्यात 'थोडासा' बदल करायचा. मावळ्याच्या वेषातले राजे तिच्या मनगटाला धरण्याऐवजी तिला कचकन खांद्यावर उचलून घेतील आणि पल्याड उडी ठोकतील."

"वा वा ऽ ऽ " सर्वांनी माना डोलावल्या. सारेजण एका मुखानं बोलून गेले, "या थोड्याशा बदलानं तो सीन आणखी उठावदार आन वेगवान पण होईल."

ठरल्याप्रमाणे बदल झाला. शंभूराजे बनलेला युवराज खुशबूजानम पेश करणाऱ्या रंगकलीला कचकन उचलून खांद्यावर घ्यायचा. त्या बहादुरीला प्रेक्षकांकडूनही चांगल्या टाळ्या पडायच्या. तो मावळा त्या तवायफला स्टेजवर खांद्यावरून मिरवत मिरवत विंगेमध्ये घेऊन जायचा. दिवसेंदिवस हे दृश्य फारच रंगू लागलं. त्यावर उलटसुलट चर्चाही घडू लागली.

चारूस्वामीची वृत्तीही आपल्या धन्यासारखीच हलकट होती. त्याच्या दृष्टीने त्याला जी बाई भाव देत नाही, ती म्हणजे हमखास वाईट चालीची. त्यात चारूने छबू शिरवळकरला पटवायचा प्रयत्न केला होता, तेव्हा रंगूने त्याचं तोंड फोडायचं बाकी ठेवलं होतं. त्यामुळेच रंगकलीची फजिती किंवा बदनामी अगर मोठं आर्थिक नुकसान होऊन, तिचं वाटोळं कधी होईल इकडेच चारू नजर ठेवून होता.

आरंभी गगनआप्पांनीही आपल्या मनामध्ये अनेक चुकीचे आराखडे बांधले होते. मुळात रंगकलीसारखी अगदी कोवळी, मुसमुशीत मैना बाकेरावकडे आकृष्ट व्हावी, हीच गोष्ट आप्पांसाठी जगबुडीसारखी भयानक होती. त्यामुळे 'आमच्या बुढ्ढ्या बाक्याकडे ही बया चार-दोन महिनेही राहायची नाही,' असं आप्पा जवळच्या मित्रांकडे बोलून दाखवायचे.

समजा रंगू राहिली तरी तिच्यासारखं कोवळं पाखरू गंगाबाईच्या घरट्यात घुसलं की, ती मोठा चिवचिवाट करणार. दोन्ही बाजूला दोघीजणी आणि मधल्यामध्ये बाकेभाऊंची चटणी असा प्रसंग पाहायला मिळणार याची आप्पांना खात्री होती; परंतु त्यांच्या कल्पनेचे फासे उलटे पडत होते. तो वैतागून स्वामीकडे बोलायचा, "हा लेकाचा बाकेराव. एका म्यानात दोन तलवारी सांभाळतो तरी कशा? ते तिघे आपसात लढाईचढाई का करत नाहीत? झगडा करून जखमी का होत नाहीत?"

याआधी रंगकलीची निंदानालस्ती करत चारू युवराजला भिडला होता; परंतु त्याने सलामीलाच त्याचं तोंड फोडलं होतं. त्यामुळे चारूस्वामी मैफिली रंगवायचा. इंग्लिश दारूची बोतल आणि बकऱ्याचा कलेजा, गुडदा मित्रांना खायला घालून मतवायचा. निरोप द्यायचा, "सांगा तुमच्या त्या युवराज नावाच्या वळूला. म्हणावं देवाने तुला एवढा मदनाच्या पुतळ्यासारखा सुंदर बनवलाय, तर उगाच सुक्या बोंबलासारखा वाळू नकोस रे, बाबा."

"ते तुझा निरोप ऐकून घ्यायला तयारच नाहीत." मित्र सांगत. तेव्हा त्यांना पुन्हा मोहात पाडायचा प्रयत्न करत तो युवराजला इशारा देई, "अरे बोल ना रे त्या शहाण्याच्या कांद्याला. म्हणावं मुखातनं बाहेर पडलेला शब्द, बंदुकीतनं सुटलेली गोळी आणि बघता बघता आपल्या हाडामांसातनं भर्रकन उडून गेलेली जवानी पुन्हा मुठीत येत नाय की वो, राजे."

एके संध्याकाळी बाकेभाऊंचा कंपनीतला आवडता नट आणि जिवाचा जिवलग रामकृष्ण त्यांना येऊन भिडला. तो चिडीने तणतणला, "भाऊ, तो वगातला घाणेरडा सीन पहिला कटाप करा बरं."

"कुठला रे?"

"खांद्यावरनं हिरॉईनला उचलून न्यायचा तो खांदेबाज वानवळा."

"त्यात काय राम? अरे, तो नॅचरली डेव्हलप झालाय."

"मला दुसरंच सांगायचं होतं."

"काय?"

"तुमचा जवळचा शिष्य म्हणून हवं तर पायातलं पायताण उचला. हाणा ते माझ्या टाळक्यात."

"एवढं बिनसायला काय झालं? स्पष्ट सांग ना रे!"

"आता काय बोलणार, आन कोणत्या तोंडानं सांगणार हो? रंगकलीबाई नात्यानं पडल्या आमच्या भाभी! काय बोलू?"

"बोल बोल."

"अवो, मीच नव्हे, या धंद्यातले सारे अनुभवी लोक सांगतात—तोंडाला

मेकअपचा रंग लावणाऱ्या या बाया बिनाभरवशाच्या असतात!''

"कोड्यात नको रे, जे असंल ते बोल.''

"अहो भाऊ, या कलावंत बाया म्हणजे शापित अप्सरा हो! उडत्या फुलपाखरासारख्या स्वच्छंदी! स्वत:चंच नवं आभाळ तयार करणाऱ्या महत्त्वाकांक्षी चांदण्या! त्या एकदा उडून चालल्या की —''

"त्यांचे पंख कसे काय पकडून ठेवू?''

"ते नसतं शक्य, भाऊ. अवो, या फुलपाखरांचे मऊशार रंगीत पंख. तेबी फुलांच्या पाकळ्यांपेक्षा भारी नाजूक! केवळ हस्तस्पर्शानं जागीच गळून पडतात. शेवटी टोटल काय?''

"काय?''

"आपल्याबी जन्माचं नुकसान आणि त्यांच्याबी लाईफची बरबादी!''

रामकृष्ण अचानक असं काही भरगच्च बोलून गेला की, ज्यामुळे बाकेभाऊंनाही गरगरल्यासारखं झालं. तरीही आपला ठेका पुढं चालवत रामकृष्ण बोलला, "बघा मालक, तुमची चीज तुमच्या मुठीत ठेवा. अशा भलत्या खांदेबाज सीनच्या मिठीत माझी भाभी जाईल तर जन्माचं गुंडगुळं होईल.''

बाकेभाऊंनी तो सल्ला सहज झटकला. ते बोलले, "लक्षात ठेव, मीही हाडाचा कलावंत आहे. माझ्या रंगकलीचा 'कलासंसार' फुलत असेल तर त्याला पायबंद घालायचा मला रे काय अधिकार?''

भाऊंच्या उरातल्या सच्च्या कलावंतानं त्यांच्या मेंदूचा ताबा घेतला होता. तिथे रामकृष्णची मात्रा चालणं शक्य नव्हतं.

२१

रात्रीच्या प्रयोगात जेव्हा सिद्दी सैनिक पाठलाग करतात, युवराज रंगूला आपल्या एका खांद्यावर घेऊन पुढे धावतो, तो प्रसंग नेहमीचाच; परंतु अलीकडच्या चारूच्या दुष्ट कानमंत्राची मात्रा चांगलीच उपयोगी पडली होती. कधी नव्हे ते एका वेगळ्या भीतीच्या जाणिवेनं युवराजचं सर्वांग थरारून गेलं. रंगकलीच्या उरोजाचा त्याच्या खांद्यावर दबलेला तो मांसल भाग. फूल दुमडावं तसे दुमडलेले ते दोन मांसल गोळे. तो सारा प्रकारच युवराजच्या अंगामध्ये अलीकडे एक वेगळीच शिरशिरी निर्माण करीत होता.

एकदा तमाशाचा दौरा सुरू झाल्यावर कलावंतांना आपल्या घराकडे आठ आठ महिने फिरकता यायचं नाही. मध्येच कोणी खूप आजारी पडलं किंवा मेलं

तर एक-दोन दिवसांची रजा मिळायची. त्यासाठी बदली नट उभा करून वेळ मारून नेली जायची; मात्र युवराजसारख्या मोठ्या नटाला आणि भूमिकेला त्यांच्याशिवाय अन्य पर्याय उरायचा नाही. युवराजही आपल्या पत्नीपासून अनेक महिने दूर होता. स्त्रीसुख किंवा सहवास या गोष्टींच्या बाबत परिस्थिती तशी दुष्काळीच होती; मात्र अलीकडे चारूस्वामीची फुलवणी असो, अगर जवानीची हाक म्हणा, युवराजच्या अंगात कळत-नकळत यौवनाच्या मशाली पेटू लागल्या होत्या.

दुराव्याचे पापुद्रे उडू लागले. रंगूला कचकन उचलून घ्यायचा सीन खूपच रंगू लागला. तिच्या स्पर्शातली गरमाई, खांद्यावर दबल्या जाणाऱ्या उरोजांतून फुटणाऱ्या गरम रक्ताच्या चिळकांड्या सहज जाणवण्याइतक्या बेडर होऊ लागल्या. नकळत त्या सीनवेळी दोघांच्याही शरीरात एक आर्त हुरहुर निर्माण होऊ लागली. आता बॅकस्टेजच्या बिगारी कार्ट्यांनासुद्धा त्या सीनवेळी फुटणाऱ्या गरम चोरट्या उसाशांचा सुगावा लागला होता. त्यामुळे बॅकस्टेजच्या अंधारात त्या सीनदरम्यान अनेकजण गोळा व्हायचे. त्या प्रणयप्रसंगाची लज्जत चाखायचे.

एकदा दुपारी आप्पांनी चारूस्वामीकडे तो विषय काढलाच, "काय रे स्वामी, तो खुशबूजानमला उचलून न्यायचा सीन आजकाल खूप रंगतो म्हणे."

"तर काय हो."

"च्यायला, एखाद्याचं भाग्य असतं बघ," गगनआप्पांचा मूळ आंबटशौकी स्वभाव वर उचंबळून आला. मिटक्या मारत ते बोलले, "साला, त्या रंगीची स्तनं किती गोलमटोल आणि लुसलुशीत असतील नाही? युवराज लेकाचा भाग्यवंत म्हणायचा."

"जाऊ दे मालक. आपल्या दिलाची किती जलन करून घ्याल वो."

"नाय रे, खूप ऐकलंय मी त्या सीनबद्दल. एकदा मी तो नशिला देखावा बघायचं म्हणतो!"

"सोडा की वो आप्पा ऽ ऽ" चारूस्वामी खुदुखुदू हसत बोलला, "आमच्या मालकाला म्हणजे तुमाला आम्ही ओळखत नाय का?"

"म्हणजे रे काय?"

"अवो, तो गुलाबी सीन चालू असताना मी अनेकदा पाठीमागे विंगेच्या अंधारात बघतो. तिथं अनेक आंबटशौकी कलाकार, लडके आणि बिगारी पोरं एन्जॉय करीत उभी असतात. त्यांच्या मागच्या अंगाला एक अनुभवी भूत जिभल्या चाटत उभं असतं बघा. देवाची कसम घेऊन सांगतो हो ऽ त्या भुताचा चेहरा मला तरी तुमच्यासारखा दिसतो बघा."

चारूस्वामीच्या त्या बोलण्यावर गगनआप्पा खळखळून हसले. लगेच चेहरा पाडत ते काळजीनं बोलले, "शेतकऱ्याच्या औताला दोन बैलं असतात. तशी मी ही कंपनी जन्मभर ओढत आलोय. इतके कष्ट करतो; पण नाइलाज म्हणून बाकेभाऊ नावाचा दुसरा बैल आणखी किती वर्षं सोबतीला घ्यायचा रे?"

"अगदी माझ्या मनातलं बोलला की वो तुम्ही," स्वामी आप्पांना आठवण देत बोलला, "तुमचा मोठा पोरगा मोहनबाबू पंचविशीचे झाले की वो. खरंतर या आधीच कंपनी त्यांच्या ताब्यात जायला पाहिजेल होती वो."

गगनआप्पाही कासावीस झाले. चारूनं त्यांच्या जखमेवरची खपली काढून त्यांना रक्तबंबाळ केलं होतं. आप्पांना बाकेरावसारखा कलावंत आपल्या फडामध्ये हवाहवा वाटायचा; पण त्यानं राहावं इतरांसारखं पगारावर. पार्टनर म्हणून नव्हे. जोवर बाकेराव शरीरानं, मनानं, संपत्तीनं शाबूत आहे, तोवर तो पार्टनर म्हणून आपल्याला घसटत नेणार. फायद्यांचा निम्मा मलिदा त्याच्या वाट्याला जातो, याचं गगनआप्पांना दु:ख होतंच. त्यामुळे बाकेरावची संगत एकदाची येन केन प्रकाराने सुटावी अशी त्यांची इच्छा होतीच. त्या विचारानेच ते अनेकदा हवालदिल व्हायचे.

वैतागलेले आप्पा चारूला म्हणाले, "अरे सांग ना त्या मूर्ख युवराजला, म्हणावं ऽ एवीतेवी तू रोज वगात रंगीला खांद्यावर उचलून घेऊन जातोसच. तशीच ने तिला तुझ्या बिछान्यात. अन् उपटून टाक तिचे पंख!—"

"तसं होईल तर बाकेराव वेडा होऊन दगडगोटे मारंल की वो —"

"तोच देखावा बघायला मी खूप अधीर आहे, मूर्खा ऽ" आप्पा बोलले.

आप्पांच्या त्या कल्पनेने चारूस्वामीचं थोबाड उजळून आलं. तो गरजला, "मालक, आजपासून तुमचा हा हनुमान लागला की वो कामगिरीला," असं

म्हणत चारूस्वामीने अतिशय खूश होऊन राहुटीबाहेर पाऊल टाकलं.

एकदा दुपारी युवराज आपल्या राहुटीत एकटाच आहे, असं बघून चारूस्वामी तिथे घुसला. त्याने त्याच्या तडाखेबंद प्रशंसेला सुरुवात केली. "आम्ही बाकीचे पुरुष म्हणजे खप्पड आणि खत्रूड! तेच आपल्या फडातल्या साऱ्या फाकड्या पोरी कौतुकानं काय बोलत्यात माहिती आहे का?"

"काय बोलतात?"

"त्या रंगकलीबाईसुद्धा काय बोलतात आहे माहीत?"

"सांगून टाक रे. का लांबवतोस?"

"त्या बाईचं म्हणनं वो — आपल्या कंपनीत अनेक पुरुष आहेत; पण ते मेले नकली पुरुष. या कंपनीत 'पूर्ण पुरुष' एकच आहे, तो म्हणजे युवराजराव तुम्हीच की वो."

युवराजनं चारूकडे पाहत शांतपणे इतकंच सांगितलं, "तुझं संपलं असंल तर निघ आता."

"युवराजभैया, त्या खांद्यावरच्या सीनवेळी चावा सालीचे ओठ एकदा. पोलिसांत तक्रार गेली तरी बेहत्तर की वो."

युवराज चारूकडे पाहतच राहिला. त्याचा आवाज कठोर झाला, "अरे चाऱ्या ऽ तू काय आज दिवसाचीच दारू ढोसून आलास का रे? मूर्खा, कोणाबद्दल, काय बोलतोस हे? असं गरळ आपल्या भाभीबद्दल ओकायचं?"

"युवराजराव, तोंडाला रंग लावणारी बया कधी कोणाची 'भाभी' बनंल का?"

आता मात्र युवराजची श्रवणशक्ती संपली. तो उठला आणि त्याने चारूच्या सणसणीत मुस्काटात मारली. तसा चारूस्वामी अवाक झाला. उभ्या आयुष्यात कोणीही त्याला असा लाफा मारला नव्हता. अपमानाच्या त्या तडाख्याने तो गदगदला; परंतु पुढील गणितं जुळवून आणण्यासाठी त्याने आपला अपमान मोठ्या मुष्किलीने आपल्या पोटात जिरवायचा शहाणपणा दाखवला; मात्र तेथून बाहेर पडताना त्याने हळूच युवराजच्या मेंदूत विषाच्या राखुंडीची एक चिमूट टाकलीच, "युवराजभाऊ! ध्यानात ठेवा. शेवटी ती नटरंगी नटी वो! जिनं आपल्या जन्मदात्या बापाचा तमाशा बंद पाडून मध्येच त्याचं कपाळ फोडलं, ती बया भविष्यात बाकेभाऊंकडं तरी टिकून राहील का वो?"

"कसलं विष ओकतोहेस, मूर्खा?"

"खरं तेच सांगतोय. हवी तर दुसऱ्या गालावरही मारा; पण आयशपथ सांगतो. तुमच्या हाताला जे पाखरू लागतंय त्याला गट्टम करायची संधी अजिबात सोडू नका."

युवराजच्या प्रतिक्रियेची वाट न बघता चारू तेथून झपाट्याने बाहेर पडला.

एके दिवशी दुपारी कंपनीची जीप घेऊन रंगू बाहेर निघाली. तिला वाटेतल्या मीनाक्षीच्या मंदीरात जायचं होतं. तिच्या शेजारच्या सीटवर तिची जिवलग मैत्रीण छबू बसली होती. तर जीपच्या फ्रंटला ड्रायव्हर शेजारी युवराज बसलेला. रात्री ते तिघंही थोडे उशिराच तळावर परतले, तेव्हा बाकीच्या कलाकारांचा मेकअप आटोपत आला होता. राहुटीराहुटीतून धूपदाणी फिरत होती; मात्र दोन दिवसानेच कॅम्पमध्ये बोंब उठली. त्या दिवशी जीप गावात गेल्यावर मध्येच छबू मैत्रिणीच्या घरी जायचं निमित्त करून उतरली. नंतर रंगकली आणि युवराजनं प्रत्यक्ष मीनाक्षी मंदिराच्या गाभाऱ्यात फक्त पाच मिनिटं घालवली असतील; मात्र ते दोघं मंदिराच्या पाठीमागे नदीकाठच्या आमराईत सायंकाळपर्यंत बसून होते. गळ्यात गळा घालून त्या दोघांच्या गुजगोष्टी चालल्याचं अनेकांनी पाहिलं होतं.

एका मुक्कामात शिवा नावाचा ज्युनिअर कलाकार बाकेभाऊंकडं आला. त्याचा चेहरा कमालीचा गंभीर आणि ओढलेला दिसत होता. तो हळूच बोलला, "आजकाल फडात युवराजची लय मजा आहे."

"का रे?"

"त्याच्यावर एक खूबसूरत मोहना भाळलीय."

"अरे, तो कलावंत संभाजीची भूमिका जगतोच तशी. त्याच्या त्या रोलवर पुरुष पागल होतात तिथं एखाद्या बाईचं काय घेऊन बसलास?"

"भाऊ, मी ही बाहेरची इस्टोरी नाय सांगत."

"म्हणजे?"

"आपल्या इज्जतीच्या चिंध्या उडाल्याची फक्त खबर देतोय. तुमचं मीठ खातो ना. म्हणून आपल्याला बेमानी नाय जमत."

"तू कोड्यात काय बोलतोहेस रे?"

"हे बघा, तुमच्यासारख्यानं येड्याचं सोंग घेऊन पंढरीला जायचं नाटक करू नये. माझ्या नोकरीवर गंडातर आलं तरी गेलं उडत; पण तुमच्या प्रेमापुढं पर्वा नाय. स्पष्ट सांगतो. आताच आवरा. सावरा. नाय तर जखम आणखी चिघळली तर मलमपट्टीबी टिकायची नाय. तुमची रंगकली नावाची बायको तुमच्या मुठीतनं केव्हा पाखरागत उडून जाईल तेबी कळायचं नाय."

भाऊ काय बोलताहेत याची वाट न बघता शिवा पाय आपटत तेथून निघून गेला.

दोन-तीन दिवस असेच गेले. बाकेराव कमालीचा थंड होता. काही सुचत नव्हतं; पण पुरुषाच्या श्वासातला कोरडेपणा त्याच्या स्त्रीच्या लगेच ध्यानात येतो. बुलबुल पक्ष्याच्या सतत हलणाऱ्या लांड्या शेपटीसारखी बाकेरावची अस्थिर

नजर, त्याची मुकेपणाची भाषा रंगकलीच्या बरोबर लक्षात आली असावी. ती काहीशी गोंधळून गेली.

कानावर काहीबाही पडत असल्याची सोनदाढकाकूंनीही बाकेरावकडं तक्रार केली. दिवसेंदिवस बाकेभाऊंची बेचैनी वाढत चालली होती. त्या कथित प्रेमप्रकरणाचे निश्चित धागेदोरे अजून हाती लागत नव्हते. रंगूसारख्या भाबड्या मनाच्या पोरीवर अकारण किटाळ घ्यायलाही मन धजावत नव्हतं. एके दिवशी भाऊ रंगकलीला हलकेच बोलले, "शेवटी रंगू तू या फडाची अर्धी मालकीण आहेस. हे असं वागणं तुला शोभत नाही."

"असं म्हणजे कसं हो?"

"काय सांगू तुला? तू काय बोळ्याने दूध पितेस का?"

ती तिरकस सुरातली टोलेबाजी ऐकून रंगूचे डोळे एकाएकी पाण्याने भरले. ती कापऱ्या, फुरंगटल्या शब्दांत विचारू लागली, "कोणी काही बोललं का माझ्याबद्दल तुमच्याजवळ?"

"तसं समज!"

"अवो, पण मी म्हणते तुम्ही ते ऐकून तरी कसं घेतलंत? बोलणाराच्या दाताची कवळी तोडून ती त्याच्या हातावर का नाही ठेवलीत? मी म्हणते गप्प बसलातच कसे?"

"अगं, थांब थांब —"

"ऊठसूठ तुमच्या मनात असा संशयाचा फणा उभा राहणार होता, तर माझ्यासारख्या कोवळ्या पोरीशी लग्न करायचंच कशाला?" ती रडवेली झाली.

"घडतो कधी कधी मूर्खपणा मनुष्याच्या हातून." बाकेभाऊंचाही आवाज वाढला.

"मी तुमच्यावर कसलंही प्रेशर नव्हतं आणलं."

"अरे वा! तूच तर प्रेमासाठी पागल झाली होतीस. कोसळत्या पावसात अंधारात मुंगीघाटात डोंगरघाटात घोडी नाचवत होतीस. तेव्हाच घोड्याऐवजी स्वतःला थोडा लगाम घातला असतास तर हे असं अब्रूचं खोबरं कशाला झालं असतं?"

रंगकलीच्या डोळ्यांतून घळाघळा अश्रू वाहू लागले. ती लालचुटूक झालेला आपल्या नाकाचा शेंडा पुसत बोलली, "चला ऽ मी कबूल करते. मी लहानी होते. एक नकळती अजाण पोर! पण तुम्हाला तर दोन दोन लग्नांचा अनुभव होता. तुम्ही म्हणजे झाडाच्या फांदीवरच पिकलेले, मथुरेच्या बाजारात एकावेळी अनेक गवळणींची छेडछाड करणारे अव्वल रंगबाज ऽ!"

रंगकलीची ती अचानक रडवी, विचित्र अवस्था झाल्याचं पाहून बाकेराव डगमगला. बरं त्याच्याकडेही तिच्या गैरवर्तनाबद्दल सबळ पुरावाही काहीच नव्हता.

प्रकरण अधिक ताणण्यात अर्थ नव्हता. तो झटकन पुढे झाला. त्याने रंगूला आवेगानं मिठीत घ्यायचा प्रयत्न केला, तेव्हा तिने त्याला झटकन झिडकारलं. तिचा मूळचा सुंदर चेहरा आता लालेलाल दिसू लागला. त्या बेहोश स्थितीत रडता रडता ती गुणगुणू लागली—

"ज्याचं त्यानं पारखून घ्यावं
दुःख हे गोड मी काय सांगावं!
तू नांदव किंवा सोड
दुःख हे गोड तुझ्या विरहाचं"

बाकेरावच्या तमाशा थियटराचं प्रवेशद्वार ओलांडून रंगू हिरव्या साजात आत आली होती, तेव्हापासून आजवर दोघांत बेबनाव कधीच घडला नव्हता.

पहाटेच्या प्रवासात आपल्या शेजारी बसलेल्या छबूला रंगकली बोलली, "छबूकडे! अलीकडं मला लय भीती वाटायला लागलीय गं."

"कशाबद्दल बाई?"

"माझ्या दिलवराला माझ्याबद्दलच्या संशयानं घेरलंय."

त्यावर छबू काहीच बोलली नाही. तिनं तिच्या गालावर एक लाडिक टपली मारली. तेव्हा छबू रंगूकडे पाहत गोड हसली. मीनाक्षी मंदिराकडे जाताना रंगूनंच तिला मुद्दाम वाटेत उतरवून मैत्रिणीकडे जायला भाग पाडलं होतं, तो प्रसंग रंगकली पूर्णतः विसरून गेली होती. छबूच्या डोक्यात मात्र त्या गोष्टी ताज्यातवान्या होत्या.

स्त्री कलाकारांची बस रात्रीच्या अंधारात पुढे पुढे धावत होती. पहाटेचा झोंबरा वारा आत घुसत होता. अर्धी रात्र स्टेज खेळून, दमूनभागूनही झोप रंगकलीच्या डोळ्यांत उतरायला तयार नव्हती. असाच थोडा वेळ गेला. अन् छबूचा खांदा पकडून रंगूनं विचारलं, "ए.... ए छबूकडे! देशील का गं माझ्या एका प्रश्नाचं खर्‍रखुरं उत्तर?"

"अगं, विचार ना."

"दोघांपैकी कोण गं श्रेष्ठ?"

"कोण दोघं गं?"

"चंद्र श्रेष्ठ की सूर्य श्रेष्ठ?"

"काय?"

"उगाच बिचकू नकोस अशी. उत्तराची बिलकूल घाई नाही बघ मला. आजचा दिवस जाऊ दे. रात्रीचा शोही संपू दे. मग उद्या पहाटेच्या अशाच गार वाऱ्यात मला उत्तर दिलंस, तरी चालेल," रंगकली बोलली.

तो दिवस सरला.

रात्रीचा खेळ संपला. भैरवीचे आर्त सूरही वाऱ्यावर विरघळून गेले.

नवी पहाट. बसचा प्रवास पुन्हा सुरू. रंगू बोलायला निघाली, तेव्हा तिच्या गळ्यातला आवाज तिला चोंदून गेल्यासारखा वाटला. हलकेच खाकरत तिनं विचारलं, "सापडलं उत्तर?"

"हो," छबू अल्लडपणे हसत बोलली," हे बघ, आकाशात सूर्यच नसेल तर दिवसा अमावस्या नांदेल अन् चंद्रच उगवणार नसेल, तर अमावस्येला आपलं काळं तोंड लपवत इथून कायमचं निघून जावंसं वाटेल."

त्या उत्तरावर रंगकली काहीच बोलली नाही. तशीच चिडीचूप बसून राहिली; मात्र तिच्या श्वासांची गती आणि छातीतली धडधड वाढतच गेली, तेव्हा फटकळ छबू झटकन बोलली, "रंगू! उगाच कशासाठी माणसानं डोक्यामागून उलटा हात घालून घास खायचा प्रयत्न करायचा? कशासाठी आभाळातल्या त्या चंद्र-सूर्याला मध्ये ओढून आणायचं?"

"म्हणजे गं?"

"अगं वेड्या पोरी, मला स्पष्टच विचार ना—बाकेराव श्रेष्ठ की युवराज बेस्ट?"

त्या सरळ प्रश्नानं मात्र रंगकलीला घायाळ बनवलं. तिला बोलायचं काही सुधारेनाच. बसमध्ये बसलेल्या इतर पोरीबाळी जागरणानं आळसावून गेल्या होत्या. एकदुसरीच्या अंगावर पडत होत्या. कोणी बसच्या पत्र्यावर मान तिरकी टेकून जागीच घोरू लागलं होतं. रंगूची बेचैनी पाहून छबू मात्र जागीच होती.

इतक्यात मोठ्या बहिणीच्या आवेगानं रंगूनं छबूला घट्ट गळामिठी मारली. तशीच ओणवी होऊन ती स्फुंदून स्फुंदून रडू लागली. आता बसचा वेग वाढलेला आणि झोंबल्या वाऱ्याची गतीही वाढलेली. रंगू हुंदके देत होती. अखंड रडत होती. मध्येच आपल्या पदराचा शेव बोळ्यासारखा तोंडात घालून स्वत:चेच हुंदके आतल्या आत दाबण्याचा वेडा प्रयत्न करत होती. बाकीच्या पोरी जागायला नकोत, याची काळजी घेत होती. 'उगी उगी' असं ओठात पुटपुटत छबू रंगकलीच्या नाजूक, मुलायम, बाकदार पाठीवरून हात फिरवत होती.

थोड्या वेळाने रंगूचे ओठ हलकेच विलग झाले. हुंदक्यांच्या हिंदोळ्यावर एक एक शब्द सांडत रंगकली बोलली, "या दोघांचाही मी जेव्हा विचार करते ना छबू, तेव्हा माझं मन भिजलेल्या कागदासारखं मध्येच फाटून जातं. माझ्या डोळ्यांतून घळघळ वाहणारी आषाढझड थांबता थांबत नाही. माझा डावा डोळा कोणासाठी रडतोय आणि उजवा डोळा कोणासाठी टिपं गाळतोय, तेबी कळत नाही गं मला!"

३०

त्या रात्री बाकेरावनं आपल्या हजरजबाबीपणामुळे आणि उंच गायकीनं रंगबाजी व बतावणी नेहमीसारखी रंगवली होती. नकळत संशयाचा समंध त्यांच्या मनाचा हळूहळू का होईना ताबा घेऊ लागला होता. बतावणीमध्ये सोळा शृंगार केलेली रंगकली त्याच्यासमोर स्टेजवर उभी होतीच. तेव्हा तिला उद्देशून की काय बाकेरावनं आज एक नवी टाकणी टाकली होती. आपल्या उंच पट्टीच्या लयदार आवाजात तो कळकळीनं गायला होता,

"अरे! विचार कर मना
विचार कर रे ऽ ऽ मना
एकदा आय घातली तर
भरून निघायची नाही पुन्हा ऽऽ!"

त्यानंतर 'असा झुंजला महाराष्ट्र माझा'चा शिलकार सुरू झाला. त्या वगनाट्याच्या सुरुवातीच्या भागातील आपली खुशामतखानाची भूमिका बाकेभाऊंनी पार पाडली. रसिकांना खळखळून हसवलं. तो तसाच झपाट्यानं राहुटीत गेला. चेहऱ्यावरचा मेकअप पुसता पुसता त्यानं आपल्या विश्वासू पडवळ मॅनेजरला बोलावून घेतलं. घाईनं सांगून टाकलं, "मी निघतोय आता. वग संपला की, थोडी विश्रांती घ्या. नेहमीसारखं सर्वांना पळवू नका. उद्याची सुपारी वाजेगावची आहे आणि वाजेगाव तसा फार दूर नाही. मी निघतो."

"कुठे चाललात, भाऊ?"

"आपल्या गावाला. शाहिरवाडी उंब्रजला. तसं गाव इथून जवळच आहे. उद्या तिथे माझे सारे बालमित्र गोळा होणार आहेत. जाईन रमून त्यांच्यामध्ये. दिवसभर त्यांच्याशी गप्पागोष्टी करेन, तसाच सांजेला सरळ वाजेगावातच फडात हजर होईन - गणाच्या आधी अर्धा तास."

त्यानं मॅनेजरला आणखी काही सूचना केल्या. जवळ उभ्या असलेल्या रंगकलीचं गोरं मनगट आपल्या हातामध्ये पकडून तो बोलला, "किती रंजिस चेहरा करशील, राणी? अगं मध्ये फक्त आपला चोवीस तासांचा तर विरह. एवढं नाराज व्हायला मी काही मिलिटरीच्या आघाडीवर नाही चाललेलो."

रंगकलीनं बाकेरावचा हात तसाच ओठांजवळ नेला. त्याच्या सावळ्या बोटांचं चुंबन घेतलं. ती हसली; पण काहीच बोलली नाही. तिच्या चेहऱ्यावरची एक न्यारीच उदासी बघून मात्र त्याचं मन कातर झालं.

दिवस असेच चालले होते. रोजची तिच धावाधाव. तिच ती रोजची सर्कस

आणि जिंदगीचा तमाशा! रोजचा वग संपायचा. भैरवीचे सूर वाऱ्यावर विरून जायचे, तरी वगनाट्यातली युवराज आणि रंगकलीच्या लबाड हातांची गुंफण बराच वेळ तशीच अडकून राहायची. या वाढत्या लळ्याकडे आणि गुंतल्या गळ्याकडे अनेकांच्या बारीक नजरा होत्या. बऱ्याचशा विषारी आणि विखारी. थोड्याफार करमणुकीच्यासुद्धा. रंगकलीची जिवाची जिवलग मैत्रीण म्हणजे छबू शिरवळकर. तिला मात्र या साऱ्या प्रकारातून एक दिवस उभ्या राहणाऱ्या संकटाची चाहूल लागली असावी. तिनं आपल्या रंगूला तंबीवजा इशाराच देऊन टाकला.

"रंगू, उगाच डोळ्यांवर कातडं ओढू नकोस. जागी हो. ही अशी दोन्ही दरडींवर हात ठेवून पुढं सरकायची तुझी चाल घातकी आहे."

"म्हणजे गं?"

"काय तो निर्णय घेऊन एकदाची मोकळी हो. नाही तर तुझी अवस्था धोब्याच्या लुंग्यासुंग्या कुत्र्यासारखी होईल. ना घरची राहशील ना घाटाची उरशील."

"किती किती कडुजार बोलतेस गं तू, छबू?"

"खरं तेच सांगते गं. मला आज हा आवडला, उद्या तो पसंत पडला म्हणत प्रत्येकाला मिठी मारायला जीवन म्हणजे स्वैराचाराचा बाजार नव्हे."

छबूच्या त्या स्पष्ट बोलण्यावर रंगू काहीच बोलली नाही. तिनं चूप राहणंच पसंत केल होतं.

रात्रीचा शो संपलेला. वाजेगाव तसा जवळपासच होता. त्यामुळे मधल्या आवराआवरीला व्यवस्थापनानं आज बऱ्यापैकी मोकळीक दिली होती; परंतु सूर्योदयापूर्वी दहा-पंधरा किलोमीटरचा प्रवास उरकणं गरजेचं होतं.

आठ निवडक स्त्री कलाकारांसाठी मेकअपची एकच राहुटी आणि तीन मोठे आरसे ठेवलेले होते. बाकीच्या पोरींसाठी दुसरी एक राहुटी. छबू आणि रंगूच्या सामानाच्या मोठ्या ट्रंका एकमेकींजवळ खेटून ठेवलेल्या असत. छबूचा प्रवेश खूप आधी संपला होता. त्यामुळे मेकअप उतरवून ती हलकी साडी नेसून बसली होती. केसांचा बुचडा बांधून ती आळसावलेल्या स्थितीत तशीच ट्रंकवर बसून होती, रंगकलीची वाट पाहत.

भैरवी पार पडताच रंगू विंगेजवळच्या छोट्याशा लाकडी जिन्यावरून खाली उतरली. तितक्यात अचानक छातीत बाण घुसावा, तशी ती कावरीबावरी झाली. काही तरी आठवलं. घशाला कोरड पडली. पुरती गोंधळली. तशाच अवस्थेत आपल्या राहुटीकडे पळत गेली. केस विस्कटलेले, वादळात सापडलेल्या स्त्रीसारखा बेचैन झालेला चेहरा. कपाळावर आठ्यांचं जाळं उगवलेलं. तिनं मेकअपच्या आरशासमोर आल्या आल्या झटकन आपल्या अंगातली रेशमी चोळी ब्रासह

काढली आणि ट्रंकेवर फेकून दिली. तिनं साडीच्या पदराआड आपली उभार वक्ष:स्थळं झाकली. वरून पदराचा तिढा देऊन त्या पदराच्याच शेवाची गाठ आपल्या गळ्याभोवती बांधली.

ती अत्यंत बेचैन होऊन अखंड काहीतरी शोधत होती. तिची ती पुरती भिरकटलेली अवस्था बघून बाकीच्या पोरीही दचकल्या. आपल्या जवळची अशी काही मौल्यवान वस्तू तिनं हरवली असावी की, त्यामुळे अवघं आयुष्य जणू संपून जावं. 'कुठं हैय गं?' 'कुठं ठेवली गं?' असं पुटपुटत तिनं मेकअप बॉक्स उघडला. वेषभूषेचा नकली दागिन्यांचा डबा धुंडाळला. टिकल्या आणि कांकणांचा बॉक्सही उघडून पाहताना ती कमालीची घाबरीघुबरी दिसली, तेव्हा शेजारच्या ट्रंकेवर बसलेल्या छबूनं विचारलंही, "अगं रंगे, एवढं काय शोधत आहेस?" तेव्हा रंगूनं आपलं नाक उडवत आणि डोळे मुरडत इशाऱ्यानंच तिला सांगितलं, "तू थांब गं जरा!" अन् ती पुढे शोधतच राहिली.

अचानक रंगकलीच्या मनामध्ये काय आलं कोणास ठाऊक. ती तशीच गर्रकन पाठीमागे वळली. आपल्या छातीवरचा पदर हलक्या हातानं सावरत ती राहुटीतून बाहेर पडली. ती कसल्याशा तारेत तशीच धावली. पहाटेच्या थंड आणि झोंबऱ्या वाऱ्यात, अगदी बेभान होऊन. पाठोपाठ छबू तिला हाका मारू लागली. "अगं ए वेडे ऽऽ अशी अर्धउघडी कुठं चालली ऽऽ थांब, थोडी थांब." परंतु रंगू अशा वेगानं पुढे धावत होती की, तिला आता वाराही रोखू शकणार नव्हता.

आपल्या राहुटीबाहेर येऊन छबूनं पाठमोऱ्या रंगकलीला पाहिलं अन् अचानक तिचे डोळे गपकन झाकले. ती जागीच दचकली. ती मोठ्या अविश्वासानं पुढे पाहत होती. आपलं धपापतं काळीज सोबत घेऊन रंगकली युवराजच्या राहुटीमध्ये कशासाठी घुसत होती? मेकअप काढायच्या गडबडीत असलेला युवराजही दचकला. अचानक तिथे घुसलेल्या रंगकली नावाच्या वावटळीला त्यानं बघितलं. त्याचा मदतनीस पोऱ्या शंकरही चक्रावून गेला. त्यानं नको त्या अवस्थेत तिथं येऊन पोचलेल्या रंगकलीला बघितलं, तेव्हा त्यानं बाहेर कलटी मारणंच पसंत केलं.

आता दोघं धपापत्या छातीनं समोरासमोर उभी होती. युवराजनेही आपल्या अंगावरचा जामानिमा पूर्णत: उतरला नव्हता. दोघ्यांच्याही बावऱ्या नजरा एक-दुसऱ्याच्या अंगकांतीवरून खाली सांडत होत्या. तिचं लक्ष युवराजच्या सुंदर, अर्धउघड्या देहावर खिळून गेलं. त्याच्या कमरेला फक्त ऐतिहासिक पात्राचा नाडीचा रेशमी मांडचोळणा होता. अंगावर अंगरखा नाही. कमरेपर्यंत उघडा आणि गोरापान देह. ती केळीच्या कोक्यासारखी रसदार, तजेली गौर कांती.

एखाद्या पुरुषावर देवानं किंवा निसर्गानं अशा 'देखुणपणाची' दौलत तरी किती उधळून टाकावी? ती चौडी फुगीर छाती, तिच्यावर दाट केसांचं बन, रुंद मर्दानी खांदे, मस्तवाल गर्दन आणि पीळदार दंड - व्यायामानं कमावलेलं ते सुंदर प्रमाणबद्ध शरीर.

त्या देखाव्यानं रंगकली जागीच गडबडली. हडबडली. आपण एखादा पुरुषच पाहतो आहोत की विराटाच्या शिल्पनगरीतील एखादा मदनाचा पुतळा. त्या मर्दानी सौंदर्याच्या दर्शनानं तिला घायाळ केलं होतं. आजवर कथांमधून, धार्मिक ग्रंथ आणि लोकनाट्यांच्या रजवाडी वगांमधून ऐकलेली आणि वाचलेली पुरुष देहाची वर्णनं युवराजसमोर फिकी ठरत होती. जेव्हा कृष्ण, अर्जुन, प्रभू रामचंद्र स्नानानंतर गंगे-यमुनेकाठी सूर्याला अर्घ्य देण्यासाठी कोवळ्या सोनेरी उन्हात उभे राहत असत, तेव्हा ते लोकोत्तर पुरुष असेच अतिसुंदर आणि भन्नाट दिसले असले पाहिजेत.

ती फक्त तशीच गोठून गेलेल्या बर्फखड्यासारखी जागीच उभी होती. तिच्यावर नजरबंदी नावाच्या जादूनं प्रभाव पाडला होता. तिला न विचारता तिच्या रक्तपेशींतून मदनाचा स्त्राव वाहू लागला होता. सर्वांगातून शिरशिऱ्या मुंग्या फिरू लागल्या होत्या. कसलीशी गोड हुडहुडी तिच्या अंगामध्ये भरली आणि तिचं अवघं शरीरच थरथरू लागलं. ओठांच्या पाकळ्या उलगडल्या. डोईचे रेशमी केस ताठ झाले. आपण काही क्षणांपूर्वी इथे नेमकी कोणती वस्तू शोधायला आलो होतो, तेसुद्धा ती पूर्णत: विसरून गेली होती. आता तिच्या रसदार, कमनीय देहाकडे युवराज अचंबित होऊन पाहू लागला होता. तेवढ्यात तिच्या गळ्याभोवतीचा पदराच्या टोकाचा तो तिढा आपसूक निसटला. मध्येच आपली लुडबूड नको, असं समजून तो पदरच लाजून बाजूला आपोआप घरंगळून पडला असावा; मात्र तेव्हा तिचा सुंदर देह, हाताच्या

मुठीएवढी नाजूक कंबर, उन्नत उभार उरोज, उंबरवृक्षाच्या डोणीतून आपल्या बाळसेदार मुंड्या बाहेर काढणाऱ्या नवजात राघूंसारखे ते आकर्षक स्तन. त्यांची ती तोतापुरी गोलाई आणि नितळ उभारपणा.

एकूण वेळच फितूर झाली होती. परिस्थितीच्या खोड्यानंच त्या दोघांना तिथं अचानक असं अर्धनग्न एकमेकांच्या समोर उभं केलं होतं की, आता कोणी काही बोलायचं किंवा सांगायचं असं काही उरलंच नव्हतं. दोघांनीही एकमेकांना कडकडून उष्ण मिठ्या मारल्या. तो मोहाचा क्षण असा विलक्षण होता की, तिथे बर्फच काय पण पोलाद असतं तरी त्याला झिंग चढली असती आणि बापुडं विरघळून गेलं असतं.

३१

हत्या करण्याच्या क्षणी खुनी मनुष्याला एक विलक्षण कैफ चढलेला असतो. आपलं मूर्ख ध्येय जोवर आपल्या हातून पार पडत नाही, तोवर जनावरासारखं त्याला फक्त एकाच ध्यासानं पछाडलेलं असतं. खुनासारखाच शृंगाराचा कैफसुद्धा आंधळा असतो. जोवर अंगातल्या तप्त मदनज्वराचा निचरा होत नाही, तोवर तो वेडापिसा जीव भानावरच नसतो.

त्या भयानक पहाटे राहुटीत अचानक एकमेकांसमोर उभ्या ठाकलेल्या युवराज आणि रंगकली या दोघांची अवस्था खुनी मनुष्यासारखीच बनली होती. जेव्हा दोघांचे नागडे देह एकमेकांना डसले होते. पेटत्या मशालीला मशाल भिडल्यावर जसा भडका उडतो, तशी दोघांची धुंद वेडी शरीरे मदनाच्या आगीत वितळत होती, तेव्हा राहुटीच्या तोंडाचा पडदा झाकून घेण्याचं साधं भानही त्या दोघांना उरलं नव्हतं.

त्या एका चुकीमुळे तो फुकटचा सिनेमा अनेकांना बघायला मिळाला होता. काही चावट सहकलाकार, बिगारी पोरांचं एक वात्रट टोळकं तिथून थोड्याच अंतरावर उभं होतं. ते हसत-खिदळत राहुटीतला तो गरम देखावा पाहत होतं. कुचेष्टेनं एकदुसऱ्यांच्या हातावर टाळी देत, 'अबे, लिंगपिसाटांनो ऽऽ च्यायला तो समोरचा पडदा तरी झाकून घ्या की रे' अशी दबक्या आवाजात जहरी टिपण्णी करताना त्यांच्या जिभा सापासारख्या वळवळत होत्या.

समोरचं ते दुर्दैवी दृश्य आणि फडातल्या लुंग्यासुंग्यांनी चालवलेली ती हेटाळणी बघून छबूसारखी रंगूची जिवलग मैत्रीणसुद्धा गारठून गेली होती. इतर वेळी "एकदा बसव रे शृंगाराच्या घोड्यावर तुझ्या त्या रंगूला," असं म्हणत

युवराजला हुलीवर घालणारे त्याचे यारदोस्तही डोळ्यांसमोरच्या देखाव्याची यथेच्छ टवाळी उडवत होते. बाकीच्यांची मनं मत्सराच्या ओरखड्यांनी रक्तबंबाळ होत होती. एखाद्याचं नशीब एवढं थोर का? रंगकलीसारखी मदमस्त स्त्री युवराजलाच का भेटावी? अमृताची ही गोड वाटी याच नालायकाच्या तोंडी कशी लागते? इतरांच्या जिभेला धरबंद नव्हता. द्वेषाच्या धगीनं अनेकांच्या डोळ्यांतल्या बाहुल्यांचा जागीच कोळसा झालेला. एकदाचा तो गोड गुन्हा घडून गेला. आपण नको त्या अवस्थेत रंगेहाथ पकडले गेल्याची त्यांना जाणीव झाली, तेव्हा शरमेनं त्यांच्या माना मोडून गेल्या होत्या. रक्तमांस खाली ओघळून गेल्यासारखं वाटत होतं.

अंगावरची साडी सावरत खालमानेनं रंगू आपल्या राहुटीत परतली. पुढच्या मुक्कामासाठी गाड्या तयार व्हायला अजून थोडा वेळ होता. काही ड्रायव्हर आणि बिगारी अजून जेवत होते; पण फडातल्या अनेकांच्या खवचट नजरा, दुष्ट टोमणे आणि आपल्या शृंगाराची उडालेली ती उघड हसीमजाक बघून ते दोघंही खूप शरमिंदे झाले होते. दुष्टांच्या जिभा अजूनही वळवळत होत्या.

"कसला हा हलकट मनुष्य! हिरो की झिरो? मालकाची बाईल म्हणजे आपली आईच की! तिच्या पुढ्यात खुशाल निजायचं?"

"अन् ही सुंदर अवदसा तरी बघा. हिच्या कुंकवाचा धनी एवढा बडा कलाकार आणि फडमालक! त्या गोष्टीचा विसर पडून ही भवानी कुत्र्यासारखी कोणाच्याही राहुटीत घुसते, मिठीत जाऊन नागडी होते."

काही क्षणांतच फडातलं तिथलं वातावरण असं विरोधी, कोंदट आणि असह्य बनलं होतं की, तिथे अधिक वेळ थांबून राहणं शक्य नव्हतं. त्या दुष्ट, मत्सरी, जळक्या नजरांशी सामना करताना कोणाच्याही अंगाचं पाणी पाणीच झालं असतं.

युवराजनं कंपनीच्या एका टेम्पोच्या ड्रायव्हरला जवळ बोलावलं. त्या दारुड्याच्या हातावर शंभर रुपयांची हिरवी नोट दिली. युवराजनं उपमॅनेजर पडवळला तात्काळ बोलावून घेतलं. घाईनं कपडे घालतच सांगितलं, "पडवळ, बायकोचा अर्जंट निरोप आलाय. मला आत्ताच्या आत्ता घरी निघालं पाहिजे, घराकडे काय तरी अर्जंट दिसतं गड्या."

"अहो, दौरे चालू आहेत. रोज वगाचे खेळ सुरू आहेत—"

"नाय, मला जायलाच हवं —"

"छे! छे!! असं कसं? निदान आप्पांना भेटा-त्यांच्या कानावर घाला."

"यार, इथून दोन तासांवरच तर माझा गाव आहे. असा जातो आणि असाच माघारी येतो, उद्या बाराच्या आत."

पहाटेआधी युवराज कंपनीच्या टेम्पोतून तसाच निघाला. रात्रीच्या झोंबऱ्या

वाऱ्यामध्येही तो आपल्या तोंडावरचा घाम पुसत होता. शृंगाराचा तो प्रसंग घडून गेला होता; पण त्यानं कोणालाच सुखी केलं नव्हतं. जशी त्या प्रसंगाची युवराजला आठवण व्हायची, तशी त्याची बेचैनी वाढायची. त्याच्यावर जिवापाड प्रेम करणाऱ्या बाकेभाऊंचा चेहरा डोळ्यांसमोर उभा राहायचा आणि शरमेनं त्याचं मन अक्षरश: पोळून निघायचं. अशी दगाबाजी माझ्याकडून घडावी? स्वत: मशहूर नट असताना ज्यानं आपल्या अंगावर नटसम्राटाची वस्त्रं चढवली. त्याच्याच बायकोच्या वस्त्रांना आपण हात घालावा? सालं, माणसात आणि माकडात फरक काय?

त्या स्थितीत भल्या रात्रीच त्याचा गाव आणि उसाच्या मळ्यात असलेलं त्याचं छोटं कौलारू घर केव्हा आलं, हेच त्याला समजलं नाही.

रानातलं ते एकपाखी घर. आत एकच खोली आणि बाहेर पडायला एकच दरवाजा. दारापुढे टेम्पो थांबला. त्यानं दार ठोठावलं. बावरल्या स्थितीत त्याच्या बायकोनं हळूच दार उघडलं. किडकिड्या अंगाची, काळसर रंगाची त्याची ती तरुण आणि अतिशय चपळ, उत्साही पत्नी पार्वती. तिचा आवाज खूपच गोड होता. तिनं आश्चर्यानं आपले डोळे पुन्हा पुन्हा चोळले. आपण खरंच इतके भाग्यवान आहोत का, या प्रश्नाचं उत्तर तिला सापडेना; कारण तमाशाचा चालू सीझन संपायला अजून दोन महिने अवकाश होता. सक्तीचा हा जुलमी इंतजार कधी संपणार म्हणून ती रोज भिंतीवरच्या कॅलेंडरकडे किमान तीन तीन वेळा पाहायची. अन् अचानक कोणतीही पूर्वकल्पना न देता पहाटे स्वप्नातल्या राजकुमारासारखा नवरा उंबरठ्यावर दिसावा, तिच्या सर्वांगावर फुलांचा ताटवा फुलला.

तिनं झटकन आपल्या नवऱ्याला मिठीत ओढलं. त्याच्या गालाचे, कपाळाचे पटापट चार मुके घेतले. एकीकडे तिनं डोळ्यांतून वाहणारे आनंदाश्रू पुसले आणि त्याच आवेगात कचकन युवराजचा ओठ चावला.

"चल ऽऽ मी थकलोय." पारूला हातानं थोडीशी बाजूला सारत युवराज बोलला.

"मी काढते की तुमच्या अंगातली थकावट!" अवखळ हसत पारूनं आपल्या बोटांची नखं त्याच्या पंजामध्ये रुतवली अन् लाडिक हसत ती बोलली, "थांबा, मी अंघोळीसाठी गरम पाणी ठेवते."

पारूच्या बेहद्द खुशीला आज किनाराच नव्हता. युवराज आत घरातच रेंगाळला. पारूनं बाहेर जाऊन दारातली चूल पेटवली. शेणकुटं आणि लाकडाच्या फाळी भगाभगा पेटू लागल्या. इतक्यात बाजूलाच पाचोळ्यावर कोणीचीतरी पावलं पडल्याचा बारीकसा आवाज तिच्या कानावर आला. अशा अवेळी कोण असेल इथे पलीकडे? आता फाळीनं मोठा पेट घेतला होता. चुलीच्या तांबूस

प्रकाशाचा शेपटा बाजूला पडला होता.

एका वाघिणीच्या नाकाला बरोबर दुसऱ्या वाघिणीचा वास लागतो असं म्हणतात! पारू झटकन उठली आणि पाच पावलांवरच्या आंब्याच्या झाडापल्याड गेली. तिनं डोळे फाडून समोर पाहिलं. झाडाच्या बुंध्याजवळ थरथरत्या अंगानं एक तरुण स्त्री उभी होती. तिच्या अकल्पित अस्तित्वानं चिडलेल्या पारूनं तिचा हात पुढे खेचला. तर खाली मान घालून गोठल्यासारखी रंगकली तिथे उभी. येता येता तिनं गोंड्याची झालर असलेल्या पिशवीत आपली दोन पातळं ठेवलेली ती पिशवी छातीशी कवटाळलेली. चुलीच्या भगभगत्या तांबूस प्रकाशात तिचा बावरून गेलेला घाबरा चेहरा दिसत होता. शेजाऱ्याच्या मळ्यात घुसलेल्या रानमांजरीसारखा रंगूचा चेहरा पारूला वाटला.

"कोण गं, कोण तू?" आपल्या प्रश्नाचं उत्तर मिळण्यापूर्वीच ठसक्यात पारूनं पुढचा बार भरला, "तू इथं आलीस कशी?"

"युवराजसाहेबांच्या बरोबर —मागे टेंम्पोच्या हौद्यात बसले होते."

"माहिती आहे का त्याला तू आल्याचं?"

"नसावं. खेळ संपल्यावर ते गडबडीनं टेम्पोत फ्रंटला बसले, तेव्हा मी हळूच मागच्या अंगानं हौद्यात चढले होते."

पारू जात्याच व्यवहारी आणि हुशार होती. ती काही क्षण गोंधळली. एकीकडे पाच महिन्यांच्या दुराव्यानंतर नवऱ्याच्या मिठीमध्ये मिटून जायला तिचं शरीर आसुसलं होतं. सारं अंग वाफाळून गेलेल्या भांड्यासारखं आतल्या आत तापून गेलेलं. काय करावं? नवऱ्याच्या बाहेरख्यालीपणावर बोट ठेवून आत्ताच जोराची बोंब ठोकावी? मग काय होईल? लोक जमतील. वैराची आग भडकणार. मग तोही चिडणार. एवढ्या वनवासानंतर जी शृंगाराची संधी चालून आली होती, तिचंही पार मातेरं होणार. त्याऐवजी थोडीशी हुशारी दाखवावी. त्याच्या मिठीत गुपचूप मिटून जावं. त्याला लुटावं. त्याच्याकडून लुटून घ्यावं. एकदा उजाडलं की, मग या दारातल्या अवदसेला सहज काठीनं बदडून काढता येईल.

पारू क्षणभर रेंगाळली. मग अर्धवट अंधारात घरात घुसली. पदराच्या आड दडवून एक मळकी चादर घेऊन बाहेर आली. अंधारात उभ्या असलेल्या रंगूच्या अंगावर ती चादर फेकत पारू बोलली, "ही घे. जाऊन झोप पल्याड त्या आंब्याच्या झाडीबुडी. उजाडेस्तोवर तिथंच पडून राहायचं. अंथरुणात साप घुसला तरी आवाज काढायचा नाही. गाठ माझ्याशी आहे."

"अहो, पण ...."

"हे बघ, एक शब्द पुढं बोलू नकोस. आता इथं मध्ये देव जरी कडमडला, तरी त्याची रंडकी करेन मी! नवऱ्याशिवाय पाच महिने निखाऱ्यावर माशासारखे

तळमळत दिवस काढलेत-"

त्या छोटेखानी घराला एकच खिडकी होती. ती उघडी. झाडापल्याड अंधारात झोपणं रंगकलीला धोक्याच वाटलं. चादर घेऊन घराच्या बाहेरच वळचणीच्या ढेकूळरानात अंगाचं मुटकुळं करून ती तशीच पडून राहिली. खिडकीतून घरातले दबके आवाज, उसासे आणि हालचाली कानांवर पडत होत्या. पारूच्या धुसफुसत्या श्वासापाठोपाठ चाबकाच्या वादीसारखा तिचा कडाडता आवाज ऐकू आला, "अहो युवराज! तिकडं भिंतीकडं तोंड करायला लाज नाय वाटत का? इतकं थंडगार कसं पडलात तुम्ही मेलेल्या सापासारखं?"

"थकलोय गं मी, झोप नाही आवरत."

"का? वाटेत कुठल्या नटरंगीनं झडप मारली की काय? अहो, जनाची नाय मनाची तरी लाज बाळगा. मीबी माणूसच आहे ना! लाकडाची निर्जीव फाळ नव्हे."

"थांब बाई, आलो."

पारू धाडसी दिसत होती. तिचा वाढता, धपापता आणि पाठोपाठ कण्हता आवाज कानावर पडू लागला; मात्र रंगकलीचं तिकडं कशाकडेही लक्ष नव्हतं. तिच्या सताड उघड्या डोळ्यांना दिसत होता तो समोरचा काळाकुट्ट अंधार. ती वाऱ्यानं हलती झाडं, हलत्या फांद्या. तिला त्या अंधाराची, भुताखेतांची अगर सापकिरड्यांची अजिबात भीती वाटत नव्हती. तिच्या डोळ्यांतून वाहणारा अश्रूंचा पूर तिलाच विचारत होता, बाई गं, तू आलीस कुठून आणि तुला जायचं आहे कुठे?

तिच्या आसवांच्या मळ्यात तिथे पल्याड - शेकडो दिव्यांच्या आराशीनं चमचमणारा तिच्या बापाच्या मालकीचा, अर्जुन पवाराचा तो तमाशाचा तंबू दिसू लागला. प्रेक्षकांच्या गर्दीनं शिगोशीग भरलेली ती कनात, अन् बोर्डावरच्या राजाजवळ सम्राज्ञीच्या भूमिकेत बसलेली रंगकली दिसू लागली. खऱ्या तमाशाची राणी आणि नृत्यसमशेर, नृत्यबिजली म्हणून गाजलेली रंगकली! तिच्यासाठी झुरणारे, कुत्र्यासारखी लगट दाखवत पाठोपाठ फिरणारे अनेक पुरुष, तिला लग्नाची मागणी घालून तिच्यासाठी वेडा झालेला तो तरणाबांड डीवायएसपी जालिंदर मोरे. ती अहमदाबादची सम्राज्ञी मोहनाराणी! तिच्या दर्शनासाठी व्याकूळ होऊन आलेला तो दिल्ली शहराचा राजकुमार बटाऊ. रंगकलीच्याा दर्शनासाठी, तिच्या ढंगदार लावण्यांसाठी, तिचा शिणगार पाहायला, तिची दर्दभरी कवनं ऐकायला रोज तीन तीन हजारांची लोटणारी ती गर्दी - तिच्या हक्काची ती इंद्रपुरी कुठे उडाली होती?

पाहता पाहता अंधार ओसरू लागला. दूरच्या आकृतींना रंगरूप मिळू लागलं. सरत्या अंधारात समोरच्याच बांधावरचं ते जुनाट आंब्याचं डेरेदार झाड

रंगकलीला स्पष्ट दिसू लागलं. सकाळच्या वाऱ्यात त्याच्या पसरलेल्या हलत्या-डुलत्या फांद्या. ती झटकन उठून बसली. त्या फांद्या नव्हत्या, तर आपले हात पसरून आपल्या लेकीला पोटाशी कवटाळून धरायला आसुसलेला तो म्हातारा बाप तमाशासम्राट अर्जुना होता. ती धावतपळत पुढे झेपावली. तिनं त्या झाडाच्या बुंध्याला कडाडून मिठी मारली आणि ती 'बापू, बापू' अशा किंकाळ्या फोडत एकटीच हंबरू लागली.

३२

सकाळी उठायला तसा उशीर झाला. उन्हं बरीच वर आली होती. नऊ वाजले असावेत. नवऱ्याकडे मिळालेल्या सुखाची ठणकती तृप्ती अजून अंगात होती. गोधडी खूप गुलाबी वाटली होती; परंतु बाहेरच्या उन्हात आल्यावर पारूला बाहेर ती झाडाखाली झोपलेली 'परनार' आठवली, अन् तिच्या मनातल्या गुलाबी गोकुळाचा पार शेणकाला झाला.

खरंतर जन्माचा जोडीदार म्हणून पारूनंच युवराजला निवडलं होतं. कृष्णाकाठच्या मळ्यात पिकलेली केळी अडत्याच्या दुकानात घालायला ती कऱ्हाडला गेलेली. तेव्हा आपल्या फटफटीवरून बाजारला आलेला देखणा, राजबिंडा युवराज तिनं पहिल्यांदा पाहिला होता. तो असा देखणा पुरुष होता की, त्याच्याकडे एकदाच पाहिल्यावर भूक भागायची नाही. जिथे पुरुषसुद्धा त्याच्याकडे पुन:पुन्हा वळून बघायचे, तिथे स्त्रियांच्या घायाळपणाची कल्पनाच न केलेली बरी.

ते दोघं बाजाराच्या वाटेवरच एकमेकांच्या प्रेमात पडले. तिनं त्याला प्रथम त्याची जातपात, व्यवसाय काहीही विचारलं नव्हतं. आपल्या जीवनाचा जोडीदार फक्त हा आणि हाच असू शकतो, असा निश्चय तिच्या मनानं केलेला. गोळीबंद शरीरावरून तो पहिलवान असावा. घरामध्ये थोडीफार शेती आणि राजकारणातील लुडबूड असेल, असा तिचा अंदाज होता. प्रीतीच्या आणाभाका झाल्यावर खूपच उशिरानं तिनं त्याच्या व्यवसायाबद्दल विचारलं होतं, तेव्हा त्यानं नट असल्याचं सांगितलं. ती मनातून नाराज झाली. नट नावाच्या जातीबद्दल तिनं ज्या भलत्या-सलत्या गोष्टी वाचल्या होत्या आणि ऐकल्या होत्या, त्यावरून आपण कधी कोणा नटाच्या वाऱ्यालाही उभं राहायचं नाही, असा निश्चय तिच्या मनानं केलेला. त्यामुळे तो अभिनेता आहे हे कळल्यावर तिचं मन खट्टू झालं; परंतु लग्नानंतर जेव्हा तो 'तमाशातला नट' आहे हे समजलं, त्या क्षणी तिला आपली कंबर तुटल्याचा भास झाला होता.

नट म्हणजे मुळातच उनाड जात. ज्यांच्या प्रसिद्धीला आणि प्रभावाला भाबड्या स्त्रिया भाळतात, त्यांच्यासाठी आयुष्य बरबाद करतात. पारूचा बाप तर तिला सांगायचा, "अगं, नट म्हणजे बारा गावात जाऊनशान तोंडाला रंग लावून ढंग खेळणारी चाबरी औलाद! ही जमात अशी असते. लग्नाच्या बायकोला घरी ठेवून एका मैत्रिणीला मिठ्या मारताना त्याच वेळी मेंदूत तिसरीला कशी आणि कुठं गटवायची याची बिलोरी स्वप्नं पाहणारे हे बदमाष पुरुष!" परंतु त्या पार्श्वभूमीवरसुद्धा तिला युवराज चांगला चारित्र्यवान, मोठ्या मनाचा, अतिशय देखणा असूनही निगर्वी आणि सालस स्वभावाचा वाटला होता. त्यानं आजवर तिचं मन कधीही दुखावलं नव्हतं. त्यामुळेच वर्षातील आठ महिने तो घराबाहेर असला, तरी त्याच्याबद्दलच्या प्रीतीनं तिच्या मनाचा डोह आकंठ भरून यायचा.

परंतु कालच्या उत्तररात्री जे काही घडलं त्यावरून ती कमालीची जखमी झाली होती. एखाद्याशी नवरा म्हणून सुखाचा संसार करावा, त्याच्यावर भरोसा ठेवावा. त्याच्याविषयी कोणीही, काहीही वाईट बोललं तरी ऐकून न घ्यावं. पवित्र मानावं ही तिच्या मनाची बैठक. अन् हा म्हणजे हौसेचा केला पती अन् त्याला भरली रक्तपिती! काल रात्री त्याच्यापाठोपाठ त्याच्या सावलीच्या आडोशानं अशी चिकनाट आवा बेधडक चालत यावी? बोकडाच्या पाठोपाठ मुकाट्यानं येणाऱ्या वाफेवरच्या मेंढीसारखी? अजून बाहेर किती अंगवस्त्रं असतील याची? याला पती म्हणायचा की इच्छाधारी नाग!

बाहेर चूल पेटवताना रात्रीच्या शृंगारातले दोष तिला आता खूप प्रकर्षाने जाणवू लागले होते. हा कसला नवरा? पाच महिन्यांच्या दुराव्यानंतर रक्तमांसाचे निखारे कसे तापून, फुलून उठायला हवे होते. त्यानं तर काल रात्री तोंडघशी पाडलं. मेल्यात कसलीच धग जाणवली नाही. पुन:पुन्हा फुंकर मारली, तरी कोळसा पेटतच नव्हता. आपल्या नवऱ्याची ही अशी शिळी भाजी कोणामुळे बनली असावी? त्या आंब्याखालच्या सटवीनंच माझ्या नवऱ्याचं चिपाड बनवलं आहे. पारू झटकन उठून तरातरा चालीनं आंब्याबुडी गेली. तिथे पोटाशी पाय आखडून बसलेल्या रंगकलीवर ती ओरडली, "ए निलाजरे ऽऽ अशी बाहेर बसून आमची अब्रू नको वाऱ्याला लावू. चल, आत ये."

निलाजरी रंगू कशीबशी उठून उभी राहिली. शेजारच्या झाडाच्या बुंध्याला मिठी मारून गुरासारखं ओरडावं, असं तिला वाटलं. एकदा पाय घसरलेल्या गुन्ह्यासाठी यापुढे कोणाकोणाचं, किती किती ऐकून घ्यावं लागणार, या कल्पनेनंच ती अर्धमेली झाली होती. ती मुकाट घरात आली. समोरच्या भिंतीला टेकून चवड्यावर बसली. अजून अंथरुणात युवराज अंग मोडल्यासारखा झोपून राहिलेला. त्याला दुसऱ्या बाईची चाहूल लागताच तो झटकन उठून गोधडीवर बसला.

त्याचा त्याच्या डोळ्यांवर विश्वास बसेना. पोटात खड्डा पडल्यासारखं झालं. इथे रंगीकली कशी आणि कोठून आली? तिच्या चुरगळून गेलेल्या साडीवरून ती रात्रीच आपल्या पाठोपाठ आली असावी, हे त्यानं ओळखलं.

तो दिवसच युवराजसाठी अतिशय खराब होता. एकीकडे डिवचलेल्या नागिणीसारखी अंगावर ठिस् करून येणारी पारू, आणि दुसरीकडे दुःखाच्या आणि पश्चात्तापाच्या पुरामध्ये कोलमडून गेलेली रंगकली. क्षणभर त्याला वाटलं, ऐन अक्षता पडण्यावेळी पळून जाणाऱ्या नवरदेवासारखा इथून लागलीच पोबारा करावा; पण जाणार तरी कुठे? पूर्वी खेड्याकडे माहेरी पळून जाणाऱ्या नाठाळ स्त्रियांना दोन्ही पायांमध्ये दगडी जात्याच्या जडशीळ चकत्या बांधल्या जायच्या. आता तर दुर्भाग्यानं त्याच्या दोन्ही पायांत दोन घट्ट स्त्रियांचं नशीब बांधलं होतं. जायचं कुठे?

दुसरीकडे युवराज आणखी एका भीतीनं हडबडला होता. वाघाच्या जबड्यात हात घालणं आणि बाकेरावासारख्या नामचंद तमाशा सम्राटाची बायको पळवल्याचा वहिम घेऊन जगणं, तितकंच धोक्याचं होतं. बाकेराव म्हणजे कोणी दुसऱ्याच्या फडामध्ये पोटावारी रोजगार करणारा झिलकरी नव्हता. मुंबईच्या मंत्रालयापासून ते दिल्लीतल्या संगीत नाटक अकादमीपर्यंत सगळीकडे त्याचा मोठा दरारा होता. पोलीस खात्यातील अनेक वरिष्ठ व कनिष्ठ अधिकाऱ्यांशी त्याचा दोस्ताना होता. त्यानं पोलिसांत एखादी तक्रार करायचा फक्त अवकाश होता.

रंगकलीला घेऊन आपण जाणार तरी कुठे? एखाद्या पाहुण्याच्या वा मित्राच्या घरी? चार दिवस तरी कोणी ठेवून घेईल का? एकवेळ मित्र स्वागत करतील, पण त्यांच्या बायकांना समजावणार कोण? त्या तर रंगूला 'आपला नवरा सोडून याराचा हात धरून पळून आलेली अवदसा' असे बोल लावून उंबरठ्यातूनच हाकलून देतील. त्याऐवजी इकडे, तिकडे कुठेही पळून न जाता आपण आपल्याच घरात थांबावं. आपल्या बेअब्रूचा तमाशा जो काही आपल्याच चार भिंतींच्या आड रंगणार आहे, तेवढा रंगू दे.

युवराजसाठी दुसरी रात्र पहिल्या रात्रीपेक्षा भयानक होती. पारूनं तिरस्कारानं नाक उडवत पुन्हा मळकी चादर रंगकलीच्या अंगावर फेकून दिली. रंगूपुढे पर्याय नव्हता. तिनं आंब्याच्या बुडी भाताच्या काडाचं पिंजर अंथरलं अन् फाटक्या चादरीवर ती तशीच पडली. आपल्या दरवाजातून बाहेर अंधाराकडे नजर टाकत बेचैन युवराज पारूला बोलला, "अगं, कुठं निजवतेस तिला?"

"का?"

"बाहेर उसात कोल्ही-कुत्री. कशी झोपेल ती बिचारी बाहेर?"

भाजीला लसणीची फोडणी द्यावी, तशा ठसक्यात पारू कडाडली, "का?

तुम्ही एवढे का काळजीत? तिच्याशिवाय इथं तुम्हाला आत डोळा लागत नाय का?'' कोपऱ्यातली मोठी चादर घेऊन ती युवराजच्या अंगावर मोठ्या तिरस्कारानं टाकत पारू बोलली, ''जा. उठा. पडा बाहेर त्या रांडेसोबत गुलाबी वाऱ्यात.''

''अगं पण ...?''

''कुत्र्यालाबी माणसाची सवय झाली की ते हाकलून लावलं तरी दूर जाऊन नाही झोपत. अंगाची घडी करून लवंडतं माणसाजवळ. अन् हिच्या चमडीची चटक तुमच्याही चमडीला लागली असणार! रोजची!! जा पडा जाऊन त्या सटवीच्याच उबेला.''

''अगं पण ऐक तरी.''

''नाही तर मीच असं करते - तुमच्या दोघांच्या प्रेमात माझा बिब्बा नको! मी आता इथं अंगावर रॉकेल ओतून घेते आणि जाळून टाकते स्वत:ला या घरासकट ऽऽ''

ती रात्र मोठी विषारी होती. कोणत्या क्षणी, काय नि कसं नवं घडेल याचा अंदाज युवराजला येत नव्हता. तो आपल्या घराच्या उंबरठ्यावर बिड्यांवर बिड्या फुंकत रात्र जाळत होता. तिकडे बाहेर झाडाखाली पडलेल्या रंगकलीच्या डोळ्यांतली रात्रसुद्धा वनवासी झाली होती. ही दुनिया आता आपल्या नावे काय काय नि कसं कसं बोलणार होती. या मूर्ख बाईनं अर्जुनासारख्या बापाला फसवलं, बाकेरावसारख्या कलावंताला नाचवलं आणि आता इकडे येऊन कोणत्या उकिरड्यावर पडली आहे?

आत घरात झोपलेली पारू नवऱ्याकडून झालेल्या प्रतारणेच्या वणव्यामध्ये अखंड जळत होती. तिचं लग्न झाल्यावरसुद्धा तिच्या बापानं तिला बजावून सांगितलं होतं, ''अगं, अशा एखाद्या नटरंग्या तमासगिरासोबत लग्न करण्यापेक्षा रोजगार हमीच्या एखाद्या मजुरासोबत कपाळाला मुंडावळ्या बांधून मोकळी हो. तो बिचारा रात्री आपल्या घामेजल्या अंगानं तुझ्या पदरात संसाराची ऊब द्यायचा प्रामाणिकपणा दाखवेल; पण या चंगीभंगी नटांचा काय भरवसा? सोळा हजार गवळणींना नासवणार आणि वर कृष्णकन्हैया बनून दिसेल त्या बाईच्या जवानीचं लोणी हडप करणारी ही दगाबाज औलाद! कशासाठी जातेस त्याच्या पाठी?'' बापानं दिलेल्या कडक इशाऱ्यापुढे पारू तेव्हा बधली नव्हती. तिचा तिच्या राजबिंड्या युवराजवर खूप भरवसा होता.

कालची अख्खी रात्र उपाशी वाऱ्यात, असह्य जागरणात उडून गलेली. आजही बराच उशीर रंगू तळमळली. खूप वेळानं एकदाची झोपेच्या गुंगीमध्ये रंगकली डुंबून गेली. बाहेर रानवारा भिरभिरत होता. आंब्याच्या फांद्यावरची वाळली पानं वाऱ्याच्या झोतानं टप् टप् गळत होती. झोपेच्या तंद्रीत तिच्या

अंगावर ती मळकी चादर आली. ती दचकली. चादर अंगावर आणलीच कोणी? या बाहेर सो सो वाहणाऱ्या वाऱ्यानं की, आपल्या बापानं? मघाशी झाडावरची बरीच पानगळ झाली. तेव्हा तो टप टप आवाज म्हणजे तिला आपल्या बापाची, अर्जुना पवारची पावलं वाटली. त्या आठवणीनं ती झटकन उठली. तिला जोराचा हुंदका फुटला. आपल्या पदराचा बोळा तोंडात कोंबून ती पुन्हा खाली लवंडली. पानगळ सुरूच होती.

रात्रभर युवराज घराच्या उंबरठ्यावर बसून होता. बाजूला विझल्या बिड्यांच्या थोटकांचा सडा पडला होता. मध्येच तो उसासे टाकायचा. कधी भीतीनं आत घरात पाहायचा, तर कधी बाहेरच्या अंधाराकडे नजर फेकायचा. एक अखंड भीती भिजल्या पालीसारखी मस्तकावर बसलेली. डोळ्यांच्या वाती अखंड जाग्या ठेवाव्या लागत होत्या. रागाच्या तिरीमिरीत इकडे 'घरातली' स्वत:ला जाळून घेते आहे की तिकडे 'दारातली' झाडाच्या फांदीला गळफास लावून जीवन संपवते आहे?

३३

रात्रीच्या प्रयोगाला वाजेगवामध्ये पोचायला बाकेभाऊंना उशीरच झाला होता. रात्री नवाच्या ठोक्यालाच गणासाठी ढोलकी आणि हलगीचा आवाज खणाणला पाहिजे, असा कंपनीचा दंडक होता. वाटेतल्या वाहनांच्या वर्दळीमुळे बाकेभाऊंना तिथे पोचायला पंधरा मिनिटांचा उशीर झाला होता.

तंबूच्या प्रवेशद्वाराजवळ बाकेभाऊ जीपमधून उतरले, तेव्हा मात्र त्यांना आत काहीतरी वेगळं जळत असल्याचा वास लागला. तंबूच्या बाजूनं राहुटीकडे ते धावत्या चालीनं येऊ लागले, तेव्हा काल रात्रीचा खेळ संपल्यापासून युवराज आणि रंगकली बेपत्ता असल्याची दुष्ट खबर त्यांच्या कानावर पडली. त्यांना आपल्या अंगावर डोंगर कोसळल्यासारखं वाटलं. आजच्या खेळासाठी बाजूला कनातीमध्ये सुमारे चार हजार प्रेक्षकांनी तुडुंब गर्दी केली होती. कंत्राटदारानं गेले काही आठवडे आजूबाजूच्या आठवडे बाजारातून 'असा झुंजला महाराष्ट्र माझा' या लोकनाट्याची तुफान जाहिरात केली होती. त्यामुळे प्रेक्षकांना प्रतीक्षा होती ती शिवपुत्र संभाजीची आणि ढाली-तलवारींच्या खणखणाटाची.

गर्दी केलेली ती दर्दी प्रेक्षकमंडळी पाहून बाकेराव अधिकच बुचकळ्यात पडला. आता ऐनवेळी युवराजसारख्या संभाजीला आणायचा कुठून? समोर घाबरून उभ्या असलेल्या मॅनेजर चारूस्वामीवर ते भडकले, "अरे, कुठून मला

ट्रंक कॉल लावायचा. युवराज जागेवर नसल्याचं कळवायचं तरी.''

''भाऊ, ती दोघं कुठेही फिरायला गेली तरी गण सुरू व्हायच्या आधी वापीस फिरणारच अशी आम्हा सगळ्यांचीच अटकळ होती की ओ.''

तितक्यात गगनआप्पासुद्धा घाईनं तिथे येऊन पोचले. ते कोणावर चिडले किंवा ओरडले नाहीत; परंतु आला प्रसंग निभावून कसा न्यायचा, या भीतीनं त्यांचा चेहरा काळवंडून गेला होता. चिडलेलं पब्लिक आणि उधळलेले बैल या दोघांना कोणी सहसा आवरू शकत नाही. या आधीही छोट्याशा कारणावरून संतापलेल्या प्रेक्षकांनी अनेक तमासगिरांचे तंबू आणि कनातसामान जाळून टाकल्याची, अनेक कलावंतांना जन्मातून बरबाद केल्याची उदाहरणं होती. त्या साऱ्या गोष्टी आठवून आप्पा काळजीनं बोलले, ''बघ रे भाऊ, तूच काही तरी मार्ग काढ गड्या.''

गोंधळून गेलेल्या बाकेभाऊला त्या गर्दीत आपला जवळचा मित्र आणि गुणी नट रामकृष्ण दिसला. भाऊंनी त्याला आपल्या कवळ्यात पकडून बाजूला घेतलं. कातरल्या आवाजात सांगितलं, ''हे बघ राम, तू म्हणजे माझ्या कंपनीतलं झाकलं माणिक आहेस! ज्याच्या लकाकीची चुणूक अजून पब्लिकला ठाऊक नाही. संभाजीचे सारे डायलॉगच्या डायलॉग - अगदी मधल्या गॅपांसकट तुझ्या जिभेच्या शेंड्यावर असणार, खात्रीच आहे मला.''

''हो.''

''तर मग तूच का आज उचलत नाहीस संभाजीची तळपती तलवार?''

''हो, ऽऽ अगदी जबरदस्त उंचीवर घेऊन जाईन मी ती भूमिका! पण...''

''मध्येच कसला 'पण' आणि 'परंतु'चा अडसर आणतोस, बाबा?''

''पण भाऊ, एखादी कोकिळा कितीबी अव्वल कंठाची असेना का - त्या बिच्चारीची लता मंगेशकरपुढं काय हालत होणार? ती गारठणारच की. कसा आवाज फुटणार त्या बिचारीचा.''

''म्हणजे रे?''

''भाऊ! आपला युवराज पाटणे संभाजीची भूमिका ज्या उंचीला नेऊन ठेवतो, त्या उंचीची कमान फक्त तोच गाठू शकतो.''

''हूं, म्हणजे युवराजला पर्यायच नाही असं म्हणायचंय का तुला?'

''दुर्दैवानं तेच खरं आहे, भाऊ. अहो, इथं जमलेल्या पब्लिकपैकी चाळीस टक्के गर्दीनं याआधीच युवराजचा संभाजी बघितला आहे. काहीजणांनी तर तो चार चार वेळा पाहिलाय. पब्लिकच्या डोळ्यांना आणि कानांना दुसऱ्या कोणाचे बोल रुचणार नाहीत. अहो, लांब कशाला, कवठ्याला तुकोबाच्या भूमिकेत जेव्हा हाच युवराज उभा राहिला होता, तेव्हा याच पब्लिकनं त्याच्या कशा चिंध्या

चिंध्या केल्या होत्या, तेबी विसरलात की काय तुम्ही? एक वेळ इलेक्शनमध्ये मतदारांना गृहीत धरता येईल, पण तंबूत गोळा झालेल्या पब्लिकची गॅरंटी कोण देणार?''

बाकेभाऊ अधिकच गोंधळले. त्यांनी कलाकारांच्या गर्दीमागे उभ्या असलेल्या छबू शिरवळकरला पुढं बोलावलं. ती घाबरून त त प प करत बोलली, ''आयच्यान सांगते भाऊ. ती दोघं कुठं गेलीत ते त्यांनीबी सांगितलं नाय, अन् म्याबी विचारलेलं नाय.''

''ते जाऊ दे गं सारं. मला पहिलं सांग, 'तुकारामा'तले अप्सरेचे डायलॉग तुला पाठ आहेत का?''

''हो ऽऽ बिलकूल.''

''बरं, ती अप्सरा जेव्हा तुकोबाला भुलवायचा प्रयत्न करते तेव्हाचा तिच्या पायातला नृत्याचा तो थरथराट?''

''अगदी स्टेप आणि स्टेप पायात बसलीय माझ्या. अहो भाऊ, पाखराला जन्माबरोबरच पंख फुटतात तशी मी चालायच्या आधी नाचायला शिकलीय हो!''हरखून छबू बोलली.

''वा ऽऽ! तू तयार राहा.'' बाकेभाऊंनी गगनआप्पाला जवळ बोलावलं. सांगून टाकलं, ''आप्पा, तुमची ती मॅनेजमेंटची पोरं नोटा घेऊनशान तयार ठेवा. चांगले सात-आठ गट तयार करा. पब्लिकला तिकिटांचे पैसे वापीस करायचा प्रसंग आला तरी उगाच गडबड गोंधळ उडायला नको. तयार राहा.''

''भाऊ, मी ते सारं बघून घेतो.''

जसे रात्रीचे साडेनऊ वाजून गेले, खेळ लांबला, तसा आत काहीतरी लफडं चालू आहे, असा वास बाहेरच्या काही चाणाक्ष प्रेक्षकांना लागला. त्यामुळे गोंधळाला सुरुवात झाली. टाळ्यांचा गजर आणि शिट्ट्यांचा हैदोस सुरू झाला. 'खेळ सुरू करा रे ऽऽ' वात्रट कार्टी मोठ्यानं केकाटू लागली. तेवढ्यात चेहऱ्यावर पावडरीचाही हात न फिरवता बाकेभाऊ आपल्या रोजच्या सदरा आणि विजारीवर पब्लिकला सामोरे आले. त्यांच्या हातात माईक आणि चेहऱ्यावर प्रसन्न नम्रता होती. आपला आवडता कलाकार समोर दिसताच रसिकांनी टाळ्या आणि शिट्ट्यांचा जोरदार जल्लोष केला.

रानमातीतल्या प्रेक्षकांना भाऊंबद्दल इतका भरभरून आदर वाटायचा की, त्यांच्यासारखा प्रतिसाद फडकत्या पदराच्या लावणी पेश करणाऱ्या कोणाही नटरंगी नारीच्या वाट्यालासुद्धा कधी आला नव्हता. बाकेभाऊ मोठ्या काकुळतीनं बोलले, ''रसिक मायबाप हो, नमस्कार! बाकेराव आणि गगनराव तमाशा मंडळाकडून तुम्हाला मानाचा मुजरा. गडबड नाही, पण प्रसंग बाका आहे. जे

घडू नये ते घडलं. काही तासांपूर्वी आमच्या फडाचे गुणी कलावंत नटश्रेष्ठ युवराज पाटणे आणि नृत्याची बिजली रंगकली हे दोघं पल्याडच्या गावात ज्योतिबाच्या मंदिरात दर्शनाला गेले होते, त्यांच्या जीपला अपघात झालाय. देव मदतीला धावला. त्या दोघांना बिगीद्यानं लोकांनी हॉस्पिटलात नेऊन ॲडमीटबी करून टाकलंय. या अपघाताची वार्तासुद्धा आम्हाला खूप उशिरा म्हणजे अगदी अर्ध्या तासापूर्वी समजली. आता तुम्हीच सांगा मायबाप, अशा प्रसंगी आम्ही गरीब लोककलावंतांनी काय करायचं?''

समोरचा गोंधळ आणि कुजबूज वाढली. काही क्षणानं पुन्हा शांत झाली. हाडापेराचे दोन-तीन म्हातारे उठून उभे राहिले. ते बोलले, ''अरे बाकेभाऊ, तू तर आमच्या लेकरासारखा. आता तूच सुचव, काय करायचं. तसं आपण करू.''

''मायबाप हो, आम्ही दोन गोष्टींची तयारी ठेवलीय. बाहेर बाकडी मांडली आहेत. तुम्हा सर्वांना तुमची तिकिटाची रक्कम परत हवी असेल, तर तशी तयारी ठेवली आहे. किंवा तुम्ही म्हणत असाल, तर तुमच्या सेवेसाठी मी स्वत: येथे 'तुकारामा'चा वग लावायला तयार आहे.''

बाकेभाऊच्या घोषणेबरोबर वळवाच्या पावसाच्या सरींसारखे साऱ्या प्रेक्षकांतून जोरदार टाळी ऐकू आली. सारे ओरडू लागले, ''वा ऽऽ चला बाकेभाऊ, आता 'तुकाराम' झालाच पाहिजे.''

त्या रात्री वाजेगावच्या माळावर 'तुका चालला वैकुंठाला' या लोकनाट्याचा अप्रतिम प्रयोग रंगला. अप्सरेची भूमिका छबूनं फार सुंदररीत्या पार पाडली. तिनं रंगकलीची गैरहजेरी जाणवू दिली नाही. गरुडाच्या विमानातून खाली उतरताना बाकेभाऊंच्या डोळ्यांत अश्रू उभे राहिले. गगनआप्पांनी पुढे होऊन बाकेला कडकडून मिठी मारली. त्या दोघांनाही आपल्या जुन्या यारीदोस्तीचे सुख-दुःखाचे क्षण पुन्हा आठवले. तेव्हा भारावल्या मनानं भाऊंची पाठ थोपटत गगनआप्पा बोलले, ''लेका बाक्या, गेल्या पंधरा वर्षांत शेकडो वेळा तुझा 'तुकाराम' बघितला आहे मी; पण आजवर बेफाम रंगलेल्या पहिल्या तीन प्रयोगांतला आजचा प्रयोग होता, हे लक्षात ठेव.''

बाकेभाऊंनी उभ्याउभ्या मेकअप पुसला. आता थांबायला अजिबात वेळ नव्हता.

एक वेळ आईचं हरवलेलं लेकरू तिला परत मिळू शकतं.

एक वेळ मोडलेलं लग्न पुन्हा जुळू शकतं.

पण एकदा मोडलेला तमाशा पुन्हा कधी उभा राहत नाही. त्या जुन्या आठवणींच्या गोवऱ्या, ढलप्या अंगासोबत बांधून तमासगिराला शेवटी सरणावरच प्राण सोडावा लागतो.

त्यामुळे बाकेरावनं स्वतःचं मन कठोर केलं. आपल्याबरोबर दीडशे गरीब कलावंतांचे संसार उघड्यावर पडू नयेत, म्हणून ते लागलीच आपली फियाट घेऊन अंधारातून बाहेर पडले.

३४

रानातली धूळ खात हिरव्या ऊसमळ्याच्या बांधाजवळच्या पाणंदीनं बाकेरावची फियाट चालली होती. सकाळी बरोबर नऊ वाजता तो चांदवड बुद्रुकच्या ऊसमळ्यातील युवराजच्या त्या छोटेखानी घराजवळ पोचला. बाहेरच्याच बाजूला उन्हाला बसलेल्या त्या तीन दगडी आकृत्या त्यानं लांबूनच पाहिल्या. एकीकडे फुरंगटून बसलेली पारू, मध्ये लाकडाच्या ओंडक्यासारखा सपाट बसून राहिलेला युवराज आणि बाजूच्या आंब्याबुडी शेतातल्या दवात भिजलेल्या बुजगावण्यासारखी रंगकली. त्या तिघांपैकी कोणी कोणाकडे बघत नव्हतं. बोलत नव्हतं की जागेवरून हालतही नव्हतं.

फियाटमधून उतरल्यावर पहिल्यांदा युवराजकडे बघताना बाकेरावला खूप वाईट वाटलं. ज्याला आपण पाठच्या भावासारखी वागणूक दिली, शिष्य म्हणून जवळ केलं, एका छोट्या तमाशातून आणून महाराष्ट्र पातळीवर मोठ्या ढोलकी फडाच्या तमाशात नटसम्राट बनवलं, त्या युवराजनं अशी दगाबाजी करावी? गुरूपत्नीशी भोगविलास करणाऱ्या चंद्राप्रमाणे प्रतारणा करावी? रंगकलीला तरी ही अशी अवदसा का सुचावी? स्वतः फडाची मालकीण असताना एखाद्या भुरट्या बाईप्रमाणे आपलं बारदान-संच सोडून तिनं पळ काढावा? राजाच्या राणीनं वाटेतल्या कफल्लक गोसाव्याचं मनगट धरून पळून जावं?

तो शांतपणे पुढे झाला. ते तिघे त्याच्याकडे फक्त पाहत राहिले. कोणाच्याही अंगामध्ये बसल्या जागेवरून उठायची शक्ती राहिली नसावी. त्यांच्या समोरच जाऊन बाकेराव एका सप्पय दगडावर बसला. प्रसंग मोठा बाका होता. तो शांतपणे सर्वांना ऐकू जाईल, अशा आवाजात बोलला, "जे काही घडून गेलं, ते पुन्हा उगाळत बसण्यात आता अर्थ नाही. तेवढा वेळही नाही माझ्याकडे. काल रात्री 'असा झुंजला महाराष्ट्र' हा वग होऊ शकला नाही. वगाचा मुख्य कणा असलेली दोन्ही पात्रं जागेवर नसतील, तर कसा रंगवायचा खेळ? वग कॅन्सलच करावा लागला."

"माफी असावी, मालक. नुकसानही झालं असेल आणि पब्लिकही वैतागलं असेल." युवराज बोलला.

युवराज तसा खूप टरकून गेला होता. एवढ्या महाराष्ट्र महशूर फडमालकाला आपण आपल्या घराचा रस्ता शोधत यायला भाग पाडावं, याचं त्याला खूप वाईट वाटत होतं. आपण दुसरा वग लावून कशीबशी काल रात्रीची वेळ मारून नेल्याचं बाकेरावनं त्याला सांगितलं. युवराज आणि रंगकलीच्या शरमेनं खाली झुकलेल्या मुंड्या वर निघत नव्हत्या. अचानक बाकेरावच्या डोळ्यांत वळवाची झड उभी राहिली. घळाघळा अश्रू गळाले. हुंदके देत तो बोलला, ''जाऊ दे युवराज गड्या. जे घडूने ते घडलं. कधी कधी चांगल्या माणसांच्या जिंदगानीचा तमाशा बनतु. आपण तर हाडाचेच तमासगीर—''

बाकेच्या बोलाबरोबर युवराज शरमला. कळवळला. गुहेत वारा कोंडावा तसे शब्द त्याच्या तोंडातून बाहेर येईनात. बाकेराव बोलला, ''आपण तमासगीर काही वर्षामागं ''मातृगमनी मानाजीराव'' नावाचाा वग करायचो. दारूच्या नशेत बहकलेला एक राजकुमार अर्ध्या रात्री अंधाऱ्या महालात जातो अन् स्वत: राजमातेच्या बिछान्यात घुसतो. घडू नये ते घडतं. चंद्र-सूर्याला भगं पडतात हे त्याचं कथानक. आता तशीच दुर्गती आपल्या नशिबाला आली म्हणायची - दुसरं काय?''

''मालक, कशासाठी वाट वाकडी करून आलात या पाप्याकडे?''

''मी तुला न्यायला आलोय.''

''तुमच्या स्टेजवर येऊन ॲक्टिंग करायची आता माझी लायकी उरलीय कुठं? मी तुमची गोधडी नासवणारा गुन्हेगार!''

''अरे, शेवटी हा व्यवसाय आहे. झालं ते तू विसरून जा. मीही विसरतो. मात्र आपण सारे रसिक मायबापांना जाबदार आहोत, हे विसरू नकोस.''

''पुढचा दौरा कॅन्सलच केलेला बरा,'' युवराज हळू आवाजात बोलला.

''कसा करणार? ॲडव्हान्समध्ये तिकिटं फाटल्यात. रात्रीच्या गावच्या पब्लिकनं समजून घेतलं. आमच्यावर दया दाखविली; पण प्रत्येक गावचं पाणी वेगळं असतं. भडकलेले प्रेक्षक शांत बसायचे नाहीत. तंबूसकट फड जाळतील. त्या आगीत कलाकारांना फेकायलाबी कमी करणार नाहीत.''

बाकेराव पुन:पुन्हा समजावून सांगत होते; पण युवराज जागेवर ढिम्म बसून होता. तेव्हा क्षणभरातच स्वत:च्या फडातलं अठरा वर्षांचं आणि दुसऱ्याकडचं बारा वर्षांचं असं एकूण तीस वर्षं तमाशाच्या बोर्डावर वेचलेलं आयुष्य बाकेरावच्या डोळ्यांसमोर उभं राहिलं. —हाडांच्या सापळ्यासारखं. एकाएकी त्या कलावंताचा स्वर ओला झाला. डोळ्यांत अश्रू उभे राहिले. शब्दांना उमाळे फुटले, ''बेटा युवराज! शेवटी तमाशा ही चीज, हा व्यवसाय असा आहे की, ज्याला आयबी नाही आणि बापही! उच्चभ्रू समाजाच्या नजरेतला एक अत्यंत वाईट, बीभत्स आणि अश्लील असा हा कलाप्रकार! केवळ अडाण्यांची कला. तमाशा म्हणजे

गंधर्वांच्या गावाजवळचं उकिरड्यावर टाकून दिलेलं एक बेवारस पोर! आम्हाला कर्जाऊ पैशांसाठी तर कोणी कोसावरही फिरकू देत नाही. तमाशात काम करणं म्हणजे पाहुण्यारावळ्यांत नाचक्की. घरातले समारंभ, पूजा नव्हे, मयतीच्या कार्यक्रमांनासुद्धा कोणी आम्हाला हाक मारत नाही रे. जिथे तमासगिरांशी असलेले नातेसंबंध लपवले जातात, तिथे मोडलेल्या तमाशाला पैशाचा टेकू द्यायला कुठले पैपाहुणे धावणार आहेत?''

''पण भाऊ.......?''

बाकेरावनी हात उंचावले. मनातले दुःखाचे कढ मोठ्या मुष्किलीनं गिळले. रंगकली आणि युवराजसमोर हात जोडले. ते कळकळीनं बोलले, ''तुम्ही दोघंबी शहाणेसुरते आहात. स्टेज खेळलेले कलावंत आहात. तुम्ही हवं तर हा सीझन संपल्यावर माझ्या जिंदगीशी खेळा. मला ठार मारा; परंतु रक्तभात ओकून मोठ्या कष्टानं उभ्या केलेल्या माझ्या तमाशाच्या भवितव्याशी खेळू नका. दीडशे कलावंत आणि बिगाऱ्यांच्या रोज पेटणाऱ्या चुलीमध्ये पाणी ओतू नका. दयेची भीक घाला मला.''

एवढा प्रंचड ताकदीचा लोककलावंत भिकारी होऊन दरवाजात उभा. त्याची अधिक परीक्षा बघणं योग्य नव्हतं. युवराज मुकाट्यानं उठला. त्यानं आवराआवर केली, तो जायला निघाला. तेव्हा मघापासून मागे अंधारात उभी असलेली पारू लगबगीनं पुढं आली. तिनं बाकेभाऊला हात जोडले, ''दादा, तुझ्या तमाशासाठी माझ्या जिंदगीचा सिनेमा कशासाठी करतोस, बाबा?''

बाकेराव अडखळला. त्याने पारूला हात जोडले, ''ताई, उशीर होतोय. आज रातचा खेळ खूप लांब आहे. मला निघू दे.''

''अरं, तू तुझी स्वतःची बाजिंद्या बांध्याची मैना दुसऱ्याच्या पिकात घुसूच कशी दिलीस?''

बाकेरावनं पारूसमोर पुन्हा हात जोडले. तेथून कसाबसा काढता पाय घेतला.

रंगू आणि युवराज आपआपल्या सामानाच्या पिशव्या घेऊन गाडीजवळ उभे होते. ते तिघेही एकमेकांच्या डोळ्यांकडे अपारल्यासारखे बघत होते. मोटीरीमध्ये कोणी कुठं बसायचं हा प्रश्न होताच. आता वाट्याला येईल ते विष पचवायचं असं बाकेरावनी ठरवलंच होतं. तो मुकाट्यानं पुढं झाला. फ्रंट सीटवर ड्रायव्हरच्या शेजारी जाऊन मुकाट्यानं बसला. ती दोघं मागच्या सीटवर बसली. खाचखळग्यांतून वाट काढत मोटार पुढे धावत होती. क्षणभर डोक्यावरचा पहाड बाजूला झाल्यासारखं बाकेरावला वाटलं. स्वतःच्या बायकोला तिच्या नव्या मित्रासकट मनधरणी करून घेऊन जायचा प्रसंग त्याच्यावर गुदरला होता.

जिंदगीच्या या अशा तमाशाला रडावं की हसावं, हेच त्याला काही केल्या कळत नव्हतं.

ते मुकाट्यानं माघारा आले. फड चालू राहिला. नव्या जत्रा, नवी गावं, रोज रात्रभर ढोलकी आणि हलगीच्या मोहऱ्यानंतर रंगणारं वगनाट्य. तिघंही अपराधी मनानं गप गप असायचे.

एके दिवशी छबूला राहवलं नाही. तिनं विचारलं, "काय गं, कसं चाललेत दिवस?"

"चाललेत ढकलत ढकलत."

"अन् रातचं कसं गं? आलेत का मूडात? म्हणजे लागलेत का सुराला?"

"नाय गं. दिवाळाकडं पुढा करून झोपत्यात. माझ्याकडं नाही."

"असू दे, येईल गाडी वळणावर हळूहळू."

"मला नाय वाटत. मी त्यांचा दिल दुखावलाय. वर भावनेच्या भरात वाहत गेले गं. जसं जसं अन् जेव्हा जेव्हा घडलं, ते सारं ओकून बसले गं मी त्यांच्या पुढं."

रंगकलीची ती कबुली ऐकून छबूनं स्वत:चं कपाळ बडवून घेतलं. रंगकलीच्या त्या मूर्खपणावर छबू भलतीच संतापली, "रंगे ऽ मेले, स्वत:च्या हातानं आपल्या आयुष्याचं वाटोळं करून घेणारी तुझ्यासारखी पोकळ मेंदूची पोर मी अजून बघितलेली नाही गं!"

"अगं पण छबे, माझं चुकलं तरी काय?"

"मारून झक मारली होतीस. जाऊ नये अशा स्थितीत युवराजच्या राहुटीत घुसलीस. तेवढ्यावरच थांबायला तुझं काय बिघडत होतं?"

"म्हणजे गं?"

"अगं, राहुटीत जवानीनं झकमारी केली, ते एकवेळ ठीक होतं. मी समजूही शकते; पण जेव्हा युवराज टेम्पोत बसून फडातनं आपल्या गावाकडं निघाला, तेव्हा त्याच्या मागोमाग आंधळ्या मेंढीसारखं निघून जायला तुला कोणी सांगितलं होतं? -सांग?"

"होय गं, चुकलंच माझं."

"चुकलं नव्हे, जरमलच्या भांड्यासारखे तुझ्या मेंदूला पोचे गेले होते काय गं सटवे?" छबू अत्यंत नाराजीने ठणकत्या सुरात बोलली, "अगं, तुला त्या युवराजच्या मिठीमध्ये - नागवी तर नागवी - पण अशी किती जणांनी बघितली होती? जास्तीत जास्त तीन-चार लोकांनी! मी म्हणते, गेला बाजार आठ-दहा जणांनी! पण फडाची मालकीण असताना तू त्याच्या मागोमाग रात्रीची निघून गेल्याचा इकडे किती बभ्रा आणि बोंबाबोंब झाली, तुला माहीत हाय का?

लोकांनी तोंडानी मुंगीच्या अंगासारखी गोष्ट हत्तिणीच्या पखालीसारखी वाढवून सांगितली. आता भिंतीभिंतीवर नुसती पोस्टरं आणि चौकात होर्डिंगं लागायची बाकी आहेत! माझ्या लाडक्या, भोळसट, मूर्ख मैत्रिणी - कशासाठी करून घेतलंस गं हे स्वतःच्या आयुष्याचं हे गुंडगुळं?''

''सैरभैर झाले होते गं. मला काही सुचलंच नाही.''

''अगं माझ्या भोळ्या चिचुंद्रे ऽऽ तुला ठाऊक नाही या नालायक दुनियेचा व्यवहार? अगं, जे लफड्याच्या चादरीत रंगेहाथ सापडत्यात ते जगाच्या नजरेत नालायक आणि बदफैली ठरतात; मात्र रोज दाराला आतून कडी लावणारे अन् दुसऱ्याच्या गोधडीत बुडी घेणारे मात्र सज्जनपणाचा मुखवटा लावून नाक वर करत गावभर हिंडतात! पवित्र ठरतात!''

रंगकलीच्या डोळ्यांतून अश्रूंचा उमाळा वाहत होता. आपली आसवं पुसायचा प्रयत्न करत ती बोलली, ''उगाच गुन्हेगारासारखं थोबाड घेऊन मला फिरायचं नव्हतं. बाकेरावांपासून काहीही चोरून ठेवायचं नव्हतं.''

''अगं, अडाण्या पोरी! त्यांच्यापुढं कबुली देऊन बडी संतीण बनण्याचा रोग तुला का जडला होता? तुला ठाऊक हाय का, बाकेराव नावाच्या तुझ्या लाडक्या कृष्णकन्हैयानं आजपर्यंत किती गवळणींचे माठ फोडले आहेत ते?''

रंगू ओठ शिवल्यासारखी तशीच बसून राहिली. मध्येच तिनं जखमी नजरेनं छबूकडे बघितलं. तशी छबू तिला उपहासानं बोलली, ''तुझ्या बाकेरावला बाहेर बाया काय म्हणतात, ते तरी कधी ऐकलं आहेस का तू? - 'फिरता रंगमंच' नव्हं तर 'फिरता पलंग'!''

त्या प्रसंगानंतर गाडग्यातलं दही आंबून जावं, तसं बाकेभाऊ आणि रंगूच्या सहजीवनातलं संगीत संपून गेलं होतं. फुटलेली हलगी वाजवावी तसं कसंबसं रेटत जगणं चालू होतं. हा तिला बोलावत नव्हता, तीही त्याला भेटायला जात नव्हती. रात्री स्टेजवरचे दिवे लागले की, वगनाट्यात मात्र खरं खरं नवरा-बायको असल्याचा खोटा खोटा लाडिक अभिनय करायचा.

रात्री राहुटीत किंवा चालत्या गाडीत जेव्हा रंगू आळसावलेल्या अंगानं बसायची. स्टेजवरच्या भूमिकेतला जरीचा शालू न सोडता. संगीतरत्न नवरा पदरात पडूनही गोष्टी अशा घडत गेल्या की, जीवनातलं संगीतच आटलं होतं. जीवन म्हणजे कोरडं वाळवंट; पण बाकेरावचा विचार मनात धुडगूस घालत असताना तिला कधी कधी आधीचे सुखाचे क्षण आणि अंग मोहरून टाकणाऱ्या आठवणी येत. एकदा अंघोळ करून ओलेत्या अंगानं रंगू राहुटीत आली होती. बाजूला चटईवर बाकेराव गाढ झोपले होते. आरशात बघून आपल्या केसांचा ओला बुचडा रंगू बांधत होती, ती अचानक थांबली. तिला आपल्या कानशिलावर

परवाच्या रात्री बाकेभाऊच्या रुतल्या नखाचा ओरखडा दिसला, तशी ती अधिकच लाडाने हसली. सहज गुणगुण तिच्या लालचुटूक ओठातून बाहेर घरंगळली,

"दिवस पहिला आज मला
बाहेरी मी बसले
अहो राया तुम्हा, अहो सख्या तुम्हा
आताच कसे हे सुचले!"

तसं हसणं, फुरंगटणं आता उरलं नव्हतं. मनातल्या विचारांच्या गतीने रंगूच्या चेहऱ्यावर पुनवेचा आणि अमावस्येचा लपंडाव चाललेला. तेव्हा छबू हळूच तिच्या कानाजवळ सरकली. तिला बोलली, "नवरा-बायकोच्या नात्यातला दुरावा जालीम असतो गं! तू भेटत जा त्यांना. समजाव त्यांना."

"मीच का खावी गं पड?"

"काय करणार? आपली पडली बायमाणसाची जात! ते मेले पुरुष! त्यांनी एकावेळी दहा बायांच्या चादरी खराब केल्या तरी त्याला त्यांचे दोस्त गुन्हा नाय मानत."

त्या दुपारी रंगकली एकटी जाऊन बाकेरावच्या समोर उभी राहिली. बाकेनं तिच्याकडे निर्विकार डोळ्यांनी बघितलं, तेव्हा उदास, कोरड्या शब्दांचा एक एक मणी जुळवत रंगकली बोलली, "तुमच्या जवळच्या दोस्तांनी अन् माझ्या मैत्रिणी नावाच्या बायांनी तुम्हाला बरंच काही उणंवंगाळ सांगितलं असेल नाय? त्याला मी कशी चिपकली, त्यानं कसं ओढलं - कुस्करलं - असं बरंच काहीबाही -?"

"हे बघ, मी तुझ्याकडे कसलाही खुलासा मागितलेला नाही," बाकेराव कमालीच्या कोरडेपणानं बोलला.

"अहो, पण मला सारं सांग्रसंगीत सांगायचं है ना."

"ते कशासाठी?"

"हे बघा, तिथं काही घडलंच नव्हतं. मी नुसती त्यांच्या मिठीत चिकटली होती, असं सांगून मला माझी सहज सुटका करून घेता आली असती -"

"तर वेगळं काय सांगणार आहेस तू?"

"मला खरं खरं तेच सारं सांगायचं आहे," आपल्या डोळ्यांतून टपकणारा अश्रू हलकेच पुसत रंगकली बोलली, "एका मोहाच्या क्षणी अंगातल्या रक्तामांसानं माझ्याशी दगाफटका केला हो! ते नागवं होऊन चिकटलं त्याच्या अंगाला. कोणी कोणाला लुटलं? त्यानं मला की मी त्याला? ते कायबी आठवत नाय; पण एवढं मात्र खरं, त्यावेळी मी चांदण्यात तरंगत होते; पण जेव्हा कळा निवल्या

आणि तलफ संपली, तेव्हा माझे पाय चिखलघाणीत उगाच बरबटून गेल्याची उपरती मात्र मला झाली. माफ करा, मी तुमच्याशी दगाफटका केला. गुन्हेगार आहे हो मी तुमची.''

''पण हे सारं आता ओकायचं काय कारण होतं? मी कुठं विचारलं होतं तुला?''

''तुमचं काळीज साफ असेल हो; पण आरशात बघताना मला माझे डोळे मात्र खूप दगाबाज वाटतात. म्हणूनच म्हटलं, जसं घडलं तसं सांगून मोकळं व्हावं.''

''ते का?''

''तेवढाच माझ्या डागाळलेल्या मनाचा निचरा - उलीसा!''

तो तिला तिथे खाली बसायला सांगत नव्हता. तीही अधिक रेंगाळली नाही. गर्रकन पाठीमागे फिरली. तेव्हा तो खाकरत बोलला, ''रंगू, थांब.''

ती अडखळली.

तो बोलला, ''रंगू, विजेच्या लोळासारखी तू माझ्या जिंदगीत घुसलीस. तुझ्या अल्लड प्रेमाच्या बोचकाऱ्यांनी मीही फुणफुणलो. एखाद्या जायबंदी पाखरासारखं तुझ्या प्रीतीच्या पिंजऱ्यात अडकताना मीही सुखावलो. त्यानंतर तुझ्या प्रेमात मी पुरता बुडून गेलो. त्या साऱ्या गोष्टी तुला माहीत आहेतच; पण तरीही मला तुला एक गोष्ट इथे स्पष्ट करायची आहे.''

''कोणती?'' ती हुंकारली.

''युवराज तुझ्या मनामध्ये खरंच भरला असेल तर घे काडीमोड. तुझ्या त्या नव्या राजाची तू राणी बनू शकतेस, कायमची. मी नाही यायचा आडवा. अगदी आईशपथ.''

काळ्या ढगांसारखे तिचे डोळे एकाएकी भरून आले. गालावरून उष्ण थेंब ओघळले, ''अहो, मनात आलं म्हणून, सहज पिकावरच्या पाखराला हाकलून द्यावं, तसं तुम्ही नका मला हुसकावून लावू - शेवटी ज्याचं त्याला माणूस प्यारं असतं.''

''म्हणजे?''

''बाहेरून कळलं, युवराजरावच्या बायकोच्या चिठ्ठ्यावर चिठ्ठ्या येताहेत. चालता तमाशा सोडून तू निघून ये अशी त्याच्या पारूनं त्याची पाठ धरलीय.''

''का बरं?''

''सांगू कशी वो?'' ती दुःखाच्या उचंबळून येणाऱ्या लाटा आतल्या आत जिरवायचा प्रयत्न करत बोलली, ''त्याची अस्तुरी तिकडं त्याला सोडायला तयार नाय अन् माझा नवरा माझ्याकडं ढुंकूनशान बघायलाबी तयार नाय.''

तिच्या त्या उद्गाराने तोही आतून हेलावून गेला. त्याला काय बोलावं हे सुधारेना. ती बोलली, "पुरुष गाढवासारखा चिखलाच्या तळ्यात लोळला. बरबटून निघाला तरी त्याला मर्दानगी म्हणायचं; मात्र बाईचा चुकून थोडा पाय घसरला तर तिला जन्मातनंच कंडम करून टाकायची, काय हो ऽ ऽ हा कुठल्या देवाच्या पायरीवरचा न्याय?"

डोळ्यांतल्या आसवांच्या सरीला कसाबसा बांध घालायचा प्रयत्न करत ती तिथून निघून गेली.

३५

अनेकदा गगनआप्पा मनातून बाकेरावला शाब्बासकी द्यायचे, "काहीही बोला, बाकेभाऊ म्हणजे जिगरबाज मनुष्य. एखाद्या डोंगरकड्यावरनं मांजरीचं पिल्लू खाली फेकून दिलं, तरी ते कसं बरोबर चार पायांच्या चौकटीवर उभं राहतं, तसा हा माणूस! येईल त्या संकटाशी समोरून लढतो! पडतो, धडपडतो पण पुन्हा जिद्दीनं उठतो!"

त्या गोष्टीचा बभ्रा साऱ्या मुलखात झाला होता. मंदिराच्या दारातील चिरेबंदी दीपमाळ कलथल्यासारखी झालेली. जिने प्रीतीसाठी बाप सोडून दिला, तिने आता तिसऱ्याच्याच पाठी लागावं? हा फक्त काही इश्कबाजीचा वरवरचा खेळ नव्हता. याच्यामध्ये एका फडमालकिणीच्या अब्रूच्या चिंध्या वाऱ्याला लागल्या होत्या. आता बीळ वरच्यावर तात्पुरतं लिंपलं गेलं असलं तरी भविष्याचं मात्र काही खरं नव्हतं.

हा नामांकित फड कायमचा मोडणार असाही अफवांचा बाजार पिकला होता; परंतु एका दिवसात झडप मारून, त्या दोन्ही कलावंतांची समजूत घालून, त्यांना माघारी घेऊन बाकेराव फडात आला. बंद पडलेले तमाशाचे खेळ पुन्हा सुरू झाले. भाऊंच्या या अब्रूबचावणीच्या करणीमुळे सारेजण अवाक झाले होते.

काही दिवस गगनआप्पासुद्धा घडल्या गोष्टींवर खूश होते; परंतु जेव्हा वाघ-सिंहाच्या डरकाळ्या बंद होऊन ते विश्रांती घेऊ लागतात, तेव्हा उंदरा-मांजरांच्या लंपटगिरीला जोर चढतो. फडाचा मॅनेजर चारूस्वामी एका वेगळ्याच दिशेनं चिरचिरू लागला, "आप्पा, त्या दोघांनी परत यायला नको होतं की वो. फड बंद पडायला हवा होता."

"गधड्या, पहिली जीभ आवर. असा दुष्टासारखा अशुभ काय बोलतोस?"

"आप्पा, काही दिवसांपूर्वी तुम्हीच काय कुरकुरत होता? मी थकलो. आता

वयाची पासष्टी झाली. फड माझ्या लेकराच्या-मोहनबाबूच्या मुठीत जायला पाहिजेल!''

"अरे, पण रंगू आणि युवराज परत आले नसते तर वग कसा रंगला असता? फड कसा चालला असता?''

"नसते आले तर बंबुऱ्या मारी! फार तर एक सीझन वाया गेला असता; पण बाकेरावनं त्या रंगीच्या नावानं धोसरा काढून आपल्या कापडांच्या पार चिंध्या करून घेतल्या असत्या की वो! दारू पिऊन कुठंतरी देवदास बनून गुडूप झाला असता. मग फडाच्या वाटणीची गरज तरी काय होती? मोहनबाबूला डायरीक्ट फडाचं सिंहासन मिळालं असतं ना!''

चारू मॅनेजरची ती रसवंती ऐकून गगनआप्पा चमकले. खरंच, आपण एक चांगली संधी गमावल्याची त्यांना चुटपुट लागली. तरीही धीर धरून मोठ्या उत्साहानं त्यांनी विचारलं, "अरे, चतुर बिरबला! आहे त्या स्थितीत फड आपल्या मांडीखाली दाबायची युक्ती तेवढी सांग.''

"गोडीगुलाबीनं युवराजची मुंडी मुठीत आवळून धरायची.''

"अरे, पण तेवढ्यानं काय होणार?''

"अवो, एकदा राघूचे पंख तुमच्या बचकेत घावले की, त्याच्यापाठोपाठ ती रंगकली नावाची मैनासुद्धा कशी फडफडत फडफडत येतेय ते तुम्ही बघाच.''

"छट्! उगा वायफळ स्वप्नं नको बघू. एवढं अब्रूचं खोबरं होऊनसुदीक ती अहोरात्र त्या नालायक बाकेरावसाठीच झुरते म्हणतात.''

"अहो, पण त्या बाकेभाऊच्या अंगात कुठं 'जीव' उरलाय? संपला साल्याचा अवतार. बुड्ढा झाला आता तो. रंगूसारख्या रसरसत्या जवानीच्या बाईला 'जे' लागतं, ते पुरवायची त्याच्याकडे कुठं आहे ताकद? त्या सुखासाठी वेडी होऊन ती बया युवराजच्याच मागं मागं फिरणार.''

गगनआप्पा जागेपणीच स्वप्नांच्या झुल्यावर जाऊन बसले. खुशीने झोके घेऊ लागले. तेव्हा त्यांच्या काळजाची तार हळूच छेडत चारूस्वामी बोलला, "आप्पा! हे डोळं मिटण्यापूर्वी मला फक्त दोन गोष्टी स्वतःच्या डोळ्यानं बघायच्या आहेत.''

"कोणत्या रे?''

"एक, तुमचा कुलदीपक मोहनबाबू फडाचा पुरा मालक झाल्याचं—''

"अन् दुसरं?''

"त्या फडफडत्या, अहंकारी रंगकलीला तुमच्या गुलाबी गोधडीत उताणी निजल्याचं बघायचंय. एवढंच बास की वो.''

"चल, चावट कुठला.''

पुन्हा युवराज पाटणेला वश करण्यासाठी चारूस्वामी धडपडू लागला; पण

त्या दुर्दैवी घटनेनंतर युवराज मात्र अंतर्बाह्य हडबडून गेला होता. अपराधी भावनेनं आतल्या आत कुढत होता. शक्यतो कोणाच्या अध्यातमध्यात पडायचंच नाही, हा त्याचा स्वभाव. या फडात आल्यापासून पहिली दोन वर्षं तो रंगकलीला बहीण मानून चक्क भाऊबीजेला साडीची ओवाळणी घालायचा. त्या देखाव्याचे फडात अनेक साक्षीदार होते.

युवराज जसा ज्ञानी होता, तसाच मानीही होता. अलीकडे गगनआप्पा मुद्दाम त्याला चुचकारायचे; पण तो त्यांच्याकडे जाणं टाळायचा. चोंबड्या चारूस्वामीला तर तो अजिबात धूप घालायचा नाही. हळूहळू आप्पांच्या गँगला युवराज आपल्या हाती लागत नाही, याचा अंदाज आला. त्यामुळे ते त्याच्या विरुद्ध खूप कुरकुरायचे. धुसफूस करायचे. मुद्दाम 'गुरूपत्नीच्या अंथरुणात घुसणारा आपल्या फडातला चांद' अशा शब्दांत त्याची मस्करी आणि टवाळी करायचे.

फडाचे धावते दौरे सुरूच होते. ट्रक आणि टेम्पोबसेसच्या चाकावरचं बिऱ्हाड रोज नव्या गावाच्या जत्रेत दाखल होतं होतं. त्यातच एके सकाळी भाऊंच्या कानांमध्ये कुडकुडत्या थंडीच्या लाटेसारखे रंगकलीचे शब्द घुसले, "दिलवर भाऊ! मला दिवस गेलेत -!"

"हूं!"

"म्हटलं, गरोदर आहे मी!"

"हो! दिवस गेलेत, याचा अर्थ कळतो ना मला."

"तरीबी तुम्ही असं थंडगार दगडासारखे स्वस्थ कसे? बाळाचे बाप असताना?" तिचा ओला थरथरता स्वर.

"बी मातीत रुजलं की रोपटं होणारच. बाई पुरुषासोबत निजली म्हणजे दिवस जाणारच."

"अशा खुशीच्या प्रसंगी, बेताल दारुड्यासारखी कशी वटवट करता? भीती वाटते मला. अहो, मी बायको आहे तुमची, लग्नाची!"

"ती गोष्ट मी कुठं अमान्य करतोय?"

बाकेरावनी तिच्याकडे जळजळीत नजर टाकली. दुसऱ्याच क्षणी ते उठले आणि बाजूला झटकन निघून गेले. रंगूला आकाशातली कुऱ्हाड डोक्यावर कोसळून आपल्या डोक्याची भकलं झाल्यासारखं वाटलं. डोळ्यांपुढे चांदण्या चमकल्या. भाऊंच्याकडून असा थंडा आणि निष्ठुर प्रतिसाद तिला स्वप्नातही अपेक्षित नव्हता.

आता तिच्यासाठी आसवांचा सडा घालायला एकच खांदा उपलब्ध होता. तो छबूचा. त्या दांडीवर हळूच डोकं ठेवत रंगू कळवळली, "छबू, काय होणार गं? अलीकडे भुताटकीनं पाठ धरलीय की काय माझी? जिथं पाणी समजून पाय

ठेवायला जाते, तिथे मातीवर पाय पडतात. अन् जेव्हा मातीवर पाय ठेवते, तेव्हा अचानक पाण्यात पडून गटांगळी खाते गं मी.''

''आज नेमकं काय झालं, सांग बरं.''

''दुपारी गेले होते बाकेभाऊंकडं. त्यांच्या कानांवर गोड बातमी घालायला. म्हटलं, माझ्या पोटात बाळ आहे - दिवस गेलेत मला.''

''मग?''

''म्हणतात कसे - बाप्याबरोबर बाई निजली की दिवस जाणारच, त्याला कितीसा वेळ लागतो?''

छबूच्या अंगाचा दगड झाला. तिनं ओठ शिवून घेतल्याचं पाहून अस्वस्थ रंगू बोलली, ''ए ऽऽ छबू? अगं तू गप्प का? बोल ना काहीतरी.''

''काय बोलू गं? रंगे ऽऽ आता मला खरंच तुझी खूप काळजी वाटू लागलीय बघ.''

''म्हणजे गं?''

''जेव्हा भाऊ 'बाई पुरुषासोबत निजली म्हणजे' असं म्हणाले - म्हणजे कुठल्या पुरुषासोबत?'' ते विचारताना छबूचा आवाज अडखळला. तिला आतून खूप त्रास होत असल्याचं दिसलं.

''अगं, काय म्हणायचं आहे तुला छबे?'' बोलता बोलता रंगू किंचाळली.

''पोटातल्या बाळाच्या बापाबद्दल काही अडतिडं बोलणं, प्रश्न, एखादी शंका किंवा भलाबुरा बोल तर नाय ना निघाला त्यांच्या तोंडातनं?''

''या मुद्द्यावर ते मुकेच राहिले!''

''तोच तर खरा घातपाताचा प्रकार आहे, पोरी!''

रंगूचा चेहरा आता घामानं डबडबून गेला होता. वाहत्या धबधब्याच्या धारेखाली गारठून गेलेल्या मूक पत्थरासारखी तिची अवस्था झाली होती. ती अंगात थंडी भरल्यासारखी बोलली, ''अगं छबू, आता माझ्याबी पायाखालनं जमीन सरकतेय गं. नाहीतर जगामध्ये असा दुसरा कोणी बाप असू शकेल, जो बाळजन्माच्या बातमीनं आनंदी होणार नाही? आपल्या बायकोचं कौतुक करणार नाही?''

''उद्या पहिली जा. कोसळ त्या युवराजच्या पायावर. त्याला म्हणावं, बाबा, चल बाकेरावसमोर; काय तो खुलासा करून टाक एकदा.''

ती भयानक रात्र संपता संपत नव्हती. इतर वेळी येईल त्या संकटांशी दोन थोबाडात ठेवायला सिद्ध असणारी रंगकली आता मात्र अगदी गर्भगळीत झाली होती. छबूसारखी एखादीच मैत्रीण सोडली, तर आजूबाजूला जिवाभावाचं असं कोणी शिल्लकच नव्हतं. प्रत्येक क्षण फितूर झालेला. भरवशाच्या भिंती आता

तर पार ढासळायला लागल्या होत्या.

रंगकली छबूपेक्षा फक्त तीन वर्षांनी लहानी होती. संकटाच्या गर्तेत अधिकच बुडत जाणारी रंगू पाहून ती हादरून गेली होती. परिस्थितीचा पेच जीवघेणा होता. व्याप्ती भयानक होती. ज्या रंगकलीच्या नृत्य आणि अभिनयासाठी चार चार हजार प्रेक्षक वेडे व्हायचे, जिच्या प्राप्तीसाठी जालिंदर मोरेसारखे बडे पोलीस अधिकारी, तरुण आमदार आणि गुत्तेदार-कंत्राटदार अक्षरश: येडेखुळे झाले होते, जिची उणीपुरी चार वर्षांची कारकीर्द बघून लोककलेचे अभ्यासक थक्क झाले होते, जिच्याकडे सुंदराबाई, यमुनाबाई वाईकर आणि विठाबाई नारायणगावकर यांच्यानंतरची मराठी लावणीची परंपरा पुढच्या शिखरावर घेऊन जाणारी गुणी कलावती म्हणून पाहिलं जायचं, त्याच गुणी पोरीच्या जिंदगीचं असं भरीत का व्हावं?

केवळ पोटात अंकुर वाढतो आहे म्हणून ती सर्वांच्या कुचेष्टेचा आणि निंदेचा विषय झाली होती. तोच तिच्या प्रगतीच्या मार्गातला अडसर ठरू लागला होता. दरम्यान, छबूच्या आईची सख्खी बहीण रत्नामावशी इंदापुराकडून तिच्याकडे आलेली, काही दिवसांसाठी. मनाने आणि शरीराने मोडून गेलेल्या रंगूचे हाल बघून ती पुरती हादरून गेली होती. बाकेरावसारख्या अनुभवी कलावंतानंसुद्धा 'विश्वामित्रा' सारखा हात वर करून उलटी टांग करावी याचा तिला खूप धक्का बसला.

रत्नामावशी चिडीनं बोलली, "जगातले बहुतांशी सारे पुरुष असेच बदमाश असतात, पोरी. जेव्हा यांच्या अंगात मदनाचा रस सळसळतो, त्या भोगाच्या क्षणी पागल होऊन हे बापे बाईला मिठ्या मारतात - चल, ये गं माझ्या राणी! आणि एकदा त्यांची तलफ उरकली की चल चल निकल जा भवानी ऽऽ"

"मावशे, रंगूवर खरंच मोठा अन्याय होतोय गं!" छबू बोलली.

"तर मग तू तरी का गप्प बसतेस? का विचारत नाहीस जाब बाकेरावला?"

छबूही रंगूवरच्या अन्यायामुळे संतापून उठली होती. तिनं बाकेरावला जाऊन एकट्यानं गाठलं. ती बोलली, "भाऊ, तुम्ही तर महान कलावंत आहात. स्त्रीचं दु:ख म्हणजे काय असतं, हे मी तुम्हाला वेगळं सांगायला हवं का? अहो, 'लग्नाआधी कुंकू पुसलं' हे तुम्हीच सादर केलेलं वगनाट्य आठवून बघा. त्यामध्ये कोणा वैजयंती नावाच्या दुर्दैवी पोरीची कहाणी तुम्ही मांडायचा. तिचं दु:ख सादर करताना तुम्ही पब्लिकला धो धो रडायला लावायचे हो!- त्याच मायेच्या नजरेनं थोडं आपल्या बिचाऱ्या रंगूकडेही बघा."

"हो, बघता येईल."

"काय बघता येईल?" छबू संतापानं उफाळत बोलली, "तुमच्यापेक्षा तीस

वर्षांनी लहान आहे ती पोर-जिनं तुमचं अंथरूण सजवलं. तुमच्या तोंडातून येणारा दारूचा उग्र भपकारा सोसतसुद्धा तुम्हाला आपली गरम हाडं आणि रक्त खायला दिलं-गेली चार वर्षं पलंग पवित्र केला, त्या तरुण, अवघडून गेलेल्या दुर्दैवी पोरीबद्दल प्रेम नसेना का, पण थोडी दया तरी वाटायला हवी होती तुम्हाला? अहो, तुम्ही कसले वगसम्राट? तुम्ही तर अट्टल भोगसम्राट!''

''बोल बाई, तुला काय बोलायचं ते बोल.''

''अहो, रक्ताचा कॅन्सर व्हावा, तशी काळजीनं खंगत चाललीय ही पोर-त्यातच तुमच्या लेकराचा वेलही वाढतोय तिच्या पोटात.''

''हूम. असू दे—''

''अरे वा! आता बरं इतकं फटकून वागायचा रोग लागला तुम्हाला. अवो, काय काय नाय केलं त्या बिचारीनं तुमच्यासाठनं? तिचा बाप म्हणजे तमाशा पंढरीचा राजा हुता की वो. त्याला नाकारून, त्याच्या वाड्यासकट आपलं सुखाचं माहेर जाळून ती आली तुमच्या मागं मागं. इथं तुमच्या फडात आल्यावर स्वत:च्या घुंगराच्या पट्ट्यांना मर्यादेचं धागं बांधलं. त्या चमकत्या चांदणीनं स्वत:ला झाकून घेतलं! कोणासाठी? -तुमच्यासाठीच! तुमच्या प्रेमाची बटीक बनली बिचारी.''

बाकेभाऊंनी छबूकडे जळक्या नजरेनं बघितलं. ते कातावून बोलले, ''हे बघ छबू, मैत्रिणीची केलीस तेवढी वकिली रेट झाली. स्वत:च्या मर्यादेत राहा. या कंपनीत तुला अजून नोकरी करायचीय नव्हं?''

''वो, पण रंगकलीच्या पोटातल्या लेकराचं काय?''

बाकेरावनं छबूकडे विषादानं पाहिलं. आता त्यांची नजर खूप खुनशी आणि बेपर्वाईची दिसत होती. त्यांनी आपल्या खिशातलं बिड्यांचं बंडल बाहेर काढलं. पाठोपाठ तीन बिड्या फुंकून त्यांची थोटकं बाजूला फेकली. तेव्हा न राहवून छबू बोलली, ''भाऊ, रंगूची काळजी तुम्हाला घ्यायलाच हवी. तिच्या पोटात वाढणारा अंकुर तुमचाच आहे ना?''

''मला एका प्रश्नाचं उत्तर दे आधी.''

''हा विचारा.''

''एखादी बाई जेव्हा एका वेळी दोन वाहत्या नद्यांमध्ये डुबक्या मारायची हौस पुरवून घेते, तेव्हा तिच्या अंगाला चिकटलेले शिंतोडे नेमक्या कोणत्या गंगेचे हे कोण नि कसं ओळखणार?''

''छी: छी:! खूप खूप वाईट बोललात हो भाऊ तुम्ही.'' आपले डोळे उफराटे करत छबू संतापानं गरजली, ''तुम्ही जरी तुमच्या नोकरीवरनं मला हाकलून दिलंत तरी पर्वा नाही. मी हेच सांगणार की, अशी घाणेरडी भाषा

तुमच्यासारख्या महान कलावंताच्या जिभेवर बिलकूल शोभून दिसत नाय.''

''गलती माझी नाय, तुमच्या मैत्रिणीची आहे.''

''ती कशी काय?''

''अरे, कोण हा युवराज? त्या दोघांत काय झालं? त्याच्यासंगे ही भिजली केव्हा, अन निजली केव्हा, एका तरी अक्षरानं तिला मी कधी टोकली होती का? उलट तिच स्वत:च्या पायानं माझ्या राहुटीत आली. तिनं स्वत:च कबुली देऊन टाकली, माझा युवराजशी संग झालाय म्हणून!''

''अवो, पण —?''

''छबू! अगं तिनं आपले ओठ शिवून तरी जागच्या जागी गप बसायचं होतं. कारणाशिवाय स्पष्टीकरण द्यायचं कारणच काय होतं? वेळ निघून गेली असती.''

''अहो, पण—''

''ती माझीच आहे या भुलीत मी सारं विसरून गेलो असतो; पण आता बघ ना फडात, जनात, जो तो बदनामीचा शेणकाला उडवायला लागलाय. अशा परिस्थितीत रोज उठून मी त्या उष्ट्या पत्रावळीकडे कसं बघत बसायचं गं?''

छबू तेथून निघाली. आता तिची दातखिळीच बसल्यासारखी झाली होती. ''या अशा अवस्थेत इथं तुमची पोटची पोर सापडली असती तर?'' हा प्रश्न छबूच्या जिभेवर आला होता; परंतु तिनं तो ओठातून बाहेर पडू दिला नाही. ज्या प्रश्नांची उत्तरं काय येणार हे माहीत असतं, तिथे अधिक डोकं आपटण्यात काहीच अर्थ उरत नाही. छबू जडावल्या पायांनी राहुटीतून माघारी फिरली.

आजकाल चांगल्या बातम्यांना कोणी हुंगतही नाही. वाईट बातम्यांना मात्र सूर्यकिरणांचा वेग असतो. रंगकलीचं पोट वाढल्याची बातमी आता फडामध्ये लपून राहिली नाही.

स्त्री कलाकारांची राहुटी सोडून अन्य कोणाकडे डोकवायचं रंगूकडे आता धाडसही उरलं नव्हतं. तिला बाकेभाऊ भेटायचे, ते स्टेजवर वगनाट्याच्या प्रवेशातच. इतर वेळी ते तिच्याकडे तिरक्या नजरेनंही पाहायचे नाहीत. त्या कलावंत जोडीतला पूर्वीचा तो ओलावा आणि जिव्हाळा पूर्णत: आटून गेला होता. पहिल्यासारखा फड मालकिणीचा तिचा तो रुबाब, ती ऐट आता उरली नव्हती. कंपनीतल्या अनेक पोटार्थी कलाकारांच्या मळक्या वळकटीसारखा रंगकलीच्याही जिंदगीचा निर्जीव बिस्तरा बनला होता.

दिसामासानं तिची पडझड अशीच चालू होती. तिच्या पोटातला अंकुर नेमका कोणाचा असावा, या मुद्द्यावर फडात परस्परविरोधी पैजा लागत होत्या.

एकदा रंगकलीच्या पायांनी दगा दिला. तिची मंजुरी न घेता त्यांनी तिला युवराजच्या राहुटीपर्यंत ओढून नेलं. तिथे ती राहुटीच्या बाहेर तोंडाशीच स्टुलावर

बसून राहिली. आत जाणं म्हणजे वळवळत्या जिभांना दूध पाजण्यासारखं होतं. युवराजने तिच्याकडे पाहून न पाहिल्यासारखं केलं. लाकडी पेटीतली आपल्या देवाची प्रतिमा बाहेर काढून तो पूजा करत बसला होता. त्यानं डबीतला देवीचा अंगारा बाहेर काढला. त्याचा टिळा मात्र रंगूच्या कपाळी लावण्याचा चतुरपणा त्यानं दाखवला.

ती दोघं धुसफुसत्या, बेचैन स्थितीत थोडा वेळ बसून राहिली. न राहून युवराज फुंदकला, "रंगू ऽ तू इतकी सुंदर नसतीस तर कदाचित असा अक्षम्य गुन्हा माझ्या हातून घडला नसता."

"कोणता गुन्हा?"

"बाकेरावांसारख्या माझ्या भावाला, दोस्ताला आणि गुरूला गमावून बसायचा. त्याच्याशी गद्दारी करायचा."

"खरं तर ही तक्रार मीच करायला पाहिजे." खाली मान झुकवत रंगकली बोलली.

"ती कशाबद्दल?"

"त्या रात्री राहुटीत तुमची मी बघितलेली उघडी चौडी छाती, रुंद खांदे, तो मर्दानी नखरा-असं डौलदार हाडामांसाचं वैभव स्वर्गातल्या देवांकडे तरी असतं का?"

"काय बोलतेस?"

"खरं तेच सांगतेय. त्या दुर्दैवी क्षणी तुमच्या देखुणपणाची मलाबी भुरळ पडली आन माझी वाट लागली ऽ!"

"मला तरी आता आपलं तोंड दाखवायला कुठे जागा उरली आहे?"

"अन् माझं तरी काय झालं हो? आजवर फडात घरंदाज गरतीसारखी वावरणारी मी, त्या एका घटनेनंतर मला फडातल्या रंडीची अवकळा आली हो! लय वाईट झालं युवराजराव."

दोघं चिडीचूप झालेले. मध्येच उमाळा दाटून यावा तसा युवराज हळहळत बोलला, "केवढ्या मोठ्या कौतुकानं आणि ईर्षेनं बाकेभाऊ नावाचा हा थोर कलावंत मला फडात घेऊन आला होता. मी त्याच्या अपेक्षांची पुरी माती करून टाकली."

"अन् माझ्याबी कपाळावरची रुसून बसलेली ही कुंकवाची चिरी दिसत नाय का तुम्हाला? काय करू? नवरा जिता असताना विधवेसारखे चटके सोसायचं नशिबात आलं."

ती थोडा वेळ तशीच आणि तिथेच निष्प्राण विटेसारखी बसून राहिली. युवराजला साऱ्या गोष्टी आठवून तो मनातून घाबरला. रंगकलीशी संग वाढल्यावर

तुझ्या जीवनात पनवती सुरू झालीय, हे त्याच्या मित्रांनी मुद्दाम त्याला दाखवून दिलं होतं. या बाईच्या मोहात पडून, तिच्या नादाने मी उगाच जन्माचा बदनाम झालो. लोकांच्या अनादराचा विषय बनलो. माझ्या पदरामध्ये पडलं तरी काय? ही बया म्हणजे लोक म्हणतात तशी 'शापित अप्सरा.' एक जळतं अशुभ चिन्ह! ती आपल्या आयुष्यात यायच्या आधी आपलं जीवन खरंच किती सुखी होतं. हिच्यामुळे मात्र गुरूशी द्रोह, मित्रांमध्ये बदनामी आणि समाजामध्ये छी:थू वाट्याला आली.

युवराज काहीच बोलेना. त्याच्याकडून कसलाच प्रतिसाद मिळेना, तशी रंगू अधिकच हतबल झाली. वाटसरू एखाद्या झाडाखाली काही क्षणांसाठी थांबला तरी तो त्या झाडाच्या फांद्यांशी बोलू लागतो. इथला युवराजचा थंडपणा उबग आणणारा होता. रंगूच्या मनाची घुसमट अधिकच वाढली. ती तेथून चालती झाली.

दुपारी युवराजचे मित्र जमा झाले. ती येऊन गेल्याची बातमी युवराजनंच त्यांना सांगितली. त्याचा दु:खाने काळवंडलेला चेहरा बघून त्याला व्यावहारिक सल्ले देत त्याचे दोस्त बोलले, "कशाला उगाच रंजीस तोंड करून बसतोस? अरे, तुझं चुकलं काय?"

"असा किती वेळ झोपला आहेस तू तिच्यासोबत? एखादीला पाच मिनिटं चिकटलं म्हणून कुठे पोरं होतात का रे?"

३६

सकाळी युवराज बाकेभाऊंच्या समोर उभा होता. भाऊंनी त्याच्याकडे नजर टाकली. त्याचा सुंदर चेहरा प्रथमच त्यांना वृक्षाच्या वाळल्या पानासारखा शुष्क दिसत होता. चेहऱ्यावरच्या सुरकुत्या बघवत नव्हत्या. तो घोगऱ्या, पडेल सुरात बोलला, "भाऊ! माझ्या पापाला क्षमा नाही. त्याचं प्रायश्चित्त म्हणूनच मी तुमच्या फडातनं माझं लाजिरवाणं थोबाड घेऊन कायमचं निघून जायचं ठरवलंय."

"झाल्या गोष्टी पुन:पुन्हा का उगाळत बसतोस रे? त्या संपविण्यासाठी, मिटवण्यासाठी तर मी तुझ्या दारात आलो होतो ना." बाकेभाऊ बोलले.

"पण भाऊ, काही गुन्ह्यांचे डाग असे खोल असतात-एक वेळ कापड फाटतं, पण डाग धुतले जात नाहीत."

"अरे, आता काय अडचण आहे?"

"गावाकडून चिठ्ठी आलीय. पारूने खास माणूस धाडलाय," बोलता बोलता

युवराजचा चेहरा अधिक काळसर झाला, "तिनं म्हणे भिंतीवर आपलं डोकं आपटून आपटून तोंड सुजवून घेतलंय. त्या चिठ्ठीतनं अगदी फायनलचा इशारा दिलाय."

"काय म्हणते पारू?"

" 'त्या फडामध्ये' आणि 'त्या बाईच्या' आसपास असाच चिकटून राहशील, तर भरल्या नदीमध्ये उडी घेईन-सरळ धमकीच दिलीय हो तिनं. बाई मोठी भडक डोक्याची! तिचा काहीच भरवसा नाही, खूप भीती वाटते."

बाकेभाऊ काही न बोलता तसेच मुके राहिले. राहुटीतून बाहेर निघताना युवराज अत्यंत नाराजीने बोलला, "दिवसाचं ठीक आहे हो. तुमच्यापासून तोंड लपवत दूर तरी राहता येतं; पण रात्र मात्र मला खायला उठते."

"कशासाठी मेंदूत उलटेतिलटे विचार आणायचे, रे?"

"मग करू काय? तुमच्यासारख्या उत्तुंग कलाकारासमोर स्टेजवर हेच घाणेरडं, अपराधी तोंड घेऊन उभं राहायचं, हे रोजचं ढोंग पटत नाही मनाला."

जोराचा जत्रांचा चैती हंगाम सुरू होता. अनेकवेळा दिवसाला दोन दोन खेळ पार पाडावे लागायचे. मध्ये एक दिवस अचानक एका गावची सुपारी रद्द झाली. त्यामुळे रात्री खेळ संपल्याच्या त्याच जागेवर सक्तीचा मुक्काम पडला होता. दिवस सरला. आसमंतात गार वारा भरला. तिन्हीसांजेची वेळ. बहुतांशी कलाकार बाजूच्या गावात फेरफटका मारायला निघून गेलेले. बाकेभाऊ पडवळ मॅनेजर-सोबत एका कामाच्या निमित्ताने बाहेर पडलेले. फडातल्या गवळणी आणि स्वयंपाकाकडच्या बायाही गावतल्या देवीच्या मंदिरात दर्शनाला निघून गेलेल्या.

हिशोबाच्या राहुटीबाहेर चारूस्वामी काही बिगारी पोरांवर उगाचच राऊंड काढत होता. बोटभर चूक आणि हातभर शिव्या असा प्रकार चाललेला. तेवढ्यात एक पोरगा स्वामीकडे धावत आला. जोराचा श्वासोच्छ्श्वास घेत त्याच्या कानात काहीतरी बडबडला. तसा चारू झटकन उठला. पायात अडकणारा धोतराचा सोगा सावरत पुढे पळाला. समोरच्या अंधारात टांगा उभा होता. त्यामध्ये आपला काजाबोजा घेऊन अंधारात बसलेल्या एका रुबाबदार व्यक्तीची आकृती त्याने बघितली. बरोबर एक मोठी पत्र्याची ट्रंक आणि झालरी गोंड्याची हातपिशवी होती. टांगा सुरू व्हायच्या आत स्वामीने तिथे झेप घेतली, घाबरून विचारलं, "आय ये ये ओ ऽऽ युवराज, तुम्ही कुठं चाललं वो?"

"चल, वाट सोड स्वामी. मी निघालोय."

"असं कसं धाडकन जाल वो? तुमच्यासाठी लय जंक्शन प्लॅनिंग केलंय की वो आमच्या आप्पास्वामींनी."

"थांब युवराज ऽ ऽ चल उतर खाली. ये माझ्या पाठोपाठ फक्त दोन

मिनिटांसाठी, माझ्या राहुटीत.''

गगनआप्पांचा अंधारातला तो हुकमी आवाज युवराजच्या कानावर पडला, तसा तो यांत्रिकपणे टांग्यातून उतरला. मुकाट आप्पांच्या पाठोपाठ त्यांच्या राहुटीत गेला. एका पंधरासोळा वर्षाच्या, कंबर लचकवत चालणाऱ्या कोवळ्या सेवेकरी पोराने केशरी दुधाचा प्याला आणला. डोळे मोडत तो युवराजकडे दिला. गगनआप्पांनी विषयाला थेट हात घातला, ''कुठं निघालात?''

''फड सोडून.''

''घडायचं बाकी काय उरलंय? माझ्या हातातनं घोर पातक घडलं. बहकलो, वाया गेलो. सरळ गुरूपत्नीशी समागम म्हणजे महापाप,'' युवराजला हुंदका फुटला.

गगनआप्पांनी एक तिरकस हुंकार दिला. युवराजची खुळ्यामध्ये हजेरी काढत ते बोलले, ''छट्. अरे एवढुशी गोष्ट किती मनावर घ्यायची? अरे बाबा स्त्री आहे, पुरुष आहे म्हणजे कधीतरी ओढाओढी, नडानडी आणि चढाचढी होणारच. त्यात वाईट वाटण्यासारखं काय आहे? लाईफ इज ॲडजस्टमेंट! तुम्ही तर ऐतिहासिक आणि पौराणिक वगात स्टेज गाजवणारे महान नट, राव! काय सांगायचं तुम्हाला? असतो वेळप्रसंग. आता द्रौपदीचंच घ्या ना-एकावेळी पाच पाच नवरे घेतलेच की अंगावर-पण केला का नाय संसार?''

''थांबा आप्पा, तुम्ही खूप घाणेरडं बोलू लागलात.''

''सपष्ट बोलतो. म्हणूनच तुम्हाला ते एवढं झोंबतं?''

''ठीक आहे, आप्पा. निघतो मी.''

''अरे नाय नाय सोन्या. असा कसा जाशील? ये इकडं,'' आप्पांनी आपल्या उजव्या हातातलं पाच तोळ्याचं कडं बाहेर काढलं. ते युवराजच्या मनगटात अडकवायचा प्रयत्न चालवला.

''नको ही लालूच मला!'' तिरस्कारानं हात झटकत युवराज बोलला.

''लालूच कसली रे? बक्षिसी हैय -उगाच डोसक्यात राख घालून घेऊ नकोस. स्वत:चा फायदा करून घे - चल ऽ खुल्ली ऑफर देतो तुला. अरे, तू अजिबात भांडवल नाय घालायचं. राजासारखी फडाची पस्तीस टक्के भागीदारी खायची. आहे कबूल?''

''अन् बाकेभाऊंची?''

''बाकीच्या बारा भानगडी तुला काय करायच्या? अरे, स्वत:चं लाईफ बनव. नव्याकोऱ्या चेसी, नव्या ट्रका, डबल खांबाचा तंबू-सारा नवा थाट उभारून दणका देऊ.''

आप्पा बोर्डावर शिलकार गात असल्यासारखे बोलत राहिले; मात्र युवराज

झटकन उठला आणि बाहेर अंधारात चालू लागला. एका राहुटीबाहेर पडलेल्या उजेडाच्या झोतात त्याला दुलारी ड्रायव्हर भेटला. त्यानं प्रश्न केला, "युवराजभाई, काय म्हणत होते आप्पा?"

"पार्टनरशिप देत होते — फुकटच्या फाकट."

"अरे मग घ्यायची."

"बाकेरावसारख्या गुरूला दगाफटका करायचा? तोही त्यांच्या या वयात? मनाला पटत नाहीत हो."

"खरं आहे."

"शेवटी माणसामाणसांतल्या सदाचाराच्या देवघेवीला नाती महत्त्वाची. अशी नाती म्हणजे फुफाट्यातली माती नव्हे दुलारी!"

बाकेभाऊंची या आधी प्रेमप्रकरणं झाली नव्हती असं नाही. इतर लफडेबाज कलाकार जसे जिथे ओला चारा दिसेल त्या कुंपणात गाढवासारखे तोंड खुपसतात तसे भाऊ स्वस्त नव्हते. त्यांची कायद्यानं दोन लग्नं झाली. रंगू तिसरी; पण आवडत्या गोष्टीवर दिलोजान मोहब्बत करायची हा त्यांचा स्वभाव. एखाद्या मैत्रिणीने एकावेळी अनेक अंगणांत रंग खेळायचा प्रयत्न केला तर मात्र ती बाकेभाऊंच्या कवटीतून कायमची उतरायची.

रंगकलीची बातच और होती. ती वयाने इतकी लहान आणि कलागुणांनी इतकी महान होती. आपल्या कलागुणांवर फिदा झालेली ती पोर आपणाशिवाय जगूच शकत नाही, हे जेव्हा त्यांच्या लक्षात आलं, तेव्हाच ते रंगकलीच्या प्रीतीपुढे विरघळले होते.

बंदुकीच्या नळीतून सुटलेली गोळी, उतारावर ब्रेक तुटलेली मोटार आणि दुहीचा रोग लागलेली नाटक कंपनी किंवा तमाशाचा फड यांचे अपघात टाळता येण्यासारखे नसतात. बाकेभाऊ बागणीकर आणि गगनआप्पा कुमठेकर यांच्या तमाशा फडातील आतल्या कुरकुरी आणि लाथाळ्यांच्या कथा वेगानं बाहेर पडू लागल्या होत्या. भाऊ आणि आप्पांमध्ये दुरावा रोज वाढतच होता. हा सोन्यासारखा फड कोणत्याही क्षणी फुटू शकतो अशी ओरड सर्वत्र झाली होती; पण त्यापेक्षाही एका बाबतीत मात्र खूप हीन आणि बदनामीकारक बोंब सुरू होती. "अहो, ती रंगकली नावाची गोरीगोमटी अप्सरा हीच मुळी विखाची पुडी आहे. जिथे पाय ठेवील त्या गोष्टीचं वाटोळं झालं म्हणून समजा."

"असं ठासून तुम्ही कसं काय बोलू शकता?"

"सालीचा इत्त्यासच बघा की. एवढा मोठा अर्जुना पवार. कलेच्या तहानेसाठी मामलेदाराची खुर्ची टाकून तमाशात आला. स्टेजवर राजामहाराजा रंगवताना आपल्या फेट्यावर खऱ्याखुऱ्या राजासारखा मोत्यांचा तुरा खोवायचा; पण आखिर

झालं काय त्याचं?''

''काय झालं?''

''ही पांढऱ्या पायाची अवदसा वो! नाचायला म्हणून बापाच्या तमाशात आली. अवघ्या चार-सहा सालात बापाला भिकेला लावला.''

''ते कसं?''

''हिने इकडं बापाचा चालू फड निम्म्यातच सोडून त्याला तोंडघशी पाडला. अन् तिकडे तिच्यापेक्षा तीस वर्षं वयानं मोठ्या असलेल्या बाकेरावला नादी लावला. त्या धक्क्यानं तिकडं हिचा बाप मेला. अन् इकडं या नटरंग्या नारीसाठी आप्पा आणि भाऊंसारख्या दोन दोस्तांमध्ये भांडणाची आग भडकली.''

''च्या आयला, ऐकावं ते नवलच.''

''अहो, किती सांगाव्या तिच्या एकएक स्टोऱ्या! एका जत्रेत या बयेनं युवराज पाटणे नावाचा देखणा नट बघायचं निमित्त झालं.''

''अन् मग?''

''मग काय, धरला या बयेनं युवराजसाठी हट्ट. आणा म्हणली त्याला आपल्या फडात. फक्त मध्ये काही महिने फक्त गेले असतील. पुन्हा फिरली की बया, धरला की युवराजचा हात आणि नेला त्याला पळवून उसाच्या फडात मजा मारायला.''

''देवा देवा.''

''अहो आजकाल या चवचाल अवदसेचं गगनआप्पाला पटविण्यासाठी प्लॅनिंग सुरू हैय म्हणत्यात.''

रंगकलीला आपल्याकडे साऱ्या ग्रहताऱ्यांनी तोंड फिरविल्याची जाणीव झाली होती. एकीकडे वाढत्या पोटाची चिंता आणि दुसरीकडे बदनामीचं भय. एवीतेवी युवराज फड सोडून गेला होता; परंतु बदनामीच्या चावऱ्या कुत्र्यांनी तिची पाठ मात्र सोडली नव्हती.

जीवनाच्या वाळवंटामध्ये चांगले मित्र, सहकारी भेटण्यासाठी अनेक वर्षांची प्रतीक्षा करावी लागते म्हणतात. त्यामुळेच छबूसारखी मैत्रीण आपल्या वाट्याला येणं हे रंगूला आपलं भाग्य वाटायचं. भाऊंसारखा मित्र, जोडीदार आणि कुंकवाचा धनी जवळपास असूनही आजकाल नसल्यासारखाच होता. वडापिंपळाच्या गर्द सावलीसारखी मायेची छाया देणारा अर्जुनासारखा बापही जवळ नव्हता. आयुष्याच्या या रखरखीत उन्हात छबू तेवढी मदतीला होती.

चैती सीझन चालू होता. एकापाठोपाठ एक खेळ चाललेले. मध्येच छबूची रत्नामावशी पुन्हा एकदा फडात काही दिवसांसाठी मुक्कामाला आली. यावेळी मात्र रंगूसोबत तिचं गूळपीठ छान जमलं होतं. पाचव्या महिन्याचं पोट सांभाळत स्टेजवर काम करणारी रंगू तिला पोटच्या पोरीपेक्षा भारी वाटली होती. रत्नामावशी

तिला कौतुकानं बोलली, "किती गोडाधोडा तुझा स्वभाव गं पोरी, अगदी दूध-साखरेत भिजवलेल्या शेवयांसारखा!"

"असाच आशीर्वाद राहू द्या मावशी." बोलता बोलता रंगकलीला हुंदका दाटला.

"उगी उगी पोरी. कसलं एवढं दु:ख तुझं गं? असा अचानक बांध का फुटला तुझ्या मनाला?"

"माझी आई जिवंत असूनही अनाथ आहे हो मी मावशी."

"तू अजिबात घाबरायचं नाय पोरी," रंगूला छातीजवळ धरत आणि तिच्या दाट केसांतून मायेनं हात फिरवत रत्ना बोलली, "ही दुनिया उडत गेली तरी बेहत्तर. लक्षात ठेव, तुझी ही आई इंदापुरात राहते. बाळंतपणासाठी आपल्या या हक्काच्या माहेरात यायचं बरं. आपल्या तब्येतीची अज्याबात हेळसांड नाय होऊ द्यायची."

बऱ्याच वर्षांनी कानावर 'इंदापूर' हे नाव पडलं, तशी रंगूच्या हुरहुरत्या मनाची कळी फुलून आली. कधी काळी याच गावात तिचा पिता अर्जुना पवार नायब तहसीलदार होता. ती दुनिया, ते जीवन, ते बालपण आणि बार्शीच्या फरसबंदी वाड्यात राहणारी तिची आई सरूताई आणि तिथल्या शिंकाळ्यावरचं ते मायेचं लोणी सारंच काही वेगळं होतं.

तमाशा चालला जिंदगीचा, नशिबाचा. बुरूममातीत घसटणाऱ्या ट्रकटेम्पोच्या टायरसारखी जिंदगीची सालटं निघत होती. अशीच एक रात्र. कनातीमध्ये उसळलेली तोबा गर्दी. समोर हशा आणि टाळ्यांचा गजर. फ्लड लाईटच्या प्रकाशाच्या मागे रंगवलेली तोंडं. चेहऱ्यावर अभिनय पण पोटात भुकेच्या हाका. पहाटेच्या भैरवीपर्यंत सपाट पोटातली आतडी आतल्या आत रडत राहणार होती. आपल्या प्रवेशाची वाट बघत विंगेच्या टोकाला रंगकली अवघडून उभी होती. तिच्या चार-पाच महिन्यांच्या पोटाचा भोपळा आता मोठा गरगरीत दिसू लागला होता. त्यावर मखमली साडीचा सैलसर तिढा देऊन तिनं पोट झाकायचा प्रयत्न केलेला. तिचं अवघडलेपण एका बिगारी पोराच्या ध्यानात आलं. तशी त्यानं पटकन पत्र्याची खुर्ची पुढं सरकवली. त्यावर तिने कशीबशी बसकण मारली.

आता युवराज फडातून निघून गेलेला. त्याच्या ऐवजी रामकृष्ण बेंद्रीकर संभाजी रंगवत होता. तो जिवापाड झटत होता; मात्र युवराजच्या अभिनयाची जादू काही वेगळीच होती. पर्यायानं आता 'असा झुंजला महाराष्ट्र माझा'चे फारसे प्रयोग लावले जात नव्हते. टाळ आणि चिपळ्यांच्या संगतीत बाकेराव पुन्हा 'तुका चालला वैकुंठाला' रंगवत होते. त्यात तुकोबांना मोहित करून भ्रष्ट बनविण्याचा प्रयत्न करणाऱ्या अप्सरेचं काम रंगकली करत होती.

आता दिवस फिरले होते. 'बिस्तराशी बेमानी करणाऱ्या कोणत्याही स्त्रीच्या तोंडाकडे मी एकदा पाठ फिरवली, की जन्मात तिकडे वळून बघत नाही,' अशा पुरुषी अहंकाराचे फूत्कार बाकेभाऊंसारखा कलावंतसुद्धा काढायचा. त्यामुळे रस्त्यात पडलेलं फूल एखाद्या रेड्याच्या पायाखाली चिरडून त्याची दामटी व्हावी, तसेच दिवस रंगूच्या नशिबी आले होते.

काही दिवसांमागेच ती या बड्या फडाची मालकीण, बाकेभाऊंसारख्या श्रेष्ठ लोककलावंताची पट्टराणी आणि नृत्याची बिजली अशा नात्यानं प्रसिद्धीच्या शिखरावर होती. फडातला तिचा दिमाख आणि दरारा असा अव्वल होता की, त्यापुढे तंबूतले आणि तंबू बाहेरचे सारे दिवे फिके पडायचे; पण त्या लोककलेच्या महाराणीला आता दुष्ट दिवसांनी एखाद्या विकलांग भिकारणीसारखी अवकळा आणली होती.

मागच्या राहुटीतून बाकेभाऊ आले. एंट्रीपूर्वी ते विंगेजवळ काही काळ रेंगाळले. बाजूला अंधारात उभ्या असलेल्या स्त्रीदेहाचा ओळखीचा गंध त्यांच्या नाकात घुसला. ते हळूच पुटपुटले, "वा ऽ रंगकली! पटावर सोंगट्या कशा फिरवायच्या ही कला फक्त तुझ्याकडूनच शिकून घ्यावी."

"आता आणखी कोणता नवा गुन्हा घडला गरिबाच्या हातून?" त्या तिरकस बोलण्याने रंगकलीचा श्वास कोंडला.

"हा सारा तुझ्या प्लॅनिंगचा खेळ! आधी याराला, म्हणजे युवराजला पद्धतशीर फडातून बाहेर पळवून लावलंस. त्याच्यापाठोपाठ एक दिवस तूही गुपचूप पसार होशील."

त्या जळजळीत टोमण्याने रंगू कावरीबावरी झाली.

त्या दोघांतल्या संवादात आता सूर उरला नव्हता. सारं कसं आटलेल्या नदीसारखं आणि कोरड्या वाळूच्या थरांसारखं. भगभगीत. तेवढ्यात वगाची एंट्री आली. रंगकलीनं बिगीद्यानं आपलं लोंबतं पोट पुन्हा पदराच्या घेरात झाकून घेतलं आणि स्टेजवर पाऊल टाकलं.

इंद्रायणीकाठी तुकोबा विठ्ठलभक्तीमध्ये अगदी तल्लीन झाले होते, तेव्हा त्यांना मोहित करण्यासाठी रंगकलीरूपी अप्सरा पुढे झाली. ढोलकीचे तोडे आणि पायपेटीतून मधुर स्वर जसा पाझरू लागला, तशी मघाची पोटात भरून आलेली दु:खाची लाट रंगकली विसरून गेली. कथानकाप्रमाणं पुरुषाला तेही संतपुरुषाला मोहित करणाऱ्या लावण्यवतीच्या पोटात तिने प्रवेश केला.

बाकेरावही उत्तुंग प्रतिभेचा कलावंत होता. बोर्डावर येताच तो काही क्षणांत आपलं अस्तित्व विसरून गेला. हरिभक्तीमध्ये गढून गेलेल्या एका लोकोत्तर

पुरुषाचा साधेपणा आणि वैराग्य त्याच्या अंगात संचारलं. नटखट अप्सरा त्याला बोलली, "तुम्ही मला खूप खूप आवडता. जे काही तुमच्या जवळ असेल ते सारं देऊन टाका बरं मला"

"अहो बाई, आमचं शरीर म्हणजे पंचतत्त्वाच्या मातीनं बनवलेली ही ओबडधोबड रचना आहे. शेवटी माती ही मातीतच मिसळली जाणार आहे. त्यामुळे आम्ही आमच्या या देहाची काडीमात्र किंमत करत नाही. तुम्हाला जे हवं ते घ्या."

"छे! छे! असं मायावी बोलणं आणि लटके लपंडाव चालायचे नाहीत बरं. तुमच्याजवळ जे आहे ते सगळं काही मला हवं आहे," रंगूरूपी अप्सरा भलतीच लाडाला आली.

"बाई, काय हवं तुम्हाला?" बोलता बोलता तुकोबारूपी बाकेरावच्या वैराग्याला आणि त्यागाला एक वेगळीच झळाळी चढल्यासारखी दिसली, "सांगा ना काय हवं तुम्हाला? माझे हे नेत्र आवडतात का? ते खुडून घ्या. नाक पसंत पडलं का? ते छाटून घ्या. कान आवडत असतील तर ते कापून घ्या. आमच्या शरीरावरची ही चमडी तुमच्या नखांच्या रापीनं छिनून छिनून अगदी सोलून काढून घ्या."

"कशाला? मी तुमची कातडी सोलेन हो," बोलता बोलता तुफान वाऱ्यात अडकलेल्या रानवेलीसारखी रंगू थरथरली. जणू तिचे डोळे फाडून अश्रू बाहेर झेप घेऊ लागले. तिच्या आवाजात गाईचं हंबरणं घुसलं. ती मुलखाच्या तळमळीने बोलू लागली, "तुमचीच कातडी जर मला सोलायची होती तर मी हा माझ्या जिंदगीचा तमाशा कशाला मांडला असता? कशाला तुमच्या पाठोपाठ वेडीखुळी होऊन, काट्यासराट्यांच्या टोकावरनं रक्त सांडत तुमचा माग काढत आली असते? किती मोठी मी महापातकी कैदाशिण हो. जिने घरचा देव्हारा जाळला. डोंगरासारखा बाप गिळला. सहन नाही होत हे आता जिवाला. नाय सावरत हा हाडांचा निष्प्राण डोलारा. अहो, आता तर माझ्या सुकल्या ओंठांकडं अन् पाच महिन्यांच्या फुगल्या पोटाकडं बघून वाटेची रांडापोरंबी फिदीफिदी हसतात. दिलवर, का का आले होते पळून मी तुमच्या मागोमाग; कारण मला माझ्या प्रियकराच्या डोळ्यांतबी बाप दिसला होता. किती भरवसा वाटला होता तुमचाऽ!"

बोर्डावरचं वगनाट्य भलतीकडेच चाललं आहे हे तुकोबारूपी बाकेरावच्या ध्यानात आलं. ते ओरडले, "जा ऽ ऽ दूर हो कुलटे! आलीस त्या वाटेने मागे जा."

"ज्या वाटेनं माझी वाट लावली ती सोडून मी कुठला घाट शोधू?" असं किंचाळत रंगकली पुढे धावली. तिने बाकेरावची गळपट्टी आपल्या हातात पकडली आणि जिवाच्या जोराने ती कळवळून ओरडली, "सांगा ऽ ऽ मी कुठे जाऊ,

कशी राहू?''

गोंधळून गेलेल्या बाकेरावने प्रसंगावधान दाखवलं. त्या बेहोष अप्सरेला मायेनं पोटाशी पकडून तशीच आत विंगेकडे ओढत नेली. प्रेक्षकांना काही कळू दिलं नाही; मात्र आतल्या अंधाराचे डोळे आंधळे होते. तिथे जाताच अंगावर पडलेली पाल झटकावी तशी बाकेरावनी रंगकलीला पुढे ढकलली. ती खाली कोसळून तिचं कपाळच फुटायचं; मात्र आताच्या प्रवेशातील तिचं आर्त हंबरणं छबूने आधीच ऐकलं होतं. ती धावत येऊन तिथे पहिलीच थांबली होती. त्यामुळे अंधारात तोल जाऊन पडणाऱ्या रंगकलीला तिने झटकन मिठीत घेतलं, तेव्हा ढग फुटल्यासारखी रंगकली धाय मोकलून रडत होती. तिच्या भावनेचा बांध थांबता थांबत नव्हता.

३७

गगनआप्पांच्या राहुटीत त्यांच्या भोवती त्यांची 'सेवेची पोरं' गोळा झाली होती. आप्पांच्या कमरेला फक्त चट्ट्यापट्ट्यांची हाफ चड्डी होती. बाकी सारं गोरं अंग उघडं. सोळा-सतराची दोन जवान पोरं राईचं तेल त्यांच्या अंगाला फासून रेमटून मालीश करत होती. कॉटच्या खाली कोमट पाण्यानं भरलेलं मोठं पितळी घंगाळ ठेवलं होतं. तिथं आणखी दोन सेवेकरी पोरं आप्पांच्या केसांच्या लांब बटा सुगंधी साबणाने धुवून काढत होती. टॉवेलने हळुवार पुसत होती. पलीकडे उभा असलेला एक छोरा हाताच्या पंख्याने त्यांना वारा घालत होता. आणखी एकजण त्यांच्यासाठी मसाल्याची पानपट्टी बनवत होता. कळीची हिरवी पानं हळूच नखलत होता.

त्याच्या पलीकडे आप्पांच्या गटाचे तीनचार हौशेनवसे बसले होते. मध्येच फी: फी: करून आप्पा पादल्यासारखे हसले, ''आपून मानतो आपल्या पार्टनरला- बाकेभाऊला.''

''का बरं, आप्पा?'' पोरं विचारू लागली.

''तो पक्का व्यवहारी रे लेकाचा. रंगीच्या फुगल्या पोटाकडे बघायलाही तयार नाही. उलट उजवा हात डोळ्यांवर ठेवून 'हे कार्ट माझं नाय' असं म्हणत विश्वामित्राचा बाप बनलाय.''

परवा ऐन वगनाट्याच्या वेळी रंगकलीची जी हालत झाली, ती बघून सारा फड हादरला होता. वगनाट्यातले संवाद बोलता बोलता रंगूच्या पोटातली उबळ रक्तमांस तोडून खरं तर बाहेर आली होती; पण तिच्यावर जळणाऱ्या जळवांनी

मात्र ती त्यावेळी बाकेभाऊंची नरडी पकडून त्यांचा घातपात करायला धावली होती, अशाही अफवा उठवलेल्या.

बिलोरी आरसा फुटून त्याचे असंख्य तुकडे झालेले. किती वाईट दिवस आले होते. एकेकाळी ती किती दिमाखात चालायची. तिच्या अंगावरच्या फडाच्या मालकिणीच्या वस्त्रांना आता एका भिकारणीची अवकळा चढली होती. परवाच्या प्रकरणानंतर भाऊ खोलात जातील, काहीतरी मार्ग काढतील, अशी छबू, चायवाला भैया, इस्माईलचाचा, दलारीनाना अशांची अपेक्षा होती; पण तसं काहीच घडलं नाही.

बाकेभाऊंकडून आवाज फुटत नव्हता. त्यांनी तिच्या प्रकृतीची साधी चौकशीही केली नाही. उलट त्यांच्या गुप्त दुश्मनाने, गगनआप्पांनी चारूकडून तिला निर्लज्जपणे सांगावा पाठवायचं धाडस केलं, ''आता बाईंना म्हणावं, बोर्डावर बोंबा मारून फुकटचा शो कशासाठी उभा करता? शहाण्या बना. औषधी झाडपाला खा, नाय तर पपया गिळा. नाय तर एखादा डॉक्टर गाठा; पण पहिला वाढलेल्या पापी पोटाचा निचरा करून या.''

तमाशा मंडळातलं वातावरण खूपच अविश्वासाचं आणि संशयाचं बनलं होतं. अपमानित, बेसहारा रंगकली एकतर इथून पळून जाईल किंवा स्वत:च्या जिवाचं काहीतरी बरंवाईट करून घेईल अशाही बातम्या उठत होत्या. त्याच पार्श्वभूमीवर उपाशी कोंबडीच्या पुढ्यात दाणे टाकावेत तसे आप्पा राजकारण खेळू लागले. एके सायंकाळी त्यांनी रंगूला निरोप देऊन मुद्दाम आपल्या राहुटीवर बोलावून घेतलं. तिच्या पांढऱ्याफट पडीक चेहऱ्याकडे बघताना त्यांनासुद्धा वाईट वाटल्यासारखं दिसलं, ''भावनेच्या भरात मी तुला काही वाईटसाईट बोललो असेन तर विसरून जा. शेवटी तू आमच्या अर्जुनागुरूची पोर आहेस. थोर कलावंत आहेस. अगं उभी का इथं? माझ्या शेजारी येऊन बस ना.'' आप्पांनी तिला जवळकीचा हात दाखवला.

''नाय, मी आहे तिथं चांगली आहे.''

''आईशपथ, खरं सांगू का तुला?''

''हूं.''

''तू ग्रेट आर्टिस्ट असशीलही; पण तुला माणसं ओळखता येत नाहीत.''

कसंनुसं हसत रंगू बोलली, ''ही एकच खरी गोष्ट तुमच्या तोंडातनं बाहेर पडली, आप्पा.''

''अगं, एवढ्या मोठ्या बापाला सोडलास, कुणाच्या भरवशावर? या खोट्या मथुरेच्या बाजारातल्या नकली कृष्णकन्हैयाच्या जोरावर? बघ, उलटली की नाय ती जात तुझ्यावर सापासारखी?''

“बरं मग निघते मी, आप्पा.”

“अगं, थांब थांब. कुठं चालली? अजून माझ्यावरचा रुसवा नाय का गेला तुझा? किती वेडी आहेस तू? बिनाआधाराची बाई म्हणजे गावाला खिरापत. कशी राहणार तू एकटी?”

“जाऊ दे ना, आप्पा ! माझ्यासाठी उसनी आसवं का गाळता?- माया लुटली अन् उंडरी फुटली !”

आप्पांची मान बदकाच्या मुंडीसारखी ताठ झाली. विषयवासनेनं बरबटलेली त्यांची बुबुळं रंगूच्या निष्पाप डोळ्यांत घुसायचा प्रयत्न करू लागली. आपल्या मांडीवर एक चापट मारत ते मोठ्या ईर्षेनं बोलले, “नाय पटत. तुझ्यासारखी श्रेष्ठ कलावती अशी उघडी पडावी. तुला न्याय हा मिळालाच पाहिजे. सांग, सांग तुझ्यासाठी आता मी काय करू?”

“म्हणजे?”

“फडात नवी नवी आली होतीस, तेव्हाच तुला अर्ध राज्य द्यायला तैयार होतो. सांगत होतो, बाई गं, आरसा बिलोरी असला तरी त्यो सांभाळायला भक्कम चौकट-फ्रेम लागतेऽ! उगाच काही वर्षं वाया घालवलीत त्या मूर्ख बाकेरावच्या नादात. त्याला येड्याला मळा पिकवता आला नाही. बनशील माझ्या पोरांची आई?”

“छीः! उबग आला तुमचा!”

“घाबरू नको. तुझ्या या लोंबत्या पोटानिशी मी तुला मुंडावळ्या बांधेन. लग्न करू. बघ, चल ऽ आजच बॅन्डबाजा बोलावतो.”

रंगकलीने जळजळीत नजरेने गगनआप्पांकडे बघितलं. “आप्पा, किती निर्लज्जपणा. तुमचं म्हातारडं थोबाड एकदा बघा की आरशात.”

“असं होय? बुड्ढा वाटलो काय मी? तरणाबांड खोंड पायजेल का? मग त्याचीही चिंता करू नकोस. माझ्याकडे नको, तर आमच्या मोहनबाबूकडे राहा.”

“अरे आप्पा, आप्पा काय बोलता तुम्ही?” रंगकली संतापाने किंचाळली.

“मर्जी तुझी. लग्नाची म्हणून राहा किंवा बिनालग्नाची. माझ्याकडे राहा किंवा माझ्या पोराकडे; पण माझ्याच छताखाली राहा.”

“का सोनं उगवलंया का माझ्या अंगावर?” रंगूने थेट विचारलं.

“तुझ्यासारख्या गोड कलावतीची आबाळ नको. तुझ्या कलासाधनेला न्याय मिळावा म्हणूनच जीव जळतो गं, माझा,” आप्पा बोलले.

रंगू वैतागाने तिथून बाहेर पडली. मघापासून बाहेर आडोशाला उभा असलेला चारूस्वामी झटकन आत घुसला. तो त्यांच्यावर डाफरला, “अहो मालक, किती ची ची करत होता तुम्ही त्या गर्विष्ठ भवानीसमोर? किती भानगडबाज बया ती?”

त्यावर आप्पा अत्यंत थंडपणाने बोलले, "हे बघ चाऱ्या, गाय आंबवण खाती की, हगणदारीला जाऊन चरून येती याचं आपणाला काय? आपला मतलब फक्त दुधाशी! तुला ठाऊक आहे ना ही बया एकदा स्टेजवर चढली आणि हलगी-ढोलकी घुमू लागली की, तिच्या साऱ्या अंगातनं चंद्रज्योती थुईथुई नाचायला लागतात.—आपला मतलब फक्त गल्ल्याशी ऽ"

दुर्दैवी धक्क्यानी, धोक्यानी रंगकली हतबल बनली होती.

राहुटीत छबू रंगूचीच वाट बघत होती; परंतु रंगू आली तशी तांब्याभर पाणी घेऊन मागच्या बाजूला गेली. मघापासून तिने ऐकलेल्या आप्पांच्या रसवंतीने तिच्या मेंदूच्या शिरा ढिल्या केल्या होत्या. पोटातली तिरस्काराची उबळ जोराने बाहेर आली. ती भडभडा ओकू लागली, तशी छबू पुढे धावली. तिने तिचं रसरसतं मस्तक हाताच्या ओंजळीत पकडलं. तिला आधार दिला. थकल्या मनाने हताश रंगकली राहुटीत गूपचूप बसली. थोड्या वेळाने छबूने विचारलं, "काय म्हणत होते गं आप्पा?"

"काय सांगू छबडे, एक वेळ बोकडालाही देव मानावा; पण हे पात्र त्याच्यापेक्षाही निर्लज्ज! अगं, मासिक पाळीच्यावेळी आपण कमरेला धडपा बांधतो. धुतल्यावर तोसुद्धा पवित्र होतो; पण या माणसाची लायकी त्यापेक्षा पलीकडची."

बदनामी, मानहानी, तिरस्कार, जळफळाट अशा साऱ्या विखारी कुत्र्यांनी रंगूला घेरलं होतं. त्यातच डोक्यात भूसरुंगासारख्या अपमानाच्या, वंचनेच्या वाती धुमसत होत्या. दुसरीकडे पोटातल्या बाळाच्या काळजीनंही वेडं करून सोडलं होतं. ज्या फडासाठी, ज्या कलेसाठी आपल्या कोवळ्या तरुणपणाची हत्या करून ती तिथे आली होती. त्याच दुनियेने तिच्या मुखावर डांबर फासलेले. आता इथून निघायलाच हवं होतं.

दुसऱ्या दिवशी पहाटेच्या रंगू आणि छबू बाहेर पडणार होत्या. कुंकवाचा धनी या नात्यानं बाहेर जाताना बाकेरावच्या पायावर डोकं ठेवायची इच्छा रंगूनं बोलून दाखवली. छबूने भाऊंकडे तसा सांगावाही धाडून दिला; परंतु तिकडून आलेले उत्तराचे शब्द खूपच जहरी निघाले. अगदी गोफणीतून मारलेल्या कोचकुनीच्या दगडासारखे. वर्माचा छेद घेणारे. भाऊंनी निर्दयपणे कळवलं होतं, "आता या पुढे मला कुठल्या उष्ट्या पत्रावळीकडे ढुंकूनसुद्धा पाहायचं नाही."

त्या शब्दघावांनी रंगूच्या उभ्या देहाला छिद्र पडून त्याची चाळण झाली होती. रक्त ठिबकत होतं.

सायंकाळच्या आभाळातली उदासी रंगकलीच्या डोळ्यांत उतरली होती. ती छबूला बोलली, "छबडे, जाऊन कळव त्यांना. म्हणावं मला देवानं फक्त ताकद

द्यावी. एक दिवस मी जगाला जरूर दाखवून देईन, रंगकली म्हणजे तुम्ही म्हणता तशी कोणी उष्टी पत्रावळ नव्हे, तर कलेच्या अंगणात चमचमाट करणारी चंद्रावळ आहे! रत्नावळ आहे!''

स्टेजवर चक्कर आल्याच्या प्रकारानंतर दुर्दैवाने बाकेभाऊंकडूनही रंगूची काहीच चौकशी झाली नाही, तेव्हा छबू बोलली, ''रंगे, एका अर्थी भाऊपेक्षा आप्पाच चांगला म्हणायचा. त्या सैतानाने आपल्या कुंदाच्या अवघडलेपणाचीही जबाबदारी थेट झिडकारली होती. भाऊ मात्र गोठल्या बर्फासारखे चूप राहिले. काय म्हणावं या जुलमी थंडपणाला?''

या आधी बाकेभाऊ असे निष्ठुर आणि इतके थंड झाल्याचं कोणी बघितलं नव्हतं. भाऊ आणि रंगूच्या सहजीवनाची अपघाताच्या कड्याकडे वेगाने धावणारी गाडी अनेकांनी रोखायचा प्रयत्न चालवला होता. ज्यामध्ये छबू शिरवळकर, दुलारी नाना आणि अलीकडे खलनायकीच्या शिखरावर जाऊन पोचलेला इस्माईल ड्रायव्हर यांचा समावेश होता; पण समझोत्याचे प्रयत्न यशस्वी होत नव्हते. एके सायंकाळी दुलारी नाना एवढंसं तोंड करून रंगूच्या समोर येऊन उभे राहिले. काट्यांच्या फेसाटीने एखाद्याचं काळीज ओढावं तसा दुलारीचा चेहरा कडुजार झालेला. आपली म्हातारी मान थरथर हलवत ते बोलले, ''पोरी, त्या उलट्या काळजाच्या आप्पानं माझ्याकडं सांगावा दिलाय, ''बाईंना म्हणाव कुठल्याबी वैदूकडे जावा. आजकाल भाजीच्या भावात वनातलं औषध मिळतं. त्याचा काडा प्या. बाई रिकाम्या व्हा.''

आपल्या ठणकत्या वेदना रोखून धरायचा प्रयत्न करत ती बोलली, ''छबडे, देवानं हे असं मला बिना काळजाचं आणि इतकं सोशीक कशासाठी बनवलंय गं?''

''रंगू, धीर धर.''

''अगं, ही अशी कुत्र्यानिपट अवहेलना होण्याआधी मी मेले का गं नाही? उगाच जगायची आशा, हा लंपटपणा का घुसलाय गं माझ्या रक्तपेशीत?''

''तुझा बाप वगसम्राट अर्जुना एका वगनाटकात दुनियेला कोणता धडा शिकवायचा गं? माणसाच्या प्रगतीची दारं कोणीबी अडवू शकत नाय. खोटेपणानं एक दार कोणी बंद केलं तरी अजून डझनभर दारं तुमची वाट बघत असतात.''

''पण आता कुठल्या दारानं बाहेरचा सुटकेचा रस्ता शोधू गं?''

''इथं नको थांबू आता. उद्या पहाटेच्या पहिल्या एसटीनं माझ्या रत्ना मावशीच्या घराकडं धाव घे. मीबी येईन तुला पोचवायला.''

३८

इंदापुरात पोचायच्या आधीच छबूनं मावशीला पत्र लिहून कळवलेलं. त्यामुळे स्वत: रत्नामावशी एसटी स्टॅन्डवर त्या दोघींना घ्यायला हजर होती. तिनं मोठ्या कौतुकानं रंगूला मिठी मारली. तिच्या मुखावरून मायेचा हात फिरवला. तिथल्या जुन्या एसटी स्टॅन्डला लागूनच अगदी पलीकडच्या बाजूला मावशीचं झोपडीवजा पक्क्या भिंतीचं घर होतं. चांगलं ऐसपैस-दहा बाय पंधराचं. सर्वांत मोठी चैनीची बाब म्हणजे त्या एकपाखी घरातच स्वत:ची मोरी होती आणि बाहेरच्या भिंताडाला लागून स्वत:चं संडास होतं. त्यामुळे सकाळी उठल्यावर अंधारात भुताखेतांच्या नावानं स्मशानाच्या गणाचा सूर धरायचं कारण नव्हतं. उगाच भल्या पहाटे उठा. बाहेरची दुनिया जागी व्हायच्या आत अंधारातच दाराबाहेर बादली ठेवा. उघड्यावरच गडबडीनं कावळ्यासारखी अंघोळ उरका अशा तिड्याच्या गोष्टी उरल्या नव्हत्या.

रंगूने उंबरठ्याच्या आत पाऊल टाकण्यापूर्वी मावशीने तिला उंबरठ्यावरच रोखली. तिच्या डोक्यावरून भाजीभाकरीचा तुकडा ओवाळून तो वाटेच्या भुतांच्या नावे बाहेर फेकला. तिला अप्रुपानं आत घेत मावशी बोलली, "हे आपल्याच बापाचं घर नव्हं, आपल्या मावशीचा महाल आहे, हे विसरायचं नाय. चांगलं राजकुमारीच्या थाटामाटात राहायचं." मावशीच्या भरवशाच्या बोलानं रंगूला हायसं वाटलं.

मावशीचा नवरा भिमूकाका तिकडं मुंबईला निजलिंगआप्पा नावाच्या एका मद्रासी कंत्राटदाराकडे मुकादम होता. पूर्व मुंबईतल्या आठ-दहा स्मशानांत लाकूड आणि गोवऱ्यांचा पुरवठा करायचं एकमुठी काम त्यांच्या हातात होतं. त्यामुळे भिमूकाका खूप जोरात असायचा. 'आपल्या आर्डरीबिगार कुठल्याबी मसणातला मुडदा जळूच शकत नाय, राव.' अशा तो टिंगाण्या मारायचा. वरकमाई चांगली होती. कामाची गडबडही खूप असायची. त्यामुळे तो दोन दोन वर्षं गावाकडे फिरकायचाही नाही; मात्र आठवड्यातून किमान तीन वेळा तो संध्याकाळी इंदापूरच्या पोस्ट ऑफिसात मावशीला बोलावून घ्यायचा. तिथल्या फोनवरनं तिच्याशी संपर्क साधायचा. त्यावेळी त्याने हातभट्टीच्या दारूने आपल्या पोटाची टाकी फुल्ल केलेली असायची. फोनवरून 'मेरी जानम ऽ ऽ मेरे दिल का तुकडा' असं पिऊन टाईट होऊन चांगला अर्धा तास बरळत राहायचा.

छबू पोटाच्या ओढीनं फडाकडे पुन्हा निघून गेली होती; परंतु रत्नामावशीने रंगूसाठी पदर खोचलेला. रंगूला जसा सातवा महिना लागला, तशी मावशीची गडबड उडाली. तिला रंगूचं बाळंतपण कोणा गावठी सुईणीकडून करून घ्यायचं नव्हतं. उलट जिल्हा परिषदेच्या सरकारी दवाखान्यात तिने वशिल्याचा लग्गा

लावून ठेवला होता. तिथल्या नर्सांची ओळख काढली होती. त्या दोघींनीही मावशीला 'एखादं भांडं स्वच्छ धुवून काढावं, तशी तुमच्या लेकीला बाळंतपणाच्या अडचणीतनं मोकळी करू' असा शब्दसुद्धा त्यांनी देऊन टाकला होता.

इकडं ओवा, खापरीपासनं तयारी चालू असतानाच एके दिवशी मुंबईहून पिवळ्याकाळ्या रंगाची एक टॅक्सी मावशीच्या दारात येऊन उभी राहिली. नीळ घातलेल्या झकपक सदरालेहंग्यातील एक गुबगुबीत अंगाचं पासष्टीतलं व्यक्तिमत्त्व त्यातून उतरलं. टाळूवरचे केस जाऊन तिथे चांद उगवला होता. तरी अंगात घातलेल्या मलमली कोटातून त्या म्हातारबाने कंगवा काढला. पाठीमागे टिकून राहिलेल्या केसांच्या चकुंद्यातून तो लाडाने फिरवला. आपला नवरा असा अचानक दारात उगवल्याचं पाहून रत्नामावशी खूप खूश झाली. काकाने येताना बिस्कीटं, खाऊचे पुडे, फळांची करंडी आणि मावशीसाठी नव्या साड्याही आणल्या होत्या. तो वागायला निर्मळ, स्वभावाने बोलका आणि वृत्तीने प्रेमळ दिसला. त्यामुळे रंगकलीच्या जिवाला बरं वाटलं.

भिमूकाका मावशीच्या हातचा आलं घातलेला कडक चहा पित होता, तेव्हा उगाच त्याच्या डोक्यामध्ये संशयाचा साप वळवळ करू नये म्हणून मावशीनं त्याच्यापुढे सारं ओकून टाकलं. रंगू कोण, कुठली, कशी आली आणि तिचं छबूशी असलेलं प्रेमळ नातं, शिवाय रंगूचं जवळ आलेलं बाळंतपण सारं काही सांगून टाकलं. भल्या मनाच्या काकाने रंगूकडे मोठ्या कौतुकाने बघितलं, "रत्ना, थोडक्यात, बाळंतपणासाठी आपली रंगकली नावाची लेकच आयबापाच्या घराकडं आलीय असंच समजायचं नव्हं?" त्यावर रत्ना आणि रंगकली दोघीही मनमोकळ्या हसल्या.

रात्री मावशीनं काकासाठी गावठी कोंबडा खसकला होता. त्याचं चार वाट्या कढाण काकानं पिऊन फस्त केलं. त्याच्यासंगे दारूही ढोसली. रात्रीची झाकडाळ झाली. आत घरात बाजूलाच कोपऱ्यात चादरीवर रंगू झोपलेली. मध्यरात्री अचानक तिला जाग आली. पलीकडून काका आणि मावशीमधली खसखस ऐकू आली. ते दोघंही अजून जागेच दिसत होते. दुखावलेल्या जनावरासारखा भिमूकाकाचा दबका आवाज कानावर पडला, "च्यायला रत्ने, आपुण भंकस नाय करत; पण आयच्यानं सांगतो, पहिली गंमत आता तुझ्यात उरली नाय. देवा ऽ ते एकेकाळचे तोतापुरी आंब्याचे लोंबते घड गेले कुठं, च्यायला त्या जागी आता नुसत्या लिबलिबीत मोकळ्या पिशव्या लोंबत्यात. हैय काय आणि नैय काय."

मावशीचं मन कुरतडलं गेलं; परंतु दोन वर्षांनी घराकडं परतलेल्या नवऱ्याच्या तोंडी लागणं तिला बरं वाटलं नाही. चादरीवर तळमळणारा काका रत्नाकडे विचारू लागला, "कोणाचं कार्टं आहे गं तुझ्या या रंगीच्या पोटात?"

"नका हो असं बोलू."

"आता खरं तेच सांगतोय बघ, ही रंगी मात्र मस्त अन् गरगरीत बांध्याची बरं ! तुला खरं सांगू, आता मुंबईला माघारी जायला आपलं मनच कचलतं." तो दारूच्या नशेत सहज ओकून गेला.

मावशीच्या डोक्यात धोक्याची घंटा घणघणली. भिमूकाकाची कीर्ती तशी फारशी चांगली नव्हती. स्मशानातल्या लाकूड खरेदीतून मिळणाऱ्या वरकमाईतून मुंबईत त्याच्या भारी गमजा चालायच्या. रंडीबाजीमध्ये तर चिरागनगरच्या झोपडपट्टीपासून ते पार सफेद गल्लीपर्यंत त्याच्या कीर्तीचा भपकारा दरवळत राहायचा.

दोनच दिवसांनंतरचा प्रसंग. बादलीभर गरम पाणी घेऊन रंगू स्नानासाठी मोरीत निघाली, तेव्हा 'थोडावेळ जाऊन बाहेर थांबा,' असं मावशीनं काकाला हटकलं; परंतु निलाजऱ्या काकाचा तिथून पायच निघायला तयार होईना. तशी मावशी त्याच्यावर जाम भडकली, "तुमच्या नजरेत खराबी आहे." तेव्हा भिमूकाका हसून बोलला, "अगं, मी बुड्ढा माणूस. तिला कशाला डिस्टर्ब करू. ये रंगू ऽ तू खुशाल घे उघड्या अंगावर पाणी. मी उलट्या दिशेला दिवाळाकडं तोंड करून बसतो." मावशीने कपाळावर हात मारून घेतला; पण त्याला कसाबसा बाहेर पिटाळलाच.

काकाचा भरवसा नाही, त्यामुळे अकारण लफडं वाढायला नको म्हणून मावशीने एक काळजी घेतली. काकाच्या पुढ्यात कोंबडीचा रस्सा वाढताना ती त्यात हळूच एक झोपेची गोळी मिसळायची. त्यामुळे काका गोधडीवर आडवा झाला की, लगेच घोरायला लागायचा. अशाच दोन रात्री वाया गेल्या. तिसऱ्या दिवशी सकाळी मात्र भिमूकाका स्वत:वरच जाम वैतागला, "सालं, अशी गाढ अन् गारेगार झोप डोळ्यांत उतरतेच कशी?" तिसऱ्या रात्री मात्र तो धाब्यावरून पांढरा-तांबडा रस्सा आणि बिर्याणी चापून आलेला. रंगूचं शरीर मात्र अधिकच जडावलेलं. ती लवकरच झोपी गेली.

मध्यरात्रीनंतर रंगकलीला अचानक जाग आली. तिनं घाबरून पल्याड पाहिलं. अंथरुणावर झोपलेल्या काका आणि मावशीमध्ये जोराचा झगडा सुरू होता. काका चिक्कार पिऊन आलेला. लागीर कोंबड्यासारखा झिंगलेला. तो बरळला, "आयशपथ ऽ ऽ रत्ने, तू म्हणतेस ना, तर पोरीला आपुन हात नाय लावणार. ठीक हैय, आपुन 'जेवणाचा प्रोग्रॅम' थोडा पुढं ढकलू. तिचीबी अडचण हैय अन् आपल्यालाबी घाय नाय. पण- पण काय वाटेल ते झालं तरी आज आपुन 'नाष्टापाणी' उरकणारच. "

"अहो, थोडी तरी लाज धरा. शरम करा. ती अवघडलेली पहिलटकरीण.

तिचं वय काय अन् थेरड्या तुझी लाकडं तर स्मशानात गेलेली ऽऽ''

"रत्ने, गॅरंटी देतो. आता थाळीला हात लावायचाच नाय. नुसता वरवरचा नाष्टा गं-तोबी तिच्या रुंद आणि वळणदार ओठांचा.''

अन् दुसऱ्याच क्षणी भिमूकाका तिडबिडीत उठला. मावशी त्याला आडवी आली. तशी त्याने तिला भिंतीकडे ढकलली. मदनाच्या कैफात त्याने रंगूचे लांब केस पकडले आणि त्यांना एक जोराचा हासडा दिला. तिच्या घामेजल्या गालाचा कचकन चावा घेतला. त्याबरोबर रंगूने अंगात ताकद एकवटून पेदाड भिमूला पाठीमागे ढकलून दिलं. तरी तो त्यातून उठत तिच्याकडे धाव घ्यायची गडबड करू लागला, तशी रत्नामावशी पुढं धावली. तिने चुलीजवळच्या लाकडी फळीचा एक जोरदार तडाखा भिमूच्या डोक्यात घातला. त्याबरोबर तो 'आये ऽऽ मेलो रे ऽऽ' असं किंचाळला. तो रपाटा सहन न होऊन तो एका बगलेवर खाली कोसळला. त्याच्या डोक्यातून गरम रक्ताची धार आणि भयंकर कळा सुटलेल्या. तरीही त्याच्या अंगातली मस्ती आणि मिजास काही उतरली नव्हती. तो जोराने केकाटत होता "या ऽऽ सडकून काढतो तुम्हाला दोघींना, कुत्र्यांनो ऽऽ''

रत्नामावशीनं थरथरत्या रंगूला मिठी मारली. तिच्या घामेजल्या गालांचे पटपट मुके घेतले. आपल्या लुगड्याच्या निरीच्या घडीमध्ये लपवलेला बटवा तिने बाहेर काढला. तो रंगकलीच्या हाती देत ती ओरडली, "पळ ऽ ऽ पोरी. हे लोचट जनावर माझ्याच्यानंबी आवरायचं नाही. पळ एकदाची इथनं. वाचव स्वत:च्या जिवाला आणि तुझ्या पोटाच्या पिशवीतल्या अंकुराला.''

३१

प्रेमाचं माणूस कोणत्याही कारणानं दूर जातं, तेव्हा हाडामांसाशी चिकटलेले जुने आजार आणि विकार डोकं बाहेर काढू लागतात. असाच बाकेरावचा पोटाचा जुना विकार पुन्हा उसळी मारून वर आला होता.

"पोटाच्या बिमारीनं अलीकडं भाऊ माशासारखे तळमळतात. त्या असह्य वेदना जिरवण्यासाठी पोट कधी मफलरच्या तिढ्यानं, तर कधी कातडी पट्ट्यानं आवळून बांधतात, तसेच स्टेजवर घुसतात.''

"लोकांना हसवतात; मात्र त्यांची आतडी रडत राहतात.''

"त्यात पहिल्यासारखी त्यांची काळजी घ्यायला रंगूही नाही. बिचारा एकटाच पडलाय.''

त्या साऱ्या बातम्या जेव्हा गंगाबाईंच्या कानावर आल्या, तेव्हा शाहिरवाडीत

तिला थांबवेना. शाहिरवाडीतला बंगला तिला खायला उठला. तिनं बिगीद्यानं धावत्या फडामध्ये जाऊन एकदाचं भाऊंना गाठलं. भाऊंच्या चेहऱ्यावर आता तिला पहिली रया दिसली नाही, तेव्हा भाऊ रोजच्या राऊंडला बाहेर पडलेले. स्टेजबांधणी, तिथली माईकची व्यवस्था, लायटिंग, वगाची प्रॉपर्टी सारं जिथल्या तिथं आहे किंवा कसं याची ते रोजच्यासारखी स्वतः तपासणी करत होते, त्यावेळी खोकत होते. अंगात ताप असावा.

पाहणीची ती फेरी संपली. तोवर अंधारबुडूक झाला. जनरेटरचं इंजिन कोकलायला लागलं. खेळाची वेळ झाल्यानं पळापळ सुरू झाली. बाकेरावही मेकअपला बसले. त्या साऱ्या घायटग्यात त्यांना गंगाशी चार शब्दसुद्धा बोलायला वेळ मिळाला नाही.

फडात आल्यावर गंगाबाईंचंही काळीज हललं. रंगू सुंदर होती, तरुण, आकर्षक, स्वभावाने मोठी दिलदार आणि मायाळू. त्या फडात तिच्या सवतींची चार-पाच मुलं काम करत होती. बहुतांशी सारे तिच्या वयाचे नव्हे, काहीजण तिच्याहून वडील होते; परंतु रंगू सर्वांनाच माया लावायची. त्यामुळेच शंकर ढोलकीवाला आणि त्याची इतर भावंडंही 'धाकटी आई अचानक निघून गेली' या जाणिवेने चांगलीच रंजीस झाल्याची तिला दिसली.

गंगाही उदास होऊन राहुटीत पडून होती. बोर्डावरचे सारे गीतसंवाद आत ऐकू येत होते. बऱ्याच दिवसानं बाकेभाऊंनी मिठाराणीची छक्कड लावली होती. जीवनातून नाहीशा झालेल्या मिठाराणीसाठी तिचा प्रियकर राजा कसा आकांत मांडतो, हे ते गायकीतून पेश करत होते; परंतु त्यांच्या पोटातल्या भळभळत्या दुःखाचा खरा उमाळा गंगाच नव्हे तर सर्वांच्या लक्षात येत होता. नशीब चांगलं म्हणून त्या जत्रेत दुसऱ्याही दिवशी लागोपाठ प्रयोग होता. त्यामुळे पहाटे काजाबोजा बांधून गडबडीने प्रवासासाठी पळायची घाई नव्हती. बाकीचे फडकरी जेवायला बसले; परंतु बाकेभाऊंना भूक नव्हती. जळजळीत गावठी दारू पिऊन झोपायलाही मन तयार नव्हतं. एखाद्या भोंगाळ्या साधूसारखं त्यांनी फक्त ग्लासभरून ताक घेतलं.

राहुटीतल्या सतरंजीवर गंगानं अंग टाकून दिलं होतं. ती जागीच होती. तिच्या शेजारी बाकेराव कलंडले. दोघं काहीच बोलत नव्हते; परंतु दोघांचा गरम श्वास आणि बेचैनी परस्परांना जाणवत होती. न राहून भाऊंच्या तोंडातून शब्द बाहेर पडले, "ती अशी अचानक निघून गेली, तेव्हा यारीदोस्तीचा अंगरखा घातलेले फडातले माझे दुश्मन खदाखदा करून हसायला लागले."

"हे बघा, जे घडलं, ते चांगलं नव्हे."

"अगं, तो तिचा निर्णय—"

''काही वाट्टेल ते झालं तरी तुम्ही तिला रोखायला पायजे होतं.''

''म्हणजे?''

''तुम्ही उतारवयात डोक्याला बाशिंग बांधलंत, तेव्हा तुमच्या गळ्यात माझं हाडूक नको असा मी विचार केला. तुम्हा दोघांना राजाराणीला सुखाचं खळं खेळायला सोडून मी आपली गावाकडं निघून गेली; पण तुम्ही काय मिळवलंत?''

''मलाच कशी दोषी धरतेस तू?''

''अवो, तुम्ही वयानं किती वडील? तिचं वय किती लहान बरं? गोड पुंगी वाजवीत नागिणी कशा खेळवायच्या ही कला तुम्हाला ठाऊक नाय का?''

''अगं अगं काय बोलतेस?''

''हौसेनं नवी मैना आणली होतीत ना, तर तिला नीट पेरूच्या झाडावर खेळवायला हवी होतीत. तुम्ही तर इकडं गण संपायच्या आधीच भैरवी गाऊन रिकामं झाला.''

बाकेराव काहीच बोलला नाही. गंगाला हुंदका दाटून आला. ती बाकेरावांकडे सरकली. तिनं लहान्या लेकरासारखं भाऊंना आपल्या छातीजवळ घट्ट पकडलं. त्यांच्या थकल्या, खडबडीत अंगावरून मायेचा हात फिरवत ती बोलली, ''दुपारी तुम्हाला ओझरतं बघितलं. किती रोडावलात हो? दुष्काळात अंगावरचं रक्तमांस झडून गेलेल्या दुबळ्या, भणंगभटक्या पाखरासारखं.''

थोडा वेळ गंगा तशीच अंधारात पडून राहिली. राहुटीची कनात सकाळच्या वाऱ्यात हलत होती. तिने आवंढा गिळत त्याला हळूच विचारलं, ''काय हो, खरं हैय का—लोकं म्हणत्यात ती पोटुशी आहे.''

''हो ऽ''

''मंग तर तुम्ही गाढवाच्यावरची चूक केलीत. कशी जाऊ दिलीत तिला? का अडवली नाहीत तिला?''

गंगा रागाने थरथरू लागली. त्याच झिटीत ती अंथरुणात उठून बसली. तसे बाकेभाऊ तिला जवळ ओढत बोलले, ''आश्चर्य याचंच वाटलं, तुझा किती जीव आहे गं तिच्यावर? असा जीव कोणी सख्ख्या बहिणीवरबी लावणार नाय.''

''ती माझी लाडाची सवत हाय. आपलं वय, आपली दुनिया, आई-बाप सोडून तिनं प्रेमाच्या कैफात कशी झडप घातली होती तुमच्यावर? तुम्ही विसरला असाल; पण म्या नाही.''

''बरं, झोप आता. लय उशीर झालाय.''

''पहिलं वचन द्या, लवकरात लवकर माझ्या बहिणीला शोधून आणाल म्हणून.''

''बरं बाई.''

“तिच्या पायात लक्ष्मी होती. ती फडात आली आणि आपली वगनाट्यं अन् त्याच्याबरोबर तुम्हीही किती रंगायला लागला होतात हो.”

४०

बाकेभाऊंचं मन सैरभैर झालं होतं. त्यांना काहीच सुचत नव्हतं. सुधरत नव्हतं. फडामध्ये अवतीभोवती सव्वाशे-दीडशे माणसं होती. त्यात सोबतीला गंगा येऊनही भाऊंना खूप एकटं एकटं वाटायचं. त्यातच फडातल्या मुली आणि स्त्रियासुद्धा डोळ्यांमाघारी अनेकदा कुजकट बोलायच्या, शिव्याशाप द्यायच्या, “कोणत्या मुलखाला रंगू गेली असेल बिचारी आपलं लोंबतं पोट घेऊन? तसे बाईच्या जातीच्या कपाळी हे भोग लिहिलेलेच असतात.”

“मेले पुरुष मजा मारायला पुढे आणि सजा भोगायला आम्ही बाया.”

“एकदा डाग लागलेली बाय म्हणजे बिना गोठ्याची गाय! आता कोण करणार त्या दुर्दैवी जिवाची वास्तपुस्त?”

बाकेभाऊ आपल्या मुखावर उसनं हास्य आणायचा प्रयत्न करायचे; पण ते आतल्याआत कुढत आहेत. खूप जखमी आहेत, याची जाणीव गंगाला होती. दुपारी कंपनीतून राहुटीतच गंगासाठी डबा यायचा. रात्री जेव्हा गणगौळणीची हलगी आणि ढोलकी वाजायची, तेव्हा गंगाचं जेवण उरकायचं. तिकडे रंगबाजी सुरू व्हायची, तेव्हा इकडे अंगात स्वेटर चढवून ती राहुटीत खुशाल झोपी जायची.

एके सायंकाळी छबूनं गंगाला मुद्दाम सांगितलं, “वैनी, आज मुद्दाम तुम्ही स्टेजकडे या. भाऊंची बतावणी बघा.”

“का गं?”

“अहो, बघा तरी, जळाविना मासा तडफडतो कसा, नेत्री वाहती आसवं फसाफसा.”

बऱ्याच वर्षांच्या अंतरानं गंगा स्टेजच्या पुढच्या बाजूला खुर्ची टाकून बसली होती. बतावणी बघत होती. संगीताच्या धारेनं सूर मारत बाकेराव आण्णाभाऊंच्या लावण्यमळ्यामध्ये घुसले होते. त्यांच्या कवनातला तो कामगार एका भल्या पहाटे कामाच्या ओढीनं मुंबईला जायला निघतो, तेव्हा शिवेच्या आंब्याजवळ निरोप द्यायला आलेली त्याची कारभारीण विरहाच्या दुःखानं कशी पोळते. कशी रुसते. त्या दोन जिवांची ती ताटातुट. त्याची दुःख आवरण्याची शिकस्त—ती लोकप्रिय छक्कड उंच टिपेच्या धारदार आवाजात बाकेभाऊंनी गायला सुरुवात

केली होती,

"माझी मैना गावाकडं राहिली
माझ्या जिवाची होतीया काहिली ऽ ऽ"

मैनेच्या आठवणींने राघूचे पंख फडफडत होते. रंगूच्या आठवणीने तर बाकेभाऊंना पार बेजार करून सोडलं होतं.

गाता गाता बाकेभाऊंना हुंदका दाटून आला. ते मध्येच थांबले. आपल्या डोळ्यांतून घळघळा वाहणारं पाणी त्यांनी रुमालानं पुसलं. तेवढ्यात समोरच्या कोपऱ्यातले आठ-दहा रसिक उठून उभे राहिले. त्यापैकी काहीजण चक्क पिऊन आले होते. ती मंडळी मध्येच मोठ्याने ओरडू लागली, "बाकेराव, इस्टाप. बंद करा ते रडवं गाणं."

"काय हो मायबाप? काय चुकलं लेकराचं?"

"बाकेराव, गेली बावीस वर्षं आम्ही तुझ्या तमाशाला हजेरी लावतोय. एखाद्या राजानं हौसेनं आपल्या पदरी पैलवान सांभाळावा, तसंच या साऱ्या पब्लिकनं तुझ्यावर 'लव' केलंय. सांग, खरं का खोटं?"

"मायबाप हो, तुम्हीच तर माझ्या शरीराचा श्वास ऽऽ" बाकेभाऊने मोठ्या आदराने रसिकांना हात जोडले.

"अरे, मग आता आमच्यासमोर अस्सल तमाशा पेश कर ना!" समोरून जोरदार आरोळ्या आल्या.

"नेमकं कशाबद्दल बोलता, मालक?"

"तुझीबी मैना तुला सोडून गेलीय, घर रिकामं पडलंय तुझं. बोल, खरं का खोटं?"

रंगू आणि बाकेरावच्या प्रीतीचं घरटं अलीकडे मोडून पडल्याची दुष्ट वार्ता बाकीच्या चाहत्यांच्याही कानावर पडली होती; परंतु त्याचा असा भर तंबूमध्ये, शेकडो लोकांत उच्चार झाला, तेव्हा कसा पकडला या अर्थानं सारेच मोठ्याने हसू लागले. आपली मान डोलवत बाकेभाऊंनीही खुल्ली कबुली देऊन टाकली, "खरं आहे दोस्तांनो. माझी छबिली मला सोडून गेलीय."

"अरं, पण कशी सोडून गेली? जरा तालासुरात आम्हालाबी कळू दे."

स्टेजवरच्या त्या भगभगीत रोशणाईत बाकेभाऊंच्या डोळ्यांतून घळघळा अश्रू वाहिले. त्यांनी तिथेच ढोलकी, पायपेटी आणि हलगी वाजवणाऱ्यांच्या कानात आपल्या गीताची ऐनवेळी बदललेली चाल आणि ताल सांगितला. पाठीमागे उभ्या असलेल्या सूरत्यांना खुणावलं. मग बाकेनं तंबूच्या सांध्यातून वर आभाळाकडे पाहिलं. पहाटे उगवलेल्या आणि दूरवर ढगात दिसणाऱ्या शुक्राच्या

चांदणीकडे बघत त्यांनी सूर पकडला. मध्येच ते गाता गाता तोंडाचा चंबू करून वाद्यांचे आवाजही काढू लागले.

"गेली सोडूनी छबिली दिलाची
मेख मारूनी ग्यानबाची ऽ ऽ
मी संन्यास घेऊ का काय करू ढूम ढूम् ऽ ऽ ढूम ढूम् ऽ ऽ
की लंगोट लावून वनी फिरू ढूम ढूम् ऽ ऽ ढूम ढूम् ऽ ऽ
चटका लावूनी पळून जाते, जाते जात बायकांची
बुढाप्यात केले तारुण्य जागे
देहाला उभी विरहाची आग लागे
भाबड्या जीवा का फसविले
फसवूनी मम कितींदा हसवले
घेऊनी निरोप ऽ ऽ माझे काळीज का उसविले
बाकेराव चढवी ही माळ आसवांची ऽ ऽ
गेली सोडूनी छबिली दिलाची
मेख मारूनी ग्यानबाची ऽ ढूम ढूम्, ऽ ऽ ढूम ढूम् ऽ ऽ."

अनेक चिंतांमुळे बाकेभाऊंचं हृदय पोखरलं गेलं होतं. आसवांच्या तवंगावर तरंगणारी बाकेभाऊंच्या तोंडची ती अक्षरं ऐकताना बाजूचे वादक आणि झिलकरीसुद्धा अवाक झाले. रंगकलीच्या आठवणीने तर त्यांचं जखमी काळीज ठिबकत होतं.

बाकेराव आणि गगनराव तमाशा मंडळाला कोणा दुष्ट खविसाची जळकी नजर लागली होती. चांगलं काही घडतच नव्हतं. उलट आप्पा आणि भाऊ अशा दोन्ही गटांतली दरी दिवसेंदिवस अधिकच रुंदावत चालली होती. दिवसभर बाकेभाऊ मूग गिळून गप्प बसायचे. आपल्या लाडकीच्या वेदना आणि विरह आतल्याआत जिरवायचे; मात्र रात्री स्टेजवरच्या भगभगीत प्रकाशात हातात माईक आला की पाण्याचं भरलं धरण फुटावं तसं त्यांचं मन धो धो वाहायचं. प्रेक्षकांना त्यांची ठणकत्या शब्दांतली ती गायकी खूप आवडायची. ते त्यांना डोक्यावर घ्यायचे. त्यांच्या गाण्यांना वन्समोअर द्यायचे.

बाकेभाऊंच्या दु:खाने भरलेल्या त्या छकडीवर हजारो प्रेक्षक मोहित व्हायचे; पण फक्त दोन संत्रस्त जीव मात्र विंगेच्या मागे चरफडायचे. शेजारी उभ्या असलेल्या चारूस्वामीला गगनआप्पा तडतडत सांगायचे, "बघा बघा, ती साली लैला कुठल्या बोळकांडात बोंबलत गेली कोणास ठावं? मात्र इकडं आमच्या या मूर्ख मजनूने तिच्या नावे उघडपणे गळा काढून आपली उरलीसुरली अब्रूसुद्धा चौकात टांगली आहे."

“या खुळ्याच्या जखमेतनं असा पू किती दिवस वाहणार वो आप्पा?”

“बघू रे. सोसू आणखी काही दिवस. न पेक्षा त्यांचा ‘फायनलच’ हिसाब करून मारू लाथ त्याच्या पेकाटात.”

खरंच, काय झालं होतं त्या सोन्यासारख्या तमाशाच्या फडाला? सारा दूषित वारा वाहत होता. एक दुसऱ्याबद्दल पराकोटीचं संशयाचं वातावरण, कमालीचा अविश्वास आणि टांगत्या तलवारीसारखी कधीही घातपात घडण्याची भीती यामुळे सर्वांचीच तंतरलेली.

एकीकडे रंगू निघून गेलेली. दुसरीकडे फडाचा प्रवास उताराला लागलेला. अंतर्गत हेवेदावे, मध्येच उसळून वर येणारी गगनआप्पांच्या अंगातली खुनशी खलनायकी, त्यातच विषारी फुरशाच्या चाव्यासारख्या चारूस्वामीच्या गुप्त घातकी हालचाली, या साऱ्यामुळे बाकेराव हतबल व्हायचे; परंतु त्यांच्यासारखा कलावंत जीवनाची लढाई असा तसा हरणाऱ्यांपैकी नव्हता. वरून तो टपोऱ्या फुलासारखा अनेकदा ताजातवाना दिसायचा; परंतु देठात कीड लागावी, तशी त्याची झालेली नाजूक अवस्था गंगाच्या नजरेतून सुटत नव्हती.

अशीच खंडाळ्याच्या घाटाच्या खाली खोपोलीच्या बगलाटीला साजगावची बोंबल्या विठोबाची जत्रा भरलेली. त्या जत्रेतच त्या रात्री बाकेराव-गगनराव तमाशा मंडळाचा खेळ सुरू होता. रसिकांची प्रचंड गर्दी उडालेली. त्या जल्लोशातच गणगौळण, त्यानंतरची बतावणी आणि रंगबाजीसुद्धा संपायला आली. रंगबाजीच्या सादरीकरणात मोरासारखी उडी घेत स्टेजवर एंट्री मारायची ही बाकेरावची खासियत होती. त्यानं स्टेजवर ठेवलेलं पहिलं पाऊल पाहण्यासाठी पब्लिक उतावीळ व्हायचं; पण आज रंगबाजी संपायला येऊनसुद्धा बाकेरावचा कुठे पत्ता नाही, ही गोष्ट चाणाक्ष रसिकांच्या ध्यानी आली, तशी समोरच्य हजारो प्रेक्षकांमध्ये खळबळ आणि चुळबूळ सुरू झाली.

तरुणांचे काही गट मोठ्याने हाका देऊ लागले, “अरे, कुठे गेला तो बाकेराव? पहिला आणा त्याला स्टेजवर.”

तेवढ्यात पाठीमागच्या बाजूनेही दोनतीनशे प्रेक्षक उठून तारस्वरात ओरडू लागले, “दांडीबिंडी मारली की काय त्यानं?”

“का दुसऱ्या फडात निघून गेलाय?”

लोकांनी जोरजोरात ओरडायला सुरुवात केली. ते शांत व्हायचं नावच घेईनात. त्यांना त्यांच्या लाडक्या बाकेरावचा उंच चढा आवाज अन् ढंगदार गावठी हेलातली गायकी ऐकायची होती. पब्लिक खूपच कोकलू लागलं. दंगा बेकाबू झाला. स्टेजवरचा खेळ थांबला. तरीही बाकेरावचं बोर्डावर यायचं लक्षण दिसत नव्हतं. त्यामुळे रसिक अधिकच बिनसले. ते घशाच्या शिरा ताणून ओरडू

लागले, ''बोलवा रे बोलवा ऽ ऽ बाकेभाऊला बोलवा.''

समोरचा बेफाट दंगा बघून हुशार रामकृष्ण बेंद्रीकर रसिकांना सामोरा गेला. माईकवरून तो कळवळून सांगू लागला, ''रसिक हो ऽ ऽ माफ करा. भाऊंची तबियत खूप बिघडलीय. अशा बिमारीत ते स्टेजवर येऊ नाही शकत. माफ करा.''

''असं कसं? कसली आलीय बिमारी?''

''आमच्या स्वत:च्या डोळ्यांनी आम्हाला बघू द्या.'' लोक ऐकायलाच तयार होईनात.

''देवा ऽ माफ करा. भाऊंना सलाईन लावलंय. कसं बोलवणार हो?''

''नाय नाय ऽ ऽ बाकेभाऊ नाय तर खेळच चालायचा नाय.''

फडातली पोरं गगनआप्पांच्या राहुटीत पळत गेली. मघापासून बाहेर चाललेला तो प्रचंड दंगा राहुटीत आप्पांच्याही कानावर पडत होता. त्यांनाही परिस्थितीची कल्पना होती; परंतु जेव्हा पलीकडून 'बाकेभाऊ नाय तर खेळच चालायचा नाय' अशा आरोळ्या ऐकू येऊ लागल्या, तसा आप्पांचा अहंकार दुखावला गेला. ते स्वत:शी पुटपुटले, ''अरे, कोण लागून गेला तो बाकेराव?''

''मालक ते स्वत:ला दिलीपकुमारचं बाप समजतं की वो!'' चारूस्वामीने आगीत रॉकेलचा आणखी एक डबा रिता केला.

''त्याची ही मिजास मी खपवून घेणार नाय,'' असं म्हणत गगनआप्पा ताडताड चालीने स्टेजकडे पळत आले.

विंगेतूनच गगनआप्पानी रामकृष्णकडे पाहून काही इशारे केले, तेव्हा प्रेक्षकांच्या समोर दयायाचनेचा पदर पसरत रामकृष्ण अजीजीने बोलला, ''मायबाप हो ऽ समजून घ्या. आपण कितीही दंगाआरोळ्या ठोकल्या तरी भाऊ आज स्टेजवर येण्याच्या अवस्थेत नाहीत.''

''अरे जा जा, पहिलं आणा त्याला ऽ ऽ'' समोरच्या आरोळ्या तंबू फाडून बाहेर जाऊ लागल्या.

''ते येऊ शकत नाहीत; पण रसिक हो ऽ आपण त्यांच्याशिवायसुद्धा आधी ठरल्याप्रमाणे तमाशाचा खेळ होणारच.''

रामकृष्णच्या बोलाबरोबर संतापाचा उद्रेक झाला. समोरच्या चिडलेल्या गर्दीतून चार-पाच मोठी ढेकळं आणि दगड भिरभिर करत स्टेजवर आले. तिथले एकदोन बल्ब फुटले. तंबूतले अनेक प्रेक्षक उठून उभे राहिले. आरडाओरडा आणि चेंगराचेंगरी सुरू झाली. आप्पांची पूरी दैना उडाली. आता आपल्या तंबूचं आणि कनातीचं काही खरं नाही अशा भीतीने त्यांना झटका आल्यासारखं झालं.

तोवर स्टेजवर आणखी आठ-दहा ढेकळं आणि दगड येऊन पडले. कलाकार

घाबरले. वादक पळू लागले. आता जळता फड वाचवायचा तर स्वत:च उडी घ्यायला हवी म्हणून बेभान झालेले गगनआप्पा स्टेजवर धावले. फडमालक आणि पट्टीचा खलनायक म्हणून बहुतांश प्रेक्षक आप्पांना ओळखत होते. ते वेगळं काय सांगताहेत म्हणून प्रेक्षक थोडा वेळ चूप झाले, तसा आप्पांना जोर चढला. ते दमाच्या भाषेत बोलले, "हे बघा, असा दंगाधोपा चालायचा नाय. सांगून ठेवतो. कृपया शांतता बाळगा."

"अरे पण बाकेभाऊ कुठं—?" समोरून अनेक आरोळ्या येऊन धडकल्या.

"सांगितलं ना? ते बिमार आहेत. येणार नाहीत. अन् आमचा खेळ होणारच."

"आम्हाला बाकेभाऊच पाहिजेल ऽ ऽ" स्टेजच्या समोर बसलेली दहा-बारा पैलवान पोरं ओरडली.

"कशाला ऽ ऽ?" आप्पांचा आवाज वाढला.

"बाकेरावच पाहिजेल," समोरची पैलवान पोरं आणखी जोराने किंचाळली.

"कशाला रे कशाला ऽ ऽ," त्या पोरांच्या डोळ्यांकडे जळत्या नजरेने गगनआप्पांनी बघितलं. प्रेक्षकांकडून कितीही चुका झाल्या तरी मालक आणि व्यवस्थापकाने डोक्यावर बर्फाची लादी ठेवून थंडपणे आला प्रसंग सोसायचा असतो, हा रंगभूमीचा अलिखित नियम गगनआप्पा विसरले. आतला तिरस्कार उफाळून वर आला. तेही अत्यंत संतापलेल्या सुरात समोर दंगा घालणाऱ्या पैलवान पोरांना विचारू लागले, "कशाला पाहिजे रे बाकेराव?"

"पाहिजेल म्हणजे पायजेल."

"का? तो काय तुमच्या आईचा नवरा आहे का?"

आप्पा बोलून गेले मात्र. समोरच्या पैलवान पोरांनी माकडासारखी स्टेजवर उडी घेतली. पायाच्या एका लाथेत गगनआप्पांना खाली पाडलं. काहीजण त्यांच्या अंगावर बसले. आप्पांना लाथाबुक्क्या हाणायला आणि तुडवायला त्यांनी सुरुवात केली. त्या भयंकर तडाख्याने आप्पा गुरासारखे ओरडू लागले, रडू लागले. आग न लावताही तमाशाच्या बोर्डावर एकच वणवा भडकला. आता काही क्षणांत ते स्टेज तुटणार, कनात पेटणार आणि वरचा तंबू ढासळणार या भीतीने अनेक प्रेक्षकांनी तिथून पळायलाही सुरुवात केली. आता संपलं सारं म्हणून आप्पांनी कपाळावर हात मारून घेतला.

तेवढ्यात पलीकडच्या कण्र्यातून एक अत्यंत मृदू, कळवळ्याचा, पण धारदार आवाज आला, "थांबा ऽ मायबाप हो थांबा ऽ ऽ अशी गाय वासराला मारू लागली अन् माय आपल्या लेकराला कुंबलू लागली तर आम्ही चिमण्या पाखरांनी कुठं जायचं हो?"

दंगेखोर प्रेक्षक जागीच थबकले. "आला रे आला, बाकेभाऊ आला," असा

गिल्ला उठला. स्वप्नातून चालत आल्यासारखे बाकेभाऊ स्टेजवर आले होते. अंगावर तीन बटणांचा साधा लंबा सदरा आणि चट्ट्यापट्ट्याची एक विजार. त्यांचा चेहरा रापलेला, आजारी मनुष्यासारखाच दिसत होता. दंग्याची धार किंचित नरम झाल्याचा अंदाज बाकेरावना आला. तसा त्यांनी आपल्या साथीदार वादकांना इशारा केला. घाबरलेल्या मुलींना खुणावून स्टेजवर परत बोलावलं. क्षणभर मनातच पठ्ठे बापूरावांचं स्मरण केलं. त्यांचीच गवळण उंच स्वरात गायला सुरुवात केली.

"श्रीरंगा ऽ ऽ सारंगधरा ऽ ऽ
मी विनवते धरूनी करा, चला नेते
माझ्या मंदिरा ऽ ऽ
हो उडवा रंग रंग रंग ऽ ऽ

ती विनवणीची ढंगदार गवळण गाताना बाकेभाऊ स्वत: राधा झाले. समोरचा प्रचंड प्रेक्षकवर्ग त्यांना श्रीकृष्णाच्या जागी दिसू लागला. मग ती वेडी राधा आपल्या कृष्णकन्हैयासाठी काळजाच्या देठापासून गातच राहिली. एका पल्लेदार झेपेत वाघाने हरणीचा घोट घ्यावा आणि तिला पाठुंगळीवर घेऊन वनात निघून जावं, तसा भाऊंनी काही क्षणांतच प्रेक्षकांना आपल्या पूर्ण ताब्यात घेतलं. त्यांच्या त्या दिलखेचक सुरावटीने मघाचा तो दंगा कुठल्या कुठे पळून गेला. त्या मधुर गायकीमुळे साऱ्या प्रेक्षकांना आपण पिकल्या आंबेवनाची सैर करायला चाललो आहोत, असं वाटू लागलं.

आता बाकेभाऊ काय सांगतील ते मानायला आणि ऐकायला प्रेक्षक तयार होते. ते आपल्या पूर्ण मुठीत आल्याची भाऊंची खात्री झाली. मग त्यांनी आपल्या पाठीमागे उभ्या असलेल्या एका तरुणाकडे पाहिलं. पुन्हा समोर पुढा करून आपल्या उजव्या मनगटात खुपसलेली सलाईनची सुई आणि मधली वायर हात उंच करून सर्वांना दाखवली. बाकेभाऊ प्रेक्षकांना चेकाळल्या सुरात विचारू लागले, "मग काय मंडळी? मी तुमच्याशी खरं बोलावं की खोटं बोलावं?"

"बोल राजा बोल, तू सांगशील ते आम्ही ऐकायला तयार आहोत."

"तर मंडळी तुमच्या मनातली शंका आणि वस्तुस्थिती दोन्ही गोष्टी खऱ्याच आहेत. मी स्टेजकडे न येता मागे पिऊन पडलो होतो, अशी शंका आली होती ना तुम्हाला?"

"हो हो ऽ ऽ"

"आता आपल्या घरातल्याच लोकांसमोर बंडल का मारायचं? अहो, विचार करून करून डोईच्या केसांत जाळ झाला होता. त्यावरचा थंडावा म्हणून आज मी थोडीशी घेतलीच ही गोष्ट खरी आहे. अन् ही सलाईनची भानगडपण खरी आहे बरं."

बाकेभाऊंच्या स्पष्टवक्तेपणावर प्रेक्षक खळखळून हसू लागले. त्याचवेळी त्यांनी शिरते घुसवलेली सलाईनची सुई झटकन बाहेर काढली. तशी समोरची तीन-चार पोरं ओरडली, "अरे भाऊ, कशाला काढतोस सलाईन?"

"आता रे त्याची गरज काय माझ्या दोस्तांनो ऽ ऽ" हजारो प्रेक्षकांच्या डोळ्यांकडे बाकेभाऊंनी पाहिलं. त्यांचा कंठ दाटला, "रसिक मायबाप हो! तुमची ही दाद, तुमची ही टाळी आणि तुमचा असला भन्नाट प्रतिसाद हेच या वेड्या बाकेभाऊचं खरं सलाईन आहे! जोवर तुम्ही माझ्या पाठीशी आहात, तोवर माझ्या दाराकडं फिरकायचं डेरिंग त्या यमाला किंवा यमाच्या त्या रेड्यालापण होणार नाय."

"वा रे वा बहाद्दरा! जग अजून शंभर वर्षं," समोरून आरोळ्या आल्या.

आता प्रेक्षक पूर्ण मुठीत आले आहेत, याची बाकेभाऊंना खात्री झाली. ते म्हणाले, "मंडळी, आताच आमच्या आप्पांच्या मुखातून भावनेच्या भरात चार वाईट शब्द गेले असतील, त्याबद्दल मी तुमची माफी मागतो; पण आता यापुढं उरलेली ही सारी रात्र धुंदीत जागवायची आहे; पण आता मला फक्त पंधरा मिनिटांची विश्रांती घ्यायचीय. तेवढ्यात मी मागं जातो आणि अंघोळ उरकून घेतो. पवित्र बनतो; कारण या कंबख्त बाकेरावने दारू घोटून या रंगदेवतेच्या स्टेजवर यायचा गुन्हा केला आहे. मला पवित्र होऊ द्या. तोवर तुम्ही पानतंबाखू खावा. काय मंडळी ऽ ऽ? कबूल ऽ ऽ?"

"हां हा कबूल ऽ ऽ" समोरून हजारो आवाज एकत्र ऐकू आले.

त्या रात्री एका बाजूला चंद्र आकाशाची डगर चढत होता. अन् इकडे गगनभाऊ-बाकेरावच्या तंबूमध्ये गीत, संगीत आणि नाट्याचं टिपूर चांदणं पडलं होतं. रात्र उत्तरोत्तर रंगतच चालली होती.

४१

बोंबल्या विठोबाच्या यात्रेत खऱ्या अर्थी जिंदगीचा तमाशा झाला. ऐनवेळी गगनआप्पांनी बाकेभाऊंच्या द्वेषातून स्टेजवर जो गोंधळ घातला, ज्यामुळे पैलवान पोरांनी त्यांना रगडून काढलं, त्यातून ते उबदारी येतात की नाही ही शंकाच होती.

त्यांच्यावर झालेल्या हल्ल्यावेळी रामकृष्ण आडवा पडला होता. केवळ त्याच्यामुळेच आप्पा बचावले. त्याच्या पाठीच्या एका मणक्यालाही इजा पोचली. त्यामुळे तो काही महिने लंगडत चालत होता.

त्या दरम्यानची बाकेभाऊंची ती काळीज पिळवटून सोडणारी कवनं, छकडी ऐकून आणि त्यांचं दारूचं वाढतं व्यसन बघून गंगा हादरली होती. तिने छबूला बोलावून सांगितलं, "माझा नवरा आणि तुम्हा कलावंतांचा लोकशाहीर अजून काही दिवस जगावा असं तुम्हाला वाटत असेल तर पडा बाहेर. ती रंगकली नावाची चांदणी जगाच्या ज्या कोपऱ्यात असेल, तिथून शोधून आणा गं. नाही तर आपल्या चांदाचं काही खरं नाय."

आप्पा बरे झाले अन् काही दिवसांनी हिशोबाच्या राहुटीत भाऊ आणि आप्पांची बैठक जमली. बाकेभाऊंनी त्या दंग्याच्या रात्री कमाल केली होती. दारूची धुंदी बाजूला फेकून आपल्यातल्या नटखट सोंगाड्याचे अंग आणि गायकीचे रंग वापरले. मोठं प्रसंगावधान राखून गगनआप्पाला आणि उद्ध्वस्त होणाऱ्या फडालाही वाचवलं होतं; मात्र त्या उपकाराबद्दल आप्पांच्या तोंडून साधा समाधानाचा सूर बाहेर पडला नाही. उलट त्यांनी वेगळीच ओरड सुरू केली, "बाकेभाऊ, आजकाल तुमच्या त्या मैनेच्या नावानं बोर्डावर किती भसाडा गळा काढता हो? आपल्या पर्सनल लफड्याच्या जाहिर चिंधोट्या काढायची काय जरूरत आहे का?"

"नेमकं म्हणायचंय काय तुम्हाला?" बाकेभाऊ रागाने गुरगुरले.

"तुमच्या घरातल्या मळलेल्या चादरी तुम्ही कशासाठी दारामध्ये आणून झटकता हो? एक बाई आयुष्यातून निघून गेली तर त्या बाईसाठी बिमार राघूसारखं तरसत किती दिवस पंख उपटून घ्यायचे हो?"

"पहिलं तोंड सांभाळा, आप्पा!" बाकेभाऊ कडाडले.

"अरे ऽ ऽ" आप्पा चक्रावले.

"हे 'बाई बाई' काय चालवलंत हो तुम्ही? बाल्कनीत उभ्या असलेल्या कोणा नायकिणीबद्दल बोलताय का? अहो, ती माझी लग्नाची बायको आहे ! या फडाची निम्मी मालकीण."

"तेच सांगतोय. तुम्हाला स्वत:ची बायको नाही सांभाळता आली, निदान गायकीतला सूर तरी गमावून बसू नका. नाय तर परीबी गेली, सूरबी गेला, आन हातात पश्चात्तापाचा थाळा आला अशी भिकारडी अवस्था नको व्हायला."

रंगू रत्नामावशीकडे इंदापुरात राहते, याचा पत्ता गंगाला लागला होता. ती तिकडे निघायचा बेत रचत होती, तोवर एके दिवशी दुलारी ड्रायव्हर तिकडून दागिन्यांचं गाठोडं घेऊन आला. आपल्या हातातला लाल फडका सोडत त्याने बिलवर, महागडं लेडिज मनगटी घड्याळ, वज्रटीक आणि मोहनमाळ बाहेर काढून दिली. लग्नानंतर भाऊंनी आपल्या लाडक्या रंगकलीसाठी ते ऐवज बनवले होते.

भाऊंची भिरभिरती नजर त्या पिवळ्याधमक दागिन्यांवरून फिरली. आठवणी दाटल्या. मनाची विचित्र अवस्था झाली. रात्रीच्यावेळी मोगऱ्याच्या वेण्या रंगूच्या केसांत माळताना भाऊंचा हात असाच तिच्या रेशमी केसांवरून सहज फिरायचा. अंगात मस्त धुंदी चढायची. आठवणींच्या त्या काट्यांनी भाऊंना बेचैन केलं. आपसूक त्यांच्या डोळ्यांत अश्रू उभे राहिले. त्यांचं ते कातरलेपण गंगाच्या नजरेतून निसटलं नाही. भाऊंनी दुलारीला विचारलं, "अजून काय म्हणत होती तुमची रंगूताई? पुन्हा भेटणार आहे की, अशीच दूर पळणार हैय?"

"त्या म्हणल्या-भेटून उपयोगच होणार नसंल तर कोरड्या भेटीचा मतलब काय?"

"अस्सं?"

"हो. रंगूताईनी सांगावा दिलाय-तुमची प्रत्येक वस्तू जशीच्या तशी वापीस करतेय मी. तुम्ही दिलेली अंगठी, जेजुरीच्या जत्रेवेळी कानात घातलेले मोत्याचे डूल, कोल्हापूरच्या गुजरीत बनवलेला साज, हुपरीच्या पेठेत तयार केलेली नक्षीदार पैंजणं—सारं सारं पाठवून देतेय."

"काय सांगता हो दुलारी नाना? माझी कोणतीच वस्तू माझ्या रंगूनं ठेवली नाय अंगावर?"

"होय हो—त्या म्हनल्या कशा, त्यांचे अलंकार अंगावर चूप बसत नायत, आठवणींची पैंजणं काळजाचा तळ खरवडून काढतात."

४२

कुंदा पारगावकरला आप्पांनी जन्मभर एक मशीन असल्यासारखीच वापरली होती. ओरबडून चवीनं खाल्ली होती; मात्र ती चार माहिन्यांमागे अचानक आजारी पडली, तेव्हापासून दु:खदैन्याची अवदसा तिच्या नशिबात आडवीतिडवी नाचायला लागली. विशीच्या घरातली तिची दोन्ही पोरं पुण्यात स्वारगेटजवळ बुर्जीपावाचा गाडा चालवायची. त्यांनी आंबेडकरनगर झोपडपट्टीत एकपाखी का होईना पण चांगलं झोपडं खरेदी केलं होतं. आपली आई आजारी असल्याचं कळताच त्यांनी खास टेम्पो करून तिला पुण्याला नेलं. दवाखान्यात तिच्यावर उपचार सुरू केल्याचंही कळलं होतं.

अलीकडे बाकेराव-गगनराव तमाशा मंडळाचा पहिला सूर हरवत चालला होता. युवराज फडात नसल्याने कंपनीची जोरदार ऐतिहासिक वगनाट्यं रंगत नव्हती. रोज तंबू आणि कनातीत वाहणारा पब्लिकचा दर्या आटू लागला होता. दुसरीकडं बाकेभाऊंचं पिणं वाढलेलं. त्यातच रंगकली नावाची नृत्यसमशेर फड सोडून गेलेली. दोन्ही गटांतली दुफळी वाढतच होती.

एके दिवशी पुण्याहून खात्रीची बातमी आली. हयातभर गगनआप्पांचा घरगोतावळा फुकटात सांभाळणारी कुंदा खूप बिमार आहे. तिला ब्रेन ट्यूमर झालाय. ती जगायची शक्यता कमी आहे. त्यामुळे तिच्यावर मोठं ऑपरेशन तातडीनं करायची गरज आहे. त्याचा खर्च ऐंशी हजाराच्या घरात आहे. कुंदाची गरीब पोरं तेवढी मोठी रक्कम उभी करू शकत नव्हती.

कुंदाचा प्रवास वगनाट्यातल्या एखाद्या बेंगरूळी पात्रासारखाच होता. कंपनीत कधीकाळी धुण्याभांड्याची कामं करायला आलेली ती एक गरीब पोर. ती जशी थोर झाली, तिचा तारुण्याने मुसमुसलेला बांधा दिसू लागला, तशी गगनआप्पांनी तिच्यावर कावळ्यासारखी टोच मारली. ती बिनालग्नाची आप्पांकडे राहत होती. कंपनीत पाठीमागे पोरं बोलत, "आप्पांच्या जिभेच्या शेंड्याला गोड शिराही आवडतो आणि तळलेली भजीसुद्धा!" तरुण कोवळ्या पोरांच्या सहवासात रात्र घालवणारे आप्पा मध्येच चवबदलासाठी कुंदाच्याही रक्तमांसावर तुटून पडायचे. त्यांनी फक्त कुंदाचं रसरसतं यौवन जोखलं होतं. सहज धुणीभांडी करताना कुंदा कधी कधी एखादं गीत गुणगुणायची. तेवढ्यावरून बाकेभाऊंनी मात्र तिच्या गळ्यातली हुन्नर जोखली होती. तेच आपल्या मित्राच्या पाठीमागे लागले, "आप्पा ऽ कुंदाबाईंना चुलीच्या धुरातून बाहेर काढू या. खूप गोड आहे तिचा गळा."

कुंदाबाई आपल्या दिलदार स्वभावामुळे हेल्पर, बिगारी, नर्तिका, स्वयंपाकी अशी पुऱ्या कंपनीत सर्वांना आपलीशी वाटायची. त्यामुळे तिच्यावरचं ब्रेन

ट्यूमरचं संकट ही सर्वांना आपली स्वत:ची समस्या वाटली. त्यामुळेच सर्वांनी बाईंच्या ऑपरेशनसाठी आपला अर्धा किंवा पाव पगार ज्याला झेपेल तसा गोळा करायचं ठरवलं; मात्र ऑपरेनशच्या भरमसाठ खर्चातला मोठा वाटा उभा करणं हे फड मालकांचं कर्तव्य होतं. एके दुपारी बाकेभाऊंसह सर्वजण गगनआप्पांकडे गेले. कुंदाची बाजू लावून धरताना भाऊ आप्पांना म्हणाले, ''आपल्या कंपनीतला कोणीही कलावंत मरणाच्या दारात तळमळत पडला असेल तर त्याला बचावणं हा आपला धर्मच हैय आप्पा.''

''मरणाचं काय कौतुक घेऊन बसलात राव,'' गगनआप्पा कोरडेपणानं बोलले, ''हिथं जगायला कोण आलंय? एक ना एक दिवस सगळेच स्मशानाच्या वाटेचे वारकरी असतात ना!''

''अहो, पण ब्रेन ट्यूमर —?''

''समजा ब्रेन ट्यूमर नसता तर कुंदी अजून किती वर्षं जगली असती? शिवाय तुम्ही म्हणता तो हा ट्यूमर ऑपरेशन करून काढून टाकला म्हणून म्हातारपण तिची पाठ सोडणार आहे का?''

''बाकी गोष्टी नंतर बोलू. आता फक्त ऑपरेशनचं बोला, आप्पा.''

''अहो पण ती ऑपरेशनची लाखाच्या घरातली रक्कम वाया घालवून काय उपयोग? ती बया दीड-दोन वर्षांत त्या यमाच्या दर्शनाला जाणारच. मग मी म्हणतो उगाच फुकाटच्या फाकट मरण्यासाठी तुम्ही का आपले प्राण सोडता!''

आप्पांच्या त्या हीन वृत्तीचा आणि कृतघ्नपणाचा सर्वांनाच राग आला; पण वाद विकोपाला न जाऊ देता तोडगा काढायच्या उद्देशाने भाऊ बोलले, ''आप्पा, कंपनीतले सारे कलाकार आणि बाहेरचे काही चाहते पन्नास हजाराची रक्कम उभी करतील. फडमालक म्हणून आपण दोघांनी तीस हजाराची जोखीम उचलायची.''

''फडमालक म्हणजे?'' आप्पांचा तिरकस प्रश्न.

''म्हणजे तुम्ही आणि मी!''

''छे! छे! मला कशाला ओढता याच्यात? हवी तर तुम्ही रक्कम उचलू शकता; पण कर्जाऊ आन व्याजाऊ ऽ कळलं का बाकेभाऊ ऽ ऽ?''

बाकेभाऊ खूप संतापले. तेवढ्यात बाजूला बसलेल्या चारूस्वामीने धन्याच्या इच्छेबरहुकूम वहीत तशी नोंद केली. भाऊंची सही घेण्यासाठी ते चोपडं पुढे केलं. बेशरम चारू लोचट वृत्तीने रजिस्टर नाचवत होता. ते पाहून बाकेभाऊंचा संताप अनावर झाला. त्यांनी चारूच्या एका गालावर जोरकस थप्पड मारली. तेव्हा न राहून रामकृष्ण ओरडला, ''भाऊ, द्या, द्या आणखी दोन ठेवून या मुर्दाड चमच्याच्या गालावर.'' आपल्या लाडक्या मॅनेजरला झटका बसल्याने गगनआप्पा लालेलाल झाले. दोन्ही गटाच्या लोकांनी आपल्या बाह्या मागे सारल्या; परंतु

आप्पाच्या लोकांना अधिक पुढे सरकायचं धाडस होईना.

"भाऊ ऽ भाऊ ऽ ऽ आता जे तुम्ही केलंत ते अति केलंत." गगनआप्पा गरजले.

"अहो, कोणामुळे चालते कंपनी?" रामकृष्ण बोलला.

"अरे, कोणामुळे टिकली कंपनी? तुम्ही सारे विसरलात काय माझे कष्ट, माझी मेहनत, माझं योगदान?" गगनआप्पा किंचाळले.

""योगदान कसलं ? सारा 'भोगदानाचा खेळ'," रामकृष्ण उसळून बोलला, "बोर्डावर रात्रभर खेळ खेळणाऱ्या पोरांना चवली आणि राहुटीतल्या गोधडीत मालीशच्या नावाखाली गुदगुल्या करणाऱ्या कार्ट्यांना मात्र आदेली! न्याय आहे कुठं?"

"भाऊ भाऊ, आवरा तुमच्या रामकृष्णाला, याची जीभ खूपच लंबी झालीय."

"मी काय खोटं बोलतोय? पुऱ्या दुनियेला तुमचं 'योगदान' माहिती आहे. तरण्याबांड पोरांनी वंगण करावं म्हणून त्यानला स्वत:चं ढुंगण पुरवणारे तुम्ही! तुम्ही कसली करताय भाऊंच्या सोबत बरोबरी?"

रामकृष्ण खूपच तडकला होता. भाऊंनीसुद्धा त्याला रोखलं नाही. त्यामुळे गगनआप्पांचा चेहरा पांढराफट पडला. आजवर बुरख्याआड राहिलेल्या कंपनीतल्या त्या भयंकर गुपिताचं बिंग असं जाहिरपणे फुटलं. त्यामुळे आप्पा पुरते हादरले. पाठीमागची काही पोरं चेष्टेने फिदीफिदी हसू लागली.

चिटाचं कापड फाटावं तशी तमाशा मंडळाची फाटत गेलेली दरी अधिकच रुंदावत राहिली. सरळ फडाच्या वाटण्या करण्याची भाषा सुरू झाली; परंतु आधी मरणाच्या तळमळत पडलेल्या कुंदासारख्या कलावंतिणीला वाचवू असा विचार भाऊंनी मांडला. अनेक कलाकारांनी पगारापूर्वीचं उचल घेतलेली. काहींच्या मुलांचं शिक्षण, बहिणींचं लग्न. पैशाला वाटा खूप फुटल्या होत्या. त्यामुळे अनेकांची इच्छा असूनही बिमार कुंदासाठी वेळेत पुरेसे पैसे जमत नव्हते, म्हणूनच रामकृष्णनं आपल्या गळ्यातलं तीन तोळ्यांचं लॉकेट मोडलं. आणखी पन्नासभर हजाराची मदत कशीबशी आठ दिवसांत गोळा झाली. पुण्याला पाठवली; पण सोळाव्या दिवशी सकाळी कुंदाच्या मृत्यूची बातमी येऊन धडकली.

कुंदाने आप्पांची जन्मभर शय्यासोबत केली होती. तिच्याबद्दल चार चांगले उद्‌गार आप्पांच्या तोंडून कधी निघाले नाहीतच. उलट तिच्या मरणाची बातमी पोचताच जे तिच्या मदतीसाठी धावले होते, त्या कलाकारांची आप्पांनी गाढवात हजेरी केली, "पटलं का आता? मी ओरडून काय सांगत होतो? लेको ऽ ती कुंदी मरायची तशी मेली, तुम्ही मात्र डॉक्टरांची घरं भरली."

"पण या साऱ्या वादंगातून तुम्ही काय साधलं, आप्पा? तंटा वाढला. वाद

जुंपला. आता तमाशा फडाची दोन शकलं टळणार नाहीत.''

''बघू रे, फडाची वाटणी करून हा बाकेभाऊ लेकाचा कोणत्या अत्तराचे दिवे पाजळतो ते? युवराज आणि रंगूसारख्या कलाकाराविना कसा फड चालवतो ते?''

४३

उभय पक्षांकडून घोषणा झाल्या. वाटणी तर वाटणी. आता एकत्र नांदायचंच नाही. दोन्ही मित्र फडमालकांना एकमेकांचं तोंड बघण्यात अर्थ उरला नव्हता. त्या पडत्या काळातही बाकेभाऊंचा आत्मविश्वास दांडगा होता. ते आपल्या गंगाला आणि मुलांना बोलले, ''गेली वीस वर्षं आपल्या फडाइतकी अशी गर्दी आणि असा गल्ला दुसऱ्या कोणाही तमाशा फडाने स्वप्नात बघितला नाही.''

''अहो, पण हिशोब कुठं होता तुमच्या हातात? त्या लोकांनी रजिस्टरात काय लिवलंय कोणास ठाऊक?'' गंगा काळजीने बोलली.

''अगं, कितीही खोटेनाटे हिशोब रंगवायचेत ते रंगवू देत त्यांना. दरवर्षी आपल्या तमाशाची सुगी अशी झकास पिकली होती, की त्यांना लिहायचे म्हटले तरी खोटे हिसाब लिहिणं जमायचं नाही.''

मंडळी प्रत्यक्ष हिशोबाला बसली, तेव्हा डोळ्यांसमोरच्या आकड्यांचा दुष्ट खेळ बघून बाकेरावांना आपलं कपाळ बडवून घ्यावंसं वाटलं. फायद्याची वांगी कुठे दिसलीच नाहीत, वर कंपनीवर अठरा लाख कर्जाचा बोजा असल्याचं चारूस्वामीनं कागदोपत्री सिद्ध करून दाखवलं. त्यानं पुण्याच्या नुरानी शेठचं कर्ज उचलल्याची कागदपत्रं समोर ठेवली. याआधी वर्षानुवर्षं त्या कर्ज प्रकरणावर भाऊंची सही घेताना लबाड चारूस्वामी सांगायचा, ''इन्कम टॅक्सचा सुलतानी कर वाचविण्यासाठीच आपल्या सीएच्या मदतीनं हा खोट्या खोट्या कर्जाचा ड्रामा करावा लागतो वो!''

प्रत्यक्षात चारूस्वामी आणि गगनआप्पाने खोटाच ड्रामा उभा केला होता. सालोसाल खरा पैसा लुटून बाकेभाऊंची घोर फसवणूक केली होती. ती खोटारडी कागदपत्रं बघून भाऊंच्या अंगाचं पाणी पाणी झालं. आयुष्यभराची जागरणं, मोटारीत तडफडत्या माशासारखी घेतलेली बेचैनीची झोप, दुखणाऱ्या पोटाच्या कळा बांधण्यासाठी कमरेला आवळलेले चामडी पट्टे. फायदा लाखात वाट्याला यायला हवा होता. प्रत्यक्ष मात्र दोस्ताने भाऊंना लाखोंच्या कर्जाच्या गाळात ढकलून दिलं होतं. बाकेभाऊंचं मन पिळवटत होतं. आपलं उभं आयुष्य म्हणजे

फसगतीची एक दुर्दैवी छक्कड बनल्याचा त्यांना प्रत्यय आला!

भाऊ बैठकीतच ओरडले, "हे हिसाब झूट आहेत. कागदपत्रं खोटी आहेत."

"पण या प्रत्येक कागदावर तुमच्या सह्या आहेत ना?" गगनआप्पा गरजले.

"मी इकडे स्टेज सांभाळत होतो. तुम्ही लोक हिशोबाच्या नावाखाली पाठीमागं असली भयंकर कटकारस्थानं रचून हरामखोरी करत होता, ते आम्हाला कुठं ठाऊक होतं?"

सरून गेलेल्या काळाचा आणि दुर्लक्षाचा फायदा मित्राने उठवला होता. वेळच्या वेळी हिसाब न बघितल्यामुळे आपल्या बापाला कसं फसवलं गेलं, जन्मभर त्याची लूट कशी केली गेली याचं दर्शन पोरांना घडत होतं. आजवर याच फडात भाऊंची मुलं कोणी ढोलकी, कोणी हार्मोनियम काही ना काही वाजवत राहिली. त्यांना गगनआप्पानंच नव्हे तर बाकेभाऊनीही कधी हिशोबाच्या राहुटीकडं फिरकुसुद्धा दिलं नव्हतं. आपली गांगरून गेलेली मुलं आणि मित्रानं केलेली दगलबाजी बघून भाऊ खूपच दुःखी बनले होते. फसवणुकीचे हे तडाखे पचवणं त्यांना जड जात होतं. त्याचवेळी हिशोबाच्या वह्या याआधी मागून रंगकलीने केलेला थयथयाट किती योग्य होता, हेही भाऊंना आता कळून चुकलं होतं.

पण शेवटी व्हायचं तेच झालं. ज्यांनी खऱ्या हिशोबाच्या चोपड्या प्रामाणिकपणे सादर करणं आवश्यक असतं, ते त्याचा कधी पत्ताच लागू देत नाहीत. त्यांच्या वह्यांचा जन्मच मुळी लबाडीसाठी झालेला असतो. ज्याला हिशोब घ्यायचा असतो त्याला तो कधीच मिळत नाही. अखेर वाट्याला आलेल्या नऊ लाखांच्या कर्जाच्या भुर्दंडावर बाकेरावांना मुकाट सह्या कराव्या लागल्या. ते तोंडघशी पडले. त्यांच्या मूर्खपणाला मित्र आणि नातलगही कुचेष्टेनं हसले.

आपल्या नव्या फडाची छुपी तयारी गगनआप्पा आणि चारूस्वामींनी आधीच गुप्तपणे करून ठेवली होती. स्टेजसामान, कनाती अशी बरीच चीजवस्तू कंपनीच्या पैशाने आधीच परस्पर घेऊन ठेवली होती. आता बाकेभाऊंना नव्या लढाईसाठी कंबर बांधावी लागत होती. नवी जिद्द, नवी ईर्षा आणि नवी संकटंसुद्धा.

येणारे दिवस खूप वाईट होते. याआधी लढताना वाटेल त्या खड्ड्यांमध्ये उड्या घेतानासुद्धा कशाचं काही वाटायचं नाही. जिद्दी आणि काटक शरीराची साथ होती; परंतु आता वाढत्या वयाबरोबर पोटाचा विकार आणि दमा हे नवे मित्र सत्त्वपरीक्षा घ्यायला उगवले होते. बाकेराव गंगाजवळ बोलले, "तुला आठवतो ना तो राजा हरिश्चंद्राचा वग, बिचारा पडत्या काळात स्मशानातल्या डोंबाचा चाकर बनला होता. खूप कष्टानं पाण्याच्या घागरी ओढत रांजण भरायचा तो प्रयत्न करायचा."

"त्याचं काय इथं?"

"अगं, आपली अवस्था त्या चाकरीस राहिलेल्या हरिश्चंद्रासारखीच. आपल्या फडातल्या दुष्ट विश्वामित्राने रांजणाच्या बुडाला आधीच भोकं पाडून ठेवलीत. आता किती खेपा ओढायच्या आणि कसा रांजण भरायचा?"

तिकडे गगनआप्पा मात्र भारी खूश होते. ते आपल्या मॅनेजरला बोलायचे, "चारू, गड्या, शेवटी झालं ते चांगलं झालं. तो युवराज लेकाचा अपघातानं का होईना त्या रंगूला डसला. आन बाकेरावचं प्रायवीट लाईफ बरबाद करून गेला."

"पण आप्पा, तुम्ही तुमच्या दुश्मनाला लयच रगडलं की वो राव!"

"वेळेत तसं करणं जरूरच होतं; कारण बाकेराव अधिक युवराज अधिक रंगू हे त्रिकूट एकत्र उभं राहिलं असतं तर त्या साल्यांनी आपल्या घरावर सोन्याची कौलं अंथरली असती. त्यासाठीच त्यांच्या धावत्या फटफटीच्या टायरीत दांडकी आडवी घालून फोकस तोडणं गरजेचं होतं."

"वा ऽ आप्पा वा! स्टेजपेक्षा प्रत्यक्ष लाईफमंदीच तुम्ही जबरदस्त खलनायक रंगवलात की राव," चारू हसत बोलला.

आता दोन्ही गटांकडून आपआपल्या फडांच्या नव्या सीझनची बांधणी सुरू झाली होती. मध्येच गंगा कळवळ्याने बाकेभाऊंना सांगायची, "कायबी करा, पण त्या रंगूला तेवढी शोधून आणू या."

"अगं पण कशासाठी हवी ती तुला?"

"तुम्ही काही बोला, तिच्या रक्तात जिद्द आहे आणि पायात लक्ष्मी!"

"खरं काय?"

"शिवाय इत्तरवेळी लागीर कोंबडीसारखा खुडूक दिसणारा माझा नवरा तिच्या सहवासात मात्र मोरासारखा नाचतो, हे मला विसरून कसं चालंल?"

रंगकलीने एका मुलाला जन्म दिला आहे. ती कुठेतरी पंढरपुरातच राहते, अशी उडत उडत बातमी गंगाबाईंच्या कानी आली. नव्या फडाची अजून उभारणी सुरू झाली नव्हती; मात्र गंगा रंगकलीच्या स्वभावाने कायमची झपाटल्यासारखी झालेली. त्यामुळेच रंगूचा दूमपता लागताच तिने बाकेभाऊंना जीप घेऊन पंढरपूरला धाडलं. सोबत इस्माईल ड्रायव्हर आणि रामकृष्ण होते. तिघांनी दोन दिवसांत आख्खं पंढरपूर पिंजून काढलं; परंतु रंगूचा काही पत्ता लागला नाही, तेव्हा मंडळी हताश झाली.

तिसऱ्या दिवशी चंद्रभागेच्या काठावर पसरट पायऱ्यांवर बाकेभाऊ बसलेले. तेवढ्यात समोरच्या नदीत अंघोळ करून एक तरुणी बाहेर येताना बाकेभाऊंना दिसली, तसे ते चक्रावले. तीही स्तंभित होऊन बाकेभाऊंकडे पाहत राहिली.

थोड्याच वेळात रंगूने तिथून झटकन पाय काढून निघून जायचा प्रयत्न केला; परंतु बुड्ढा इस्माईलचाचा आणि रामकृष्ण दोघांनीही धावत जाऊन तिच्यापुढे हात जोडले. तिची कशीबशी विनवणी केली. तेव्हा कुठे बाजूच्या महादेवाच्या पडक्या मंदिराच्या ओसरीवर येऊन रंगू बसली. पुढे काही अंतरावर दगडावर बाकेभाऊ परक्या मेहमानासारखे बसून राहिलेले.

भाऊंच्या मुखातून लवकर शब्द फुटेना, तेव्हा त्यांच्याकडे बघत रंगूच उदास मनाने बोलली, "आता तुमचेही दिवस फिरलेत काय हो भाऊ?"

"असं का बोलतेस?"

"तर मग एवढ्या लांब या 'उष्ट्या पत्रावळीचं' तोंड बघायला कशासाठी आलात?"

भाऊंना बराच वेळ काय बोलावं ते सुधरलं नाही; मात्र रंगकलीच्या डोक्यात काळ्याकुंद, भरल्या ढगांनी गर्दी केली. त्यामुळे तिच्या डोळ्यांतून आसवांच्या धारा वाहतच राहिल्या. ती खंतावल्या शब्दांत बोलली, "कुठे गेला तो वगसम्राट अर्जुना पवार नावाचा माझा बाप! शब्दकळेचा राजा आणि सुरांचा जादूगार! किती भारी भारी वगनाट्यं रचायचा तो. तेव्हा आमच्या फडात शब्द, नाट्य आणि संगीताचा गुलाबी वारा वाहायचा. ते बघून आभाळातलं टिपूर चांदणंही मव्हरून जायचं. जन्मदेत्या बापाशी गद्दारी करून मी अशी वावटळीसारखी बाहेर पडली. एवढं करून मी मिळवलं काय? तुमच्यासारख्या थोराड वयाच्या पुरुषाचं जेव्हा मी मनगट पकडलं, तेव्हा ही उभी दुनिया माझ्याकडं बघून नुसती हसत नव्हती, माझ्या नावानं थुंकत होती."

"रंगकली ऽ ऽ?"

"त्या सर्वांचे इतके शिव्याश्राप सोसून, धोक्याचे इशारे झुगारून मी तुमच्यामागे वेड्या हरणीसारखी पळत आले. म्हटलं तुमीबी बडे कलाकार, कवी-शायर आहात."

"त्याचं काय रंगू?"

"मी ऐकलंय, जेव्हा कवितेचं बाळंतपण हुयाला लागतं ना, तेव्हा तुम्ही कविलोक कसे प्रत्येक शब्दाशब्दासाठी अडून बसता हो. अनुभव नसलेल्या पहिलटकरणीसारखे! तेव्हा कसं जिवापाड जपतासा प्रत्येक शब्दाला-मग सांगा, माझ्या पोटात बाळ असताना तुम्ही काळ कसे बनला हो?"

"हे बघ, तुझा काहीतरी गैरसमज, रंगू —"

"अहो, मी हाडामांसाची बाई होते. तुमच्या होणाऱ्या लेकराची आई होते. तरी जिव्हाळ्यानं मला जवळ घ्यायची बुद्धी कशी नाय झाली म्हणते मी तुम्हाला? जेव्हा शेतात बीज अंकुरतं, तेव्हा शेतकरीदादासुद्धा उन्हावाऱ्यात बांधावर राखण

करीत बसतो. मग माझ्या रक्ताच्या गाठीत गाठ मिसळून पोटात नवा गोळा जन्म घेत असताना, त्या सानुल्याच्या तोंडाकडं त्याच्या स्वत:च्या बापानं बघायचं नाय तर काय देवादिकांचे बाप रिकामे आहेत का? सांगा ऽ किती आणि कशी करू मी तुम्ही उधळलेल्या गुणांची बेरीज?"

"हे बघ रंगू, मेलेल्याला अधिक मारू नकोस. तुझ्याच ओढीनं इथवर आलो आहोत ना आम्ही."

"सोडा हो", आपले डोळे उडवत रंगकली बोलली, "मी वयानं लहान असले म्हणून तुमच्या मनातली घाण मला वाचता येत नाय असं समजलात की काय तुम्ही?"

"रंगू, नको इतके कोचकुनीचे दगडगोटे अंगावर मारू!"

"तुम्ही जातीचे पुरुष! बिनामतलबाचे बाईच्या आसपास हिंग लावायला यालच कशाला हो? काय करणार, आम्ही खुळ्या बायका! कठीण प्रसंगी तुम्ही आमच्या पाठीशी वाघासारखे उभे राहाल या कल्पनेनं आम्ही वेड्या होतो आणि तुमच्या मिठीत घुसतो. विरघळतो. पाघळतो; पण तुमची जातच नराची नव्हे नागाची!— थोडीशी संधी सापडली तर आमचा कडकडून चावा घेतल्याशिवाय तुम्ही नाय गप्प बसायचे."

"अगं, पण इतकं बिनसायला झालं तरी काय?"

"तुम्ही आता जे माझ्याकडं वाकडी वाट करून मला धुंडाळत आलात ना, त्याच्या मागंसुद्धा मतलब है."

"कसला मतलब?"

"तुम्हाला खात्री करायचीय?"

"कसली खात्री?"

"माझ्या पोटी उपजलेलं लेकरू रंगानं कसं आहे? आता सपष्टच बोलायचं तर, तुमच्यासारखं सावळं की त्या युवराजसारखं गोरंचिट्टं?"

४४

गगनराव-बाकेराव या महाराष्ट्रव्यापी एवढ्या सुंदर तमाशा फडाची दोन शकलं झाली होती. भाऊ आणि आप्पा यांनी परंपरागत तमाशाकलेमध्ये नवचैतन्य आणलं होतं. नव्हे, राज्याच्या रानामाळातून शोधून आणलेले अव्वल कलाकार, ताकदीचे वादक, पट्टीच्या गायिका, बाबूराव पुणेकर आणि माधवराव नगरकर यांच्या वगनाट्यांना दिलेली नावीन्याची जोड, वेशभूषा आणि रंगभूषेतील श्रीमंती

या सर्व कारणांमुळे हा फड शिखराला पोचला होता. त्यांनी लाखोंनी कमाई केली होती. शेवटी प्रत्यक्ष लक्ष्मी कोणी पळवली, हा वादाचा मुद्दा होता; परंतु या तमाशा मंडळावर रसिकांनी दिलोजान मोहब्बत केली होती एवढं मात्र खरं. त्यामुळेच लोककलेच्या प्रांगणातल्या या सुंदर स्वप्नाला तडा जावा याचं अनेक चाहत्यांना खूप वाईट वाटलं.

खरंतर रामकृष्ण बेंद्रीकर हा गगनआप्पांचा जवळचा नातेवाईक. चार वर्षामागे त्याला घरबांधणीसाठी आप्पांनी स्वत:च्या खिशातून उचल दिली होती. त्याचं दरमहा व्याज रामकृष्ण भरत होता. थोडा विलंब झाला तर आप्पा त्याची पठाणासारखी पाठ धरून वेळेत वसुलीही करत होते. रामकृष्ण दिसायला देखणा, उत्तम गायक, ऐतिहासिक वगनाट्यातला रुबाबदार नायक, पायपेटी दिमडी-पासून ते चौंडक्यापर्यंत सर्व वाद्यं वाजविण्यात तो निष्णात होता. जेव्हा आप्पा आणि भाऊंच्या फडाची नवी बांधणी सुरू झाली, तेव्हा सहाजिकच रामकृष्ण-सारखा गुणी कलाकार सर्वांनाच हवा होता.

"तुम्ही काही म्हणा; पण आपल्या फडाची खरी लक्ष्मी तुमच्या रंगकलीच्या पायामंधी होती," गंगाबाई बाकेरावना अनेकदा सांगायच्या. "नशिबानं रंगू पंढरपुरात चंद्रभागेच्या काठी सापडली होती, तर तिला सोडून माघारा आलातच का तुम्ही?"

"दुसऱ्या दिवशी तिथेच भेटेन, असं वचन दिलं होतं तिनं. पण काय करू? त्या दिवशी ती वावटळीसारखी भेटली आणि पुन्हा कायमची कुठे निघून गेली ते कळलं नाही. त्या नंतर किती वेळा पंढरपूर, मोडलिंब, तुळजापूर तो सारा भाग धुंडाळला; पण तिचा पत्ताच लागला नाय."

"दुर्दैव आपलं, दुसरं काय?"

नाराजीने खाली मान घालून बसलेल्या गंगाला बाकेभाऊ बोलले, "काय सांगू गंगा? तिच्या शोधाचा अखेरचा प्रयत्न म्हणून मी एक दिवस त्या बार्शीच्या फरसबंदी वाड्यातसुद्धा जाऊन धडकलो होतो. तिच्या त्या खानदानी आईला सरूताईंनाही भेटलो गं मी."

"काय सांगता? काय झालं मग?"

"तिची ती माउली झाडावरच्या वाळल्या, वठलेल्या वेलीसारखी दिसली. रंगूची मी चौकशी करताच तिच्याही डोळ्यांतनं आषाढ वाहिला गं. मला निरोप देताना ती माउली बोलली—माझेही दिवस आता भरत आलेत. माझाही खानदानी अहंकार आता मेणासारखा वितळून गेलाय. देवाकडे एकच प्रार्थना, माझ्या शेवटच्या श्वासाआधी एकदा तरी माझ्या पोरीला मला पोटाशी धरायचं आणि

मनमोकळं रडायचं भाग्य लाभू दे मला.''

बाकेभाऊ रंगूच्या त्या आठवणींच्या तिरीमिरीत भरकटलेले. तेव्हा रामकृष्ण त्यांना हळूच बोलला, ''तुमच्या जीवनभराच्या भागीदारानं, सख्खा मित्र गगनआप्पानं तुमच्या रंगूला कोणती 'ऑफर' दिली होती आहे का ठाऊक?''

''कसली रे?''

''ते तिच्याबरोबर या वयात मुंडावळ्या बांधायला एका पायावर तयार होते.''

''काय सांगतोस काय?''

''एवढंच नव्हे भाऊ, आप्पांच्या तोंडी हाड उरलं नव्हतं. परिस्थितीने पिचलेल्या तुमच्या रंगकलीला त्या सैतानाने काय काय बोलावं? तो म्हणाला—रंगे, लग्नासाठी मी म्हातारडा वाटत असेन तर माझा पोरगा मोहन तरणाबांड आहे. त्याच्याकडे-सुद्धा तू राहू शकतेस—लग्नाची किंवा बिनालग्नाची!''

''किती नीच माणूस रे तो,'' बाकेभाऊंना धाप लागली होती.

''त्याहीपेक्षा भाऊ, आपला बदनाम मुखडा आन गरोदरपणाचं लोंबतं पोट घेऊन भटकणाऱ्या, एकीकडं नवऱ्यानं नाकारलेल्या, माझ्या रंगूभाभीनं गगनआप्पांना काय उत्तर द्यावं?''

''काय रे?''

ती आप्पांना बोलली, ''भाऊंबद्दल तुम्ही कितीही आगपाखड करा; पण तुमच्या प्रयत्नांना मी साथ नाही द्यायची. ते माझे पती नव्हे तर गुरू अन् कलापती आहेत ऽ!''

रंगूच्या त्या साऱ्या आठवणींनी सरणारे ते दिवस अगदी भिजून ओलेचिंब व्हायचे. दिवसांमागे महिने, महिन्यांमागे वर्षं पळतच होती. अशी दोन वर्षं मध्ये गेली. फडाचा प्रवास सुरूच होता. वाटेत एक पसरट पात्र असलेली नदी लागली. त्यामुळे तिथे काठावरच कंपनीचे ट्रक आणि बस थांबली. सुंदर वाळूकाठ आणि झुळझुळ वाहणारं निळं पाणी बघून गवळणी वेड्या झाल्या. मावळतीच्या बाजूला डोहात स्त्रिया आणि पोरी ओल्या साडीनिशी पाण्यात डुबक्या घेऊ लागल्या, तर उगवतीच्या बाजूला मोठं अंतर टाकून पुरुष कलाकार पाण्यात उतरले. दगडाच्या चिपऱ्या घेऊन आपले हातपाय घासू लागले. खुशीने अंघोळ करू लागले.

बसमध्ये बाकेराव आणि गंगा दोघं गोष्टी करत बसलेले. तेवढ्यात खालून अतिशय हरखलेल्या तोंडाने रामकृष्ण धावत आत आला. त्याच्या हातात ताजं वर्तमानपत्र होतं. त्याच्या उत्साहाने ओसंडणाऱ्या तोंडाकडे बघत गंगा भाऊंना विचारू लागली, ''अहो, एवढ्या खुशीच्या उकळ्या फुटायला काय झालं?

लाखाची लॉटरी लागली की काय तुम्हाला?''

''मला नाय, तुमालाच लागली ऽ ही बघा.''

रामकृष्णनं मुंबईचं एक वर्तमानपत्र त्या दोघांच्या तोंडासमोर धरलं. त्यातली पानभरून सुबक, देखणी जाहिरात बघताना त्या दोघांचेही डोळे अतीव आनंदानं भरून आले. त्यातली ती ठळक अक्षरं ''मराठी लावणी लाडाची मेहुणी'' आणि त्याच्या खाली भर्जरी नऊवारी चापूनचोपून नेसलेली अटकर बांध्याची आणि हसऱ्या, लडिवाळ चेहऱ्याची रंगकली त्यांनी पाहिली. किती देखणा, ठसठशीत, भावभरा तो चेहरा. त्यांचा स्वतःच्या डोळ्यांवर विश्वासच बसेना. बाकेभाऊंचा श्वासोच्छ्वास वाढला. ते जागीच तरंगू लागले.

काळीकुट्टं अमावस्या संपून जावी आणि लखलखीत भाग्याचा नवा दिवस उजाडावा असाच आनंद गंगा आणि बाकेभाऊंना झाला होता. सद्‌गदित मनाने बाकेभाऊ बोलले, ''मला अंदाज होताच. रंगू म्हणजे लालेलाल माणिक आहे. जरी तिला निराशेनं, संकटांनी गाठली असली तरी ती अशी लपून राहायची नाही. खचून जायची नाही. पाण्याच्या लाटेवर ती जोरानं पुन्हा स्वार होणार, यशाच्या शिखराकडे झेप घेणार याची मला खात्रीच होती.''

भाऊंच्या तमाशा फडाला पहिल्यासारखी प्रचंड गर्दी नसायची. मर्यादित पब्लिक यायचं. कसा तरी खर्चाचा मेळ लागायचा. अलीकडच्या त्यांच्या निराश मनःस्थितीला रंगकलीच्या बातमीनं उत्साह आणला होता. दिवसातून अनेकदा तिच्याबद्दलच चर्चा व्हायची. मध्ये कामाच्या निमित्ताने मुंबईहून तायशेटे नावाचा एक कंत्राटदार भेटायला आला, तेव्हा तर त्याने त्या दोघांपुढे रंगकलीच्या गुणाची छक्कडच गाईली, ''बाकेभाऊ काय सांगू, तुमच्या रंगूची 'मराठी लावणी आणि लाडाची मेहुणी' पुण्यामुंबईच्या पब्लिकनं अक्षरशः डोक्यावर घेतलीय. अगदी कमी खर्चात, नेमका, नेटका आणि आकर्षक असा प्रोग्रॅम बसवलाय रंगूनं. पेशवाईतल्या त्या बैठकीच्या लावण्या, शाहीर लहरी हैदरच्या त्या ढंगदार कोल्हापुरी छकडी, पठ्ठे बापूरावांचा जुना पण अजून ताजातवाना राहिलेला तो लावण्यमळा, माडगूळकर-खेबूडकर मास्तरांच्या पासून ते अलीकडच्या मच्छिंद्र मोरेच्या 'बाई मी साताऱ्याची गुलछडी, मला रोखून पाहू नका' पर्यंतचा सुरेल मेळ मोठ्या खुबीनं तिनं घातला आहे.''

''काय सांगता काय राव?''

''तर हो, अहो, मागच्या जमान्यातील त्या बाई सुंदराबाईंची खडी आणि बैठकीची लावणी, यमुनाबाई वाईकर, राधाबाई बुधगावकर, कौसल्या कोपरगावकर यांच्या त्या खास स्वतःच्या दिवाणखान्यात रंगलेल्या लावण्या, त्या नंतरची कांताबाई सातारकर, विठाबाई नारायणगावकरची धावती धुमाळी अशा साऱ्या

रंगांची अन् रसांची उधळण रंगकली करतेय. काय सांगावं, पुण्यामुंबईच्या थेटरात नाटकं ओस पडलीत आणि या बाईच्या लावणीकडे पब्लिक नदीसारखं धो धो वाहतंय.''

रंगूचं कौतुक ऐकत भाऊ आणि गंगाने तायशेटेना मुद्दाम दुपारच्या जेवणासाठी थांबून घेतलं. तेव्हा तायशेटे म्हणाले, ''रंगूचा लावणीचा फडही तुमच्या घरचाच. तिला जाऊन का भेटत नाही तुम्ही?''

''अगदी माझ्या काळजातलं बोललात,''भारावल्या शब्दांत गंगाबाई बोलल्या, ''मघापासून मलाबी सारखं तेच वाटतंय. तिकडं जावं अन् तिच्या गळ्यात फुलांचा हार घालावा. तिचा सत्कार करावा.''

''का भाऊ, तुम्ही का बोलत नाही?''तायशेटेनी बाकेभाऊंकडे बघत विचारलं.

''जाऊ दे. माझी हिंमत नाही होणार तिच्याकडे जायची. मी तिच्यासंगे खूप निर्दयी पुरुषासारखाच वागलोय. तिच्याबद्दल संशय घेतला. त्रागा केला. आता कोणत्या तोंडानं जायचं तिकडं? अन् कशासाठी?''

जेवणाचा एक घास घेत तायशेटे मोठ्याने हसू लागले. त्यांचं ते हास्य बाकेरावांना आचरटपणाचं वाटलं. नकळत त्यांचे डोळे वटारले गेले, तेव्हा त्या दोघांची समजूत घालत तायशेटे बोलले, ''म्हणजे तुम्हाला अजून आतली गोम ठाऊकच नाही म्हणायची.''

''कसली गोम हो?'' गंगा.

''जेव्हा रंगकली आपल्या लावण्यफडात उभी राहते, तेव्हा ती स्टेजवर समोरच्या दर्शनी खांबावर फक्त तीन फोटो लावते. डोक्यावरच्या आडव्या रिपेवर पुणेरी थाटातली पठ्ठे बापूरावांची तसबीर. डाव्या बाजूला तिच्या बापाचा अर्जुनरावाचा फोटो अन् उजव्या बाजूला बाकेभाऊ तुमचीच रंगीत तसबीर हो! या तिन्ही फोटोंना मोठ्या आदरानं नमन करूनच ती लावणीच्या मळ्यात घुसते.''

ती गोष्ट ऐकताच गंगाचे डोळे पाण्याने भरले. बाकेभाऊही हेलावून गेले. रामकृष्ण आणि छबूलाही खूप आनंद झाला होता. शेवटी गंगा हट्टाला पेटली. मध्ये कार्यक्रमात दोन दिवसांचा गॅप होता. तो लक्षात धरून गंगा, बाकेभाऊ आणि छबूच्या डोक्यावरच बसली, ''तिच्याकडून आम्हाला कायबी नको; परंतु माझ्या अल्लड, कीर्तीवंत, धाकट्या सवतीला जाऊन भेटा, तिला सुगंधी गजरा भेट देऊन सांगा - बये, तुझ्या बहादुरीचा आम्हाला लय आनंद वाटतो बघ.''

मग दुसऱ्याच दिवशी मुंबईला निघायला भाऊंनी एक फियाट गाडी ठरवली. पहाटेचं निघून दिवसा मुंबईत पोचायचं ठरलं. छबूनं हलक्या सामानाची पिशवी, त्यात दोन साड्या अन् दोन झंपरचे जोड असं सामान घेतलं; परंतु पहाटे भाऊंचा मूड ठीक दिसला नाही. ते बघून गंगाही अवाक झाली. मुद्दाम भाऊंना चिमटा

काढून त्यांना निघायला भाग पाडायचं म्हणून ती बोलली, "शेवटी मोठ्या कलावंताच्या ठायी दुसऱ्याच्या यशकीर्तीबद्दल मत्सर अन् जळफळाटबी मोठा असतो असं दुनिया म्हणते, त्यात खोटं काहीच नाही तर?"

"कसला आलाय मत्सर, गंगा?"बाकेभाऊ लडिवाळ शब्दांत बोलले, "तिच्या यशाबद्दल म्हणशील तर माझ्या हृदयात दहापट आनंदाचं भरतं येतं गं.! पण तरीही तिकडे जायला मन होत नाही. तिला मी खूप कमी लेखलं. दुष्टासारखं झिडकारलं. त्याचं मला खूपच दु:ख वाटतं."

खरंतर भाऊ मनातून एका गोष्टीसाठी भारी घाबरले होते. पंढरपूरकडच्या एका रसिकाने रंगूचे बाळंतपणावेळी झालेले हाल, तसेच त्या दुर्दैवी काळाबद्दल त्याला उडत उडत समजलेल्या काही धक्कादायक गोष्टी भाऊंना ऐकवल्या होत्या. खरंतर या आधी चंद्रभागेकाठी झालेल्या भेटीच्या दुसऱ्या दिवशी त्यांना रंगूकडून अनेक गोष्टी जाणून घ्यायच्या होत्या. रंगूच्या पोटी मुलगा जन्मला की मुलगी, त्या बाळाची प्रकृती आणि प्रगती बरंच काही ऐकायचं होतं. तिला सोबत घेऊन सन्मानानं फडात आणायची होती; परंतु ती दुसऱ्या दिवशी तिथे फिरकलीच नाही. चार दिवस पंढरपूरचे गल्ली-बोळ पालथे घालूनही तिचा पत्ता लागला नाही. मध्येच कोणीतरी तिचे बाळ मेल्याचे आणि त्या अर्भकाचे स्मशानात खूप हाल झाल्याचं सांगितलं. आपल्या दुर्लक्षामुळे आणि मूर्खपणामुळे त्या बिचारीच्या नशिबी कोणकोणते भोग आले असतील? ती बेसहारा कलावंत कशी जगली असेल? आता तिच्यापुढे कोणत्या तोंडानं उभं राहायचें? प्रश्नांच्या त्या काटेरी शूळांनी त्यांना जखमी केलं होतं. त्यामुळे प्रवासासाठी फियाट समोर येऊनही ऐन वेळी तीमध्ये बसायचं धाडस भाऊंना झालं नाही.

शेवटी एकट्या छबूनेच मुंबईला जावं असं ठरलं. वास्तव जीवनाचे चटके सोसलेल्या छबूने एकटीसाठी फियाट घेऊन जायला नकार दिला. सरळ ती तिकडे एसटीने निघाली. जेव्हा ती मुंबईत पोचली, तेव्हा ठाण्याच्या गडकरी रंगायतनमध्ये 'मराठी लावणी आणि लाडाची मेहुणी'चा प्रयोग असल्याचं तिला समजलं. तिने धावतपळत जाऊन एकदाचं ते थिएटर गाठलं.

रंगूने त्या भव्य नाट्यगृहाकडे डोळे भरून पाहिलं. बाहेर हाउसफुलच्या बोर्डावर गुलाबपुष्पांची माळ चढवलेली. तिथे तिला रसिकांची जत्राच फुललेली दिसली. तिकीट न मिळाल्याने नाराज होऊन माघारी वळणारे अनेक रसिकही तिला आढळून आले. आता कार्यक्रम सुरू व्हायला काही क्षणांचा अवकाश होता. एका वादकाच्या ओळखीने छबू पाठीमागच्या दरवाजाने आत घुसली. तितक्यात तिला समोरून सजून आलेली रंगू एखाद्या देवतेसारखीच भासली. आपल्या मेहंदीभरल्या पायातील घुंगरांच्या मंजूळ ठेक्यावर आणि छातीवरचा

साजरा, चमकीचा मोरपंखी पदर सावरत रंगकली टेचात रंगमंचाकडे चालली होती.

तिसरी घंटा घणघणू लागली. विंगेजवळ काळोख झालेला. तेव्हा मेकअप रुमच्या दारात रंगूने छबूला बघितली. थांबायला वेळ नव्हता. क्षणार्धात समोरचा पडदा वर सरकणार होता. तरीही त्या घाईगडबडीत रंगूने छबूला मिठी मारली. तिला लागलीच दूर सारत ती बोलली, "थांब गं छबडे, मी स्टेज करून आले. न भेटता जाशीलबिशील तर माझ्या अंगातनं जीव जाईल. फुकटची पोलीस केस तुझ्या पाठी लागेल." रंगूने हसतच छबूचा निरोप घेतला.

प्रेक्षकांत बसायला आसनच शिल्लक नव्हतं. त्यामुळे एका कोपऱ्यात छबू अवघडून उभी होती. तेवढ्यात रंगूच्या मेकअपवाल्या पोरानं एक मोडकी खुर्ची पैदा केली. त्यावर टेकून छबू बाजूच्या उसळत्या गर्दीकडे आणि स्टेजवर एकापाठोपाठ एक अशा रंगणाऱ्या लावण्यागीतांकडं बघू लागली. त्यातल्या गीत, संगीत वा नीटस सादरीकरणाकडे तिचं लक्ष नव्हतं. ती फक्त मध्येच भरून येणारे आपले डोळे पुसत होती. आपल्या मैत्रिणीच्या यशाची लज्जत चाखत होती. आपल्या कलासाधनेच्या बळावर रंगूने तमाम प्रेक्षकांना समाधानाच्या एका उंच झुल्यावर नेऊन ठेवलं होतं. नेमक्या त्याच क्षणी रंगकलीनं प्रेक्षकांपुढे आपलं मनोगत व्यक्त केलं,

"मायबाप हो! आजचा हा दिवस आणि आताचा हा क्षण ही मला माझ्या जिंदगीतल्या दोन बड्या माणसांनी दिलेली अव्वल देणगी समजते बघा मी. या मातीच्या गोळ्याला सुंदर आकार देणारे ते कसबी कलाकार म्हणजे माझे परम-पूज्य वडील तमाशासम्राट अर्जुनराव पवार आणि मला तितकीच वंदनीय असलेली महान व्यक्ती माझी गुरूमाऊली व माझे प्राणप्रिय पती तमाशावीर, विनोदाचा बादशहा आणि संगीतश्रेष्ठ बाकेराव बागणीकर!

त्यांनी उदार आश्रय दिला, शिकविले या वेडीला
म्हणून तर ही रंगकला जगाला दिसली ऽ !"

त्या प्रयोगानंतरची ती टाळ्यांची बरसात, तो अभिनंदनाचा वर्षाव, ते फुलांचे हार, स्वाक्षरीसाठी वह्या घेऊन मागे धावणारी पोरांची झुंबड—त्या साऱ्या गोतावळ्यातून रंगकली एकदाची बाहेर पडली.

रात्री दोनच्या दरम्यान ठाण्याहून मुंबईकडे टॅक्सी धावत होती. बाहेर थंडगार वाऱ्याची भिरभिर सुरू होती. सोबत प्रवास करणाऱ्या छबूने आज वेगळाच नजारा बघितला होता. दोघी दादरच्या लॉजवर मुक्कामाला चालल्या होत्या. भोकरासारखे मोठे डोळे करून आपणाकडे पाहणाऱ्या छबूच्या गालावर रंगूने लाडाने एक

टिचकी मारली, "अशी काय बघतेहेस गं?"

"रंगू ऽ खरंच बया. तीन वर्षामागे कुठे गुडूप झालीस आणि आजकाल एकाएकी ढगातली चमचमती चांदणी बनलीस !"

"अगं, तिथं एकदा नेहरू सेंटरच्या स्टेजवर 'नशीब शिकंदर माझे राजपद आले' ही लावणी पेश केली, अन् काय सांगू त्यावेळीपासनंच नशीब फळफळलं बघ."

"अगं, पण त्या आधी होतीस कुठं तू?"

एकाएकी रंगूच्या डोळ्यांवर अश्रूंचा पडदा उभा राहिला. आपले डोळे पुसत ती बोलली, "अगं, तेव्हा काळच माझ्यावर दुश्मनासारखा काटेरी सोनं घेऊन उठला होता गं. त्या देवाच्या पंढरीत माझं मेलं बाळ पुरण्याइतका पैसाबी गाठीला नव्हता. अनेक दिवसांची उपासमार, तडफड अशा ग्लानीत कैकाडीबुवांच्या आश्रमाजवळ मी एके दुपारी रस्त्यातच उन्हात भोवळ येऊन पडली होती. तिथल्या बाबांनी दवापाणी केलं. वाचवलं मला. मग आश्रमाच्याच स्वयंपाक घरात राहिले रांधापाणी करायला. एकेकाळची बोर्डावरची मी राणी रूपमती! बाकेभाऊ तर मला 'आपल्या जिंदगीतला दुसरा श्रावण' असं कौतुकानं बोलायचे; पण अडकले गं नामुष्कीच्या दुष्ट जंजाळात. छचोर बदनामीच्या गर्तेत. एकावेळी अनेक पुरुषांच्या आयुष्याचं मातेरं करणारी खराब बाई—कोणी अवदसा म्हणायचं तर कोणी कुल्टा! मी पण ठरवलं बदनामीच्या पोपड्यानी भरलेलं हे थोबाड घेऊन या मतलबी दुनियेत मिरवायला नको. त्यापेक्षा स्वयंपाक घरातली कांदा, मुळा भाजी, अवघी विठाबाई माझी! बदनामीपेक्षा सांदीकोपऱ्यातली झुरळाची जिंदगी परवडली."

"अगं, पण असं किती खचून जायचं माणसानं?"

"करू तरी काय छबडे, अगं माझ्या पायातून वारा आणि उरातून आत्मविश्वास निघून गेलेला!"

"मग तिथून तरी बाहेर कशी पडलीस?"

"बी.पी.मिश्रा नावाचे मुंबईचे बडे शेठ, बडे कारखानदार. त्यांच्या मांसाहेब मायादेवी पांडुरंगाच्या मोठ्या भक्त. त्या मुंबईतला आपला वाळकेश्वरचा राजवाड्यासारखा बंगला विसरायच्या. आषाढी आणि कार्तिकीत पंढरीत आश्रमात येऊन महिनामहिना राहायच्या. त्यांच्या दवापाण्याकडं अन् जेवणखाण्याकडं बघायची जबाबदारी माझ्यावर आश्रमानं सोपवली. मीबी त्यांची सख्ख्या आईसारखी सेवा केली. त्यांना माझा स्वभाव पटला. त्या लेकीसारखीच माझ्यावर माया करायच्या. त्यांनी आश्रमवाल्यांकडं माझ्यासाठी खूप आग्रह धरला. ते ऐकेनात, तेव्हा मिश्राशेठनं एकदम वरनं चावी फिरवली. वशिला लावला. शेवटी मांसाहेब मला

मुंबईत घेऊन आल्या.''

''कुठं?''

''इथे वाळकेश्वरलाच. तिथं आमच्या शेठचा बंगला कसला महालच आहे. तिथं स्वयंपाकघरातसुद्धा आठ-दहा बावर्ची लोकांची फौज. मांसाहेबांच्या छत्रछायेत सहवासात मी दोन वर्षं काढली. मिश्राजींकडं आपल्या मराठी लोकांचं खूप जाणं-येणं असायचं. त्यांच्याच कंपनीनं एकदा नेहरू सेंटरला मराठी गीतसंगीताचा खास प्रोग्रॅम ठेवला होता. बक्षिसं बडे साहेबच वाटणार होते; पण ऐनवेळी त्यांच्यामागे दिल्लीची एक मीटिंग लागली. मग संयोजक बड्या साहेबांच्या जागी मांसाहेबांना घेऊन निघाले. मग काय गाईसंगं वासरू या नात्यानं मीबी सोबत होतेच की.''

''पुढं?''

''पुढं काय, त्या प्रोग्रॅममध्ये तीन लावणीवाल्यांचा सत्कार होता. झालंच तर बीडच्या शोभा चाकूरकरला 'लावणी सम्राज्ञीचा' किताब जाहिर झालेला. लांबून ढोलकीचे तोडे जसे कानावर पडले, तसं आतल्या आत माझं रक्तमांसबी लागलं की रीव रीव करायला. त्यातच विंगेजवळ आपले पुणेकर ढोलकीसम्राट दत्तोबा बागडे भेटले. पूर्वी ते आमच्या बाबांच्या फडात ढोलकी वाजवायचे. त्यांच्याच नजरेखाली तर मला नृत्याचे पंख फुटलेले गं. माझी ती दलिंदर अवस्था बघून ते हळहळले. म्हणाले, ''अगं पोरी, तू तर स्टेजवरची राणी होतीस. अन् आता तुला बये ही भिकारणीची अवकळा कशी आली गं? चल येतेस का स्टेजवर—चल दे दणका.''

''मी मनातनं जाम घाबरलेली—पण खरं सांगू त्या दिवसाची किरणं माझ्यासाठनंच उगवली होती जशी काही. स्टेजवर निस्तं रडगाणं चाललेलं. आलेल्या पोरी पुरी तालीम करून नव्हत्या आल्या. चाळांचा अन् ढोलकीचा मेळ बसायचा नाही. मध्येच गॅप पडायचा. वाटीभर रश्शात तांब्याभर पाणी मिक्स करावं, तसा तो प्रोग्रॅमच आळणीढव चाललेला. पब्लिक जांभया मारायला लागलेलं. तसं दत्तोबांनी मला बाजूला खेचलं. म्हणले, ''अगं आपल्या कलेची बेअब्रू चाललीय. चल, ये पुढं अन् दाखव तुझ्या पायातली जादू—''

''बरं मग?''

''माझ्याकडं नेसायला धडसा शालूबी नव्हता. तिथं आलेल्या बार्शीच्या आरतीकडनं मी उसना घेतला. त्यासाठी तिने दत्तोबाकडून शालूच्या वाशिंगाचे सेप्रेट पन्नास रुपये घेतले बघ. मग काय, दत्तोबाच्या ढोलकीनं ठेका धरला. मग मीबी घुसले स्टेजवर सरळ मोरपंखी पदर उडवत. कित्येक महिन्यांनी सुरातालाचे ठेके माझ्या कानावर पडले, तेव्हा रक्तात गुदगुल्या झाल्या. अंगभर चैतन्याचे

मोड फुटले बघ. जुन्या ट्रंकेतनं अव्वल पैठणी बाहेर काढावी तशी मीबी एक भन्नाट चीज बाहेर काढली—''

''कोणती गं?''

''माझ्या बाबांनी मला शिकवलेली पी.सावळारामांची जुनी लावणी, जी मी मोठ्या मूडात येऊ गातनाचत अक्षी बहारीनं सादर केली.

''नशीब सिकंदर माझे राजपद आले
पट्टराणी तुमची मी, तुम्ही महाराजे!
सोन्याचे कळस झळकते राजमंदिरी,
स्वारी आली तुमची दरबारी
पंचखंडात होई ललकारी, चौघडा वाजे ऽऽ
पट्टराणी तुमची मी, तुम्ही महाराजे!

अन् छबडे, त्या कविराजांनीबी किती गोड शब्द लिहिलेत गं, रेशमाच्या झुळझुळत्या धाग्यासारखे! अन् त्या कल्पना तरी किती भन्नाट, त्या पट्टराणी आणि राजाला कुबेर खंडणी देतो काय अन् सारे देव मांडलिक बनून त्यांच्या मुजऱ्यासाठी कतार करून उभे राहतात काय—

''रत्नमहालाच्या सिंहासनी
तुम्ही इंद्र, मी इंद्रायणी
कुबेरानं दिली खंडणी
देव उभे हात जोडूनी, मांडलिक राजे''

रंगकलीनं त्या बहारदार आठवणी जाग्या केल्या, तसं छबूच्याही अंगात आल्यासारखं झालं. मग त्या दोघी ढंगदार सुरात उरलेलं कडवं गाऊ लागल्या

''कोहिनूर हिऱ्यामध्ये हिरा
फुलामध्ये फूल मोगरा
लाखो राजांत राजेश्वरा
नवकोट मोत्याचा तुरा, मंदिली साजे
पट्टराणी तुमची मी, तुम्ही महाराजे !''

छबू माघारी जायला निघाली, तेव्हा रंगकलीनं छबूला नव्या साडीचोळीचा पेहराव केलाच. शिवाय एक पैठणी गंगाबाईंसाठी घेतली. तिनं बाकेरावांसाठीही दोन नव्या विजारी, दोन सदरे आणि एक मस्त मलमलीचं जाकीटही आणलेलं. छबूनं तिला विचारलं, ''काय गं भाऊंचे कपडे उक्ते आहेत की रेडिमेड?''

"उक्ते! मीच शिवून घेतले दर्जीकडनं."

"अन् त्यांची मापं गं?"

"एकदा काळजाच्या पाकळीवर एखाद्याची मूर्ती ठेवली तर पुन्हा ती फुटपट्टीनं कशाला मोजायची गं?"

छबूनं जाताना रंगूला विचारलं, "काय गं, आमच्या बाकेराव मास्तरांना कधी भेटायला येशील?"

"येऊ तरी कशी गं? बघ ना खेळामागे खेळ लागलेत. त्यात वेळेचा मेळ बसत नाय."

"मग काय सांगायचा बाकेभाऊंना निरोप?"

"कसला गं?"

"तुझा त्यांच्यावरचा राग थोडा तरी कमी झालाय का?"

"छे! छे !! राग तरी कसा कमी होईल गं," रंगूच्या पापण्यांच्या कडातून अचानक अश्रू झिरपले. ती पोटात दाटून आलेल्या हुंदक्यांना वाट मोकळी करत बोलली, "त्यांना एकच सांग. रंगकलीचा तुमच्यावरचा राग नदीपात्रातल्या उघड्या वाळूच्या थरासारखा तसाच गरम हैय; पण त्याच वाळूच्या पोटात खाली पाण्याचे उमाळे खेळतात तसा आपला त्यांच्यावरचा लोभबी आटलेला नाय."

४५

नशीब आणि दिवस दोन्हीही एकदा फिरले की, त्यांच्या एकत्रित गतीला भलताच वेग येतो. होत्याचं नव्हतं होतं आणि सारं काही गोते खातं अशी अवस्था बाकेभाऊंची झाली होती.

मराठी पठारावर सर्वांत जास्त गर्दी आणि पैसा खेचणारा फड अशी त्यांच्या तमाशाची ख्याती होती; मात्र अलीकडे उलटी गंगा वाहू लागली होती. आयुष्यभर राबून राबून गगनआप्पाकंडून फायद्याचा एक छदामही वाट्याला आला नव्हता.

एकीकडे नऊ लाखाच्या कर्जाचं प्रचंड ओझं.

दुसरीकडे ज्याच्यावर जन्मभर भरवसा ठेवला, त्याच जवळच्या साथीदाराकडून झालेला दगाफटका.

त्यात एकूण प्रकरणामुळे जगापुढे मूर्ख आणि अव्यवहारी ठरलेला मनुष्य असा स्वत:च्या मुलांसमोर उडालेला इज्जतीचा भुगा. पोटची पोरंही तिरकस बोलायची तेव्हा बाकेभाऊंना आपला जीव नकोसा वाटायचा.

त्यातच अलीकडच्या काही वर्षांत त्यांच्या जीवनात रंगकली नावाची बहार

आलेली. जरठ जीवनामध्ये श्रावणाच्या उन्हाचं सुख लाभलेलं. तिच्याशीही जगताना-वागताना आपण चुकत गेलो; कारण नसताना युवराज पाटणेला फडात आणला. 'ये बैला अन् घाल शिंग' असं स्वत:च संकटाला आमंत्रण दिलं. प्रियतमेशी फाटाफूट झाली. रंगूच्या चारित्र्यावर संशय घ्यायचा आंधळेपणा दाखवला. तिच्या पोटातल्या बाळानं जगाचं तोंडही पाहिलं नव्हतं, तोवर त्याच्या अस्तित्वाबद्दल हजार शंका घेतल्या. काय असेल ते असो. सांधा मात्र पुन्हा जुळवता आला नाही.

बाकेरावांची परिस्थिती अतिशय शोचनीय बनली होती. पाय ठेवेल तिथं अपयश आणि पाऊल न उचलायला जावं तर जणू दुर्दैवाला आमंत्रण. किती नुकसान आणि ठोकर खायची जिंदगीकडून? शेवटी बाकेभाऊ शाहिरवाडीला आले. तिथे गंगा नावाची झाडाची सावली होती. उरलेल्या साऱ्या जगाला विसरून जाऊ आणि गंगाच्या गार छायेखाली आयुष्याची उरली वर्षं काढू असा व्यवहार एक मन शिकवत होतं; परंतु गावातल्या जुनाट मंदिराभोवती रोज फिरून येणं, या परिपाठाचा भाऊंना कंटाळा आला. वादळवाऱ्याच्या तडाख्यात एखादं झाडं निम्म्यात पिचून खाली वाकावं, तसं घरी चूप पडून राहण्यात तरी काय मतलब होता?

तिकडे गगनआप्पांनी स्वत:च्या फडाची नव्यानं बांधणी केलीय. त्यांचे खेळही जोरात सुरू झाल्याच्या बातम्या आल्या. पेपरात जाहिरातीही झळकल्या. इतकी वर्षं आपणाला लुबाडलं. पैसा 'आत' केला. लबाडीनं द्रव्य साठवलं. त्याच पैशाच्या जोरावर आप्पांच्या गमज्या चाललेल्या असणार.

त्यात एके रात्री गंगानंच विचारलं, "अहो, घरात असं बिमार माणसासारखं किती दिवस पडून राहणार? कलावंताचं रक्त तुमचं, ते बिनाखेळाचं कसं स्वस्थ बसू देईल तुम्हाला —तुमच्या तमाशाबिगार?"

"अगं, फड गेला. कनात गेली; पण देवानं दिलेला गोड गळा अजून टिकून आहे बरं."

"पण काय करणार आहात?"

"तमाशा नाही तर भजनी मंडळात गात राहीन."

"नाय वो ऽ असं बोलूच नका. मथुरेचा बाजार सजल्याशिवाय माझा कृष्णकन्हैया कसा उठून दिसणार?"

आता भाऊंकडे काम असं उरलं नव्हतं. अंगातला आळसही कंटाळून जात होता. पहाटे पाचला उठायचं. रेडिओवरची भजनं ऐकायची. गंगानं तयार करून दिलेला चहा आणि त्याबरोबर चवीची शिळी चपाती खायची.

रोजच्याप्रमाणे चहाचपाती घेऊन भाऊ अंथरुणावर तसेच पडून राहिलेले.

तोवर बाहेर उजाडलं. गाव जागा झाला. स्वयंपाक खोलीच्या खिडकीतून गंगाची नजर सहज बाहेर गेली, तर समोरून गावातले तीन मोठे प्रतिष्ठित व्यापारी आणि तितकेच पुढारी भाऊंच्याच घराकडे येताना दिसले. गंगा बिगीद्यानं आत गेली. तिनं नवऱ्याला हलवून जागं केलं. खिडकीबाहेरचं दृश्य दाखवलं.

गंगालाही अलीकडे भेटणाऱ्या प्रत्येक व्यक्तीची आणि घडणाऱ्या गोष्टीची भीती वाटायची. गावकऱ्यांच्या त्या गटाकडे नजर लावत तिने घोगऱ्या आवाजात नवऱ्याला विचारलं, ''कशासाठी हे सगळे जमून येत असत्याल हो आपल्याकडे?''

''माझंच कायतरी जुनं पाप असणार.''

''कसलं पाप?''

''कोणाची तरी पूर्वीची उसनी बाकी राहिली असणार. त्या वसुलीसाठी कोणी तरी पंचपुढारी घेऊन दारात उगवत असेल, दुसरं काय?''

गावकऱ्यांच्या स्वागताचा उपचार पार पडला. चहापाणी झालं. मग भाऊंनी त्या सर्वांकडे प्रश्नार्थक घाबरी नजर टाकली. त्यापैकी एकजण म्हणाला, ''अरे बाकेभाऊ, तुम्ही आमच्या शाहिरवाडी-उंब्रजचा चोहीमुलखी डंका वाजवला राव. आता खुडूक कशाला बसलात? चला ऽ वेळा येतात माणसावर.''

गावचा सरपंच बोलला, ''भाऊ, गड्या, अरे तू बोर्डावरचा वाघ आहेस. तू असं गप्प बसायचं नाही. नुसत्या डरकाळ्या फोडायच्या.''

''काय करू? सोन्याचा पाऊस दारात पडून गेला; पण मला माझ्या फाटक्या ओट्यात नाय साठवता आला. माझ्या पापाचं प्रायश्चित्त घेतोय मी, दुसरं काय?''

''अरे, पण असं कसं विसरायचं,'' सरपंच बोलले, ''तुम्ही लोकनाट्याच्या वगातनं एवढा जिद्दीचा संभाजीराजा दाखवला. रणात लढणाऱ्या मुरारबाजीची झुंज दाखवलीत. अशा सळसळत्या रक्ताचे तुम्ही कलावंत. मध्येच कशी तलवार म्यान करायला निघालात?''

बाकेभाऊंनी कृतज्ञतेने सर्वांच्यावर नजर टाकली. ते नम्र शब्दांत बोलले, ''अजून काय, स्टेजवर अशी पन्नास सोंगं सजवता येतील; पण पैशाच्या सोंगाचं काय करायचं?''

''त्यासाठीच तर आम्ही सारे जमून आलोत,'' गावचे व्यापारी एका सुरात बोलले.

गावकरी मंडळींचा तो उत्साह आणि तो पाठिंबा बघून गंगाचे डोळे भरून आले. पुढारी आणि व्यापारी मंडळींनी एका सुरात सांगून टाकलं, ''बाकेभाऊ, तू आमच्या गावचं नाक आहेस. पुन्हा डफ घे हातात. पैशाच्या जोडणीचं आम्ही बघू.'' मंडळींचा आग्रह मोठा पडला. गावातल्या तीन सावकार मित्रांनी एकत्र येऊल भांडवल उभं करायची गॅरंटी दिली. भाऊंच्या अंगात पहाटेपासून भरलेली

थंडी कुठच्याकुठे पळून गेली. दुखणारी पाठ, कडकड वाजणारी हातापायाची बोटं, मध्येच कोंडल्यासारखा होणारा श्वास, सारं काही लबाड निघालं. फड आणि बाकेभाऊ पुन्हा उभे राहणार याचा वास लागताच सारे आजार बेपत्ता झाले. अंगात चैतन्याचं वारं भरलं.

बाकेभाऊंची मंजुरी मिळायच्या आधीच गंगानं चावडीकडे एक माणूस पाठवला. तिथे गंगाची आणि तिच्या सवतीचीही मिळून सहा पोरं चकाट्या पिटत, वायफळ गप्पा ठोकत बसलेली. कोणी भजी खात होतं तर कोणी पत्त्यांचे डाव मांडून बसलेला. सर्वांच्या तोंडी तक्रारीची समान भाषा असायची, "एवढा बडा कलावंत असून आपला बाप व्यवहारात कसा येडछाप निघाला. त्याला दुनवेनं कसा डुबवला?"

तमाशाचा फड पुन्हा नव्यानं सुरू होतोय याचा वास लागला, तशी पोरं धावत घराकडे आली. बाकेभाऊंनी सांगायच्या आधीच गंगानं कपाट उघडलं. धडप्यात बांधून ठेवलेली हार्मोनियम बाहेर काढली. ती बाकेराव मास्तरांच्या पुढ्यात ठेवली. त्यांनीही त्या आपल्या जीवनभराच्या मैत्रिणीला आदराने वंदन केलं.

नव्या जुळणीला सुरुवात झाली होती. अवघ्या चार-पाच दिवसांतच खांद्यावर आपल्या सामानाची जुनी मोठाली ट्रंक घेऊन रामकृष्ण शाहिरवाडीत उगवला. त्याच्याकडे बघत बाकेभाऊंनी आश्चर्याने विचारलं, "अरे, थेट यायचं धाडस केलंस कसं मित्रा?"

"घरचाच फड उभा राहतोय म्हटल्यावर बाहेरच्यांच्या वळचणीला कसा थांबणार मी?"

"पण तुझ्या अंगावर गगनरावची बडी उचल बाकी है ना? तू माझ्याकडं घुसलास तर तो राक्षस चूप बसेल का?"

"काय करायचं ते करू दे त्याला; पण उद्या कोणी माझा जीव घेतला तरी मी तुम्हाला सोडून बाहेर जायचा नाही," रामकृष्ण हट्टाने बोलला.

अवघ्या दोन महिन्यांच्या आत गाडी कशी सुराला लागली. व्यापाऱ्यांनी शब्दाप्रमाणे वेळेवर भांडवल पुरवलं. बाकेराव आणि रामकृष्ण दोघंही पट्टीचे कलावंत होते. त्यांनी घाईनं तालमी घेतल्या. एक नवाच सामाजिक वग बसवला. या आधी अनेक कलावंत फड मोडला म्हणून पोट जाळण्यासाठी बाहेर गेलेले. ते सारे बाकेभाऊंच्या ओढीने पुन्हा कंपनीत धावतपळत आले. अनेकांनी त्यासाठी आधी दुसऱ्यांशी केलेले करारही मोडले.

फडाची जय्यत तयारी झाली. बाकेराव शिर्डीला गेले. गोंदकरांच्या खळ्यात थांबले. तिथं वाद्यं नीट सुराला लावली. लगेच पलीकडे साईबाबांच्या दरबारात जाऊन त्यांनी आणि त्यांच्या साथीदारांनी आदराने पण दणक्यात गण गायला.

"हे गजवदना, वदना नाचे रणी अंगणा
कानी कुंडल रुद्रमाळा, शोभे कस्तुरीचा टिळा
पार्वतीच्या बाळा, वाजती रुणझुणा
हरिकवी चाल काढी, जैसा रणी ऽ बाण सोडी
तोडूया तोडूया तोडूया वैऱ्याच्या माना रणा
हे गजवदना, वदना नाचे रणी अंगणा"

लागलाच बाकेभाऊ बागणीकरसह रामकृष्ण बेंद्रीकर असा नव्या हुरुपाचा फड रंगबाजीच्या लाईनीत आला. दोघंही मालक नावाजलेले. त्यात रसिकांची बाकेभाऊवर अपार श्रद्धा होती. त्याची हुन्नर, जिगर श्रोते वर्षानुवर्षं अनुभवत होते. बाकेभाऊ या नावासाठी गावकऱ्यांनी जत्रांच्या तारखा आणि देवादिकांनी आपले वारसुद्धा बदललेले होते. या फडाचे दोन्ही मालक म्हणजे कंत्राटदारांसाठी मनोरंजनाची दोनशे टक्के हमी होती. त्यामुळेच जोराचा सीझन काढण्यासाठी त्यांनी पटापट खेळाच्या तारखा बुक करून टाकल्या.

सुरुवातीला बोधेगाव, पाथर्डी, कर्जत असे नगरच्या पूर्व भागात खेळ लागले. अनेक जत्रांमध्ये आणि केंद्रांमध्ये बाकेभाऊ आणि त्यांचे जुने भागीदार गगनआप्पा यांच्या तमाशाचे फड एकमेकांसमोर ईर्षेने उभे राहिले. पहिला सामना राशीनला जुंपला. मध्ये पाचशे मीटर अंतर टाकून दोघांचेही तंबू उभे राहिले. बाकेभाऊ पुन्हा मैदानात येतोय याची खबर गगनआप्पांना आधीच लागली होती. म्हणून तर त्यांनी पानाच्या वडगावला नवा तंबू तातडीनं शिवून घेतला होता. प्रवेशद्वाराजवळ रंगीत कापडांची झालर उभी केलेली. जन्मभर 'मुलखाचा चिक्कू' अशी आप्पांची बदनामी झालेली; पण यावेळी त्यांनी जिद्दीने थैलीच्या गाठी सोडल्या. काहीही झालं तरी बाकेरावचा झेंडा पडला पाहिजे. नामुष्कीच्या चाकूनं त्याचं नाक छाटलं पाहिजे, अशी तळतळाटाची भाषा आप्पांनी सुरू केली होती.

राशीनच्या सामन्यासाठी त्यांनी नगरहून एक टेम्पो भरून गुलाबाची फुलं मागवली होती. खेळाचं तिकीट काढून आत जाणाऱ्या प्रत्येक प्रेक्षकाचं फूल देऊन स्वागत करायची तजवीज ठेवली होती. पलीकडच्या तंबूतली ती तयारी बाकेरावच्या कानापर्यंत पोचली तेव्हा बाकेभाऊ हसून बोलले, "आम्ही खुळ्यासारखी दरवाजात फुलं घेऊन नाय बसणार; मात्र स्टेजवरनं सुगंधित गीतसंगीत आणि नाट्यसुमनांचा सडा जरूर पाडू."

जेव्हा आप्पा आपल्या राहुटीत बसून होते, तेव्हा पलीकडच्या तंबूतून जोरकस गणाचे तुकडे त्यांच्या कानावर पडू लागले.

"हरि कवी चाल काढी, जैसा रणी ऽ बाण सोडी
तोडूया तोडूया तोडूया वैऱ्याच्या माना रणा
हे गजवदना, वदना नाचे रणी अंगणा."

तो गण ऐकताना आप्पांच्या अंगाची नुसती आग आग होत होती. त्यांनी देवीच्या परडीसमोर डोकं टेकवलं. तिच्या मुकुटावरचे अत्यंत उग्र डोळे पाहून घेतले. समोरच्या तबकातलं मूठभर कुंकू उचललं. आपल्या कपाळावर आडवं फासलं. देवीसमोर चांगलं चार-पाच वेळा डोकं आपटलं. ते तळमळीनं ओरडले, "माते ऽ ! यश दे, वैऱ्यापुढं मान झुकवायची आफत आणू नकोस. तू सर्वसाक्षी आहेस. होत्याचं नव्हतं कर. पांढऱ्याचं कायमचं काळं कर."

पूजा पार पडली. आप्पा समाधानाने राहुटीबाहेर आले. आता दुश्मनाचं यंत्र, तंत्र आणि मंत्र काहीही चालणार नाही. आपण जिंकू नव्हे तर बाकेभाऊला जत्रेतून पळवून लावू अशी खुमखुमी त्यांच्या अंगात भरलेली. तेवढ्यात पायात अडकणारा धोतराचा सोगा आवरत चारूस्वामी आणि सोबत आप्पांचे चिरंजीव मोहन समोरून धावतपळत आले. दोघांचीही काळीठिक्कर तोंडं बघवत नव्हती. आप्पांचं मन चरकलं. ते आपल्या मॅनेजरवर कडाडले, "काय रे चाऱ्या? असा बाप मेल्यासारखं तोंड काय करतोस? तरी तुला मी पहिलंच सांगितलं होतं. गुलाबाची एक टेम्पो फुलं आपल्याला कमी पडतील म्हणून."

"कसचं काय हो! पब्लिक हलकट हैय. नालायक हैय."

"अस्सं? म्हणजे बाक्याच्या तंबूतही बऱ्यापैकी गर्दी आहे का?"

"गर्दी? अहो पुरा तंबू उसळून वाहतोय गर्दीनं. तिथं मुंगीला शिरायला जागा नाय."

"अन् आपली परिस्थिती?"

"एकदम बेकार! नुसती सहा तिकिटं मोजून फाटलीत."

"नीट बोल. एवढा काय रे डगमगतोस? सहाशे हा आकडा अगदीच कमी नाही."

"सहाशे नव्हं, आप्पाजी, नुसती एक, दोन, तीन अशी सहा!" चारू बोलला.

आप्पांच्या छाताडात वीज चमकून गेल्यासारखं झालं. कोणाच्यातरी आधारानं ते शेजारच्या मोडक्या खुर्चीवर कसेबसे बसले. मध्येच स्टेजकडची मुलं आली. त्यांनी घाबऱ्या आवाजात सांगितलं, "आप्पा, आपला खेळ ठरल्याप्रमाणं सुरूबी झाला. सामनी फक्त जे ते मोजून सहा नग बसलेले, तेसुद्धा तंबूतनं निघून बाहेर गेले. बहुतेक ते शेजारच्या बाक्याच्या कनातीत गेले असावेत, हरामखोर."

अपयशाची लक्तरं म्हणजे काय असतात, त्या चिंध्यांचे ढीग अंगावर

कोसळले की कसा आवाज गुदमरतो याचा जीवनातला तो भयानक अनुभव आप्पा पहिल्यांदाच घेत होते. त्यांना जगण्यापेक्षा मेलेलं बरं असं वाटत होतं. प्रेक्षकच समोर नसल्यामुळे आप्पांच्या कलाकारांनी चालू खेळ निम्म्यातच थांबवला.

लागोपाठ बोधेगाव, कर्जत, दौंड, शिरूर असे खेळ लागलेले. कंत्राटदारांच्या नियोजनाप्रमाणे जिथं तिथं गगनआप्पांचा जुना फड आणि बाकेभाऊ-रामकृष्णचा नवा संच अशी आमनेसामने खेळांची झुंज सुरू होती; परंतु बाकेराव नावाच्या लोक कलावंताची जनामनातली ताकद किती प्रचंड आहे, याचा अनुभव आप्पा घेत होते. प्रत्येक ठिकाणी आप्पांची दोन किंवा चार तिकिटं फाटायची. याच्या उलट पलीकडच्या तंबूत तीन-तीन हजार चार-चार हजार प्रेक्षकांची तोबा गर्दी उडायची. रोज बसणाऱ्या त्या तडाख्यानी आप्पांना जेरीस आणलं होतं.

एकदा सीझन सुरू असला की, कोणी खर्चासाठी हातावर जास्ती रक्कम बाळगत नाही; कारण बुकिंगमधून पैसा बाहेरच्या बाहेर उचलता येतो; मात्र आता आप्पांना दातावर मारण्याएवढेही पैसे मिळत नव्हते. त्यामुळे कलाकारांच्या शिध्यासाठी आणि गाड्यांच्या डिझेल-पेट्रोलसाठीसुद्धा पैशाची मारामार सुरू झाली. बाहेर रस्त्यात ओळखी काढून, बाबापुता करत उसने पैसे जमवावे लागत होते.

दौंडच्या खेळावेळी आप्पांनी बुकिंग क्लार्कला विचारलं, "आजची परिस्थिती काय रे?"

"थोडी बरी. आज सहा तिकिटं फाटलीत."

"च्यायला, एवढी मोठी गर्दी इथंच कशी झाली?" स्वतःवर वैतागलेले आप्पा पाय झाडत स्वतःलाच प्रश्न करू लागले. तेव्हा न राहून चारूस्वामी चोंबड्यासारखा बोललाच, "इथं तुमच्या थोरल्या बायकोचं धाकटं भाऊ राहत्यात ना? तुमच्या साल्यानं पास न मांगता तिकिटं काढली की वो."

अपमानित आप्पा तसेच ताडताड चालत आपल्या राहुटीत गेले. त्यांनी अंगावरचे सारे कपडे बाजूला फेकले. फक्त लुंगीवर ते

देवीच्या समोर फतकल मारून बसले. त्यांनी आपल्या लांब केसांची मागे बांधलेली गाठ सोडली. झिंज्या वाऱ्याला लावल्यासारखे ते देवीच्या परडीपुढे बसले. पलीकडून बाकेभाऊंच्या तंबूतून हलगी-ढोलकीचा नुसता खणखणाट आणि सुरत्यांच्या लंब्या हेलाचा घायटा ऐकू येत होता. शेजाऱ्याच्या दिवाळीपुढे आपल्या घरच्या काळ्या शिमग्याचं शोकदायी वातावरण आप्पांच्या मनाला सहन होत नव्हतं. त्यांनी देवीसमोरच्या तबकातलं मूठभर कुंकू घेऊन कपाळावर आडवं फासलं होतं. झिंज्या विस्कटून थरथर कापत्या अंगाने ते घुमल्या आवाजात देवीला जाब विचारत होते, "हे ऽ ऽ मावले, अगं कसले दिवस दाखवलेस? तारायचं नसेल तर मार. कायमचं ठार मारून मोकळी हो मावले, पण यापेक्षा अब्रूच्या अशा चिंध्या अधिक नको गं करू."

आप्पांची पूजा चालू असतानाच त्यांचे थोरले चिरंजीव मोहनबाबू उधळलेल्या बैलासारखे आत घुसले. पूजेत आप्पा मग्न असताना मध्येच असं वसकन आत घुसायचा गुन्हा आजवर कोणीही केला नव्हता. त्यांनी अत्यंत जळजळीत नजरेनं आपल्या कार्ट्याकडे बघितलं, तेव्हा त्यांच्या रागाला अजिबात भीक न घालता मोहन ओरडला, "नुसती नाटकं काय चालवलीत देवाधर्माच्या नावावर? गुन्हेगारावरनी वेळेत ॲक्शन घ्यायची कोणी?" "अरे पण मूर्खा, काय झालं?"

"कान देऊन पलीकडच्या तंबूतनं येणारा तो आवाज तरी ऐका की. वाटतो का ओळखीचा?" आप्पांनी कान दिला. पलीकडून येणारा रामकृष्णचा सुरेल आवाज ऐकून आप्पांच्या अंगाला खाजखुजलीची बोंडं झोंबली. तेवढ्यात मोहन चिडक्या सुरात गुरगुरला, "चाळीस हजाराची उचल दिली होती ना त्या कुत्र्याला? ती फिटण्यापूर्वी तो आपल्या दुश्मनांच्या स्टेजवर चढतोच कसा? तिथे जाऊन आम्हाला ढेकळं मारायचं डेरिंग करतो कसा?"

"थांब पोरा ऽ बघतो मी."

रागाच्या तिरीमिरीत आप्पा निम्म्या पूजेतूनच झटकन उठले. त्यांनी उभ्यानंच आपल्या कपाळावरचं कुंकू कसंबसं पुसलं. ते दोघं जीपमध्ये बसले. रात्रीचीच जीप त्या बापलेकांना घेऊन पोलीस स्टेशनच्या आवारात घुसली. आप्पांनी सर्व तऱ्हेची सरकारी पटवापटवी करून फौजदाराला झोपेतून उठवलं. आप्पा आणि मोहनला घेऊन पोलीस बाकेभाऊंच्या चालू फडात घुसले. मथुरेच्या बाजारला सोळा शृंगार करून गवळणी चाललेल्या. त्यांची वाट अडवत सुरेल आवाजात रामकृष्ण कवन गात होता.

"आला तारुण्याचा बहार, तुम्ही नारी सुकुमार
आम्ही गोकुळीचे गं चोर, तुमची वाट रोखणार—"

रामकृष्णकडे बोट दाखवत आप्पा गरजले, ''हाच हरामखोर गोकुळचा खरा चोर आहे. साहेब, पकडा याला.''

आप्पांनी पोलिसांच्या मदतीने चालू खेळ रोखला. ते सरळ स्टेजवर घुसले. तेव्हा बाकेभाऊ भयंकर चिडले. त्यांनी फौजदाराला ठणकावून सांगितलं, ''साहेब, आवरा या मूर्खाला. पैशाच्या वसुलीची ही जागा नव्हे. त्यासाठी कोर्ट आहे.''

''नुसतं नाक उंचावून काय बोलता हो? त्याच्या डोक्यावरच्या चाळीस हजारांच्या ॲडव्हान्सचं काय?''

''मी गॅरंटी देतो की!''

''कोण कुत्रा खातो त्या गॅरंटीला!''

''हे बघा आप्पा, माझे शब्द म्हणजे लोक ट्रेझरीतली गरम कॅश समजतात,'' बाकेभाऊंनी त्या सर्वांना सुनावलं. खेळ निम्म्यातच रोखला गेल्याने मागच्या पब्लिकने दंगा सुरू केला. शेवटी आप्पांसकट पोलिसांना पळवून लावण्यात बाकेभाऊ यशस्वी झाले.

जन्मभराची फसगत, हिशोबातले घोटाळे आणि फायद्यात कंपनी चालली असताना आप्पानी अनाठाई डोक्यावर ठेवलेला कर्जाचा भार बघून बाकेभाऊ व्यथित व्हायचे. सुरुवातीला आप्पांचा फड तसा जोरात चालला होता; परंतु बाकेभाऊंचा तमाशा जसा मैदानात उतरला होता, तसं त्यांनी आप्पांना सळो की पळो करून सोडलं होतं.

सरणारा काळ आपले तडाखे दाखवल्याशिवाय राहत नाही म्हणतात. आप्पांचा मोठा मुलगा मोहनबाबू आणि त्याचे तीन सावत्र भाऊ हे सारे व्यसनाधीन होते. दारूबाजी आणि रंडीबाजी या दोन चाकावरच त्यांच्या जिंदगीचा खटारा पुढे धावत होता. अनेकजण माघारी बोलायचे, ''हा खलनायक आप्पा लेकाचा दुर्योधन निघाला; पण त्याला काय माहीत, त्यानं आपल्या पोटी कौरवांचीच औलाद जन्माला घातली आहे. एखाद्या दिवशी जेव्हा त्याचा छबिना गाळात बुडंल, तेव्हा सारं कळंल.''

राहुटीत मोहन, आप्पा आणि मंडळी डोकं धरून बसली होती. चारूस्वामी रडवेला होत बोलला, ''करावं काय वो आप्पास्वामी? पुढंसुद्धा अनेक जत्रांमंदी कंत्राटदारांनी आपले फड एकमेकांच्या आमनेसामने लावलेत. करावं काय?''

''तूर्त त्याच्याशी बरोबरी नको. थांबू थोडं.'' आप्पांचा अपमानित चेहरा बघवत नव्हता.

''चला, म्हणजे दोन महिने सुट्टी का आप्पास्वामी?''

''मूर्ख माणसा. तू माझा मॅनेजर आहेस की घुबड रे? रण सोडून पळायचा माझाही स्वभाव नाही. आपून त्यांची सेंटर सोडून पंचवीस-तीस मैलाच्या

अंतरापलीकडची गावं करू. तूर्तास त्यांच्याशी लढायला गेलो तर पूरी वाट लागेल.''

''म्हणजे एक प्रकारे माघारच की वो.''

''छे! अजिबात नाही. मोहन, तू स्वत: आताच्या आता युवराजच्या गावाकडे जा.'' आप्पांच्या त्या प्रस्तावावर चारू आणि मोहन चक्रावले. गगनआप्पा धोरणीपणानं बोलले, ''त्याला काहीही करून वश करा. आपला पार्टनर व्हायचं आणि बिना भांडवलाची बावीस टक्के फुक्कटची भागीदारी द्यायचं गाजर दाखवा. काहीही करून दुश्मनाला लोळवलाच पाहिजेल.''

''अन् म्या काय करावं मालक?''

''चारू, तुम्ही इथं थांबायचं नाही. लागलीच बार्शीला चालू पडा. पुणं गाठा. जिथं जिथं आपली लक्ष्मी आपण व्याजापाई गुंतवून ठेवलीय, त्यातली बरीच अमाउंट बाहेर काढा.''

''ते कशापाई हो मालक?''

''अरे चाऱ्या ऽ दुश्मनाची नांगी मी उखळात घालून चेचल्याशिवाय चूप बसायचा नाही. आपून नव्या ट्रका, नव्या निवडक कलावंतांची फौज, देखण्या बाया, महागड्या गाड्या असा आपल्या फडाचा टोटल नया जलवा उभा करू. आपल्या कॉम्पिटीशनमध्ये बाक्याचं एकबी तिकीट फाटलं नाय पाहिजे. त्याची आई किंवा बाप मेल्यासारखा त्याला ढसाढसा रडताना मला बघायचाय.''

''खरं आहे मालक. आपून गप्प बसलो तर मरून जावू वो.''

अचानक चारूच्या मनात कसलीशी शंका आली. त्याची पावलं आपोआप मागे वळली. दु:खी, उदास चेहरा करून बसलेल्या आप्पांकडे बघत चोंबडा चारू हळूच बोलला, ''जाऊ दे ना आप्पा. एक वेळ आमच्यासंगे सुख नका वाटू हो; पण जिंदगीभरचा एक वफादार सेवक म्हणून आपल्या काळजातलं दु:ख मला तरी सांगा की वो आप्पा ऽ ऽ.''

आप्पा उदासवाणे हसले. शून्यात बघितल्यासारखे बोलले, ''काय सांगू चाऱ्या, पुऱ्या जगात हे एक दु:ख खूप चोटीचं असते रे.''

''कसलं दु:ख हो, आप्पा!''

''गरगरीत बाई टांगेखालून निसटल्याचं—''

''काय सांगता?''

''पुरुषासाठी एक वेळ राज्य बुडालं तरी चालतं; पण आपल्या पोटावर पकडलेली एखादी सुळसुळीत सुंदरी, अगदी शेवटच्या क्षणी मिठीतनं सुटते ना, त्या दु:खासारखं खोल दु:ख जगात दुसरं कुठलं नाय रे बाबा! अशा क्षणी देवबी साला दुश्मन बनतो अन् तोंडातली अमृताची वाटी बळजबरीने हिसकावून घेतो.

वाईट, खूप वाईट ऽ !''

आप्पांच्या श्वासाध्यासातून ठिबकणारं ते दु:ख पाहून चारूस्वामीला मात्र हसावं की रडावं तेच समजत नव्हतं.

४६

गगनआप्पा खरंच आतल्या गाठीचे होते. ते नेमके कोणत्या देवीची चोरून पूजा करतात किंवा त्यांना नेमकी कोणती माता वश आहे, या गोष्टीचा त्यांनी आजवर कोणालाच पत्ता लागू दिला नव्हता. त्यांच्या लग्नाच्या दोन बायका, इतरवेळी अध्येमध्ये भेटणारी पात्रं, मालिशीच्या निमित्ताने त्यांना झोंबणारी कोवळी पोरं, इतकंच नव्हे तर चारूस्वामीसारख्या निष्ठावंत व्यवस्थापकालासुद्धा आप्पांच्या मूळ जागृत देवीचा ठावठिकाणा माहीत नव्हता.

आप्पांच्या पुठ्ठ्यातल्या खास लोकांना त्यांनी बार्शीमध्ये केलेल्या गुंतवणुकीची पूरी खबर कळली होती. मॅनेजर चारूस्वामी मार्फत त्यांनी तिथल्या एका हळदीच्या व्यापाऱ्याकडे पंचवीस लाख रुपये व्याजाने लावले होते. त्या गोष्टीला दहा वर्षं झाली होती. त्या अवधीतही आप्पांनी बाकेभाऊंना त्या घबाडाचा पत्ताही लागू दिला नव्हता. व्याज आणि चक्रवाढ व्याज मिळून तिच गुंतवणूक कुठे आता पन्नास लाखांच्या घरात सहज गेली असावी, असं काहीजण चोरून बोलत होते. दोन महिन्यांमागे बार्शीहून चारूने व्याजाचे म्हणून चार लाखांचे गाठोडे आणले होते. गुपचूप ते आप्पांच्या हवाली केले होते.

त्या रात्री राहुटीत आप्पा आपल्या कॉटवर गुबगुबीत गादी टाकून झोपलेले. पलीकडे त्यांच्या तमाशा मंडळाचा प्रयोग रंगात आला होता. तिकडून ढोलकी आणि हलगीचा आवाज ऐकू येत होता. सेवेकरी तीन पोरं लगट करत आप्पांना रगडून मालीश करत होती. एकजण त्यांचे लंबे केस विंचरून त्याचा पेडा बनवत होता. मालीश करता करता पोरं आणि आप्पा सारेजण रंगात आलेले. राहुटीच्या दाराचा पडदा झाकून घेतला गेला. आत गरम हवा वाहू लागली. आता आप्पांनी स्त्रीरूप धारण केलं. तशी पोरांची त्यांच्या अंगाशी झोंबाझोंबी सुरू झाली. त्यांच्या कमरेचे सोन्याचे करदोटे विशेष चमकत होते. अन् त्याला जडवलेल्या बारीक बिंदल्या छुन छुन आवाज करत होत्या. मस्तीचा रंगढंग चालला होता. आप्पा बऱ्यापैकी पिऊनही होते. त्यामुळे ते चांगलेच लाडाला आलेले.

मध्यरात्र उलटली. अन् बाहेरून एका फटफटीचा आवाज ऐकू आला, तशी राहुटीतली गँग उदासली. अशा ऐनवेळी इकडे कोण कशाला रंगाचा बेरंग

करायला कडमडतो आहे? पण अंधारातून दबक्या पायाने येणारा तो पोरगा म्हणजे वसंता होता. आप्पांच्या खास गुलछबू पोरांच्या टोळक्यातला एक म्होरक्या. तो तर बहिणीच्या लग्नासाठी लोणंदला गेला होता. अजून चार दिवसांची रजा बाकी होती. तरी तो असा अचानक तिकडचं सारं सोडून इथे का उपटावा? आतली पोरं बावरलीत; पण वसंताचा काळपट, खजील चेहरा बघून सर्वांचं काळीज हललं. वसंताने इशारा करताच सारी पोरं राहुटीच्या बाहेर घाईने अंधारात पळाली.

पोरांशी दंगामस्ती आणि लाडिक कुस्ती खेळून, मुलखाचा घाम गाळून आप्पा तसेच आत लाकडाच्या ओंडक्यासारखे बाजूला कलंडलेले. आधी अंगात आंबटशौकी इष्काची वळवळ आणि वर दारूच्या नशेचा अंमल, असे ते दुहेरी तरंगत होते.

बाहेरच्या झाडाखाली विस्कटलेल्या, असह्य, दुःखी चेहऱ्याने वसंत उभा होता. गुलछबू गँगमधल्या त्याच्या मित्राने विचारलं, "काय रे, काय झालं तुझ्या बहिणीच्या लग्नाचं? इतक्या लवकर माघारा कसा आलास ते?"

"कसलं लगीन, त्या कुत्र्याने आपणा सर्वांची फसगत केली, बुडवलं रे," असं म्हणत वसंताने आपल्या कमरेच्या खिशात ठेवलेला सोन्याचा करदोटा हातात घेतला. आपल्या साथीदारांपुढे तो नाचवत बोलला, "चांगला पाच तोळ्यांचा पिवळाधमक ऐवज आहे म्हणून कौतुकानं उचलला, तो बहिणीच्या लग्नासाठीच सराफकट्ट्यावर मोडायला गेलो, अरे, पण कशाचं काय अन् फाटक्यात पाय."

"अरे, पण पटकन खरी बात सांगून हो ना मोकळा."

"घातपात! गद्दारी!! आम्हा पोरांना जन्मभर च्युतीया बनवलं रे त्या आप्पानं. स्वतःवर मुबलक उडवून घेतलं; पण हे सोन्याचे करदोटे नव्हेत. पितळी माल आहे. फक्त वरनं सोन्यासारखं हुशारीनं गडद पिवळधमक पाणी दिलंय."

"अरे, काय बोलतोस?" सर्वांनी आपल्या घरचं कोणीतरी गचकल्यासारखा भीतिदायक आवाज काढला.

"तो आप्पा नावाचा कुत्रा आम्हा पोरांच्या कोवळ्या रक्तामांसाशी झोंबत राहिला. आपल्या मजबुरीची आणि गरिबीची चेष्टा केली रे रांडेच्यानं."

त्या पाचही पोरांची तोंडं पांढऱ्या पालीसारखी ओंगळवाणी दिसू लागली. त्यांनी एकदुसऱ्याकडे क्षणभर पाहिलं. घोर फसवणुकीच्या जाणिवेनं त्यांची अंगं पेटली. त्या रागाच्या झिटीत ते सारे एका दिलानं राहुटीत घुसले. त्यांनी गादीवर बेहोषीत डाराडूर झोपलेल्या आप्पाची तंगडी ओढली. त्याला नागवा केला. त्याचे पाय राहुटीतल्या आतल्या खांबाला उलटे बांधले. तसा तो घामाघूम होऊन "वाचवा ऽ वाचवा ऽ" असं किंकाळू लागला. मग सेवेकरी पोरांनी लाथाबुक्क्या,

पायातल्या चपला, कोपऱ्यातली दांडकी आणि मातीच्या घागरीसुद्धा त्याच्या अंगावर फोडल्या. त्याला गुरासारखं बदडायला सुरुवात केली. पलीकडे स्टेजवर धावत्या धुमाळीच्या जोरदार लावण्या, त्यातच ढोलकी आणि हलगीचा कडाडता आवाज घुमत होता. त्या धांगडधिंग्यात आप्पांच्या केविलवाण्या किंकाळ्या कुणाला ऐकू गेल्या नाहीत. त्यांच्या उघड्या पाठीवर, मांडीवर दांडक्यांचे असे जोरकस घाव पडले. थोड्याच वेळात चक्कर येऊन आप्पा ढुंगणावर उलटे झाले.

उजाडल्यावर आप्पांना थोडी जाग आली. त्यांच्या सर्वांगावर बेदम माराच्या खुणा होत्या; पण घडल्या प्रकाराने त्यांची 'मुकीला धरली, हाक ना बोंब' अशी अवस्था झाली होती. ज्या पोरांच्या सोबत त्यांच्या रात्री रंगायच्या,बीभत्स चाळे चालायचे, त्याच पोरांनी मारझोड करून ढुंगण सुजवलं अशी तक्रार तरी कोणाकडं करायची? त्या प्रकारावर डोकेबाज वसंताने चांगलं कलरिंग केलं, "रात्री आप्पांच्या राहुटीत एक रेडा घुसला होता. त्याने शिंगाने आप्पांना चांगलंच व्हलपटून काढलं." त्यावर 'खरं आहे' अशा अर्थी आप्पांनीही मान डोलावली.

त्यानंतर अनेक दिवस तालुक्याच्या हॉस्पिटलमध्ये आप्पा आपल्या सुजवल्यातुडवल्या ठणकत्या अंगावर उपचार घेत राहिले.

हळूहळू आप्पांच्या प्रकृतीला आराम पडू लागला; मात्र दुसऱ्याच एका भानगडीनं त्यांच्या डोक्यात आग भडकली होती. मुंबईला आपल्या पोराबाळांना भेटायच्या निमित्ताने गेलेला चारूस्वामी फक्त चारच दिवसांत माघारी परतणार होता; परंतु बारा दिवस झाले तरी त्याचा पत्ता नव्हता. तरी बरं, एका आठवड्याने 'आपण मुंबईच्या एका हॉस्पिटलात आजारी पडलो आहोत. उपचार सुरू आहेत,' अशी एक तार त्याने आप्पांना धाडली होती. मध्ये दहा दिवस निघून गेले. स्वामीकडून पुढची काहीच खबर कळेना, तशा आप्पांना नको नको त्या शंकांच्या उलट्या सुरू झाल्या.

शक्यतो लवकरात लवकर जाऊन चारूला भेटणं आवश्यक होतं. मोहनबाबूही आपल्या बापावर उखडला, "तुमचा आजार गेला उडत. पटकन माझ्यासंगं मुंबईला चला. त्या हरामजाद्या चारू मद्राशाच्या हातातच तुम्ही जन्मभर कमावलेली शेंडीदांडी आहे, हे विसरू नका."

भविष्याच्या भीतीनं आप्पांची चांगलीच तंतरली. आजार पळून गेला. त्यांनी खास जीपने मोहनबाबू बरोबर मुंबई गाठली. चारूस्वामीचं धारावीतलं घर शोधून काढायला अर्धा दिवस खर्ची पडला. शेवटी एकदाचं ते बेवारशासारखं दिसणारं, कुलूपबंद घर सापडलं; पण चारूचं कुटुंब चार महिन्यांमागेच आपली खोली खाली करून मद्रासला आपल्या तिरूनरवेल्लीला निघून गेल्याची शेजाऱ्यांकडून

धक्कादायक बातमी मिळाली. त्यानंतर आप्पांनी धारावीतील आण्णादुराई नगर, सायनचा कुंभारवाडा आणि चेंबूरचा लेबर कॅम्प असे चारूच्या मित्रांचे सारे अड्डे तपासले; परंतु गेल्या सहा महिन्यांच्या मुदतीत एकदाही चारू मुंबईकडे फिरकला नसल्याची त्यांना पक्की खबर समजली.

आपली जीवनभराची पुंजी, आपली स्वप्नं, आपलं भविष्य सारं काही असलेलं चारूकडचं जे जन्मभराचं गाठोडं साठवलेलं होतं, ते ऐनवेळी लंपास होऊ नये या भीतीपोटी आप्पा खूप तळमळले. कळवळले. आता त्यांच्या अंगामध्ये खरोखर रसरसून ताप भरलेला. त्याही स्थितीत त्यांनी मोहनसोबत बार्शी गाठली. ज्या व्यापाऱ्याकडे व्याजापोटी बडी मिळकत ठेवली होती, त्याचं घर शोधून काढलं. जेव्हा चार महिन्यांपूर्वीच चारूस्वामीने संपूर्ण रक्कम काढून नेल्याचं त्या विलायतशेठने सांगितलं, तेव्हा आप्पांच्या पायांचा थंड बर्फगोळाच झाला. ते जागीच कोसळल्यासारखे जमिनीवर बसले. कोणीतरी आप्त मेल्यासारखा गगनआप्पांना जोराचा हुंदका फुटला; मात्र चवताळलेल्या मोहनने विलायतशेठला सरळ धमकी दिली, "साला गद्दार मारवाडी ऽ ऽ आमचा पैसा त्या चारूला संगे घेऊन परस्पर लांबवतोस काय? चल बघ, आता पोलिसच घेऊन येतो. तुरुंगात जाऊन चक्की पिसशील तेव्हा नीट बोलशील."

"जा, आता लगेच घेऊन या पोलिसांना," अत्यंत शांत आवाजात विलायतशेठ बोलले.

मारवाड्याचा तो थंडपणा पाहून बाप-लेक चक्रावले, तेव्हा शांतपणे विलायतने कपाटातील कागदं बाहेर काढली. ती आप्पांच्या पुढ्यात टाकत तो बोलला, "नीट बघून घ्या. हवा तर वकील घेऊन या. मी त्यालाही सारं काही समजावतो."

"म्हणजे शेठ, काय म्हणायचं आहे तुम्हाला?"

"मुळात तुमचा आन त्या लक्ष्मीचा संबंधच काय? माझ्याकडे व्याजावर पैसे लावताना ते चारूस्वामीने स्वतःच्या नावाने ठेवले होते. बघा, या प्रॉमिसरी नोटांचा त्याच्याकडूनच झालेला परतावा, हा आमच्यात वेळोवेळी झालेला करार, फाटलेले चेक आणि घेतलेलं व्याज सारं काही त्याच्याच नावे आहे ना? तो तर मला नेहमी सांगायचा पैसा त्याचाच आहे."

"अहो, पण मीबी आलो होतो की चारूसंगे इथं दोनतीनदा."

"नुसतं आल्यानेगेल्याने आणि कांदापोहे खाल्ल्याने व्यवहारात काय फरक पडतो? दहा वर्षांत ही रक्कम तुमची असल्याचं तुम्ही कधीच बोलला नाहीत. त्यामुळे ज्याची होती त्याला त्याच्या मागणीप्रमाणे आम्ही दिली, यात आमचा दोष काय?"

तिथे डोकं आपटून काहीच उपयोग नव्हता.

बसलेला जोरदार धक्का इतका विलक्षण होता की, त्या झटक्याने आपण अजून मेलो कसे नाही याचंच आप्पांना आश्चर्य वाटत होतं. त्या उघड दरोड्यामुळे घरातली शांतता गेली. दारू पिऊन मोहनबाबूने आपल्या बापालाही अनेकदा मारझोड केली. त्यातच आणखी काही शहाणे भेटले. ''तो चारू कुठे दडी मारतोय? मातीत दडला असेल तर तेथून शोधून काढू,'' अशा आणाभाका घेतल्या गेल्या. शेवटचा उपाय म्हणून आप्पांनी दक्षिणेत तिरूनरवेल्ली जिल्ह्यात आपली माणसं पाठविली; पण काही उपयोग झाला नाही. चारू आपल्या जन्मगावीही गेल्या कित्येक वर्षांत फिरकला नव्हता.

एकीकडे चालता फड बंद पडला. मध्येच दोन पौर्णिमा आल्या. आप्पा नेहमीसारखेच सांग्रसंगीत हिरवी चोळी आणि साडी नेसले. त्यांनी आपल्या भोवती रिंगण काढून चारूस्वामींसह सर्व ज्ञात-अज्ञात दुश्मनांना खूप शिव्यशाप दिले. दंगायोट केला. चिडून बांगड्या चुरडल्या. देवी मातेपुढे हंबरडा फोडला. ''अगं माते ऽ, पैशाच्या व्यवहारात जवळची माणसं दगा देतात म्हणून मद्रासी भर्तार जवळ केला. ते पाऊल उचलताना ॲडवहान्समधी तुझा कौल आणि आशीर्वादबी घेतला होता; पण झालं उलटंच. तो हरामखोर गंडा घालून माझं भूतभविष्य लुटून निघून गेला. अगं मावले ऽ ज्या बाकेभाऊच्या जिवावर एवढं कमावलं, त्या बिचाऱ्याला निम्मीअर्धी रक्कम देण्याची तरी मला बुद्धी द्यायचीस. निदान या पाप्याच्या पदरात मूठभर पुण्य तरी पडलं असतं गं.''

४७

त्या रात्री निफाडच्या बाजारअड्ड्यावर बाकेभाऊंच्या वगनाट्याचा प्रयोग होता. बाजाराचा दिवस असल्यामुळे, सायंकाळनंतर झांजड पडतानाच गणाला सुरुवात झाली. तमाशा सुटला की, लागलीच घराकडे परतायचं असा बाजारकऱ्यांचा हिशोब होता. त्यामुळे खेळ लवकर सुरू होऊन तो लवकर संपलासुद्धा. तरीही जेवणखाण होऊन मोटारीत बसायला रात्रीचा एक वाजला. उद्या रात्री पुण्याजवळ चऱ्होलीच्या चावडीवर खेळ उभा करायचा होता. प्रवासाचं अंतर मोठं होतं. त्यामुळे वाटेत अध्येमध्ये न थांबता थेट गाड्या निघाल्या.

पोरींच्या वीस सीटरच्या बारकुळ्या बसमध्ये बाकेभाऊ फ्रंटसीटवर बसलेले. मागच्या अंगाला वीस-बावीस स्त्रियामुलींचा मेळा दाटीनं बसलेला. गंगाबाईंची तबियत थोडी नरम असल्याने त्या शाहिरवाडीला गेलेल्या. बसच्या वरच्या टपावर गार वाऱ्यात अंगाची चुरघोळी करून बसापा क्लिनरनं चपट्या गादीवर

अंग टाकून दिलं होतं. खाली तंबाखू चघळायच्या निमित्ताने रामकृष्ण फ्रंटलाच भाऊंच्या शेजारी त्यांच्या खुर्चीवर दाटीवाटीनं तात्पुरता बसला होता. थोड्या गप्पा झाल्या आणि दाढेखाली तंबाखूची चिमूट धरली की, तोसुद्धा वरच्या टपावर जाऊन ताणून देणार होता.

समोर अंग आकसून बसलेल्या भाऊंना रामकृष्ण बोलला, "अवो, कशाला उगाच इथं पाठीचं धिरडं करत रात्रभर जिवाचे हाल करत बसता?"

"तर काय करू?"

"जा तिकडं मागच्या पुरुषांच्या बसीत, झोपा तिथे मधल्या लाईनच्यामधी सावकाश ताणून. उद्या चऱ्होलीत 'तुकाराम' आहे. तो रंगवताना पुन्हा रातभर अंगाचा पिट्टा पडणार आहे तुमच्या."

"हे बघ, या गाडीतल्या तरण्या पोरी, स्त्रिया या साऱ्या परघरच्या लेकीबाळी, आयामाया."

"अहो, पण—?"

"गंगाबाईबी नाही इथं. घरची गरिबी जळतेय म्हणून मोठ्या भरवश्यानं पोरींच्या आईबापांनी त्यांना आपल्या फडात पाठवलंय, तर त्यांची काळजी घ्यायला नको?"

"आम्ही वर टपावर जागसूद पडून राहणारच आहोत. तुम्ही कशाला चिंता करता, भाऊ?"

"नको रे बाबा. संगमनेरच्या पुढच्या बाजूला मोठा अडचणीचा रस्ता. ओढेनाले. शिवाय वरच्या अंगाला तो वाकडातिकडा जंगली चंदनापुरीचा घाट. तेवढा टापू संपला की काळजी नाय. तोवर रात सरणार अन् दिवसाचा गोंडाबी उगवणार."

त्या गप्पांत गगनआप्पांचा विषय पुन:पुन्हा निघणं साहजिकच होतं. आप्पा खोटे हिशोब दाखवून बाकेभाऊंना जन्मातून उठवायला निघाले होते खरे; परंतु दैवाने त्यांनाच तडाखा मारला. हपापाचा माल गपापा या न्यायाने चारूस्वामी गगनआप्पांना जन्माचा गंडा घालून गेला. दुसरीकडे गगनआप्पांच्या घरच्या कौरवांनी त्यांच्या जमिनीची पुरती वाट लावलेली. बाकेभाऊ हसत बोलले, "का रे रामकृष्णा, एवढं होऊनसुद्धा आप्पांच्या वाईट बुद्धीचा काटा नरम झाला असेल का रे?"

"कसचं काय घेऊन बसलात, भाऊ? गगनआप्पा म्हणजे किऱ्यानिष्ट. शुभ बोल नाऱ्या, तर रांडा झाल्या साऱ्या, असा त्यांचा उलट्या खोपडीचा स्वभाव."

अलीकडे प्रवासातले घाटरस्ते आणि डोंगरदऱ्यांची कधी नव्हे ती बाकेभाऊंना भीती वाटायची. त्यांनी मनातल्या सर्व गोष्टी रामकृष्णसमोरसुद्धा उघड केल्या

नव्हत्या; मात्र गेल्या काही महिन्यांत अनेक भयंकर स्वप्नांनी त्यांना पिडलं होतं. परवाच्याच रात्री अतिशय भीतिदायक सुरात एक कुत्रं केकाटतं आहे, असं त्यांना स्वप्नात दिसलं. त्या रडक्या कुत्र्याचं तुटकं मुंडकं हवेतून सरकत वर गेलं. एका झाडाच्या फांदीला फळासारखं लटकू लागलं. त्याची हातभर जीभ खाली लोंबत होती. त्यातून एकसारखं रक्त ओघळत होतं.

त्यातच अलीकडे बाकेभाऊ स्टेजवर गेले की, त्यांचे डोकं अचानक जड व्हायचं. अनेकदा वर्षानुवर्षं जिभेवर असलेले नेमके डायलॉग भाऊ विसरायचे. त्या ऐवजी स्टेजवरच शब्दांच्या गाठी मारत आणि प्रेक्षकांना कळू न देता ते वेळ निभावून न्यायचे. असे अनुभव त्यांना पूर्वी दुसऱ्यांच्या आणि नंतर स्वत:च्या फडात एकूण पस्तीस वर्षं काम करताना कधीच आले नव्हते.

भाऊंना खरी भीती आप्पांच्या तळतळाटाची वाटत होती. डोळ्यांच्या मागे तो यंत्रतंत्र आणि मंत्रांचे कोणते दुष्ट खेळ खेळेल याचा भरवसा नव्हता.

रात्रीच्या अंधारातून फ्रंटलाईटच्या उजेडात ती बस धावत होती. आगेमागे ट्रका, टेम्पो, पुरुष कलाकारांची बस असा ताफा चालला होता. रस्त्याला रात्रीची वाहनं जवळपास नव्हतीच. भिरभिरत्या वाऱ्याच्या संगतीनं बाकेभाऊंच्या डोक्यातलं विचारचक्रसुद्धा धावत होतं. कधी रंगूची आठवण व्हायची, तर कधी लबाड गगनभाऊ आणि चारूस्वामीची. भाऊंना मनातून एक गोष्ट पटत होती. कलाकारानं फक्त फुकटचं नटून घ्यावं अन् हुशार व्यापाऱ्याच्या जातीनं भरलं खळं लुटून न्यावं, हाच या जगाचा न्याय. बाकेभाऊ-गगनआप्पा या तमाशा मंडळानं गेली अनेक वर्षं खोऱ्यानं पैसा कमावला. कलेच्या कैफात बाकेभाऊ फक्त छाती काढून दिमाखात नटत राहिले. प्रॉपर्टीवर आडवा हात मात्र गगनआप्पानी मारला; पण शेवटी कमावलं काय? चारूस्वामी त्यांचाही बाप निघाला. सारी लक्ष्मी लुटून कुठे परागंदा झाला.

जिकडेतिकडे फक्त दलालांचीच सुगी पिकते हीच गोष्ट खरी. शेतकरी वर्षभर उन्हारानात करपून जातो. मिळणाऱ्या उत्पन्नाचा बाप मात्र मार्केट कमिटीतला दलाल असतो.

कोणी किती कमावलं आणि गमावलं या हिशोबाच्या वाटेत गप्पा रंगलेल्या. रामकृष्ण हसत बोलला, "आपुण कलावंतांनी फक्त मी मी म्हणत स्वत:वर खूश होत टिऱ्या बडवत राहायचं. सरतेशेवटी आपल्याकडं उरतं काय हो?"

"एखादं मानपत्र, पुरस्काराची ढाल अन् फारच झालं तर खांद्यावर एखादी रेशमी शाल," बाकेभाऊ उदास, कोरड्या मनानं बोलले.

टायरी सडलेली मोटार जागेवरच गंजत पडावी, तसे गगनआप्पा आपल्या जन्मगावी कवठ्यात जाऊन राहिलेले. फड बंद पडला. आधी लक्ष्मी चारूस्वामी-

सारख्या गुंडानं लुबाडून नेली. चाकण, खेड, दौंडच्या बाजूला गावाला लागून किंवा नदीकाठाशी वीस-पंचवीस एकर जमीन आप्पांनी दहा-पंधरा वर्षांपूर्वीच खरेदी करून ठेवलेली. उतारवयात या जमिनी नावाच्या सोन्याच्या कोंबड्या चवीनं खाऊ अशी मोठाली स्वप्नं बघितलेली. ही मिळकत एकट्यानं गिळताना त्यांनी बाकेभाऊंना त्याचा वासही लागू दिला नव्हता. फक्त आपल्या चारी पोरांना विश्वासात घेतलेलं; पण त्या कार्ट्यांनी आप्पांच्या मानेवर परस्पर कधी सुरी फिरवली ते त्यांनाही लवकर समजलं नाही. या मिळकती कागदोपत्री आपल्या नावे असल्याचा गैरफायदा घेऊन गेल्या दहा वर्षांत त्या जमिनी आप्पांच्या परस्पर कौरवांनी गहाण ठेवल्या होत्या. मोठी अमाऊंट चैनबाजीसाठी उचलली होती. भरमसाठ व्याज वाढत गेलं. शेवटी त्या जमिनीतील मूठभर मातीही हाती आली नाही.

बाकेरावांची त्यांच्या भागीदार मित्रानं केलेली जन्मभराची फसवणूक खूपच जहरी होती. रानात एखाद्या शेतकऱ्याच्या अंगावर वीज कोसळावी, त्या मरणप्राय यातना सोसून भोगून त्यानं पुढे जिद्दीने उभं राहावं, तसेच बाकेभाऊ त्या अपघातातून उठून उभे राहिले होते. अजून रामकृष्ण, इस्माईल, छबू आणि खुद्द गंगाबाई अशी कळवळ्याची माणसं साथीला होती. मागच्या आषाढाच्या थंडीपावसात सोनदाढ म्हातारी मरून गेली; परंतु तरीही चळवळ्या चायवाला भैया आणि मराठवाड्यातून आलेली तीस-चाळीस बिगारी पोरं साथीला होती. म्हातारे मरत होते, जवान रक्ताची पोरं फडात नव्यानं दाखल होतं होती. नव्या फाकड्या पोरी ढंगदार लावणी पेश करायला 'स्कोप मिळत नाही' म्हणून ओरडायच्या. तर जुन्या अनुभवी नृत्यांगना 'त्या कालच्या नकट्या पोरी' अशा शब्दांत त्यांची हेटाळणी करायच्या. पहिल्यासारखी खेळांना तुडुंब गर्दी वेगैरे व्हायची नाही; मात्र झालेला खर्च निघत होता. माळामुरडातल्या आणि गावकुसाबाहेरच्या गरीब कलावंतांची पोटं भरत होती, हीच भाऊंसाठी समाधानाची बाब होती.

तंबाखू खाऊन झाली. रामकृष्ण बिडीचा एक झुरका घेत बोलला, "भाऊ, आपल्या फडात नुसतं वैभव सांडायचं. कुणा हडळीची की खविसाची बुरी नजर लागली वैभवाला कुणास ठावं."

"चालायचंच राजा. चढ-उतार, अंधार-उजेड, सुख-दुःख सगळा दैवाचा खेळ आहे."

"पण नाय भाऊ. ऐका माझं. अजूनही एका फटक्यात जादूची कांडी फिरू शकते. सोन्याचा धूर निघू शकतो—" बोलता बोलता रामकृष्णच्याच थोबाडावर सोनेरी ऊन पडल्यासारखं झालं.

"कसं रे शक्य आहे ते?"

"फक्त एकच करा. काहीही करा अन् रंगकलीची मनधरणी करून तिला पुन्नाच्यानं फडात घेऊन या. मग नुसता चमत्कार बघा."

"अरे खुळ्या, कसं शक्य आहे ते? आज रंगूचं चारी मुलखी एवढं बडं नाव झालंय. ती जिथं थांबंल तिथं रसिकांची जत्रा भरती. ती आभाळातली चांदणी कशी खाली उतरणार रे आपल्या फडाच्या डगरीवर? नको, नको खोटी स्वप्नं देखू देवराया ऽ ऽ."

"अजून तिच्या मनाचा डोह तुमच्यासाठनं किती डुचमळतो याची तुम्हाला काय कल्पना?"

"नको रे बाबा. आपल्या बेकार दिवसांची बाधा तिच्या वाढत्या लौकिकाला व्हायला नको"

"तरीबी ट्राय मारा की, आपल्या कंपनीच्या फायद्यासाठी."

विषय जिव्हाळ्याचा होता. बाकेभाऊंचं मन कातरलं. न राहून ते बोलले, "तशी अध्येमध्ये येतात तिची पत्रं. आपण पुन्हा एकत्र येऊ या, नवा फड बांधू या; पण गड्या त्या गोष्टीला आता चव उरली नाही. खूप दुष्टासारखा वागलो रे मी तिच्याशी. वाडवडील आणि संतमहात्मे उगाच बोंबलून गेले नाहीत—

अरे विचार कर मना, विचार कर मना
एकदा काशी केली की भरून यायची नाय पुन्हा."

बराच उशीर झाल्यानं रामकृष्णने ड्रायव्हरला गाडी रोखायला सांगितलं. ती थांबताच तो पाठीमागच्या शिडीवरून टपावर गेला. तिथं जड अंगानं तो कांद्या-बटाट्याच्या गोणीसारखा एका बगलेवर झोपेच्या तारेत लवंडला. रास्सारी बस धावत होती. बघता बघता संगमनेर मागं पडलं. आता थोड्याच वेळात चंदनापुरीचा घाट सरेल. उजाडता उजाडता फाट्यावर पोचू. डोळे जड झालेले; परंतु जागं राहणं हे त्याला आपलं कर्तव्य वाटत होतं. बघता बघता प्रवरा नदीचं पसरट, कोरडं पात्र मागे पडलं. रस्त्यात एक पेकाटमोड गचका बसला. त्यातून गाडी-बाहेर पडताना अंगातली हाडं बसच्या पत्र्याला थडकली. तो घाव सासूने मारलेल्या तडाख्यासारखा विखारी वाटला. गचका खात बस घाटाच्या वाटेला लागली. जागं राहण्यासाठी भाऊंनी एक शीळ घातली आणि ते गुणगुणत राहिले-

"गावामागून गावं जाती गं
सरल्या आंबेवनातल्या राती
झाली पहाट पाण्यात 'चांदणी नाहती!
रानात मोरलांडोर, पाखरं गाती."

आता मात्र भाऊंचे जड डोळे गपकन मिटू लागले. मग त्यांनी दाराच्या

पत्र्याला मध्ये उशी लावली. तसेच बसल्या स्थितीत उशीवर डोकं ठेवून ते आंबट डुलक्या घेऊ लागले. बस चढाला लागली होती. वाकड्या वळणाच्या रिंगा खेळत होती. दोन चढ चढून झाले. पुढं एक थेट उंचीचं वळण लागलं अन् ड्रायव्हरनं अचानक कचकन गाडीचा ब्रेक मारला. बसचा मडगार्ड नव्हे पाठीमागची लोखंडी शिडी, सारी बसच भुतानं झपाटल्यासारखी जागच्या जागी थरथरली. "अररंरं, काय झालं ऽ ऽ"असं जाबडतच बाकेभाऊ उठले. समोर पाहतात तर घाटाचा उभा कडा. चारी बाजूने दाट झाडी. आता थरथरती बस क्षणार्धात बाजूच्या खोल दरीत कोसळणार. फडाचा आणि जन्माचा कपाळमोक्ष होणार. अपघाताच्या त्या कल्पनेने सारे थरारून गेले.

तेवढ्यात पुढच्या झाडीतून मोठे मोठे दगड भिरभिरत आले. बसच्या समोरच्या काचेवर येऊन गोफणगुंड्यासारखे आपटले. त्याच्या तडाख्याने समोरची काच खळकन आवाज करत फुटली. त्या काचांच्या काही बारीक बारीक कपऱ्या भाऊंच्या दंडात, पायांत घुसल्या. तेवढ्यात ड्रायव्हर मोठ्याने किंचाळला, "भाऊ, ऽ ऽ ते ते पुढं बघा. त त प प..."

भाऊंनी दचकून पुढे बघितलं. आपल्या तोंडावर पटक्याचे आणि फडक्यांचे काळे बुरखे घेऊन एकावेळी सहा-सात तगडे, आडव्या हाडांचे लुटारू पुढे समोरून धावत येत असल्याचे दिसले. तसे बाकेभाऊ ओरडले, "अरे, आपल्या पाठच्या-पुढच्या बाकीच्या मोटारी कुठं आहेत?"

"मागंच राहिल्या वाटतं."

चाल करून आलेल्या त्या टोळक्याच्या हातात काठ्या आणि कुऱ्हाडी दिसत होत्या. एकजण पिस्तूल रोखत पुढे धावला. त्याने सरळ टायरवर गोळ्या झाडल्या, तसे टायर क्षणार्धात फुटले. फुग्यासारखे जागच्याजागी आटून मुकाट बसले. तो बसचा आणि गोळीबाराचा भीतिदायक आवाज ऐकून आतल्या स्त्रियांनी आणि पोरींनी बोंब ठोकली. अनेकजणी किंचाळल्या. समोरचे रस्त्यातले यमदूत बघून दोघीजणी तर भोवळ येऊन खाली कोसळल्या.

भाऊंच्या अंगातनं घाम पाझरत होता. त्यांची बोबडी वळली होती. खवळलेला पाच हजार पब्लिकचा मॉब सहज आपल्या अंगावर घेणारा तो लोककलावंत; पण त्या निर्दयी डाकूंपुढे त्यांचा भेजा चालेनासा झाला; मात्र काही सेकंदांतच त्यांनी स्वतःला सावरलं. फडाच्या मालकाला घाबरून गुपचूप बसण्याचा अधिकार नव्हता. त्या प्राणसंकटातून काही ना काही मार्ग काढायलाच हवा होता. तेवढ्यात बाहेरचे गुंड बसच्या पत्र्यावर जोराने लाठ्याकाठ्या मारू लागले. त्यांनी खिडकीच्या काचा फोडल्या.

त्या मवाल्यांना आत गाडीत बसलेल्या स्त्रिया-पोरी दिसल्या. तसे ते डाकू

चेकाळले. आतल्या अनेक रूपवान गवळणी पाहून त्यांच्या तोंडाला पाणी सुटलं असावं. त्याचवेळी बायाबापड्यांच्या गळ्यातल्या त्या मोहनमाळा, चपलाहार, मनगटातल्या पाटल्या-ते सोनेरी वैभव बघून त्या गुंडांना गुदगुल्या झाल्या असाव्यात; पण अनेकजणींनी स्टेजवर नटून जाताना, मथुरेच्या बाजारातले ते रत्नहार मोठ्या कौतुकाने तसेच गळ्यात घातलेले. बॅटरीच्या झोतात ते नकली दागिने असली ऐवजापेक्षा चमकदार आणि पिवळेधमक दिसत होते.

पुढे-मागे वर्दळ अशी दिसतच नव्हती; कारण त्या एकाकी अरण्यातला चढा घाट भीतिदायक होता. चालून आलेले ते दांडगेश्वर बळजबरीने पाठीमागचा दरवाजा मोडून आत घुसण्याचा प्रयत्न करू लागले. त्यांचं बळ लक्षात घेता कोणताही प्रसंग ओढवू शकत होता. त्यामुळे भाऊ झटकन उठले. बाहेर निघू लागले, तेव्हा घाबरून पांढराफट पडलेला ड्रायव्हर किंचाळला, "भाऊ ऽ ऽ दरवाजा नका खोलू. जिवाला धोका होईल तुमच्या."

"होऊ दे रे काय व्हायचं ते. परघरच्या पोरीबाळींना मी या लांडग्यांच्या जबड्यात जाऊ देणार नाय."

बाकेभाऊ बेडरपणे खाली उतरल्याचे दिसले. तसे ते डाकू क्षणमात्र थबकले. भाऊंनी स्टेजवरनं रसिकांना हात जोडावेत, तसाच त्या डाकूंना मुजरा केला. ते कळवळून ओरडले, "आम्ही गरीब कलावंत आहोत हो. कृपा करा. कोणाच्या अंगाला हात नका लावू."

त्या गुंडांनी भाऊंची गळपट्टी धरून त्यांना मध्येच खेचलं. ते बघून आधीच घाबरलेला ड्रायव्हर चक्कर येऊन बाजूला कोसळला. तेवढ्यात टपावरच्या बसापा क्लिनरने वरून खाली पलीकडे उडी घेतली. त्याचा पाय पिरघळला. तेव्हा त्या भयंकर कळाजखमा सोसत तो बाजूच्या गर्द झाडीत घुसला. स्वत:ला गोलटवत दिसेनासा झाला. आपल्या कोंडरात अचानक आगीचा लोळ घुसल्यावर गरीब शेळ्या जागच्या जागी भीतीनं बें बें करत नाचाव्यात तशा गवळणी आतून जोरजोराने हंबरत होत्या, "वाचवा वाचवा ऽ ऽ" बाकेभाऊ चटकन खाली उतरून बसच्या मागच्या दरवाज्याजवळ भिंतीसारखे आडवे झाले. आत घुसू पाहणाऱ्या दरोडेखोरांना रोखायचा त्यांनी जिवापाड प्रयत्न चालवला.

"ए बुढ्या, बाजूला हो," ते डाकू ओरडले.

"अरे, माझ्या भावांनो ऐका, ऐका रे गरिबाचं. आम्ही तमाशा कलावंत आहोत. मी विनोदसम्राट बाकेराव बागणीकर—आमच्याजवळ जे काही असेल ते सारं काढून देतो. खुशाल लुटून न्या. हवं तर मला एकट्याला ओलीस म्हणून धरून न्या. ठार मारा मला; पण माउली ऽ माझ्या एकाबी पोरीबाळीला हात लावायचा गुन्हा नका करू."

“बे ऽ ऽ सुरींदर, साले सुनता है क्या? चल आगे खेच बुढ्ढे को।” पाठीमागून दुष्ट गर्जना घुमली.

चार दरोडेखोर पुढे धावले. त्यांनी आपल्या बळकट हातांनी बाकेभाऊंना आवळून धरलं. दुसरा एकजण आपल्या हातातली लाठी उभारत पुढे सरसावला. त्या लाठीचा तडाखा भाऊंच्या डोक्यात बसायचाच, तेवढ्यात एखाद्या बळकट हुप्प्या वानराने झाडाच्या फांदीवरून खाली उडी घ्यावी, तशी कोणीतरी टपावरून खाली झेप घेतली. तो रामकृष्ण होता. त्याने आपल्या हातातल्या काठीने समोरच्या तीन-चार गुंडांवर जोरदार हल्ला चढवला. त्यांना ताकदीच्या जोरावर चांगलं झोडपून काढलं.

रामकृष्णचा तो आगाऊपणा त्या दरोडेखोरांना सहन झाला नाही. त्यांनी काठीचे जोरजोराचे उलटे तडाखे रामकृष्णच्या अंगावर मारले; परंतु रामने बाकेभाऊंना आपल्या पोटाखाली धरलं होतं. त्यांच्या अंगावर फटके पडू नयेत म्हणून त्याने स्वत:च्या अंगाची ढाल बनवली होती. एका लाठीचा जोरकस तडाखा रामच्या डोक्यात बसला, तशी रक्ताची चिळकांडी उडाली. अन् तिथेच तो खाली घायाळ होऊन कोसळला. बाकीच्यांनी त्याच्यावर लाठ्यांची बरसात केली.

तेवढ्यात खालच्या वळणाने एक टेम्पो झरकन वर आला. तो त्या बसपासून काही अंतरावर जागीच थबकून उभा राहिला. टेम्पोच्या डोक्यावर ‘न्यू आझाद ब्रॉस बॅन्ड कंपनी नारायणगाव’ असा बोर्ड होता. वीसभर तरुण बॅन्डवाली पोरं आत होती. संगमनेरच्या एका बड्या लग्न सोहळ्यात त्यांनी रात्रभर वरात घुमवली होती. त्या डाकू दरोडेखोरांनी हातातल्या लाठ्या उंचावल्या. ते त्या बॅन्ड पथकाकडे डोळे फाडून गुरकावून बघत होते. बॅन्डवाली पोरंसुद्धा आपसात हडबडली. गोंधळली. उगाच आडवाटेचे दुखणं आपल्या पदरात कशाला बांधून घ्यायचं म्हणून तशीच उभी राहिली. तेवढ्यात एक बॅन्डवाला पोर धाडसाने पलीकडच्या बाजूला गेला. त्याने बसवरची अक्षरं वाचली, तसा आपल्या सहकारी पोरांच्या दिशेने हात उंचावत तो मोठ्याने किंचाळला, “अरे, ही बस आपल्या तमाशासम्राट बाकेभाऊची है. सारी आपलीच कलावंत मंडळी हैत त्याच्यात.”

“अरे, मग बघताय काय? चला ऽ या साल्यांना सडकून काढू.” पलीकडच्या गटाने आवाज दिला.

ती जवान पोरं मागे पळत गेली. त्यांनी आपल्या टेम्पोतले लोखंडी गज आणि लाठ्याकाठ्या बाहेर उपसल्या. त्या दरोडेखोरांचा सामना करण्यासाठी ते पुढे धावले. तेवढ्यात खालच्या बाजूने एक ट्रक येऊन तिथे धाडकन उभा राहिला. तो सुदैवाने भाऊंच्या तमाशा कंपनीचाच होता. कनाततंबू उतरवल्या-नंतर आत डाराडूर झोपलेली कंपनीची पंचवीसभर बिगारी पोरं त्यात होती. त्यांना

बाहेरच्या घटनेचा वास लागला. आपला मालक बाकेभाऊच दरोडेखोरांच्या तडाख्यात सापडल्याचं कळताच त्या पोरांनी बाहेर उड्या घेतल्या. हातात सापडेल ते दांडके आणि दगडगोटे घेऊन ती चिडलेली वानरसेना पुढे धावली. त्यातच अंधाराचा पडदा फाटला होता. आता झाडापानात लख्ख उजेड दिसू लागलेला. समोरून तीसपस्तीस पोरं अंगावर धावून आलेली. त्यातच वरची डगर उतरत आणखी काही मोटारी खाली उतरत असल्याचा दरोडेखोरांना वास लागला. आता मधल्यामध्ये त्यांचाच चेंदामेंदा होईल म्हणून ते घाबरले. त्यांनी बाजूच्या झाडीत दणादण उड्या ठोकल्या. काही वेळातच ते जंगली पाखरांसारखे आयागमनी झाले.

मंडळीनी गडबड केली. जखमी बाकेभाऊंना आणि मूर्च्छित रामकृष्णाला तातडीनं पुढे पळविलं. नारायणगावच्या सरकारी दवाखान्यात दाखल केलं. तिथे गेल्यावर अंगावरच्या जखमांच्या कळा सोसत बाकेभाऊ आणि रामकृष्ण तळमळत पडले. पैकी रामच्या जखमा खोल होत्या. तो जगतो की मरतो या भीतीनं सर्वांच्या तोंडचं पाणी पळालं; परंतु दहा-बारा दिवसांनंतर त्याच्या प्रकृतीला थोडा आराम पडला. शेवटी त्याला त्याच्या मुलखात सातारच्या इस्पितळात पुढच्या उपचारांसाठी हलवलं गेलं.

४८

चंदनापुरीच्या घाटातल्या डाकूदरोडेखोरांच्या त्या हल्ल्याने फडाची अक्षरश: वाट लागली होती. जेव्हा त्या घाटात तो भयानक प्रसंग घडत होता, तेव्हा दरोडेखोरांच्या दुसऱ्या गटाने पुढे मैलभर अंतरावर आणखी एक राडा केला होता. बाकेभाऊंच्याच सामानाचे पुढे गेलेले दोन ट्रक अंधारात अडवलेले. त्यामध्ये कोणतीही चीजवस्तू न मिळाल्याने त्यांनी चिडून ते दोन्ही ट्रक जाळून टाकले होते. शाहिरवाडी उंब्रजच्या गावकऱ्यांनी भाऊंना उमेद दिली. भांडवल दिलं, त्याची परतफेड व्हायच्या आधीच त्या भयानक रात्रीनेच भाऊंच्या जिंदगीचा कणा मोडून टाकला होता.

न ठरवता, कोणाला न कळवता तमाशाचा फड आपोआप बंद पडला. त्या प्रचंड मानसिक आघातातून आणि एकावेळी चोहीकडून झालेल्या हल्ल्यातून एरवी बाकेभाऊ वाचलेच नसते; परंतु गंगाबाई अहोरात्र त्यांच्या उशापायथ्याशी बसून होत्या. त्यांना मानसिक, भावनिक आधार देत होत्या. तमाशासारखी रस्त्यावरची लोककला सादर करणाऱ्या अनेक गरीब शाहिरांच्या, गावकुसाबाहेरच्या वगसम्राटांच्या वाट्याला दु:खदैन्याचे काटेच आले. फडाची दुष्टपणे होणारी

जाळपोळ, रात्रीची रस्त्यावरची वाटमारी, कलावंत मुलीबाळींवर अत्याचाराचे प्रकार अशी अनेक संकटं येत. तरीही आपल्या पोटातल्या दु:खाचा डोंब जिरवत त्यांनी जनाचे मनोरंजन केले. फड पेटले, जळाले तरी ते जिद्दीचे कलावंत मातीतून कलेचे मोती घेऊन उठले, अशा नाना गोष्टी सांगून गंगाने भाऊंना सावरलं. एखाद्या लहान लेकरासारखी त्यांची अहोरात्र काळजी घेतली. "केवळ गंगा पाठीशी होती म्हणून बाकेराव बचावला," असं सारा गाव बोलत होता.

बाकेभाऊ एका पायाने लंगडत चालायचे. त्या घाटातल्या घटनेच्या धक्क्यानंतर आपल्या छोट्या बंगल्याचं दार सोडून सहसा बाहेर कुठे जायला त्यांचं मन तयार व्हायचं नाही. फड मोडला. कलाकार पांगले. जो तो आपआपल्या घराकडे निघून गेला; परंतु इस्माईल आणि चायवाला भैया आपल्या भाऊंना सोडून कुठे गेले नाहीत.

एके दिवशी भाऊंचा पाय दाबता दाबता भैया थांबला. मध्येच हुंदका देत बोलला, "मालिक, आप तो पूरे मराठी वतन के बडे आर्टिस्ट है। तमाशाकला के शहेनशहा! घाट में आपपर जो जानलेवा हमला हुआ, तब अखबारो में कितनी बडी बडी खबरे आयी थी।"

"होय रे बाबा. पेपर म्हणू नको, टीव्ही म्हणू नको. निम्म्या महाराष्ट्राचं काळीज हललं होतं रे."

"तो फिर उसे भी मालूम पडा होगा नं? फिर वह क्यूँ नही आयी?"

"कोण रे?"

"हमारी छोटी मालकन —रंगकली मैडम?"

बाकेभाऊंचाही चेहरा भावनेने भरून आला; पण ते सात्त्विक सुरात बोलले, "काहीतरी घोटाळा असला पायजे रे. नाय तर खूप हळव्या दिलाची आहे ती. येणार नाय असं होणार नाय!"

रामकृष्णच्या घरची तशी गरिबी होती; पण वाट्याला येईल त्या भूमिकेत आरपार घुसायचं हा त्याचा स्वभाव होता. त्या घाटरस्त्यात जेव्हा बाकेभाऊंचे प्राण आणि बसमध्ये जिवापाड आकांत करणाऱ्या मुलींची अब्रू धोक्यात आली होती, तेव्हा आपल्या प्राणाची पर्वा न करता त्यानं बसवरून खाली उडी घेतली होती. पोरीबाळींकडे सरकणाऱ्या त्या गुंडांना निकराने अडवलं होतं. आपल्या गुरूचा तमाशा वाचावा म्हणून तो अक्षरश: सीमेवरच्या सैनिकासारखा तेव्हा लढला होता. अशा प्रामाणिक, लाख मोलाच्या कलावंताचे प्राण वाचावेत यासाठी त्याच्या जिवलग मित्रांनी आणि नातेवाइकांनी खूप खटपटी केल्या; पण त्याच्या वर्मी बसलेल्या जखमा काही बऱ्या झाल्या नाहीत. मध्ये पंधरवडाभर आराम मिळाल्यासारखं झालं आणि दोन महिन्यांच्या आतच रामकृष्णने प्राण सोडले.

रामच्या जन्मगावी साताऱ्याजवळच्या नागठाण्याला रक्षा विसर्जनाचा कार्यक्रम ठेवला होता. सकाळच्या त्या कोवळ्या धुक्यात उरमोडी नदीच्या दोन्ही तटानं इष्ट मित्रांनी गर्दी केली होती. दूरदूरहून तमाशा कलावंत गोळा झालेले. त्यात रामकृष्णचे पूर्वीचे फडमालक म्हणून गगनआप्पा आणि आजाराने दुबळे झालेले बाकेभाऊसुद्धा आलेले.

सकाळी नऊच्या दरम्यान उरमोडीच्या पात्रात रक्षा टाकली गेली. मित्र आणि नातेवाइकांनी आणलेले फुलांचे हार पाण्याच्या धारेला लागले. पंचेचाळिशीच्या उंबरठ्यावर निघून गेलेल्या रामसाठी त्याच्या पत्नीने टाहो फोडला होता. दहा वर्षांहून लहानी असलेली त्याची चिलीपिली, त्यांनी 'बाबा' असं म्हणत मांडलेला आकांत, ते दुःखभरं दृश्य बघवत नव्हतं. विधींचे उपचार संपले. व्यवहारी जगाची पावलं नदीकाठच्या ओल्या पायऱ्या चढत आपआपल्या गावी निघाली. खालून बाकेभाऊ एका पायानं लंगडत आणि एका सहकाऱ्याच्या खांद्याचा आधार घेत हळू नेटानं वर येत होते. तर त्यांच्या वाटेवर जखमी नागासारखा फणा काढून गगनआप्पा उभे होते. त्यांनी भाऊंना दटावलं, ''अरे बाकेराव, रामकृष्ण मेला म्हणजे मी हिसाबकिताब विसरून जाईन असं वाटलं की काय तुम्हाला?''

''आप्पा, काय बोलता तुम्ही? कुठे बोलता? काही उपचार-तारतम्य?'' बाकेभाऊ चक्रावले.

''रामकृष्ण मरायच्या आधीच मी त्याची मानगूट पकडून वसुली करून घेतली असती; पण त्याची गॅरंटी तुम्ही उचलली होती ना.''

''अहो, थोडं सवडीनं घ्या.''

''बिलकूल नाही. या पुढं मेल्या मुडद्याच्या वसुलीसाठी मी कुठल्या मसणात जाऊ? पहिली त्याच्या डोक्यावरची अठरा हजाराची ॲडव्हान्सची अमाऊंट फेका, तरच तुम्हाला मी इथून जाऊ देईन.''

गगनआप्पांच्या त्या पवित्र्याने साऱ्यांनाच धक्का बसला. नाकेकारकुनासारखा हा नाग वाटेतून हटणार नाही. अधिकच निर्लज्जपणा दाखवेल याचा अंदाज भाऊंना होता. म्हणूनच त्यांनी जमलेल्या मंडळींकडून आणि बाकीचे त्या गावातून उसने पैसे घेतले. त्या नोटा रागानेच आप्पांच्या हातात कोंबल्या. तेव्हा इस्माईल बोलला, ''भाऊ, उसे इतना क्या डरना था। बाद में देखते थे।''

त्यावर बाकेभाऊ उदासपणे हसत बोलले, ''जाऊ दे इस्माईल. या पठाणाची रक्कम परत केली ते चांगलं झालं.''

''लेकिन ऐसी और इतनी जल्दी क्या थी?''

''अशा हलकट मनुष्याची कर्जबाकी ठेवून मला माझ्या रामकृष्णचा आत्मा

नरकात सडू द्यायचा नव्हता.''

रामकृष्णाचे विधी अटोपून बाकेभाऊ आपल्या गावी परतले, तेव्हा त्यांचं मन खूप हळवं बनलं होतं. ते गंगाला बोलले, ''फडातल्या परघरच्या पोरी वाचविण्यासाठी रामनं दरोडेखोरांशी जंग केला. डोकं फोडून घेतलं. नाही तर एवढ्यात हे जग सोडून जायचं त्याचं वय होतं का?'' रामच्या आठवणीने भाऊ तळमळत होते.

मध्ये चारच दिवस कसेबसे गेले आणि एके सायंकाळी एक फॉरेनमेकची चकचकीत मोटार भाऊंच्या बंगल्यासमोर येऊन थांबली. सायंकाळचा गार वारा वाहत होता. सूर्य मावळतीकडे चाललेला. रस्त्यापलीकडचा उसाचा फड वाऱ्याच्या झोतावर डुलताना दिसत होता. अन् बाकेभाऊ बघतात तर, आभाळातली चांदणी ओसरीवर उतरावी तशी रंगकली दारात मोटारीतून खाली उतरली होती. ते दृश्य भाऊ, गंगा आणि साऱ्या घरादारालाच स्वप्नातल्या सारखं वाटलं. समोरच्या चारपाईवर दुबळे होऊन पडलेले बाकेभाऊ रंगकलीने बघितले, तसा तिच्या पायांत कंप भरला. ती थरथरत्या कायेने तशीच पुढे धावत आली. तिने भाऊंना मिठी मारली. दु:खाने तिचा तोल जातोय की काय अशी तिची अवस्था पाहून गंगाने तिला आधार दिला. रंगकलीच्या डोळ्यांतील अश्रू काही केल्या थांबत नव्हते.

भाऊ आणि रंगू दोघं सायंकाळपासून रात्री अकरापर्यंत तिथे दारातच गारव्याला बसून होते. गंगा पाठीमागे येऊन स्वयंपाकाला लागली. अनेक महिन्यांच्या ताटातुटीनंतर भेटलेल्या त्या दोन जीवांना मनं रिती करायला अवसर लाभावा म्हणून गंगा मुद्दामच बंगल्यात काही ना काही कामं काढून थांबून राहिली होती. त्या दोघांनी दारातच उघड्यावर जेवण घेतलं. बाकीची धावपळ करायला चायवाला भैया होताच.

पलीकडे उसाच्या फडात घुसलेला वारा वाजत होता, अन् इकडे दोघांचीही जखमी मने शब्दांचा दवा शोधत होती. बाकेभाऊंपुढे पुन:पुन्हा हात जोडत रंगकली बोलली, ''माफ करा दिलवर, एवढ्या जीवघेण्या हल्ल्यातून बचावलात तुम्ही; पण मला ते सारं खूप उशिरा कळलं हो; कारण मी तेव्हा इथं म्हणजे या देशातच नव्हते.''

''मग कोणत्या ढगात बुडाली होती आमची चांदणी?''

''अगदी आईच्यान सांगते हो. हवं तर आपल्या छबडीला विचारा. अमेरिकेतल्या महाराष्ट्र मंडळानं लागोपाठ माझे स्पेशल चौदा प्रोग्रॅम ठेवलेले तिथं.''

''म्हणजे मोठाच दौरा होता तुझा तिकडे!''

''अवो, तेवढंच नाय, ते प्रोग्रॅम असं पार पडलं अन् तिथली हौशी माणसं त्या कॅनडाच्या शिवेच्या अंगाला तो जगातला मोठा धबधबा बघायला घेऊन

गेली. तिथं डोंगरासारखं मोठं पाणी नदीच्या दुथडी भरून वाहतं बघा.''

''हां, हां, त्याला नायगरा म्हणतात.''

मध्येच लाजाळूच्या पानाला बोट लागल्यासारखी रंगकली लाजली. तिने आपले अंग आकसून घेतलं; परंतु तिच्या छातीत भरलेलं हास्य मात्र तिला दाबून धरता आलं नाही. ती खळखळून हसत बोलली, ''त्या धबधब्यातनं धो धो वाहणारी ती निळ्या पाण्याची नदी बघून मला आपली तुमचीच उचकी लागत होती, दिलवर—''

''का गं? कशासाठी?''

''मी माझ्या जिवाला म्हटलं, अगं येडे, आता इथं माझे दिलवर बाकेराव मास्तर पायजे होते. ही निळी नदी बघून त्यांनी या पाण्याच्या वाहत्या धारेवरसुद्धा एखादी झकास छक्कड रचली असती. अन् तिच्या तालावर मी अशी नाचली असती, इतकी नाचली असती की, माझी काया म्हणजे पारिजातकाचं धुंदावलेलं झाड बनलं असतं.''

नायगराच्या त्या धुंदकुंद परिसरात अडकलेलं रंगकलीचं मन हळूहळू तिथून बाहेर पडलं. ते आता रखरखीत वास्तवाच्या काटेरी पायवाटेने पुढं चालू लागलं. मघापासून बाकेभाऊही तिच्या तोंडाकडे रोखून बघत होते. कसल्यातरी विचारानी त्यांचं मन कोंडलं असावं. ते मध्येच बोलले, ''रंगू, तू आमच्या मानाने वयानं किती लहान. त्यात एकटीदुकटी होतीस. कुणाचा ना आधार, ना दयामाया, अशा अवस्थेत कसं निभावलंस गं तुझं बाळंतपण?''

रंगकलीच्या डोळ्यांसमोर रत्नामावशीच्या इंदापूरच्या घरातले ते थरारक दिवस आठवले. एकीकडे लोंबत्या, अवघडल्या पोटाचं ओझं आणि दुसरीकडे तिला भोगायच्या लालसेनं ठार वेडा झालेला तो म्हातारडा, मुर्दाड भिमूकाका. जेव्हा आपल्या अंगातल्या राक्षसी विषयवासनेसाठी तो ठार वेडा बनला आहे, हे रत्नामावशीच्या लक्षात आलं होतं, तेव्हा तिनंच रंगूला मध्यरात्री उठवलं. डोळ्यांत पाणी आणून सांगितलं, ''पळ पोरी, पहिलं इथनं पळ. वाचव तुझ्या जिवाला अन् पोटातल्या गोळ्याला.''

मग मनानं आणि कायेनं पार थकून गेलेली ती रंगू, त्या बेरात्री धावत्या एसटीमध्ये घुसली. सोलापूरच्या दिशेने जाताना तिला वाटेत 'मोंडलिंब' नावाचा बोर्ड दिसला. मनाशी कसली तरी खूणगाठ जुळली. ती त्या बेरात्री एसटी अड्ड्याच्या पुढे गेली, तेव्हा कानावर किनऱ्या आवाजातली हाळीची गवळण पडली, ''ऐक चंद्रावळी, ऐक रत्नावळी, कुठं गेली राधा सकाळी सकाळी ऽ ऽ'' अलीकडे तमाशा सोडून तिच्या दोघीतिघी मैत्रिणी तिथल्या संगीतबारीच्या केंद्रात नाचतात, हे तिला आठवलं.

ती कलाकेंद्राची अजब दुनिया. बांधकामावर अहोरात्र राबणाऱ्या मजुरांसारखी तिथंही अपार मेहनत होती. तिथे काळ्या पैशाचा पाऊस पडायचा; परंतु त्याचा ओत काही पोरींच्या वाट्याला यायचा नाही. त्या लक्ष्मीला मधल्या मध्ये टोच्या मारणारे आयतखबू कावळे अनेक होते. तरीही आपली जवानी उडत्या चालींच्या लावण्यांवर जाळता जाळता तिथल्या पोरी स्वप्नं बघायच्या. नवऱ्याचं आणि लेकराबाळांचं! त्यामुळेच रंगकलीसारखी आपली मैत्रीण बाळजन्माच्या घाईत आहे, हे बघून तिथल्या पोरी भारी आनंदल्या. रंगूच्या आई होण्याच्या गोड स्वप्नात त्यादेखील सामील झाल्या. शिवाय रत्नामावशीनी दिलेले थोडेफार पैसे सोबत होतेच.

संगीतबारीतल्या त्या मैत्रिणी वेळप्रसंगाला धावल्या. अवघडल्या रंगूला त्यांनी झेडपीच्या सरकारी दवाखान्यात दाखल केलं. ती चित्तरकथा ऐकताना मध्येच बाकेभाऊंनी विचारलं, ''काय होतं गं? मुलगा की मुलगी?''

''मुलगाच; पण वाणानं सावळा श्रीकृष्ण. अगदी तुमच्या चेहऱ्याच्या छापाचं होतं माझं लेकरू! पण अवघ्या चारपाच रोजातच माझ्या सुखाला वाळवी लागली हो.''

''अगं काय झालं होतं?''

''बाळाला अचानक अशी हगवण लागली की, काही केल्या ती भुळकी थांबायलाच तयार नाय. दोन-तीन रोजातच लेकरू खूप दुबळं दिसू लागलं. त्यात छातीत कफही भरला. त्याचं इवलंसं नरडं वाजायला लागलं. तिथल्या मैत्रिणींनी तळमळीनं सांगितलं—लेकराची रिस्क घेऊ नकोस गं. गाठ एखादा बडा दवाखाना. तिथंच कळलं की, पंढरपूर नगरी तिथून तासाच्या अंतरावर आहे. तिथं साईबाबा नावाचा बडा दवाखाना आहे; पण जायचं कसं? मध्यरात्री एसट्या बंद होत्या.''

''मग काय केलंस गं?''

''पहाटं पहाटं फळभाजीनं भरलेला एक टेम्पो तिकडं निघालेला. ड्रायव्हरच्या केबिनातसुद्धा आणखी दोन प्रवासी बसलेले; पण इलाज नव्हता. मी पोटाशी लेकरू घेऊन तशीच त्या गर्दीत घुसली. चिंगारली. लय तकलीफ झाली; पण पहाटचं पंढरपूर गाठलं. घामाधामानं अंगावरच्या नेसल्या साडीचा पार चघाळा झालेला. त्यात माझ्यासारखी एक तरुणी पहाटंच्यापारी नवं नवं लेकरू घेऊन एकटीच कशी धावतेय? ना सोबत बहीण-भाऊ ना आय-बाप. फुकटचं दुखणं नको म्हणून कोण मला दारात उभं करेना. तरीबी तिथल्या ड्यूटीवरच्या लेडिज डाक्टरच्या हातापाया पडले. म्हटलं, अगं मावले, तू माझ्या रेणुकामाईसारखी आहेस. कर दया. तिनं लेकरू तपासलं अन् ती व्हटातल्या व्हटात पुटपुटली— चाईल्ड डेड. माझ्या जन्माची आबदाआबदा झालेली. लेकरू गेलं म्हणून मी

मनानं दुःखाच्या विहिरीत कोसळलेली; पण या हलकट दुनियेला कशाचं काय नाय! तिथला एक कंपाउंडर आपल्या दोस्ताला बोलला, 'कुछ लफडा है। पोलिसको बुलाते है।''

''अरे, बाप रे! हे देवा—'' बाकेभाऊंना दुःखाने हुंदका फुटला.

''अन् तेव्हाच्याला आपल्या भांडे सरकार मास्तरांनी एका वगात लिहिलेला डायलॉग आठवला. 'पोलिसाच्या मुठीत सापडणं म्हणजे मगरीच्या जबड्यात अडकणं.' त्यात पोटासंगं मेलेलं लेकरू. ज्याच्या बापाचा कागदुपत्री अन् तिथं प्रत्येक्षातही पत्ता नाय. मग काय करावं बाईच्या जातीनं? तो ओला मुडदा घेऊन मी पंढरीच्या गल्ल्यांमधून वेड्यासारखी धावली. माझ्या मेंदूला जळत्या ज्वाळांचं चटकं बसत होतं. अर्जुनासारखा वगसम्राट असलेला माझा बाप! ज्याला मी दुःख दिलं, अन् एक प्रकारे मीच त्याचा मुडदा पाडला होता. तर दुसरीकडे माझ्या बाळाच्या बापानं डोळ्यांवर आडवा हात धरून विश्वामित्रासारखीच माय घातलेली! कुठं पळू मी आणि कशी पळू मी?''

''रंगू ऽ ऽ हवं तर मला पायातल्या चपलीनं सडकून काढ. चाबकानं हवी तर माझी कातडी सोलून काढ; पण सांग सारं, जसं घडलं होतं तसं. तेव्हा माझा दुष्ट राक्षस कसा झाला होता ते मलाबी कळू दे.'' ओक्साबोक्शी रडत बाकेभाऊ बोलले.

''जसा टाईम सरंल तसं पोटावरच्या बाळाचं मांस थंडं पडायला लागलेलं. ते दफन करायला पाहिजे होतं. पंढरीच्या आजूबाजूला इतक्या मसणवटी होत्या; पण काय सांगू दिलवर, मला मदत करायचं राहिलं बाजूला; पण माझी चुरघळलेली कापडं, नुकत्याच जिकीरीच्या बाळंतपणानंतर अंगावरचं मांस गळाल्यानं विचित्र दिसणारं रूप, त्यात लहानगं वय अन् छातीसंगं कवटाळलेलं बाळाचं प्रेत. साहाजिकच मी पोराची आई नव्हे तर एखाद्या स्मशानातली भुतणीच वाटत होती. त्यामुळे मसणवटीत माणसाचं रूप घेऊन भेटणारे राक्षस तोंडाला येईल ते बरळत होते—कुणाचं लेकरू? त्याचा बाप कुठाय? हे पोर मेलंच कसं? त्याचा तूच मुडदा पाडला नाहीस कशावरून? काय सांगू दिलवर? बाभळीच्या काटेरी फांद्यांनी एखाद्याला झोडून काढावं तशी ही दुनिया मला रक्तबंबाळ करत होती वो. शेवटी एका स्मशानाच्या बाजूला लेकरू पुरू द्यायला दोन पोलीस तयार झाले; पण पोर मातीआड करण्यापूर्वी अंगावरचा एखादा तरी दागिना दे म्हणत त्यांनी माझी पाठ धरली; पण अंगावरचे फडाचे नकली दागिने बघून त्यांनी मला दांडक्यानं ठोकून काढलं. हाकलून लावलं.

माझं मेलेलं मन आणि मांस एकाच गोष्टीसाठी रडत होतं. माझ्या लेकराचं रस्त्यात बेवारशी प्रेत पडू नये. भटक्या कुत्र्यांची चंगळ होऊ नये. त्याला

गाडायला माती मिळावी, या एकाच गोष्टीसाठी माझ्या शरीराची भिंगरी झाली होती.

अंधार सरत आलेला. पंढरपूरसारखं बडं तीर्थक्षेत्र, अन् त्या गावातले सारे तेहतीस कोटी देव अजून झोपलेले. अन् मीच चंद्रभागेच्या वरच्या अंगाला ओल्या काठानं फिरत होती. नदीपल्याड वाळूचं एक पुळण लागलं. तिथं पाण्याचा एक झरा वाहत होता. बाजूला कंसगवताचं दाट कातवाड होतं. त्याच्या बाजूलाच बिरबिरीत गाळमाती दिसली. मी धडप्यात गुंडाळलेलं लेकरू बाजूला ठेवलं. ओला गाळ बिगीद्यानं उपसला. गुडघ्याएवढा खोल खड्डा पाडला. पुन्हा लेकराचा मांसगोळा जवळ घेतला. त्याच्या थंडगार गालाचे पटापट मुके घेतले. माझ्या डोळ्यांतल्या आसवांनीच जसं काही अंगडंटोपडं विणलं. मी आधी काळजावर दगड ठेवला. मग लेकरू खड्ड्यात ठेवलं. त्यावर बिरबिरीत चिखल ओढला. कोल्ह्याने किंवा तरसाने ती जागा उकरून बाळाला त्रास द्यायला नको, म्हणून आजूबाजूचे मोठे दगड शोधले. त्याचा बारकुळा ढीग त्या जागेवर ओढला.

शेवटी मी चंद्रभागेच्या वाहत्या पाण्यात हातपाय खंगळून धुतले, तेव्हा माझं सर्वांग ठणकायला लागलं. मी एखाद्या गुरासारखी धावपळ केलीय याची जाणीव झाली. मग मी बाजूच्या काठावरच्या ओल्या वाळूत अंग टाकून दिलं. तिथं मी बराच वेळ तशीच पडून राहिले, तेव्हा माझं लक्ष बाजूच्या एका उंबराच्या झाडाकडे गेलं. उंबराच्या फांदीवर बसलेल्या चार इवल्या इवल्या साळुंक्या मला दिसल्या, तेव्हा माझ्या लक्षात आलं, त्या बिचाऱ्या बऱ्याच वेळापासून चिखलवाळूत चाललेली माझी झटापट बघत होत्या. मी त्यांच्याकडे बघत होते. त्यांनी आपले इवले इवले पंख झाडले. एकमेकींना प्रेमाच्या टोच्या मारत त्या पाखरांच्याच भाषेत आपसात बोलत होत्या. काय बोलत असाव्यात? मला खात्रीच आहे. त्या बिचाऱ्या एकदुसरीच्या कानात एवढंच सांगत असतील—‘बरं झालं देवा, त्या दुष्ट माणसांच्या पोटी जन्म दिला नाहीस. त्यापेक्षा आमचं मुक्या पाखरांचं जगच लय चांगलं. ऽ!’

४१

“माझं सोनुलं अल्पायुषी ठरलं; पण माझी प्रीत नाही ऽ”

“काय बोलतेस?”

“अहो, प्रेम म्हणजे कुठं मुदतीचा करार असतो का?”

“मी तरी असं कुठं म्हटलंय?”

आपल्या अंगावर बदनामीचा बडा डोंगर कोणीतरी ढकलून दिल्याचं रंगकलीला दु:ख होतंच. त्या जाणिवेतून श्वास मोकळा व्हावा म्हणून तिने बाकेभाऊंकडे आशाळभूतपणे पाहिलं. ती हळवी होत बोलली, “जी एक चूक माझ्या हातून चुकून घडली होती, ज्यामुळे दुनियेच्या नजरेत माझी एक चवचाल, वाकड्या चालीची, दुष्ट, बदनाम आवा अशी छबी बनलीय, त्या साऱ्याला मी नव्हे, दिलवर तुम्हीच जबाबदार होता,” रंगकली निक्षून बोलली.

“ते कसं गं?”

“उलीसं आपलं डोकं खाजवून थोडा बारीक विचार करा. आपल्या सोन्यासारख्या नात्यात खरा बिब्बा घातला—”

“कोणी मी?”

“तुम्ही नव्हे; पण तुमच्या अंगात लपलेल्या कळीच्या नारदानं.”

“काय विचित्रच बरळालायला लागली आहेस तू?”

“काढा की थोडी साक्ष आपल्या जिवाची,” नाकाचा लाल शेंडा उडवत रंगकली सांगू लागली, “तेव्हा भलत्याच गोष्टीचं ज्ञान मला शिकवायला तुम्हाला कोणी सांगितलं होतं हो? काय म्हणे तर, एकदा रंगभूमीच्या अंगणात गेलं की, आर्टिस्टनं स्वत:ला ठार विसरून जावं. परकायाप्रवेश की काय म्हणतात तो करावा. भूमिकेच्या मागणीप्रमाणं एकमेकाला खुशाल मिठ्या माराव्यात. एकरूप व्हावं, असं भलतंच ग्यान युवराज आणि मला तेव्हा पुन:पुन्हा कोण शिकवत होतं हो?”

“हो, ते खरं आहे.”

“पण तरीही तुम्हाला तेहतीस कोटी देवांपैकी कुठल्याही देवाची आण घेऊन सांगते, स्टेजवर मोकळेपणानं वावरताना आम्ही दोघांनीबी एक लक्ष्मणरेषा सोडायचं कधीच धाडस केलं नव्हतं; पण काय करायचं, केवळ दुर्दैव—पण त्याच्या पाठीमागंही नडला ते तुम्हीच!”

“साऱ्या पापातापाला आणि शापालासुद्धा तू मलाच बरी जबाबदार धरायला लागलीस?”

“आठवा की ती बीरकवचाची गोष्ट! ते तुमच्या पणजीनं तुमच्या घराण्याला दिलेलं मंतरलेलं कवच! तुम्ही काय सांगितलं होतं की, तो ऐवज सांजसकाळ तिन्हीत्रिकाळ जवळ बाळगायचा. थोड्या वेळासाठी जरी तो अलग झाला तरी आपल्या घराण्यातली बाई संकटाच्या जबड्यात अडकलीच म्हणून समजा.” घडून गेलेला तो दुर्दैवी प्रसंग आपल्या डोळ्यांसमोर आणत रंगकली बोलली, “असा झुंजला...'चा प्रयोग त्या रात्री इतका मस्ताड रंगला होता म्हणून सांगू!

तेव्हा मला माझ्या गळ्यातल्या बीरकवचाचं भानच उरलं नव्हतं वो. मी असा मेकअप उतरवलेला. अंगात चोळीबी नव्हती. अन् पटकन लक्षात आलं तो लाख मोलाचा दागिना मी कुठं तरी गमावून बसलेय. त्या कल्पनेनं मी अक्षरश: पागल बनली. पंचफड्याच्या नागाच्या टोकरीत सिद्ध करून आणलेला तो बीरकवच. त्यापेक्षाही तो गमावल्याच्या भीतीनं माझ्या अंगाचा पुरता थरकाप उडालेला. कुठं शोधू मी?

"आपल्या वगनाट्यात युवराजना सहज मिठी मारायचे अनेक प्रसंग आहेत हे तुम्हालाबी ठाऊक आहे. मला वाटलं ते बीरकवच कदाचित त्यांच्याच मखमली अंगरख्याला चिकटलं असेल. किंवा कपडे बदलताना त्यांच्या राहुटीत तिथंच बाजूला पडलं असेल. काही करून ते धुंडाळणं खूप गरजेचं होतं. म्हणूनच माझी उघडी छाती झटकन पदराआड लपवत त्या मौल्यवान वस्तूच्या आशेनं मी तशीच धावत त्यांच्या राहुटीत गेली. तो देवासारख्या उघड्या कायेचा पुरुष कसा दिसतो हे मी तुम्हाला वेगळं काय सांगणार? मात्र त्या काळरात्री त्या राहुटीत माझ्या जन्माचं वाटोळं आन नशिबाचं पुरतं गुंडगूळं करायचा डाव कदाचित या कळीकाळानंच रचलेला. त्यामुळे अमनधपक्या आम्ही दोघंही अर्धउघड्या अंगानं एकत्र आलो अन् म्होरचं सारं निलाजरं रामायण घडून गेलं."

रंगकलीच्या कथनावर बाकेभाऊ काहीच बोलले नाहीत. त्या रात्री रंगू आणि भाऊ बराच वेळ उघड्यावर गोष्टी करत बसलेले. दुसऱ्या दिवशी सकाळी, त्या कोवळ्या उन्हात गंगाबाई बंगल्यातून आत-बाहेर करत होत्या. जिंदगीचे उभे-आडवे धागे उकलून पाहणाऱ्या त्या दोघांकडे बारीक नजर देत होत्या. त्यांना थांबवलं नाही. त्या तशाच पुढं येऊन त्यांना बोलल्या, "गेली रात्रभर बघतेय मी. जेव्हा तुम्ही दोघं एकत्र बसता, बोलता, पाहता, चाहता त्यावेळी तुम्हा दोघांचंही भान हरपतं. भाऊ, मला खात्री आहे, तुम्हाला यापुढं औषधगोळ्यांची गरज लागायची नाही."

"का गं?" भाऊंनी हसत विचारलं.

"कारण तुमच्या सर्व्या रोगावरच्या औषधाची कुपी तुमच्याकडं परत आलीय ना."

गंगाच्या त्या खुल्या बोलावर तिघंही मनापासून हसले, तेव्हा आपल्या डोळ्यांतली आनंदाची आसवं पुसत गंगा भारावून बोलली, "तुम्ही दोघंही जसे माझ्या दारात रंगला आहात, तसेच बोर्डावर उभे राहा. अजूनही बहार येईल हो आपल्या फडाला आणि माझ्या सुखाच्या संसाराला."

तो प्रस्ताव ऐकून बाकेराव चमकले, "म्हणजे या म्हातारपणात, त्या घातापातानंतर पुन्हा कंबर बांधायची? तमाशाच्या तुताऱ्या फुंकायच्या? कसं जमणार गं ते?"

"तुम्ही जातीचे शाहीर, मोठ्या दिलाचे कविराज! मी बापडी काय सांगणार?"

"पण आता कसं शक्य आहे ते?"

"तुमचा वारा लागल्यामुळे मला वेडीला इतकंच कळतं, कलावंत कधीबी म्हातारा होत नाय. अन् त्याच्या कलेला वार्धक्याचा वाराबी डसत नाय."

बाकेरावने रंगू आणि गंगाच्या डोळ्यांतल्या आसवांचं लकाकतं पाणी बघितलं, जे नव्या मोहिमेच्या कल्पनेनं हिरव्या पिकासारखं तरारलं होतं. वाऱ्यासारखं भरारलं होतं. विशेषत: रंगकलीच्या चेहऱ्यावरची पौर्णिमा पाहताना ते भारीच खूश झाले. त्यांनी सहज पुढचा प्रश्न विचारला, "तर मग पहिल्यांदा कुठला वग लावायचा?"

"'तुका चालला वैकुंठाला! दुसरा कोणता?"

तुकारामाच्याच वगनाट्यावर त्या तिघांनी पसंतीची मोहर उमटवली.

८०

"होय वो, जवळपास चार वर्षं झालीत, तुमचा 'तुकाराम' नाय बघितला मी." रंगकली बोलली.

"पण मेळ घालायचा कसा? या उतारवयात मला अडीअडचणींनी पार उताणं करून टाकलंय."

"चला ऽ काहीतरीच, दिलवर."

"खरं तेच सांगतोय. जन्मभर खोऱ्यानं पैसा ओढला; मात्र भागीदार मित्रानं घात केला. जन्माची वाट लावली. त्यातून कसाबसा जिद्दीनं उभा राहिलो, तर चंदनापुरीच्या घाटात दैवानं पुन्हा कंबरडं मोडलं. आता ही मोडकी गाडी ओढायला इंजिन आणायचं कुठून?"

"दिलवर, ही तुमची जन्माची फाकडी साथीदारीण आहे की तुमच्यासंगं. आजकाल तुमच्या या रंगूची बाजारात लय वट वाढलीय. माझ्या बापाची सावली म्हणा, तुमच्याकडनं उचललेली नेमक्या आणि नेटक्या सादरीकरणाची कला म्हणा, तुम्हा दोघांचे आशीर्वाद फळफळले. माझ्या जन्माचं सोनं झालं. आता बघा ना, पुण्यामुंबईत पेपरात नुसती एक जाहिरात सोडायचा अवकाश, त्याच दिवशी माझा खेळ आडवान्समंधी हाऊसफुल होतो बघा."

"तुला आहे माझ्याबद्दल खात्री?"

"पब्लिकचा आहे ना माझ्यावर भरवसा. मी लोकान्ला खुल्या मुलाखती देऊन सांगणार, मायबाप हो! याआधी एकट्या रंगूनं तुमच्यापुढं कला पेश केली. आता माझ्याबरोबर माझे गुरूराज आन आपल्या कलेनं उभा महाराष्ट्र आडवा

करणारे माझे प्राणपतिराज बाकेराव येताहेत.''

"मग?''

"मग काय, आपल्या या डबल धमाक्यापुढं पब्लिक नुसतं येडं येडं होऊन जाईल.''

बाकेभाऊ थोड्याशा विचारात दिसले. त्यांनी रंगूला विचारलं, "माझं उतारवय विसरून पुन्हा माझ्या हातात तुकोबाच्या टाळ-चिपळ्या द्यायला निघालीस; पण काय गं, त्या भोळ्या तुकारामाला भुलवायला आलेल्या अप्सरेचा रोल कोण करणार?''

"मीच की!'' रंगकली मुलखाची लाजली.

बाकेराव खो खो हसले. बोलले, "अगं गंगा, माझ्या रंगूच्या संगतीचं सुख आणि तिच्या ताटातुटीचे चटके या दोन्ही गोष्टी मी सोसल्या आहेत. आमचं बोर्डावरचं हे नवं गूळपीठ भारी रंगणार, हे मी तुला आताच लिहून देतो.''

दिवसभर नव्या फडाची बांधणी आणि आखणीच्याच गोष्टी सुरू होत्या. दुपारी रंगूने पुणे, मुंबई, नाशिक, मराठवाडा आणि विदर्भातील कंत्राटदारांशी बोलून घेतलं. 'बाकेभाऊसह रंगकली' ही कल्पनाच सर्वांना भन्नाट वाटली. ॲडव्हान्स घेऊन आमची माणसं कधी पाठवू, असाच प्रश्न सर्वांनी केला. सारे कसे सुराला लागले होते. सायंकाळी बाकेभाऊंच्या अंगात बारीक ताप भरला. त्यांनी थोडा वेळ विश्रांती घेतली.

तेवढ्यात कोणाच्यातरी मोटारीने दारात आप्पांचा मोहनबाबू हजर झाला. त्याने भाऊंच्या प्रकृतीची चौकशी केली. शेवटी मोहन भाऊंच्या डोळ्यांसमोरच लहानाचा मोठा झाला होता. भाऊ आणि आप्पांच्या मैत्रीची आणि संघर्षाची बतावणी गाताना मोहन बोलला, "मी गॅरंटीनं सांगतो ना. तुम्हा दोघांची यारीदोस्ती अगदी घट्ट आहे. नदीतल्या वाहत्या पाण्यासारखी. पाण्यावर काठी मारली म्हणून त्या पाण्याची दोन शकलं नाही होऊ शकत.''

बाकेभाऊ, रंगू आणि गंगा तिघंही मनातून घाबरले. हा आता आणखी नवं कोणतं पिल्लू घेऊन आला आहे? मोहन स्पष्टच बोलू लागला, "आता तुम्हीही माझ्या घरचेच. तुमच्यापासून लपवायचं काय आणि खपवायचं काय?''

"जाऊ दे रे, येतात कधी कधी अडचणी.''

"पण माझ्यासारखा बिलंदर बाप दुसऱ्याला मिळणार नाही. त्याने तुम्हाला लुबाडलंच; पण पोटच्या पोरांनाही फसवलं. अन् त्या लबाड मद्राशाचं चारूस्वामीचं उखळ पांढरं केलं.''

"ते राहू दे रे, आता आप्पांचा कसं चाललंय?''

"तुमचेच दोस्त ते. त्यांचं येलपंडी डोसकं गप बसतंय का? हातात खर्चाला

पै नाही. त्यात आमचा गाव कवठे बागायतीचा. अनेक गावकरी शहरगावात चांगल्या उद्योगधंद्यातही आहेत. जत्रेच्यावेळी आमचा बुड्ढा गावी गेला. त्यानं कळ कशी फिरवली कुणास ठाऊक?''

''का रे, काय झालं?''

''आमच्या आप्पांची थोर कलासेवा ध्यानात घेऊन गावात एक गगनआप्पा कवठेकर गौरव समिती स्थापन झाली. आठ दिवसांत दीड लाखाची थैली जमली.''

''अरे, मग चांगलं आहे ना.''

''चांगलं कसं, म्हातारडा त्या पैशातलं दहा रुपयेसुद्धा आम्हाला द्यायला तयार नाय.''

''मग काय करतात त्याचं?''

''सारे पैसे त्यांनी बँकेत टाकलेत. ते टिंगाण्या मारतात—मी जन्मभर राजासारखा जगलो, राजासारखाच मरणार.''

''म्हणजे?''

''त्यांना रोज सांजेची दारूची अर्धी चपटी लागते. अन् नेहमीसारखी रोज रात्री मसाल्याची आख्खी गावठी कोंबडी. या एकाच रतिबासाठी त्यांनी म्हणे गौरव निधी राखून ठेवलाय.''

आप्पांशी फोनवर बोलेन अशी भाऊंनी त्याची समजूत घातली. सायंकाळी उशिरा मोहन निघून गेला. त्या दिवशीच्या त्या बारीक तापाने बाकेराव मनातून घाबरले. रात्री घरात देव्हाऱ्याजवळ ते गंगा आणि रंगूशी बोलत बसले होते. तेव्हा ते कुरकुरले, ''रंगू ऽ तुझ्यासारखाच परंपरागत तमाशाकलेचा झेंडा सर्वत्र फडकवायची माझीही इच्छा आहे; परंतु सुरुवातीची गरिबी, ती उपासमार, त्यानंतरची जीवनभराची दगदग आणि अलीकडे चंदनापुरीच्या घाटात अंगावर बसलेला तो बेदम मुका मार, या साऱ्या गोष्टींचा झालेला बाधीकार म्हणून की काय मला भीती वाटते.''

''कसली?''

''रोज बोर्डावर उभं राहणं मला जमेल का?''

''भाऊ ऽ तुमची प्रकृती मला अजिबात डावावर लावायची नाही. मी आधीच ठरवलंय. महिन्यातून फक्त चौदा-पंधरा प्रयोग करू. पारंपरिक वगनाट्य, खरीखुरी गवळण, बहारदार बतावणी आणि लाजवाब लोकसंगीताच्या सोनेरी खांबावर खऱ्या तमाशाची इमारत कशी खडी असते हे पुढच्या पिढीसाठी दाखवायचं.''

''बघ बाई, माणसाचा जीव महत्त्वाचा.'' गंगा बोलली.

''पण बिनाकामाचं घरी बसून तरी या जिवाला करमणार है का? उलट दुखणं वाढायचंच.'' भाऊ.

"त्याची नका काळजी करू, भाऊ. आपण फक्त महत्त्वाच्या एकशे एकावन्न सेंटरलाच प्रयोग करायचे. नंतर तुम्ही मात्र आमच्याजवळ दर्शन आणि मार्गदर्शनासाठी राहा म्हणजे झालं."

रंगूचे ते विचार ऐकून व नियोजन बघून बाकेभाऊ आणि गंगा दोघंही भारावून गेले. शाहिरवाडीच्या त्या नेहमीच्या गोडाऊनमध्ये दुसऱ्या दिवशी पूजा पार पडली. रामकृष्ण बेंद्रीकर आणि पठ्ठे बापूरावांच्या तसबिरींना हार घालून तालमीचा नारळ दणक्यात फुटला.

दिवसामागून दिवस सरत होते. गावामागून गावे पाठीमागे पडत होती. बाकेराव आणि रंगकलीच्या परंपरागत तमाशा मंडळाने अवघ्या महाराष्ट्राचं काळीज जिंकलं. इतकंच नाही तर महाराष्ट्राबाहेर इंदूर, बडोदा, कलकत्ता, दिल्ली आणि जयपूरलाही धूमधडाक्यात प्रयोग झाले. टीव्हीवर मुलाखती पार पडल्या. वर्तमानपत्रांचे रकाने रंगले. अन् दहा महिन्यांत हाऊसफुल गर्दीत चौऱ्याहत्तर प्रयोगांनी शिखर गाठलं. योगायागाने आळंदीची जत्रा तोंडावर आली होती. त्याच मुहूर्तावर अमृतमहोत्सवी प्रयोगाचा तिथे घाट घालण्यात आला.

प्रयोगाच्या पूर्वीच आळंदीच्या जत्रेत, गल्ली-बोळातून आणि कोपऱ्याकोपऱ्यावरून जोरदार अनाउन्समेंट सुरू होती. मोठाले कटआऊट यात्रेत लागले होते.

'याल तर हसाल,
न याल तर नक्कीच फसाल
तुकोबाच्या हातखंड्या भूमिकेत स्वत: बाकेराव बागणीकर!
त्यांच्यासोबत अप्सरेच्या अदाकारीत भारतफेम लावण्यबिजली रंगकली!
यापुढेही आळंदीत दरसाल जत्रा भरेल—
पण हर साल बाकेरावचा देवदुर्लभ 'तुकाराम' पुन्हा भेटायचा नाही!'

मोठ्या यात्रेचा सोहळा मोठा आणि रंगढंगही मोठे उत्सवी. देवही झोपत नाहीत आणि यात्रेकरू तर चोवीस तास जागे. हौसेमौजेचे पाळणे गरगर फिरतच राहतात. आळंदीतला कंपनीचा मुक्काम खूप सुखाचा होता. मजेत दिवस चाललेले. काही वर्षांच्या अंतरानंतर बाकेरावचा फड जत्रेत उगवलेला. राहुटीत अनेक यात्रेकरू मुद्दाम भाऊंकडे वाकडी वाट करायचे. त्यापैकी काहीजण पाच पाच, सात सात वर्षांच्या अंतरानं भेटत होते. मोठ्या अपूर्वाईनं आलेल्या प्रत्येक रसिकाचं नाव ओठांवर असणं अपेक्षित नव्हतं. रसिक त्यांना वारकऱ्यांसारखं आलिंगन देत विचारायचे, "ओळखलंत ना बाकेराव?" त्यावर भाऊही तेवढ्याच अगत्यानं "म्हणजे काय, 'देवा ऽ तू गाय मी वासरू, विठ्ठला तुला कसा विसरू?" असं गुणगुणायचे. अनेक चाहत्यांनी मोठ्या हौसेनं आपल्या आवडत्या कलावंतांसाठी भुईमुगाच्या ओल्या शेंगा, गुळाच्या ढेपा, राजगिऱ्याचे लाडू,

शेतातली अंजिरं आणि द्राक्षाच्या पेट्याही आणल्या होत्या.

शेवटचा संजीवन सोहळ्याचा दिवस! आज रात्री आळंदीच्या पवित्र भूमीत बाकेराव आपल्या अभिनय आणि गायकीच्या बळावर मूर्तिमंत 'तुकाराम' उभे करणार होते. जेव्हा बाकेरावनी पहिल्यांदा आप्पांसोबत ढोलकीफडाचा तमाशा उभा केला होता, तेव्हा त्यांचा मुक्काम शिर्डीला गोंदकरांच्या खळ्यावर होता. तेथून पलीकडं हाकेच्या अंतरावर साईबाबांचं मंदिर. तिथं भल्या सकाळी बाकेरावनी ढंगदार गण गाऊन देवापुढे पहिली हजेरी लावली होती. टाळकऱ्यांच्या आळंदीत चाळकऱ्यांना प्रवेश नव्हता. तेव्हा तिथल्या पंचक्रोशीसमोर तुकोबा आणि चोखोबांचे अवीट अभंग गाऊन त्या भक्तिपीठात त्यांनी परंपरागत मराठी तमाशाकलेचा झेंडा रोवला होता. त्या साऱ्या गोष्टी त्यांना आज आठवत होत्या.

दिवसाच्या उगवत्या गोंड्याबरोबर भाऊंनी पूजेला सुरवात केली. राहुटीत सोबत आणलेले दोन बुट्ट्या भरून देव तांबूस वस्त्रावर हारीनं मांडलेले. जास्वंद, सोनचाफा, केवडा अशी नानाविध फुलांची दाटी झाली होती. सुगंधी अगरबत्त्या पेटल्या होत्या. धुवून चकचकीत केलेल्या मोठाल्या समयांच्या वाती देव्हाऱ्यावर प्रसन्नतेचा आगळा रंग भरत होत्या. बाकेभाऊंचं ओठातल्या ओठात मंत्रपठण चाललं होतं. तेवढ्यात राहुटीच्या दारातून टेचात डायलॉग ऐकू आला, "अरे तुक्या, ये तुक्या ऽ ऽ नांगरटा, तुला वेदाचा अर्थ सांगायचा अधिकार कुणी रे दिला ऽ ऽ" पूजेमध्ये तल्लीन असलेले बाकेभाऊ जाम वैतागले. अशा वेळी गगनआप्पांच्या तुंबाजीच्या डायलॉगची नक्कल करायची अक्कल कोणाला का सुचावी? खरंतर त्यांनी इतर वेळी आईमाईवरून एखादी जळजळीत तिखट शिवीच हासडली असती; परंतु देवापुढे जीभ डागाळायचा प्रमाद नको म्हणून मागे वळत, "ऐ ऽ ऽ आचरट मूर्खा" असा आवाज त्यांनी दिलाच.

भाऊंनी पाठीमागे मान वळवली. राहुटीत दारातून आत येणारी दाट सूर्यकिरणे त्यांच्या डोळ्यांत घुसली. सुरुवातीला स्पष्ट काही दिसेना; मात्र लवकरच त्यांना त्या दुधाळी उजेडात एक व्हीलचेअर दिसली. त्या खुर्चीवर साक्षात गगनआप्पांना बघून बाकेभाऊ अचंबित झाले. त्यांनी पूजा आटोपती घेतली. दोघा मित्रांनी एकमेकाला आलिंगन दिलं. बाकेभाऊ हसून बोलले, "चल मित्रा, आज मजा आणू. व्हीलचेअरवरूनच तू बोर्डावर तुंबाजीची इंट्री घे."

"जाऊ दे भाऊ. आपल्या उभ्या जिंदगीचाच तमाशा झालाय. आता कशाचं काय जमणार रे?"

"अरे, पण आज इथं अचानक कुकुड कोंबड्यासारखा तोंड दाखवायला कसा उगवलास?"

"गावातली मित्रमंडळी इकडं देवदर्शनाला यायला निघाली होती. त्यांनी

सोबत आणलं आळंदीला. इथं तुझी कनाततंबू आणि जत्रेत लागलेले बोर्ड बघितले. म्हटलं, आज देवाबरोबर दोस्तालाही भेटायचा योग दिसतो, म्हणूनशान तर आलो.''

बाकेभाऊंनी आप्पांसाठी नाश्ता सांगितला. फडावरच्या मसालेदार अन्नाची चव काही वेगळीच असते. त्यामुळे आप्पांनी बकाबका नाश्ता केला. मध्येच गगनआप्पांनी विचारलं, ''वैनीसाहेब कुठं दिसत नाहीत त्या?''

''कोण वहिनी?—गंगा गावाकडेच असते. रंगू आहे इथं. पलीकडे बायांच्या राहुटीत आवराआवर करत असेल.''

बाकेभाऊंना एकाएकी खोकला सुटला. खरंतर आप्पांच्या 'वैनीसाहेब' या शब्दावर त्यांना मोठ्याने हसून घ्यायचं होतं; परंतु इतक्या महिन्यांच्या अंतराने गगनआप्पा भेटत होते. उगाच त्यांना तो अपमान वाटायला नको. भाऊ राहुटीबाहेर आले आणि त्यांनी चायवाल्या भैयाकडून रंगूला सांगावा पाठवला, ''आप्पा आलेत. तुमची हरकत नसेल तर आपण भेटायला येऊ शकता.'' त्यावर त्याच पावली रंगूने भाऊंना कळवलं, ''माझी काहीच हरकत नाय. फक्त साडीचोळीला थोडासा वेळ लागेल. तयार होऊन येते.''

गगनआप्पांनी ती राहुटी, तिथून पलीकडे दिसणारा तंबू, आतला देव्हारा आणि भाऊंना डोक्यापासून पायापर्यंत बघून घेतलं. त्यांना निघायची घाई होती. भाऊ बोलले, ''आलाच आहात तर मुक्काम करा. रात्रीचा खेळ तरी बघा.''

''नाही रे भाऊ, ती ताकद उरली नाय आता —''

''किमान जेवणासाठी तरी थांबा.''

''आता नाश्ताच इतका जंगी झालाय की, दिवसभरात तो हज़म होणं कठीण. हे बघ भाऊ, निघतो गड्या आता. खूप वेळ होईल.''

''अरे असं कसं? जरा थांबा तरी. रंगू येईलच आता.''

''सांगा त्यांना पुन्हा भेटेन. खूप घाईत आहे.''

आप्पांनी दाराजवळ उभ्या असणाऱ्या आपल्या सहकारी मित्रांना खुणावलं. त्यांनी लगेच आप्पांना व्हीलचेअरवर बसवून रेटत राहुटीबाहेर नेलं. आप्पांचं असं लगेच निघून जाणं भाऊंच्या मनाला पटलं नाही. ते हळहळत बोलले, ''आप्पा, किती कराल घाई? थांबा थोडं.''

''नको रे अडवूस मला.'' मिचमिच डोळ्यांनी आप्पांनी सगळीकडे नजर टाकली. ते न राहून बोलले, ''तशी तर आजच्या खेळाला थांबायची माझी अंतरीची इच्छा होती.''

''अरे, मग थांब ना.''

''जाऊ दे रे. मी चांगल्या नजरेचा माणूस नाही! दोस्ता, तुझं चांगलं

चाललंय, ते बघून माझा ऊर समाधानाने भरला. आता मला काही नको. निघतो मी.''

बघता बघता आप्पांची व्हीलचेअर पलीकडे मोटारीकडे नेण्यात आली.

थोड्या वेळाने रंगू आली. आप्पा गेल्याचं तिला समजलं. तिने देव्हाऱ्यावरचा प्रसाद खाल्ला. नेहमीसारख्या बाकेभाऊंच्या डोक्यावरून मीठमोहऱ्या ओवाळून त्यांची दृष्ट काढली. त्यांना गोळ्या दिल्या. अलीकडच्या दौऱ्याच्यावेळी त्यांना अध्येमध्ये त्रास व्हायचा. प्रकृती नरमगरम राहायची. पोटदुखीचा जुना त्रास होताच. शिवाय अलीकडे ब्लडप्रेशर वाढायचं. जन्मभर फडाच्या चिंतेनं आणि रात्रीचा प्रवास पार करताना आपले ट्रक, बसेस अशा वाहनांच्या काळजीपोटी त्यांना नीट झोप अशी कधी मिळालीच नव्हती. निद्रानाशाचा विकार तर हाडामांसाशी चिकटलेला. तारुण्यातले ते कष्ट आणि ती दगदग अलीकडे बाधत होती. त्यांची बोटं काळसर पडलेली. अंगावरही अनेक जागी काळ्या डागांचे चट्टे पसरत चाललेले.

त्या पवित्र क्षेत्री लाखोंची गर्दी आणि जन्माची गडबड उडालेली. जत्रेसाठी दूरदूरहून अगदी बेळगाव-खानापूर, केळशी-दापोली, वर्धा, गदग, सोलापूर अशा अनेक खेड्यांतून व विभागांतून यात्रेकरू आलेले. त्यातल्या रसिकांना आजच्या रात्रीचा इंतजार होता. ज्यांनी बाकेभाऊंचा 'तुकाराम' याआधी पाहिला होता, त्यांना तो आपल्या डोळ्यांत आणि कानांत नव्यानं साठवायचा होता. जे तो प्रथम पाहणार होते, त्यांना तर आपलं अहोभाग्य वाटत होतं. अशांची उत्सुकता तर अपार होती.

सकाळचे बारा वाजले आणि बाकेभाऊंना एकाएकी चक्कर आल्यासारखं झालं. ओकारी सुटली. अचानक डोळ्यांपुढं अंधारी आली. त्यांनी तोल जाऊ नये म्हणून राहुटीतल्या मेढीलाच मिठी मारली. सहकलाकारांनी त्यांना तात्काळ आधार दिला. बाजूच्या कॉटवर झोपवलं.

मॅनेजर पडवळ डॉ. मोरेंना घेऊन लागलाच तेथे हजर झाला. भाऊंचं बीपी अचानक वाढलेलं. सारं अंग थरथर कापत होतं. त्यांची शंकर, गजानन अशी सहाही लेकरं राहुटीत धावत आली. एकाएकी भाऊंना थंडी भरल्यानं त्यांच्या अंगावर दुहेरी शाल पांघरण्यात आली. तितक्यात रंगकली तिथे घाईने पोचली. ती कमालीची कासावीस दिसत होती. तिने बाकेभाऊंच्या भोवती गांगरून उभी असलेली त्यांची मुलं अन् सभोवरची सहकलाकारांची दाटी पाहिली.

डॉ. मोरेंनी भाऊंना तपासलं. त्यांना गोळ्या दिल्या. रंगकलीनं डॉक्टरांना थोडं बाजूला घेतलं आणि घोगऱ्या आवाजात विचारलं, ''कसं होणार हो पुढं डॉक्टर? आज रात्री त्यांना एकट्याला स्टेजवर तीन ते साडेतीन तास उभं राहायचं आहे. त्यात तुकारामांची ही भूमिका खूप जिकीरीची आणि भारी इमोशनल

आहे, वर अभंग गायकीचं खूप धकाधकीचं काम आहे.''

डॉक्टरांच्या चेहऱ्यावर तणाव दिसला. ते स्पष्ट बोलले, ''तसं असेल तर आज खेळाची रिस्क घेता कशासाठी? आपले प्राण महत्त्वाचे. मोअर वर्क इज नॉट ॲडवायझेबल.''

प्रसंग खूप अडचणीचा होता. मॅनेजर, भाऊंची लेकरं आणि रंगकलीनं एकत्रित येऊन निर्णय घेतला, ''आजचा तुकारामचा वग रद्द करू. तिथे दुसरा लावू; मात्र अनाउन्समेंट वेळेतच लगेच करायला पाहिजे. नाहीतर रात्री पब्लिक अंगावर धावून यायच.''

''ठीक आहे; मात्र खेळ बदलल्याची गोष्ट भाऊंच्या कानांवर लागलीच घालायला हवी. परस्पर निर्णय घेऊ तर आपल्या अंगावर येईल.''

अर्धा तासभर भाऊंचा चांगला डोळा लागला. नंतर त्यांनी हळूच पापण्या उघडल्या. नवजात पाखरानं डोळे उघडून औत्सुक्यानं बाहेरच्या जगाकडं पाहावं, तशी त्यांची ती मायाळू नजर सर्वत्र फिरली. शेवटी काहीसं घाबरत सहकाऱ्यांनी भाऊंना सांगून टाकलं, ''डॉक्टरांनी सल्ला दिलाय, उगाच रिस्क घेऊ नका. प्रयोग कॅन्सल झाली तरी चालेल.''

''छे! तुम्हाला असं करताच येणार नाही.''

''का भाऊ?''

''अरे मित्रांनो ऽ बाळांनो ऽ ऽ चार-पाच दिवस यात्रेत जाहिरातीचा केवढा मोठा दणका चालला आहे. कोकणापासून ते कर्नाटकापर्यंतचे माझे रसिक गोळा झाले आहेत. ज्यांच्याशी माझं दिलाचं नातं आहे, जिवाची बांधिलकी आहे. खेळ रद्द करता येईलच कसा? तो झालाच पाहिजे.'' भाऊ हट्टाला पेटले.

''ऐका भाऊ ऽ, मी तुमच्यापुढं पदर पसरते. भीक मागते. उगाच तुम्ही जिद्दीला नका पेटू. प्राण पणाला नका लावू,'' रंगकलीनं स्पष्ट सांगितलं.

''अगं, पण माझा खेळ बघायला चारी मुलखातनं धावत आलेल्या रसिक मायबापांचं काय? भिंतीभिंतीवर लागलेली ती पोस्टरं—''

''तुमचे रसिक पुन्हाच्यानं येतीलच की. खास तुमच्यासाठी पुन्हा फड उभारू. जत्रा पुन्हाबी भरतील; पण तुमची तबीयत महत्त्वाची.''

''अरे हट. चला उठा, फुटा. मी माझ्या रसिकांना कसा फसवू? शेवटी मी रायकर मास्तरांचा शिष्य आहे. एकवेळ जिवाचं बरं-वाईट झालं, अगदी इथं रंगमंचावर माझा मुडदा पडला तरी बेहत्तर; पण मी आजच्याला तुकारामबुवा रंगवणारच.''

एकवेळ लहान बाळाची समजूत काढता येईल; पण बाकेभाऊंसारख्या रसिकप्रिय अभिजात अभिनेत्याची मनधरणी करणार कोण आणि कशी?

चायवाला भैयाजी समोर येऊन मुसमुसून रडू लागला. इस्माईल ड्रायव्हर आणि त्याची चांदबिबी भाऊंपुढे हात जोडून उभे राहिले. इस्माईल डोळ्यांतून अश्रू टपटप गाळत बोलला, "भाऊ, हवं तर तुमच्यावतीनं पब्लिकसमोर मी नाक घासतो, माफी मागतो; पण देवापेक्षा मंदिर मोठं नाही आणि जिवापेक्षा जत्राबी बडी नाही, भाऊ!"

आत्तापर्यंत इकडे उडालेला गोंधळ फोनवरून कोणीतरी शाहिरवाडीला कळवला होता. तेथून शेजारच्या पानपट्टीवर असलेल्या एसटीडी बुथवर गंगाचे सारखे फोन येत होते, "काय झालं? यांची तब्बेत कशी आहे हो?"

"डॉक्टर येऊन गेलेत. दवापाणी दिलंय," रंगू बोलली.

"बघ गं बाई, आपल्या धन्याची काळजी घे."

"तुम्ही नका उगाच टेन्शन घेऊ. मी आहे ना इथं? बिमारीसंगं तोंड कसं द्यायचं ते मला माहीत आहे." तेवढ्यात गंगानं पलीकडून घाईने दुसरा प्रश्न केला, "काय गं रंगू, मी पाठवलेला डबा पोचला का तिथं?"

"कसला?"

"जेवणाचा. पहाटं पहाटं धाडला आहे माणूस तिकडं खास फटफटीवरनं. पोचंल आता."

बाकेभाऊंवरचा दबाव वाढला. समोर हात जोडून उभी असलेली माणसांची भिंत, सहकाऱ्यांचे अश्रुभरले डोळे आणि गोंधळून गेलेली मुलं, सारी त्यांच्या जिव्हाळ्याचीच माणसं होती. जीवनात वेगवेगळ्या वळणांवर भेटलेली. त्यांच्यासोबत सुखदुःखांच्या बांधावरून चाललेली. बाकेभाऊंचा अगदीच नाइलाज झाला. शेवटी मनाच्या वरून का होईना एकदाची भाऊंनी खास यात्रेनिमित्त ठेवलेला 'तुकारामा'चा वग रद्द करायला मान्यता दिली.

वाऱ्याचा प्रवाह आणि नदीचा लोंढा अडवण्यात काय अर्थ?

५१

सर्वांच्याच मनावरचं दडपण निघून गेलं. रंगूनं त्यांना झोपेची अर्धी गोळी दिली आणि काळजीनं सांगितलं, "आता एक छानशी झोप काढा. तुमची विश्रांती झाल्यावर आपण निघू संध्याकाळी शाहिरवाडीला, तुमच्या लाडक्या 'गृहलक्ष्मी'कडे." ती कल्पना बाकेभाऊंना अगदी मनापासून आवडल्याचं दिसलं. त्यांनी खुशीनं मान डोलावली आणि थोड्याच वेळात ते घोरूसुद्धा लागले.

पलीकडच्या पानपट्टीवर पुन्हा गंगाबाईचा फोन खणखणला. भाऊंना चांगली

झोप लागली आहे. त्यांची विश्रांती होताच पुन्हा उलटा फोन करू, असं रंगूनं तिला सांगितलं; पण गंगानं तिला गडबडीनं आठवण केली, "डबा पोचला का? तिथं फटफट आली का?"

"नाही अजून."

"कुठं कडमडला म्हणायचा हा फटफटवाला!" गंगानं काळजीच्या सुरात सांगून टाकलं, "एक कर गं बाई. डबा पोचला की, माझ्या हातचं जेवण 'यांना' लगेच खाऊ घालायचं आणि लगोलग मला कळवायचं बरं."

तेवढ्यात राहुटीच्या बाहेर फटफटी येऊन थांबली. आता बाकेराव जागेही झालेले. त्यांचं लक्ष त्या डब्याकडं गेलं. तो चकचकीत धुतलेला, तीन कप्प्यांचा पितळी डबा त्यांना आपल्या जुन्या मित्रासारखा ओळखीचा वाटला. त्यांनी हरखून त्याच्याकडं मायाळू नजरेनं पाहिलं. त्यांच्या अंगात कुठला उत्साह आला कोणास ठाऊक? कोणाचीही मदत न घेता ते चक्क बिछान्यात उठूनसुद्धा बसले. समाधानानं हसून बोलले, "रंगू! तुझ्यासारखीच मला माझ्या गंगाच्या प्रेमाची खोली कधी मोजता आली नाय."

"म्हणजे हो?"

"बघ ना, जेवणाचा डबा, तोही कोणी दीडशे किलोमीटरवरनं पाठवून देईल का? फटफटीवरनं?"

एवढा दूरचा प्रवास करणारा तो भाऊंचा गाववाला पोरगा कौतुकानं सांगू लागला, "गंगाईनं मला पहाटंचं चार वाजता पोरं पाठवून तातडीनं बोलवून घेतलं. त्या कळकळीनं म्हणाल्या, भल्या पहाटंचं भाऊ आले स्वप्नात—तुकोबा माउलीच्या वेषात! मी खात्रीनं सांगते, बऱ्याच दिवसांत 'यांनी' माझ्या हातचं 'डाळीचं झिरकं' नाय खाल्लेलं. त्या आठवणीनं त्यांचा जीव खालीवर होत असंल. मी लागल्या हातानं झिरकं बनवती. फटफटीवरनं लगेच नेऊन पोचव त्यांना."

गंगाबाईंचा तो पराक्रम बघून रंगकली हसत बोलली, "अशी नवऱ्यासाठी कमानीवर काळीज बांधणारी

बायको मिळणं हे भाऊ.खरंच तुमचं भाग्य बघा.''

"अगं रंगू ऽ अशी माझ्यावर जिवापाड माया करणाऱ्या एक नव्हे तर दोघीजणी आहेत माझ्या घरात.''

बाकेरावांच्या बोलावर रंगू खुदकन हसली. रंगूनं डबा उघडला. एका कप्प्यात तव्यावर परतून काढलेली चरचरीत, खरपूस डाळ, दुसऱ्यात घडीच्या चपात्या आणि तिसऱ्या कप्प्यात ओल्या लसणाची फोडणी दिलेली डाळीची पातळ आमटी. तेच बाकेरावांच्या आवडीचं झिरकं. बाकेभाऊंनी डबा नाकाजवळ धरून अंदाज घेतला. ते लहान मुलासारखे ओरडले, "बघा ऽऽ एवढ्या लांबच्या उन्हातान्हाच्या प्रवासात झिरकं काही आंबलं नाही. माझ्या गंगासारखंच बापडं ताजं राहिलंय!'' बाकेभाऊ कौतुकानं बोलले.

भाऊंचे हात थरथरत होते. म्हणून रंगूनं चपातीचा बारीक कुस्करा करून तो झिरक्यात मिसळला. चिमण्या बाळाला भरवावा, तसा तिने त्याचा घास पुढे केला. तेव्हा भाऊ लाजले आणि लटक्या रागानं बोलले, "अरे, तू आता नॅशनल लेवलची लावणीसम्राज्ञी आहेस. हे असं भरवणं बरं दिसतं का तुला?'' परंतु त्यांचं काहीही चालू न देता रंगूनं त्यांना चारलं. भाऊ ताजेतवाने दिसू लागले. रंगू बोलली, "मघाशीच मी आपल्या साऱ्या कॉन्ट्रॅक्टर लोकांना कळवून टाकलंय. पुढचं पंधरा दिवस प्रयोग बंद. सक्तीची विश्रांती घ्या. त्यानंतर पुन्हा नव्यानं जाहिरात करू. दणक्यात होल महाराष्ट्रात आणि राज्याच्या बाहेरसुद्धा 'तुकारामा'चा दौरा काढू; पण आता जागेवर थंड बसायचं.''

पुन्हा तासाची विश्रांती झाली. बाकेभाऊंचे चाहते असलेले डॉ. मोरे त्यांच्या आजारामुळे चांगलेच कासावीस झालेले. त्यांनी स्वत:हून आणखी एकदा त्यांची प्रकृती तपासली. तेव्हा गोंधळलेले डॉक्टर स्वत:शी पुटपुटले, "कमालच झाली म्हणायची''

"का हो डॉक्टर, काय झालं?'' रंगूचा काळजीचा प्रश्न.

"केवळ चमत्कार!''

"म्हणजे?''

"अरे भाऊ, तुमचं बीपी आता बघा कसं एकदम नॉर्मल झालंय. अहो, पण एवढ्या कमी वेळात तुमच्या प्रकृतीला इतका आराम कसा पडला? दुपारी काही जंगली जडीबुटी तर खाल्ली नाही?'' डॉक्टरांनी हसत विचारलं.

"नाही, माझ्या गंगाच्या त्या फोडणीच्या झिरक्यानं उतारा दिला ऽ!'' बाकेराव मनापासून बोलले. डॉक्टरांनी जाता जाता सांगितलं, "बाकेभाऊ, तुम्ही फक्त मनानं फ्रेश राहा. अहो, हे असे किरकोळ आजार आम्हा सामान्य माणसांसाठी असतात. तुमच्यासारख्या उच्च कोटीच्या कलाकारासाठी नव्हेत.''

तेवढ्यात ॲम्प्लिफायरमधून बाहेर सुरू असलेली बदललेल्या वगनाट्याची अनाउन्समेंट भाऊंच्या कानावर आली. त्या घोषणेसोबत सुरू असलेल्या ढोलकीच्या आणि झांजांच्या त्या ठेक्यानं आणि सुरावटीनं बाकेभाऊंच्या मनाला पुन्हा भुरळ घातली. राहुटीबाहेर पडणाऱ्या मोरेंना ते बोलले, "डॉक्टर! कृपा करा. बघा ना. द्या परवानगी. आळंदीत तुकोबाची भूमिका करण्यासारखं दुसरं पुण्य नाही बघा."

डॉक्टर हलकेसे हसत बोलले, "पाहा, करायला हरकत नाही; पण थोडं बेतानं."

डॉक्टरांच्या होकारानं बाकेभाऊंच्या अंगात आनंद उफाळून आला; पण जेव्हा त्यांनी बाजूला घरच्यांच्या चेहऱ्याकडे बघितलं. मुलांची काळजीनं माखलेली तोंडं आणि विशेषत: रंगूच्या चेहऱ्यावरची कडवी नाराजी बघून ते काहीसे वरमले. रंगूने आठवण करून दिली, "आज सांजच्याला निघायचंय ना शाहिरवाडीला?"

भाऊंनी मान डोलावली. आणखी थोडा वेळ राहुटीतल्या कॉटवर ते पडून राहिले. प्रवास थोडा लांबचाच होता. त्यामुळे आजच्या कामगिरीवर कंपनीची जीप घेऊन इस्माईल ड्रायव्हर निघाला होता. तेवढ्यात चायवाला भैया दोन पितळी प्याल्यांतून भाऊंना आवडणारा घट्ट दुधाचा आलं घातलेला चहा घेऊन आला. भाऊ आणि रंगूने आपलं ते आवडतं पेय मिटक्या मारत पिऊन टाकलं. भाऊ राहुटीबाहेर आले. इस्माईलनं स्टार्टर मारला.

भाऊंनी कातरल्या मनाने आपल्या बाजूच्या तमाशा मंडळाच्या कॅम्पकडे बघितलं. तसे त्यांचे डोळे एकाएकी आसवांनी डबडबून आले. ते दाटल्या कंठाने बोलले, "अगं रंगकली, इथून बाहेर पडण्यापूर्वी मला माझ्या पंढरीला भेटू दे. सारं कनातसामान, तंबू, राहुट्या आणि ट्रका एकबार बघून घेऊ दे."

एवढी मोठी लाखांची जत्रा, गर्दीचा उसळलेला तो महापूर, आभाळाच्या दिशेनं चक्री काढणारे ते भलेदांडगे आकाशपाळणे, ते सर्कशींचे तंबू आणि लाडूरेवड्यांनी भरलेल्या खाऊच्या गल्ल्या. या सर्वांच्यामध्ये ऐटीनं उभा असलेला आपल्या फडाचा तंबू, आपलं खरखुरं जीवनवैभव सोडून बाहेर निघायला बाकेभाऊंचं मन तयारच होईना.

कसं सोडू हे नाट्यांगण?
हे तर जातीच्या कलावंताचं नभांगण!
जीवनाचं श्रेय! साताजन्माचं ऐश्वर्य!!
रसागंधाचं माधुर्य!

तिथे गुंतलेला भाऊंचा पायच उचलेना. आपल्या तीन ट्रका, चार छोट्यामोठ्या

मोटारगाड्या, जनरेटर व्हॅन, तो तंबू, ती कनात, नको रे देवा हे जीवनसार सोडून जायला.

त्या लोककलेच्या देहू-आळंदीतनं फिरताना भाऊंचा एक हात चायवाल्या भैयाजीनं पकडलेला. दुसरा इस्माईलनं धरलेला. त्यांनी स्वयंपाकाच्या राहुट्यांकडेही मुद्दाम पाय वाकडे केले. बाजारमास्तराला बोलावलं. आज ताज्या भाज्यांची खरेदी झालीय की नाही, याची स्वत: खात्री करून घेतली. चालता चालता भाऊंचं लक्ष तंबूच्या वरच्या टोकाकडे गेलं. तुकारामाचा खेळ रद्द होऊन तिथे दुसरा सादर होणार होता; परंतु आधीच्या नियोजनाप्रमाणे तुकारामाला वैकुंठी घेऊन जाण्यासाठीचा उभारलेला वायरचा तो मोठा रोप, मागच्या बाजूला एका लोखंडी स्टॅन्डवर उभं केलेलं ते गरुडरूपी पुष्पक विमान असं सारं काही तयार होतं. तो गरुड पहिला स्टेजवर सरकत येणार, झुंबरासारखा गोलाकार फिरणार, बाजूच्या शिडीवरून भाऊ वर चढून गरुडात बसणार आणि शेवटी तुकोबारायांचं वैकुंठाकडे गमन होणार.

प्रत्येक खेळापूर्वी बाकेभाऊ स्वत: त्या गरुड विमानाच्या तयारीची परीक्षा घेत; कारण प्रभात फिल्म कंपनी जेव्हा 'तुकाराम' बनवत होती, तेव्हा ऐन शूटिंगच्या वेळी ते विमान खाली कोसळलं होतं. केवळ नशिबाने कलाकार मरता मरता वाचले होते. त्या पार्श्वभूमीवर तपासणीची ही काळजी रोज घेतली जायची. आताही भाऊंना नेहमीसारखी हुक्की आली. त्यांनी इशाऱ्याची शीळ वाजवली. त्या शिट्टीबरोबर बारा बिगारी पोरं तिथे धावत आली. त्यातला एक जाड मुलगा गरुडाच्या विमानात जाऊन बसला. विमानानं स्टेजवर एक चक्री काढली. पुन्हा ते सर सर करत तंबूच्या शिखरावर जाऊन पोचलं.

प्रयोगासाठी ही सारी यंत्रणा अजून तिथे तयार ठेवली असल्याचं पाहून बाकेभाऊ खूप प्रसन्न दिसले. त्यांनी शेजारच्या पडवळ मॅनेजरला विचारलं, "काय रे गब्रू, आज 'तुकाराम' रद्द झाल्याचं जाहिर केलंय ना?"

"हो ऽऽ"

"अरे तरीपण हे विमान आणि वायरी अजून खाली का उतरवल्या नाहीत?"

"मुद्दामच."

"ते रे का? "

"नाय, म्हटलं उगाच तुमचा मूड चेंज झाला, तर ऐनवेळी धावाधाव करायची कशी? त्याऐवजी साईडलाईनला तुकारामाचीबी गाडी तयार ठेवावी."

एकाएकी भाऊंचा चेहरा भावनेने भरून आला. ते शेजारी उभ्या असलेल्या रंगकलीला बोलले, "ऐकलंस लाडके, आजचा प्रयोग सादर व्हायलाच पाहिजे अशी देवाचीच इच्छा दिसतेय."

भाऊंनी आपल्या आजूबाजूला फडातल्या चाळीसभर माणसांची गर्दी बघितली. हरखून त्या वरच्या वायरी आणि पल्याडचं गरुड विमान बघितलं. तसा उत्साहाचा आणि चैतन्याचा बांधच फुटला. ते मोठ्याने हाका मारू लागले, "चला रे ऽ ऽ पोरांनो. करा पुकारा माईकवरून. उडवा जाहिराताचा बार. कळवा साऱ्या जत्रेला. तुमचा बाकेराव आज या अलंकापुरी नगरीत 'तुकाराम' रंगवणारच."

"नाय नाय, नको नको." कळवळून हात जोडत रंगूने शेवटचा प्रतिकार करायचा प्रयत्न केला; पण डॉक्टरांनी जाता जाता सहज हिरवा कंदील दाखवायचं निमित्त झालेलं. त्यात बाकीचे सहकलाकारही कमालीचे उत्साहित दिसले. तेव्हा रंगकलीची समजूत काढत बाकेभाऊ बोलले, "तू काळजीच करू नकोस माझ्या राणी. अगं रणांगणाशिवाय योद्धा, नांगराशिवाय शेतकरी आणि रंगमंचाशिवाय जातीचा नट जगूच शकत नाही.

आपुले मरण पाहिन मी डोळा
परि तुकोबाचा सोहळा रंगवेनच!"

कसं आणि किती आवरायचं या बेकाबू वेड्या भाऊंना? आता रंगकलीपुढे शेवटचा एकच पर्याय होता. तिनं लागलाच धावत जाऊन पल्याडच्या दुकानातून शाहिरवाडीला गंगाबाईंना फोन लावला, "काय करू, कशी आवरू मी भाऊंना?"

"का गं? अजून काय झालं?"

"अहो, या अशा आजारी स्थितीतसुद्धा भाऊ बोर्डावर उभं राहून तुकोबाच्या टाळ-चिपळ्या वाजवायचं म्हणतात."

"काय गं, आधी एक सांग. त्यांनी डबा खाल्ला का?" पलीकडचा बारीक आवाज.

"हो तर"

"अन् माझ्या हातचं 'झिरकं? तिथवर एवढ्या लांब नेताना आंबलंचिंबलं तर नव्हतं?"

"खूप झकास होतं. अहो, त्यांनी तर तुमच्या हातचा डबा शाळकरी पोरासारखा चापला. त्यानंतर ते खूपच फ्रेश दिसाताहेत खरं !"

"अगं रंगू तेच सांगतेय तुला," पलीकडून गंगाबाई मोठ्या खात्रीनं बोलल्या, "माझ्या हातची झिरक्याची वाटी ते पिले ना?"

"हो तर."

"मग कसली चिंता करतेस? अगं मरण आलं तरी ते आता वाऱ्यासारखं दूर पळून जाईल. शेवटी तो पडला हाडापेराचा कलावंत गं! अगं नदीच्या दुथडी प्रवाहाला तुंबा तरी कोण घालणार बाई?"

बाहेर थंडीचा अंमल सुरू होता. इंद्रायणीच्या काठावर बाकेरावांचा 'तुकाराम' उभा राहिला होता. तंबूत सातआठ हजार लोकांची प्रचंड गर्दी. तिन्ही बाजूंनी प्रेक्षकांच्या थडीवर थडी. चौथ्या बाजूला स्टेज. त्या गर्दीच्या उत्साहात ढोलकी आणि मांगहलगीचा खडा सामना झाला. गायकांनी दणक्यात गण संपवला. मोरपंखी पदर फडकावत साजश्रृंगार आणि बत्तीस अलंकार घालून फाकड्या गवळणींनी मथुरेच्या वाटेवर गोड गोंधळ घातला. तंबूकनातीत कुठं बसायला नव्हे तर दाटीवाटीनं उभं राहायलासुद्धा जागा उरली नव्हती. तरी प्रेक्षकांचे लोंढे आत घुसायचा प्रयत्न करत होते. पडवळ मॅनेजरनं चलाखी दाखवली. सभोवतीची कनात गुंडाळून बाजूला ठेवली. त्यामुळे प्रेक्षकांच्या उदंड उत्साहाला कोणताही अटकाव राहिला नाही. पब्लिकचा मूड बघून कलाकारांनी काही मिनिटांतच बतावणी कापराच्या जळत्या वातीसारखी संपवून टाकली.

अखेर मंचावर अंगात सैलसर सदरा अन् डोक्यावर मुंडासे घातलेले तुकारामरूपी बाकेराव अवतरले. त्यांनी समोरच्या प्रेक्षकरूपी दुमदुमल्या पंढरीला डोळे भरून पाहून घेतलं. गालावरची गरम आसवं पुसली. मग तुकारामाचा वग पुनवेच्या राती आभाळकडेवर चढणाऱ्या चांदासारखा चैतन्याचा सडा सांडतच राहिला. तुकोबाच्या भेटीला आलेले खाष्ट वृत्तीचे मंबाजी आणि तुंबाजी हे ब्रह्मवृंद. ते पाहतात की, तुकोबाराय परमेश्वराच्या ध्यानसंकीर्तनात मग्न आहेत. संस्कृतातली रहस्ये अडाण्या बहुजनांना प्राकृतामध्ये सांगताहेत. त्यांच्या त्या गुन्ह्यासाठी मंबाजी आणि तुंबाजी तुकोबावर तुटून पडतात,

"अरे तुक्या ऽ तुक्या ऽ तू क्षुद्र कुणबी आहेस! तुला कवित्वाचा अधिकार दिला रे कोणी? रे ढोंगी तुक्या?

वेदांचा अर्थ आम्हासच ठावा
इतरांना व्हावा भारमाथा."

त्यावर तुकाराम महाराज चिपळ्या आणि वीणावादन करत रोखठोक उत्तर देतात, –

"वेद आम्हावरी विसरूनिया गेले
आम्ही त्यांच्या 'बा'ला धरीले हाती ऽऽ"

बाकेरावांच्या त्या रांगड्या आणि जनबोलीतील उत्तराने त्यांनी प्रेक्षकपंढरीला पूर्णत: वश करून घेतलं. उत्तरोत्तर तुकारामाची गोडी वाढतच चालली होती. आयुष्यभराच्या तपश्चर्येनं साकार केलेली त्यांच्या अभंगांची बाडं समाजकंटक त्यांना इंद्रायणीच्या डोहात स्वाहा करायला भाग पाडतात. तिथे नदीतीरी तुकारामबुवा

सलग तेरा दिवस ध्यानसाधनेस बसून राहतात. आपलं दु:ख आणि बहुजनांवर होत असलेल्या आघाताची परमेश्वराकडे दाद मागतात. त्या वेळचा त्यांचा अभंग-

नामसंकीर्तन साधन हे सोपे
जळतील पापे जन्मांतरीची

ते भावभक्तीनं ओथंबलेलं वगनाट्य अगदी परमोच्च बिंदूला पोचलं होतं. रसिकजन त्या भक्तिरसात पूर्ण भिजून गेले होते. अगदी धुंद झाले होते. मध्येच अप्सरा झालेली नृत्याची बिजली रंगकली मंचावर आली. तिनं श्रृंगाररसाची लयलूट करत तुकोबांच्या तपस्येला तडा देण्याचा प्रयत्न केला; परंतु सरतेशेवटी तुकोबांच्या वैराग्यापुढे तिचा श्रृंगार मेणासारखा वितळून गेला. तिने आपल्या अपराधाबद्दल महाराजांची क्षमा मागितलीच. शिवाय त्यांच्या हातून आपल्या गळ्यात तुळशीची माळ घालून वैराग्यही स्वीकारलं.

अखेरीस तुकोबामाउलींना सदेह वैकुंठास नेण्यासाठी स्वर्गातून गरूड विमान खाली येतं. तोपर्यंत बाकेरावनं आपल्या गायकीनं आणि अभिनयाद्वारे विठ्ठलपरायण, सालस, साध्याभोळ्या, अस्सल मराठमोळ्या रूपाचा तुकोबा अशा अवीट गोडीनं उभा केला होता की, प्रेक्षक आपण कोण आहोत, कुठे बसलो आहोत हे पार विसरून गेले होते. ते काही शतकांचा उलटा प्रवास करून देहू गावच्या वेशीत जाऊन पोचले होते. वैकुंठी चाललेल्या तुकोबांकडे पाहत ते तिथं थिजल्यासारखे उभे होते.

रसिकांच्या दरबारात अखेरचा प्रसंग उभा करताना बाकेभाऊ आयोजनाची कमाल करायचे. या प्रसंगी देहूच्या वेशीतील दाटी दाखवण्यासाठी विशेष मेहनत घेतली जायची. त्यासाठी कंपनीचे सारे ड्रायव्हर, कामाठी, बिगारी, पाणके, आचारी, भाजी खुडणाऱ्या बाया असे सारे कर्मचारी व तंत्रज्ञांचा मेळा एकत्र व्हायचा. रंगमंचाच्या समोर अर्धवर्तुळ करायचा. सारे गावकरी आणि वारकरी बनायचे. त्यांच्या अंगावर स्वच्छ पांढऱ्या पैरणी, गाठीच्या बाराबंद्या, डोईवर मुंडाशी किंवा टोप्या आणि हातामध्ये टाळ, चिपळ्या, मृदंग आणि वीणापताका असायच्याच. क्षणभर असा भास व्हायचा की, पंढरीची अवघी वारी वाकडी वाट करून अगत्याने तेथे आली आहे. तमाशाच्या थेटरात भक्तिरसात नाहून गेली आहे.

रामनामाचा जप करत तुकोबाराय उठले. हळू पावलांनी गरूडरूपी विमानात जाऊन बसले. त्यांच्या हातातील चिपळ्या संथगतीनं वाजत होत्या. बाकेरावरूपी तुकोबाच्या चेहऱ्यावरील भक्ती आणि वैराग्य स्फटिकासारखं लखाखून गेल्याचं दिसत होतं. मग आसमंतात सर्वजणच जोरजोरात, आर्त स्वरात गाऊ लागले,

"आम्ही जातो आमच्या गावा
आमचा रामराम घ्यावा."
त्यातच कोणी मध्येच
"जातो माघारी पंढरीनाथा
रे ऽ तुझे दर्शन झाले आता."

असा भैरवीचा आर्त सूर धरत होते. जन्म धन्य झाल्याच्या भावनेने ते सारे नाचत होते. गात होते. तुकोबांनी एकदा साऱ्या चराचराला पाहून घेतलं. त्यांच्या चर्येवरची प्रभा आता सोनचाफ्यासारखी तजेली आणि सुगंधित दिसत होती. आता चोहीकडून भक्तिरसाच्या लाटा नुसत्या उचंबळून वर येत होत्या. तमाशातील दीडशे तंत्रज्ञ कलावंतच नव्हे तर समोरचा आठ-दहा हजारांचा जनसमुदायही विठ्ठलनामाच्या जयघोषामध्ये दंग झाला होता.

अखेर स्टेजवरचा गरुड पुढे सरकला. वादकांनी आपला ठेका बदलला. मृदंग आणि तबल्याचे ठेके, पायपेटीतून झुळझुळ पाण्यासारखे वाहणारे स्वर आणि हजारो कंठातून

"बोला ऽ ऽ हरिमुखे बोला, हरिमुखे बोला ऽ ऽ
तुका चालला वैकुंठाला"

एकसारखा कंठरव सुरू होता. बाकेभाऊंच्या पायाच्या अंगठ्यामध्ये दोन खोचदोऱ्यांच्या गाठी मारलेल्या. त्यांनी आपले अंगठे खेचले की बाहेरच्या गरुडाचे पंख गतीनं हलू लागल्याचे दिसायचे.

प्रेक्षकांच्या त्या तुडुंब गर्दीचं दर्शन घेताना बाकेभाऊंच्या डोळ्यांतून आता अश्रूंच्या सरी वाहू लागल्या होत्या. त्यांनी कैवल्याचा डोंगर चढायला सुरुवात केली. हळुवार गतीनं स्टेजवरचं गरूडवाहन तिथेच अर्धवर्तुळ काढू लागलं. तुकोबा चालले, निघाले. समोरचे दोनशे वारकरी उठून उभे राहिले. दिंड्यापताका नाचवत हरिनामाचा गजर सुरू झाला. अचानक फडावरचे सर्व दिवे बंद झाले. अन् गुहेच्या पोटातून हळुवार सूर्याची किरणं पलीकडच्या दरीत जाऊन पडावीत असा देखावा उभा राहिला. आकाशाची चढण चढू लागलेल्या गरुड विमानावर दिव्यत्वाचा झगझगीत प्रकाशझोत दिसू लागला, तशी भक्तिरसात अत्यंत भारावून गेलेली ती हजारोंची गर्दी जागेवर उठून उभी राहिली. नाचता नाचता आणि गाता गाता वैकुंठाकडे जाणाऱ्या तुकोबारायांना पाहून अश्रू पुसू लागली.

गरुड उंच उंच गेला आणि प्रकाशझोत पटकन बंद झाला. फडावरचे दिवे पुन्हा पेटले. तुकोबामाउली वैकुंठवासी झाली.

चार तासांच्या त्या अभूतपूर्व वगनाट्याचा लाभ घेऊन धन्य झालेले ते रसिकजन उठले. हजारोंच्या झुंडी आणि झुंडीचे प्रवाह बाहेर वाहू लागले.

आता बिगारी पोरांनी गरुडवाहनाचा रोप मागे खेचायला सुरुवात केली. पार्श्वसंगीत बंद झाल्यानं वायरवरच्या चाकांचा मोठ्यानं आवाज ऐकू येऊ लागला. नेहमीप्रमाणे बाकेभाऊंच्या भेटीसाठी विंगेजवळ अनेक चाहत्यांची गर्दी उडाली. कोणाला त्यांचं अभिनंदन करायचं होतं. कोणाला त्यांना आलिंगन द्यायचं होतं. ओळखीतली मंडळी त्यांच्याशी जमेल तेवढा संवाद साधायला आतुर होती. तर काहीजणांना फक्त दुरूनच त्यांच्या ओझरत्या दृष्टभेटीचं सुख मिळवायचं होतं. तर काही भाबडे रसिक तुळशीच्या माळा घेऊन तेथे धावले होते. त्यांना बाकेभाऊंच्या हस्ते गळ्यात माळ घालून वारकरी पंथाची दीक्षा घ्यायची होती.

वरून उतरलेला गरुड नेहमीच्या गतीने मागच्या स्टॅन्डवर येऊन उभा राहिला. मध्ये थोडासा वेळ गेला. आज गरुडातून उतरायला भाऊंना बहुतेक अधिक वेळ लागतोय अशी अटकळ त्यांच्या चाहत्यांनी बांधली. कदाचित अजून त्यांच्यासारखा भावनाविवश कलाकार मघाच्या त्याच कैफात किंवा समाधी अवस्थेत बसून असावा.

खरंतर ते एवढ्यात शिडीवरून खाली उतरायला हवे होते.

काही क्षण असेच गेले. आता आप्तजनांना आणि चाहत्यांना सरणारे क्षण उगाचच युगासारखे भासू लागले. खालून इस्माईलने 'उठीये भाऊ ऽऽ' असा आवाज दिला; परंतु प्रतिसाद दिसेना. तसा इस्माईल गडबडीने शिडी चढून वर

गेला, "कितना देर लगाते हो भाऊ? देखिए नं नीचे पब्लिक पागल के भांती आपका इंतजार कर रही है।"

त्याचवेळी वरून इस्माईलचा 'ये देख ना, भाऊ? तू चूप क्यूँ बैठेला है?" असा रडवेला आवाज ऐकू आला. त्याबरोबर भाऊंचा मुलगा शंकर आणि इतर काहीजण सरसर वर गेले. भाऊंच्या मुखावर बॅटऱ्यांचे झोत पडले होते. आईच्या मांडीवर निर्धास्त होऊन गाढ झोपलेल्या बालकासारखा तो देह. वरून अचानक किंकाळ्या आणि हंबरडे फुटले, "बाकेभाऊ ऽ ऽ हे काय केलंत, राव? आम्हाला सोडून एकटेच वैकुंठाला कसे निघून गेलात हो ऽ ऽ !" तेव्हा 'भाऊ ऽ ऽ' अशी रंगकलीने मारलेली दर्दभरी हाक अवघ्या जत्रेचं काळीज कापून गेली.

काही वेळातच ते गरुडवाहन फुलांच्या ढिगांनी भरून गेलं. निद्रेच्या आधीन गेलेल्या बाकेभाऊंना तिथून बाजूला करायचं कोणाला धाडस होईना.

इंद्रायणीकाठी बाजूलाच भाऊंच्या अंत्यसंस्काराची तयारी चालली होती. तेव्हा चारही बाजूंनी हातात फुलं आणि डोळ्यांत अश्रू घेऊन रसिकांच्या झुंडीच्या झुंडी पुढे येत होत्या. त्या सर्वांना आपल्या प्याऱ्या कलावंताचा अखेरचा निरोप घ्यायचा होता.

जत्रा फुटली होती. यात्रेकरूंच्या गर्दीच्या थडी पांगत होत्या.

रात्र सरून उजाडू लागलं होतं.

आळंदीच्या गल्ल्यांतून, नदीच्या काठाने, रस्त्यांच्या कोपऱ्यावर तमाशाचे कटाउट्स दिसू लागलेले. त्यावरची 'पुढच्या वर्षी जत्रा भरेल; पण बाकेभाऊंचा तुकाराम पुन्हा बघायला मिळणार नाही' ही अक्षरं वाचताना अनेकांचे डोळे अश्रूंनी भरून वाहत होते.

"फाकडा बाकेराव भाग्यवान खरा! देवाच्या दारातूनच थेट वैकुंठाला गेला."

"अमर झाला; पण बाकेराव बागणीकरच्या तोडीचा लोककलावंत पुन्हा होणे नाही."

जत्रा दु:खाने गलबलली होती. अलीकडे मराठी मुलखातील जातीपातीच्या भिंती जवळपास नामशेष झाल्या होत्या; परंतु अजूनही अडाणी आणि अस्पृश्यांची गावंढळ कला, असा आपल्या राजवर्खी चेहऱ्यावर बदनामीचा काळाकुट्ट डाग घेऊन जगणारी बहुजनांच्या करमणुकीची ती थोर तमाशाकला! तिची मात्र अद्यापही अस्पृश्यतेच्या डागातून सुटका झाली नव्हती. प्रसंगी तहानभूक हरवून, पोटातल्या कळा मफलरच्या तिड्याने बांधून, कधी रसिकांच्या शाब्बासकीच्या फुलांच्या सड्यात न्हाऊन जाणाऱ्या, तर कधी त्या कलेच्या रक्षणासाठी अंगावर लाठ्याकाठ्या झेलणाऱ्या बाकेराव नावाच्या एका जादूगाराचा दु:खद अंत झाला होता, त्या दु:खानं मात्र सारेजण पोळून गेले होते.

रंगकलीसह अवघा फड त्या दुःखात भिजून चिंब झाला होता.

रंगूची मोटार मुंबईच्या दिशेने धावत होती. गेल्या सातआठ वर्षांचा तिचा कलाप्रवास आणि जीवनप्रवास म्हणजे तिला पृथ्वीला प्रदक्षिणा घालून आल्यासारखं वाटत होतं. बाकेभाऊंच्या सहवासात आणि विरहातही तिने जीवनाचे किती नाना रंग, तरंग आणि कलासाधनेच्या बिकट वाटा आणि घसरडी वळणं अनुभवली होती. एक दिलदार मित्र, प्यारा नवरा आणि अजोड लोककलावंत या नात्यानं त्यांच्या अनेकपरींची प्रचिती घेतली होती.

मराठी माती आणि संस्कृतीवर जिवापाड प्रेम करणाऱ्या बाकेराव नावाच्या कलंदराकडून मिळालेलं संचित तिनं आपल्या रेशमी पदराच्या गाठीत बांधून ठेवलं होतं. आता तिला ते अमूल्य धन मुठीमुठीनं जगभर उधळायचं होतं.

◆

आंबी

विश्वास पाटील

शेतीच्या नांगरणीसाठी चांगला बैल मिळावा म्हणून बाप्पाजी आपण चार-चार बाजार पालथे घालता! परंतु, आपल्या मुलीसाठी वर बघायच्या वेळी कशी डोळेझाक करता? स्वत: फसता आणि आपल्या लाडक्या लेकीचं भवितव्यही अंधारात लोटता! काकूने आंबीच्या भवितव्याबद्दल उपस्थित केलेला गहन प्रश्न.

आजचे प्रतिभावंत कादंबरीकार विश्वास पाटील यांनी वयाच्या सतराव्या वर्षी लिहिलेली स्त्री प्रश्नांवरची पहिली कादंबरी, जी त्याच वेळी शासनाच्या साहित्य-संस्कृती मंडळाच्या नवलेखक अनुदान योजनेमध्ये प्रकाशित झाली होती.

घरंदाज, सुशील आंबूताईचा असा कोणता गुन्हा होता की तिला आपल्या ऐन तारुण्यात दुःखाच्या वाळवंटाला सामोरं जावं लागलं. त्यातून जिद्दीने उभ्या राहिलेल्या आंबी नावाच्या तरुणीची ही संघर्षमय कहाणी!

या वेधक व विचारप्रवर्तक दुर्मिळ कादंबरीची खास नवी आवृत्ती.